መለስ ብዬ ሳየው

መለስ ብዬ ሳየው

ሌ/ኮ አሰፋ በርሄ ጊለ

THE RED SEA PRESS
TRENTON | LONDON | NEW DELHI | CAPE TOWN | NAIROBI | ADDIS ABABA | ASMARA | IBADAN

THE RED SEA PRESS
541 West Ingham Avenue | Suite B
Trenton, New Jersey 08638

Book and cover design: Lemlem Taddese

Library of Congress Control Number: 2014946649

ISBNs: 978-1-56902-409-6 (PB)

አስተያየቶች

ቀጥሎ የተጠቀሰው ጽሁፍ በ1968 ዓ.ም. በግል ከተጻፈልኝ ደብዳቤ የተወሰደ ነው።

ለክቡር ወንድሜ ሻለቃ አሰፋ በርሄ፣ እንደምን አለህልኝ? ይመስገነው በሰላም ደሴ ገብቻለሁ።

ወንድሜ ሆይ! "ፍጡር ራሱን ከማንም በላይ መውደድና ማክበሩን" የሥነ ፍጥረት ሊቃውንት ይናገራሉ። ተንትነው ሲናገሩም "ተፈጥሮ ሕጓን እስከለወጠች ድረስ ይኖራል" ይላሉ።

እኔ ግን ከእንደዚህ ዓይነቱ አባባል ሩቅ ነኝ። ምክንያቱም "አንተን መሰል ኮስታራ፣ አንተን መሰል ትዕግሥተኛ፣ ለሰው እንጂ ለራስህ ያልተፈጠርክ ሆነህ ስለአገኘሁህ" ነው። በሩቅም በቅርብም አይቼሃለሁ። ብሩህ አእምሮ ያለህ፣ ለቦረና ሕዝብ የሕይወቱ መልህቅ መሆንህን አውቄአለሁ። ልዑል እግዚአብሔርም አብሮህ እንዲሆን እመኝልሃለሁ።

ወንድሜ ሆይ! ባሞካሽሁህ፣ ባመሰገንኩህ ትወደኛለህ ወይም ትጠላኛለህ ብዬ አልፈራም። መልካም ትዕግሥትህ፣ በእግርህ ቆላ፣ ደጋ ሕዝብ በመምከር፣ ለማስተማር መድከምህ የነጠሩ፣ የጎሉ ምስክሮች ናቸውና። "ድካምህ ለምታገለግለው ሕዝብህ በአእምሮው እንዲሰፍን፣ እንዲሰርጽ አሁንም ምኞቴ ነው።"

ሻለቃ፣ ሕይወት የምታሳሳ ስጦታ ብትሆንም ወዛደሩ ሕዝብህ ከነጣቂ ጅቦች መንጋጋ እስከ ወጣ ድረስ የወንድ ቀበቶህ እንደማይላላ አሁንም በቅርብም በሩቅም በማየቴ አምንብሃለሁ።

ሻለቃ፣ የፒራሚድ ህንፃ፣ ዓለም በውስጣዊ ማዕበል ካልተናጋ በስተቀር ዘልዓለማዊ ነው። ያንተም ስም ዓለም እስካለፈች ድረስ በምድር ላይ እንዲታተም "አሁን በያዝከው ቀልጣፋ አመራርህ ግፋበት።"

ወንድሜ ሆይ! "ሰው እንዲወደኝ ባልሻም ሰውን መጥላት አልወድም"። ሆኖም አንተ ብዬ ሰውን ስጠራ የመጀመሪያዬ ሲሆን ሰውን በሥራው ቀልጣፋነት የተደሰትኩበትም አሁን ባንተ ብቻ በመሆኑ እንድወድህና አንተ ብዬ እንድጠራህ ወሰንኩ። ስለዚህ ነው አንተ ያልኩህ። ለምን ሳታከብረኝ ቀረህ? ብለህ አትቀየም። አንተ በመባል ሰው ክብሩ አይቀነስምና። ግና በኢትዮጵያውያን ላይ ይህ የአንቱታ ጉዳይ አዋጅ ሳያስፈልገው አይቀርም እላለሁ።

መምህር ካሣ ለጋስ

ከዚህ በታች የተጠቀሱት ደግሞ ሁለት ሰዎች ዳያሪየን ካነበቡ በኋላ እኔ ዘንድ መጥተው በግንባር የገለጹልኝ አስተያየቶች ናቸው።

1) ነብሱን ይማረውና የሚከተለውን የገለጸልኝ ጓደኛዬ ማ/ቴክ ግርማ ዘለቀ ነው፤

"ዳያሪህን አልጋየ ላይ ተጋድሜ ከምሽቱ 3 ሰዓት ጀምሬ ከለሊቱ 8 ሰዓት አጠናቀቅሁት። አቀራረቡ እጅግ በጣም ማራኪና የሚቀጥለው ሁኔታ ምን ይሆን እያልኩ በመጓጓት ያለማቋረጥ እንዳነበው የሚገፋፋ ሆኖ ነው ያገኘሁት። ስለሆነም በ5 ሰዓታት ውስጥ ፈጸምኩት። እጅግ በጣም የሚደነቅ ዳያሪ ነው። ይህንን ዳያሪ አንድ ሁነኛ ሰው እንድያነበው ስለምፈለግ ፈቃድህን እጠይቃለሁ።"

ማ/ቴክ ግርማ ዘለቀ

2) በአብዮቱ ሂደት የተዋወቅኋቸው ሰው ዳያሪየን አንብበው እቢሮየ በመምጣት፣ "አንተን ነው እዚህ የወረወሩህ! ሲሆን ጠቅላይ ሚኒሥትር ካልሆነም ሚኒሥትር ሊያደርጉህ ሲገባ! በጣም አዝናለሁ! ይህ ዳያሪ በእጅህ የተጻፈ በመሆኑ እንጂ ለማመን ይቸግረኝ ነበር። በሃገራችን ዳያሪ መያዝ አልተለመደም እንጂ ብዙ ታሪክ ሊጻፍ ይችል ነበር። ይህ ዳየሪ በመጽሐፍ መልክ ቢዘጋጅ ለሪፈረንስ ጠቃሚ ነው የሚሆነው። ይቅር ይህን የመሰለ ዳያሪና [...] እንኳን በዩኒቨርስቲ ላይብረሪ ተቀምጦ ተነቧልና አንድ አስተያየት ልለግስህ እፈልጋለሁ።

"ይህ ዳየሪ አንድ ምዕራፍ ሆኖ እንዳለ በአምስት ኮፒ በደብል ስፔሲንግ አጽፈው። ሌላ ምዕራፍ ደግሞ ከልጅነት ግዜህ ጀምሮ እስከ አብዮቱ ፍንዳታ ድረስ የምታስታውሰውን ጽፈህ እንደዚሁ በአምስት ኮፒ በደብል ስፔሲንግ አጽፈውና ደራሲያን እንዲያርሙት አድርገህ ብታሳትመው ጥሩ ቮልዩም ስለሚወጣው ዛሬ ነገ ሳትል ዝግጅትህን እንድትጀምር ከአደራ ጭምር እመክርሃለሁ።"

ደራሲ አያልነህ ሙላት

የዚህ መጽሃፍ ማስታወሻነት፣

- ብቻዋን ያለረዳት፣ ያጋጠማትን ችግር ሁሉ ችላና ተቋቁማ ለረዳችኝ ባለቤቴ ለወ/ሮ ጸሓይ አምባየ፣
- በወቅቱና ከዚያም ወዲህ የአባት ትዝታና ናፍቆት ላንገላታቸው ልጆቼ፣
    - ለዶ/ር መሠረት አሰፋ፣
    - ለአርኪቴክት መስከረም አሰፋ፣
    - ለዶ/ር አዜብ አሰፋ፣ እና
    - ለአካውንታንት መግደላዊት አሰፋ (ሊሊ)
- ለጁ/ቴክ ኃይሉ ይላላና ሠላም ለማስከበር ሲሉ ለተሰውት የቦረና ፖሊሶች፣
- ለሠላም ሲል በጀግንነት ለተሰዋው ለአቶ ካሣ ሽፈራው፣
- ከጎኔ ተሰልፎ ለተባበረኝ ለሻለቃ አያሌው ዘገየ፣
- በአስቸጋሪው ወቅት ለተባበረኝ ለቦረና ሣይንት ሕዝብ፣
- ለተልእኮየ መሳካት እገዛ ላደረጉልኝ ለመካነ ሠላም ት/ቤት መምህራን፣
- የገበሬ ማሕበር ለማቋቋም ከጎኔ ለተሰለፉት ለመካነ ሠላም 2ኛ ደረጃ ት/ቤት ተማሪዎች፣
- ለሜታና ለያየና ገበሬ ማሕበራት፣
- የመካነ ሠላም ሴቶች ማሕበር፣ ለወ/ሮ በቀሉና ለከተማዋ ነዋሪዎች ነው።

ምስጋና

ይህንን መጽሐፍ በተዘጋጀው መልኩ እንዲቀርብና የማበረታቻ ድጋፍ ለሰጡኝ ለአቶ አያልነህ ሙላት፣ ለሕትመት ይበቃ ዘንድ በኮምፒዩተር ለጻፉልኝ፣ ለጁ/ቴክ አብርኸት ተስፋልደት፣ ለአርኪቴክት መስከረም አሰፋ፣ ለመግደላዊት አሰፋ (ሊሊ)፣ ለኤልሳ ብርሃነ እንዲሁም ለሰናይት ብርሃነ ልባዊ ምስጋና ይድረሳቸው።

ማውጫ

መቅደም

==========❖==========

መጽሀፍ የመድረስ ምኞት ቢኖረኝም እስከ አሁን ድረስ የማሳተም እድል አላገኘሁም ነበር። በልጅነቴ ደሴ ከተማ በምማርበት ግዜ ልዑል አልጋወራሽንና የክፍለ ሀገሩ ገዥዎችን ሕዝቡ እጅ እየነሳ አክብሮቱን ይቸራቸው ነበር። ደጃዝማች በላይ መርሻ መኖርያቸው በሰፈሬ ነበር። እኔም፣ ደጃዝማች በላይ ወደ ስራ ሲሄዱና ሲመለሱ ብዙ ግዜ እያጋጠሙኝ እጅ እነሳቸው ነበር። እርሳቸውም ልጅ ነው ብለው ሳይንቁ መኪናቸው ውስጥ እንዳሉ ለጥ ብለው አጸፋውን ሲመልሱ በጣም አደንቃቸውና በሁኔታቸውም እማረክ ነበር። እጅ መንሳት የትህትና ምልክት በመሆኑ ከዚህ አቅጣጫ ብቻ ተመልከቼ በጨቅላው አዕምሮዬ ደጃዝማች በላይ ደግና ትሁት ናቸው ብዬ ደመደምኩ።

መርሆ ግቢ በስከጀርባ ጦሳ ተራራ ወገቡ አካባቢ ባለው ደልዳላ ቦታ ላይ ሰዎች ተቀምጠው፣ አቤት፣ አቤት ዓለሜ፣ አ...ቤ...ት፣ እያሉ አልጋወራሹን ሲማጸኑ በምሰማበት ግዜ የደረሰባቸውን በደል ባላውቀውም ችግር እንዳለባቸው እረዳ ስለነበር እግዚአብሔር የወሎ ክፍለ ሀገር ገዥ ቢያደርገኝ እንደ ደጃዝማች በላይ ትሁትና ደግ ሆኜ የሕዝቡን ችግር እፈታ ነበር እያልኩ ሁልግዜ እመኝ ነበር። አየር ሀይል እንደገባሁ ሙያዬ የአቪየሽን ቴክኖሎጂ መሆኑን ስረዳ ይህ ገዥ የመሆን ምኞቴ እንደተሰናከለ በመረዳቴ በእጅጉ አዘንኩ፤ ተስፋም ቆረጥኩ።

ይሁንና ከ18 ዓመታት በኋላ በወሎ ክፍለ ሀገር የአውራጃ አስተዳዳሪ ሆኜ እንደምሾም በተነገረኝ ግዜ በአብዮቱ ፍንዳታ ማግስት በመሆኑ አደገኛነቱ እየታየኝ ችግር እንደሚገጥመኝ ብረዳም የቀድሞው ምኞቴ ደረጃው ዝቅ ይበል እንጂ ሕዝብ ለማገልገል በመታደሌ ደስታዬ ወሰን አልነበረውም። አቅሜ የፈቀደውን ያህል በሀቀኝነትና በታማኝነት ለመስራት እራሴ፣ ለእራሴ ቃል ገብቼ አዕምሮየን አዘጋጀሁ። የማስተዳደሩን ሀላፊነት ከምረከብበት ቀን ጀምሮ የሚያጋጥሙኝን ዋና ዋና ነገሮች በማስታወሻ ለመያዝ አስቤ እያለሁ ኮሎኔል ተሰማ አባደራሽ የምደባችንን ሁኔታ አስመልክተው የሰጡንን መግለጫ ከጨረሱ በኋላ ማስታወሻ (ዳያሪ) ያዙ ብለው አበክረው ሲመክሩን ጠቀሜታው ይበልጥ ልቤ ውስጥ አደረ። ደሴ ከተማ እንደገባሁ ሽፋኑ ወፍራም መጠኑ 16x19 ሴንቲ ሜትር የሆነ ባለ 400 ገጽ ዳያሪ ማስፈርያ ደብተር ገዛሁ። ታህሳስ 25 ቀን 1967 ዓም ቦረና አውራጃ ከገባሁበት ቀን ጀምሮ በየስራ ቀኑ መጨረሻ ላይ የ10 እና የ15 ደቂቃ ግዜ በመስጠት በየዕለቱ ያጋጠመኝን ሁኔታ ዳያሪ ላይ መመዝገብ ጀመርኩ። ይህ

❖ *መለስ ብዬ ሳየው*

ዳያሪ ሲጠናቀቅ መጽሀፍ የማሳተሙ ዕድል በር ክፍት እንደሆነ ተገንዝቤ ምኞቴ እንደሚሳካ አመንኩ።

የቦረና አውራጃ 3 ወረዳዎች ማለትም ደብረ ሲና፣ ሳይንት እና ከላላ ወረዳዎች ሲኖሩት፣ በለውጡ ሂደት አውራጃውን ለማስተዳደር የተመደብነው እኔና ሶስት የወረዳ አስተዳዳሪዎች ብቻ ነበርን። ለውጡን ለማራመድና ፍትህዊ አስተዳደር ለማስፈን ያውም የመሬት ላራሹ አዋጅ ከታወጀ በኋላ የመሬት ክርክር በተዘጋበትና መመርያችን ሶሻሊዝም መሆኑ ከተገለጸ በኋላ ስራየን በብቃት ለማራመድ ምን ያህል አስቸጋሪ እንደሆነ አንባቢ መረዳት አያዳግተውም። በዚህ ችግር ላይ የየዕለቱን ሁኔታ በዳያሪዬ ላይ ለመመዝገብ በጣም ከባድ ነበር። አብዛኛውን ግዜ ለሕዝቡ ስለአብዮቱ መግለጫ ለመስጠት በየቦታው ስለምሄድ የወረቀት ስራዬን ማታ ማታ በማሾ እስከ ሌሊቱ 9:00 ሰዓት ድረስ ነበር የምሰራው። ታድያ በዚህ የመጨረሻ ሰዓት ላይ የየዕለቱን ፍጻሜ ዘርዝሬ መጻፍ ባልችልም አንኳር አንኳሩን ማስታወሻዬ ላይ ለመመዝገብ ወደ ኋላ ያልኩበት ቀን አልነበረም። ዳያሪዬ እንዳይጠፋብኝም ልዩ ጥንቃቄ አደረግሁ። በመጽሀፍ መልክ ለማሳተም ማቀነባበሩና ማመቻቸቱ ግዜ የሚጠይቅ በመሆኑ ጡረታ ስወጣ አዘጋጅቼ አሳትመዋለሁ ብዬ አስቀምጬው ነበር። ይኸውና ከ37 ዓመት በኋላ ለማሳተም በቃሁ።

ይህ ዳያሪ ለሕትመት ከመብቃቱ በፊት በጣት የሚቆጠሩ ሰዎች አንበውታል፤ ለምሳሌ ያህል ሁለቱን ሰዎች እጠቅሳለሁ። ከቦረና አውራጃ በኋላ ከምባታና ሀድያ እንዲሁም ሀይቆችና ቡታጅራ አውራጃዎች በአስተዳዳሪነት ሳገለግል ቆይቼ ዝውውር ጠይቄ አየር ሀይል እንደተመለስኩ፣ በአውራጃ አስተዳዳሪነት የተመደቡ ጓደኞቼ ልምዴን እንዳካፍላቸው እየጠየቁኝ ምክር እለግሳቸው ነበር። ማ/ቴክ ግርማ ዘለቀ የአርባ ጉጉ አውራጃ አስተዳዳሪ ሆኖ እንደተመደበ ልምዴን እንድለግሰው በተማስጦና በጉጉት ጠየቀኝ። መጽሀፍ አንባቢ በመሆኑና ብዙ ይቀርበኝም ስለነበር፣ ግርማ! ልምዴን እያስታወስኩ ብነግርህ ብዙ ጠቃሚ ቁምነገሮችን ላስቀርብህ እችላለሁ። ግን የቦረና አውራጃ አስተዳዳሪ በነበርኩበት ግዜ የጻፍኩት ዳያሪ ስለአለ በጥንቃቄ ይዘህ በሶስት ቀን ግዜ ውስጥ የምትመልስልኝ ከሆነ ልስጥህ። አንብበህ ከወቅቱ ተጨባጭ ሁኔታ ጋር እያገናዘብክ ልትጠቀምበት የሚያስችል ሀሳብ ልትቀስምበት ትችላለህ አልኩት። በጥንቃቄ ልይዘው ቃል እገባለሁ በማለቱ ሰጥቼው በማግስቱ እኔ ዘንድ ይመጣና ማታ ከምሽቱ 3- 8 ሰዓት ድረስ አንብቦ እንደጨረሰው፣ ዳያሪው እጅግ በጣም የሚደነቅ፣ አቀራረቡም የሚያጓጓና ሲያነቡት ለማቋረጥ ዕድል የማይሰጥ መሆኑን ገልጾ፣ እባክህን አንድ ነገር ልለምንህ አለ። ይህንን ዳያሪ አንድ ሁነኛ ሰው ሊያነበው ስለሚገባ ለሶስት ቀን ያህል ፍቀድልኝና ላስነብበው ብሎ ጠየቀኝ። ሰውየው ማነው? ብዬ ብጠይቀው፣ ሰውየውን አልነግርህም ግን ፍቀድልኝ ብሎ በመማጸኑ ፈቅጀለት አስነብቦ መለሰልኝ።

ከዚህ ቀን ጀምሮ በዳያሪዬ ላይ የበለጠ ጥንቃቄ ለማድረግ ተገፋፋሁ። ተማሪዎችን በሀላፊነት ይዤ ከነቤተሰቤ ወደ ኩባ በመርከብ ስሄድ፣ እግዚብሔር አያድርገውና መርከቧ ብትሰምጥ ዳያሪዬም አብሮ ከሚሰምጥ፣ ለትውልድ ስለሚጠቅም ባልወስደው ይሻላል ብዬ እቤቴ ተውኩት። በዓመቱ ተመልሼ ወደ ኩባ ወስጄ ባለቤቴ በ5 ኮፒ አባዝታልኝ በተለያዩ ቦታ እንዲቀመጥ አደረግሁ። ይህ ዳያሪ ልጠንቀቅለት እንጂ አደገኛ ፈተና አጋጥሞታል።

ለአግባብ ከኢትዮጵያ ተባርሬ ኤርትራ ከገባሁ በኋላ፣ ባለቤቴ ዳያሪውን ሻንጣ ላይ በጥንቃቄ አስቀምጣ በአሰብ በኩል ስትገባ በመርከብ ወደ ምፅዋ ለመጓዝ ይህ ዳያሪ ያለበት ሻንጣ ሲጫን ቀይ ባሕር ውስጥ ወድቆ ስለአወጡት ሽፋኑ በመራሱ ቢጨማደድም ጽሁፉ አልተበላሸም። ይህ የምጓጓለት ዳያሪ ያን ያህል ጥንቃቄ እያደረግሁለት ባሕር ውስጥ ቀልጦ ቢቀር ኖሮ በኮፒ መልክ የያዝኩትን ተጠቅሜ ለማሳተም ብችልም በመጥፋቱ የተነሳ የአዕምሮ ዕረፍት አይኖረኝም ነበር።

ሁለተኛው አንባቢ በግብርና ሚኒስቴር የማገዶና የኮንስትራክሽን እንጨት ም/ገበያ ድርጅት ስራ አስኪያጅ ሆኜ በመስራት ላይ እያለሁ፣ ጧት ጧት ባለጉዳዮችን የማስተናግድበት ሰዓት ነበር። አንድ ቀን በወቅቱ በኢሰፓ የባሕል ክፍል ውስጥ ይሰሩ የነበሩት ደራሲ አቶ አያልነህ ሙላቱ ተራቸውን ጠብቀው እቢሮዬ ገቡ። እንተዋወቅ ስለነበር ተሳስመን ትንሽ መጨዋወት ስለነበረብን የሌሎቹን ባለጉዳዮች ችግር ፈትቸ፣ ስለአለፈው የአብዮት ሁኔታ፣ በተለይም የሀይቆችና ቡታጅራ አውራጃ አስተዳዳሪ በነበርኩበት ግዜ አራምደው ስለነበር “የእናት ሀገር ጥሪ” ሁኔታ እያወራን እያለን፣ አንድ ጥያቄ ልጠይቅህ ይሉና አቶ አያልነህ፣ “ዱባና ቅል አበቃቀሉ ለየቅል” የሚለውን ትያትር አይተኸዋል?አሉኝ። እንዳለየሁት ስገልጽላቸው፣ የመግቢያ ቲኬት ልስጥህና እባክህን እየው አሉኝ። እኔ የምኖረው ደብረዘይት በመሆኑ ይመሽብኛል አልኳቸው። ቀጠል አደረጉና ይህንን ትያትር እንዴት እንደደረስኩት ታውቃለህ? ያኔ በአላባ ወረዳ የእናት ሀገር ጥሪ በተኪያሄደበት ግዜ የዳንስ ምሽት በተከናወነበት ሰዓት ታመህ የመድረኩ መላበሻ ክፍል ውስጥ ዝናብ ልብስ ለብሰህ በላዩ ላይ ጋቢ ደርበህ አንድ ማዕዘን ጥግ ተጨብጠህ ተቀምጠህ ስታቃስት አይቸህ ምን ሆንክ ስልህ አሞኝ ነው አልከኝ። ታድያ ሄደህ አትተኛም ወይ ስልህ፣ እንዴት አድርጌ ልሂድ? ብሄድ ይህ ዝግጅት ይበላሽብኛል፤ ከህመሜ ለመዳን ከአንድ ሰዓት በላይ ስለማይወስድብኝ እባክህን እስኪሻለኝ ድረስ ተከታተልልኝ ያልከኝን መሰረት በማድረግ ነው የደረስኩት በማለት አድናቆታቸውን ገለጹልኝ።

አቶ አያልነህ ሙላቱ በዚህ አነስተኛ ሁኔታ ይህንን ያህል ያደነቁኝ ዳያሪዬን ቢያነቡ ምን ሊሉ ነው? ብዬ እራሴን ጠየቅሁ። ደራሲ በመሆናቸውም አስተያየት ሊለግሱኝ ይችላሉ ብዬ በማሰብም፣ አቶ አያልነህ፣ የአላባው ሁኔታ ኢምንት ነው፤ ወሎ ክፍለ ሀገር የቦረና አውራጃ አስተዳዳሪ በነበርኩበት ግዜ የጻፍኩትን ዳያሪ ቢያነቡ ምን ሊሉ ነው? ስላቸው፣ እባክህን ፈቃድህ ከሆነ ላንበው ይሉኛል። እኔም እንዳይጠፉብኝ የምጠነቀቅለት ዳያሪ ነው፣ ግን ለወደፊት ላሳትመው ስለምፈልግ፣ ደራሲ በመሆንዎ አስተያየት ሊሰጡኝ ስለሚችሉ በጥንቃቄ ይዘው በሶስት ቀን ግዜ ውስጥ አንብበው የሚመልሱልኝ ከሆነ ነገ አመጣለዎታለሁ ብያቸው ስለተስማሙ በማግስቱ ሰጠኋቸው።

በሶስተኛው ቀን አንብበው እቢሮዬ ይመጡና ሰላም ብለውኝ፣ አንተን ነው እዚህ የወረወሩህ! ሲሆን ጠቅላይ ሚኒስትር፣ ይህ ካልሆነም ሚኒስትር ሊያደርጉህ ሲገባ! ብለው አይናቸው እንባ እያቀረረ በስሜት ተናገሩ። ይህ ዳያሪ በየቀኑ ለመጻፉ በማረጋገጤና የእጅ ጽሕፈትህ በመሆኑ ያንተ ዳያሪ መሆኑን ተቀበልኩት እንጂ ተጠራጥሬ ነበር። እጅግ በጣም የሚደነቅ ዳያሪ ነው። በሀገራችን ዳያሪ መያዝ ቢለመድ ብዙ ትምህርት ሊቀሰምበት ይችል ነበር። ይህ ዳያሪ ቢታተም በዩኒቨርሲቲና በሌላ ተቋማት ለሪፈረንስ ሊያገለግል የሚችል ጠቃሚ ጽሁፍ ነው። ይቅር ይህንን የመሰለ

ጽሁፍና እንደ [...] የመሰሉ መጻሕፍት እንኳን በዩኒቨርሲቲው ላይብረሪ ተቀምጠው ይነበባሉ። ስለዚህ ስምህ ሊጠራበት የሚችል ዳያሪ ስለሆነ ተግባራዊ ታደርገው እንደሆነ አንድ አስተያየት ልሰንዝርልህ። ይህ ዳያሪ እንደ አንድ ምዕራፍ ሆኖ ሳይለወጥ እንዳለ በአምስት ኮፒ በደብል ስፔሲንግ ይዘጋጅ፤ ሌላ ጽሁፍ ደግሞ ከልጅነትህ ጀምሮ እስከ አብዮቱ ፍንዳታ ድረስ የምታስታውሰውን አዘጋጅተህ ሌላ ምዕራፍ ሆኖ በአምስት ኮፒ በደብል ስፔሲንግ ተዘጋጅቶ ደራስያን እንዲያርሙት አድርገህ ብታሳትመው ጥሩ ቮልዩም ይወጣዋል። ስለዚህ ይህንን ዝግጅት ነገ ዛሬ ሳትል ከአሁኑ እንድትጀምረው አደራ እልሀለሁ በማለት ጥሩ አስተያየት ሰጡኝ።

አልዋልኩም አላደርኩም ሌሊት ከ8:30 ጀምሮ ስለምነቃ ሁልግዜ በዚህ በውድቀት ሌሊት ተነስቼ የቢሮ የወረቀት ስራ የምሰራውን እርግፍ አድርጌ ትቼ ትዝታዎቼን ነጥብ በነጥብ በማስቀመጥ መጻፍ ጀመርኩ። ምክሩ ሞራሌን ከፍ ስለአደረገው ጻፍ፣ ጻፍ የሚል ስሜት ይዞኝ ሀሳቡ ያለማቋረጥ እንደውሀ እየተንቆረቆረ መጣልኝ። በጥሩ ሁኔታ ለብዙ ሳምንታት ከጻፍኩ በኋላ የገልፍ ጦርነት በመነሳቱ ትኩረቴ ወደዚያ ሆነና ጽሁፌን አቋረጥኩ። ቀጥሎም የወያኔ እንቅስቃሴ እየተጠናከረ በመምጣቱ ትኩረቴን የሚስብ ሌላ ሁኔታ በመፈጠሩ አልቀጠልኩበትም። በለውጡም ጊዜ ጡረታዬን ጠይቄ ብወጣም አለፍ አለፍ እያልኩ ጥቂት ከጻፍኩት ሌላ፣ በል፣ በል የሚል ስሜት ስለአልነበረኝ ልጻፍ ብዬ ብእር ለመያዝ ብሞክርም ሀሳቡ ሊመጣልኝ ባለመቻሉ መጻፍ አልቻልኩም። አሁን ግን ወደ ትውልድ ሀገሬ ከገባሁ በኋላ አለፍ አለፍ እያልኩ በመጻፍ እንደምንም ብዬ ላጠናቅቀው በመቻሌ በጣም ደስ ብሎኛል።

ስለዚህ አቶ አያልነህ ሙላቱ እንዳሉት ጠቃሚ እውቀት ሊገኝበት የሚችል በመሆኑ በዚህ በተጠናቀረው መጽሓፍ ብቻ አልወሰንም። ቸሩ ፈጣሪያችን ዕድሜና ጤንነት ከለገሰኝ በቀጣዩ መጽሀፌ የአብዮቱን ሂደት ያካተተ፣ እኔ በተሰማራሁበትና በነበርኩበት አካባቢ ያጋጠመኝንና ያየሁትን ዕውነታ እስከ መጨረሻው የአብዮቱ ማክተሚያ ድረስ ጽፌ ባሳትመው ሌሎች ጸሓፊዎች በየበኩላቸው ከጻፉት ጋር ተደምሮ በሀገሪቱ ላይ ስለነበረው አጣቃላይ የአብዮት ሁኔታ ለሚጽፉ ሰዎች አስተዋጽኦ ሊያደርግ እንደሚችል እርግጠኛ በመሆኔ በተለያዩ ማስታወሻዎች የመዘገብኳቸውን ጽሑፎች በማሰባሰብ ላይ እገኛለሁ። አዲሱ ትውልድም ዳያሪ የመያዝ ልምድና ፍላጐት እንድያዳብር ከወዲሁ ምክሬን እለግሳለሁ።

መግቢያ

=============❖=============

ወሎ ክፍለ ሀገር የቦረና አውራጃ አስተዳዳሪ ሆኜ ከተመደብኩበትና በተለይ ደግሞ ስራ ከጀመርኩበት ከታህሳስ 1967 ዓ.ም. ጀምሮ በየዕለቱ ያጋጠሙኝን ዋና ዋና ፍጻሜዎች ስራዬን ጨርሼ ወደ ቤቴ ከመሄዴ በፊት በየቀኑ ያለማቋረጥ ዳያሪ ላይ እመዘግብ ነበር። ሀሳቤ ዳያሪዬን ጡረታ በምወጣበት ጊዜ አርሜና አስተካክዬ ለማሳተም ነበር። ነገር ግን መቅድሙ ላይ እንደገለጽኩት በአቶ አያልነህ ሙላቱ ምክርና አስተያየት ተደፋፍሬ ከወጣትነት ዕድሜዬ እስከ አብዮቱ ፍንዳታ ድረስ የነበረውን ሁኔታ እያስታወስኩ በያዝ ለቀቅ መጻፍ ከጀመርኩ 15 ዓመታት ወስዶብኛል። ሰው ያስባል እግዚአብሔር ይፈጽማል እንደሚባለው፣ የእግዚአብሔር መልካም ፈቃድ ሆኖ ስለአጠናቀቅሁት አሳትሜ ለሕብረተሰቡ ለማቅረብ በቅቻለሁ።

ይህ መጽሐፍ የእራሴ ኦቶባዮግራፊ ሲሆን ሙሉ ሕይወቴን ስለማያካትት ክፍል (ቮልዩም) 1 መሆኑን አንባቢያን እንዲገነዘቡልኝ እጠይቃለሁ። የአዘገጃጀቱም ሁኔታ በ3 ምዕራፍ የተከፈለ ነው።

1ኛው ምዕራፍ ከልጅነት ጊዜዬ አንስቶ እስከ አብዮቱ ፍንዳታ ድረስ የፈጸምኳቸውንና ያጋጠሙኝን አበይት ሁኔታዎችን ያካተተ ትምህርት ሰጭና አዝናኝ ጽሁፍ ነው።

2ኛው ምዕራፍ ከአብዮቱ ፍንዳታ ጀምሮ በወሎ ክፍለ ሀገር የቦረና አስተዳዳሪ ሆኜ እስከ ጥር ወር 1968 ዓ.ም ድረስ በየቀኑ የጻፍኩት ነው። አሁን ሳሳትመው ዳያሪውን ያኔ እንደ ጻፍኩት ሳላርምና ሳላስተካክል፣ ሳልጨምርና ሳልቀንስ ነው። ለዚህም ዋናው ምክንያቴ፣ ላርም ወይም ላስተካክል ወይም አቀራረቡን ላጣፍጥ ብል፣ ጭብጡን ሊለቅ ይችላል የሚል ስጋት ስለአደረብኝ ነው። ክቡራን አንባቢያን ሁኔታውን ለማጋነን ሳይሆን እኔ በበኩሌ ይህንን ዳያሪ በተለያዩ ወቅት ለግዜ አንብቤው "የፈጠራ ስራ (ፊክሽን) ነው ወይስ ዕውነታ ይህንን እኔ ነኝ የፈጸምኩት?" በማለት እራሴን እስከ መጠየቅ ያደረሰኝ፣ አንዳንድ ቦታ ላይ ማመን የሚያዳግት ሁኔታ የሚገኝበት ግን ዕውነተኛ ታሪክ የሆነ፣ አንባቢያንን የሚያዝናና እና ትምህርት የሚሰጥ ምዕራፍ ነው።

3ኛው ምዕራፍ ደግሞ ዳያሪዬን በምጽፍበት ግዜ የየዕለቱን ፍጻሜ አንድ ባንድ መጻፍ ቀርቶ አበይት ጉዳዮችንም ቢሆን ዘርዝሬ ለመጻፍ አልቻልም ነበር። ምክንያቱም የመዳከምና የጊዜ መጣበብ ችግር ነበረብኝ። በመሆኑም በዝርዝር ያልተገለጸውን ወይም

❖ *መለስ ብዬ ሳየው*

ያልተጠቀሰውን መጻፉ አንባቢያንን ያስተምራል የሚል ዕምነት ስለአደረብኝ የዳያሪው ተቀጥያ በሚል ርእስ አቅርቤዎለሁ። መልካም ንባብ ይሁንላችሁ።

ደራሲው

ምዕራፍ ፩
ከልጅነት እስከ አብዮቱ ዋዜማ

የትውልድ መንደሬ

አባትና እናቴ የተወለድኩበትን ዓመተ ምሕረት ስጠይቃቸው አንድ ዓመት በማስቀደምና በማሳነስ ልዩነት ይነግሩኝ ነበር። እናቴ፣ የጣልያን አልጋ ሲፈርስ የሶስት ዓመት ልጅ ነበርክ ሲሉ፣ አባቴ ደግሞ የሁለት ዓመት ልጅ ነበር ይላሉ። በእኔ በኩል የአንድ ዓመት ልዩነት ችግር ስለማያመጣ በአንዱ ተመዝግቤበታለሁ።

የተወለድኩባት መንደር "ጐቻት" ትባላለች። ጐቻት በወቅቱ በጣልያን ቅኝ ግዛትነት ትተዳደር ከነበረችው በኋላም ከኢትዮጵያ ጋር ከተቀላቀለችውና አሁን ነፃ ሀገር ከሆነችው ኤርትራ በአከለ ጉዛይ አውራጃ በመረታ ቀይሕ ወረዳ የምትገኝ ቆላማ መንደር ነች። ለሓሬንና ለገደለ መንደሮች በጣም ትቀርባለች። የተመሰረተችው ዘቅዘቅ ባለ ለእርሻ አመች ባልሆነ ከፍታ ቦታ ላይ ነው። አቀማመጧ ክብ መሰል ሆና በአንደኛው (በምስራቅ) በኩል ክፍት የሆነ ቀዝቃዛ አየር እንዲነፍስባት ተብሎ የተዘጋጀላት ይመስላል። መንደሯ ከቡን ተከትለው የተሰሩ ህድሞዎች ተኮልኩለውባታል። ከመንደሩ ሳይርቅ በስከምስራቅ አኳያ አፋፉ ላይ የስላሴ ቤተክርስትያን ሕንፃ አርፎበታል። ጧትም ሆነ ማታ ከፍታ ቦታ ላይ ቆሞ መንደሯን ለተመለከተ ሰው፣ ከብቱና ፍየሉ እየፈነጨ ለግጦሽ ሲሰማራና ሲመለስ ልዩ ደስታ ይፈጥራል። የከብቱ ብዛትና ሁኔታው ሲታይ ረሀብ ሆነ ችግር እንደሌለ መረዳት ያስችላል።

ይህችን መንደር አላደግሁባትም። በልጅነት ዕድሜዬም አላየኋትም። ነገር ግን አየር ሀይል ተቀጥሬ በወቅቱ የማዕረግ ዕድገት ስርዓት የ፲ አለቃ በሆንኩበት ወቅት አባቴ፣ “ልጆቼን ከትውልድ ሀገራቸው አስወጥቼ የአባታቸውን ሀገር ሳላሳያቸው ከዚህ ዓለም በሞት ብለይ ወዳጅ ዘመድ ይወቅሰኛል” እያሉ ለብዙ ዓመታት በቁጭት ይነግሩኝ ነበር። ያወቅኋት ግዜው ፈቅዶ ወስደው ካሳዩኝና ከወዳጅ ዘመድ ጋር ካስተዋወቁኝ በኋላ ነው።

አባትና እናቴ ለሴት አያቴ ተስካር ብለው አስቀድመው ጐቻት ሲሄዱ እኔ ከደብረዘይት በአውሮፕላን አስመራ የገባሁት ዘግይቼ ነበር። አባቴ እኔን ተቀብለው አንድ አሜሪካዊ ወታደር ያገባች የአክስቴ ልጅ ቤት አሳረፉኝ። በማግስቱም ወደ ጐቻት ለመጓዝ ጧት በመኪና በደቀምሀረ አድርገን ወደተራእምኒ የሚወስደውን መንገድ ይዘን ጥቂት ከተጓዝን በኋላ ወደ ግራ በመገንጠል ፍቐይሒ እንደ ደረስን የአክስቴን ልጅና ባለቤቷን ተሰናብተን እኔና አባቴ በእግር ተጉዘን ከበስከላይ በኩል መረብ ወንዝ እሚያቋርጥበት ደረስን። ወንዙን ለመሻገር እንደገባን መሀል ላይ አባቴ “ና! ልጄ እዚሁ ወንዝ ውስጥ እንዳለን ልመርቅህ” አሉኝ። ወደ አባቴ ጠጋ ብዬ ምረቃውን ለመቀበል ጐንበስ አልኩ። አባቴም “ዕድሜና ጤና ይስጥህ! የተናገርከው ይስመርልህ!” ብለው ውሀውን በእፍኛቸው እየቀዱ እራሴ ላይ በማፍሰስ “መረብ ሀገሩን አስወድጅው!” በማለት ምረቃቸውን አሳረጉ። እየተመረቅሁ በነበርኩበት ጊዜ ልዩ ስሜት ተሰማኝ። ሰውነቴን ሁሉ ወረረኝ። የአባቴን እጅ ተሳልሜ ጉዛችንን ቀጠልንና ጐቻት ገባን።

መምጣቴን የሰማ ዘመድ አዝማድ ተሰብስቦ መጣ። ተዋወቀኝም። ቆየት ብሎም እንጀራና ወጡ፣ ድቋው፣ ወተቱ ዓረፍኩበት አባቴ ህድሞ ድረስ እየተግተለተለ መጣ። ገሚሱ ፍየል እየጐተተ መጥቶ የእኔ ነች የምትታረደው፤ የለም የእኔ መጀመርያ መታረድ አለባት እየተባባሉ ተፎካከሩ። ዛሬ አንዷ፣ በማግስቱ ሌላዋ እንዲህ እያሉ ታረዱ። ወጡ፣ ጥብሱ፣ ቅቅሉ እየተፈራረቀ ተበላ። የመስተንግዶውን ወግና ስርዓት አደነቅሁ።

❖ *መለስ ብዬ ሳየው*

ሳቁና ጨዋታው አስደሰተኝ። በአኳኋናቸው ሁሉ ልቤ ተማረከ። ሀብት ቢኖረኝ ኖሮ ለሕብረተሰቡ መንገድ፣ ትምህርት ቤትና ክሊኒክ ለማሰራት ተመኘሁ። ነገር ግን ገና ትምህርቴን ያልጨረስኩና ሁኔታውም አመችነት ስላልነበረው ምናልባት ወደፊት ሊፈጸም ይችላል ብዬ ባስብም በምኞት ተወስኖ ቀረ።

ጥቂት ቀናት ሰነባብቼ ስለነበር ብዙ ሁኔታዎች አጋጥመውኛል። የማላውቀውንም እንዳውቅ ረድቶኛል። የቀድሞዎቹ አባቶች በወቅቱ የላቀ አመለካከት ስለነበራቸው ሕግና ፍትህ የተከተለ ይሆን ዘንድ ሁሉንም የሚመለከት፣ በመልክ በመልኩ በመለየት "ሕጊ እንዳባ" (የአባቶች ሕግ) የሚል ደንብ ቀርጸው ይተዳደሩ ነበር። በወቅቱ እንደተገነዘብኩት በዚህ ሕግ ይተዳደሩ የነበሩት በደጋማው አካባቢ የሚገኙት የአከለ ጉዛይ፣ የሓማሴን፣ የሰራየ፣ የሎጎጨዋና የዓንሰባ ሕዝቦች ናቸው።

በደስታና በሀዘን ጊዜ ይቀራረባሉ። የእርሻ ስራ በደቦ ያርሳሉ። ጸጥታቸውን በጋራ ይጠብቃሉ። ቁርኝታቸው በሁሉም መስክ የተሳሰረ ነበር። የማሕበራዊ ኑሮአቸው የላቀ እንደነበር የሚያሳዩ ብዙ ሁኔታዎች ቢኖሩም፣ በጫወታ ጊዜ ይዘፍኗቸው የነበሩት ዘፈኖች የማሕበራዊ ትስስራቸውን ስለሚያስረዱ ጥቂቶቹን ግጥሞች መመልከቱ ይበቃል።

- እዛ ዓባይ ዳዕሮ በሲላ ኢያ
  ሓቢርና ንብለዓያ።

ትርጉሙም: ይህቺ ትልቅ ዋርካ በስላለችና
ኑ አብረን እንብላት

- ፈታው አቦኻ ፈታዊ ግበር
  ጸላእ እቦኻ ጸላኢ ግበር
  ሓቢርካውን ነቲ ድፋዕ ስበር

ትርጉሙም: ያባትህን ወዳጅ ወዳጅህ አድርገው
ያባትህን ጠላት ጠላትህ አድርገው
ምሽጉንም አብረህ ተባብረህ ስበረው
የሚሉ ይገኙባቸዋል።

ጉቻት የሄድኩበት ወር የጥር ወር ነበር። ይህም ወር እህሉ ጎተራ የሚገባበትና የጋብቻ ስርዓት የሚፈጸምበት ወር ነው። የሀገር ቤት ሰርግ ወጉና ስርዓቱ እንዴት እንደሚከናወን ለማየት ዕድል ገጠመኝ። ቀደም ብሎ አንድ አረጋዊ ሰው የሰርጉን ባሕል አስረድተውኝ ስለነበር፣ በዓይኔ ከአየሁት ጋር በማዋሀድ ስገመግመው በጣም ነው የደነቀኝ። የጋብቻውን መሰረታዊ ስርዓት ግንዛቤ ለማስጨበጥ ያክል ወደ ኋላ መለስ ብዬ ልጀምር።

የቀድሞው የአከለጉዛይ የጋብቻ ስርዓት፣ የአከለ፣ የጉዛይ፣ የዓናይና የሌጓይ ስርዓት "ምዓሚሒ ዛ" በመባል የሚታወቅ ሲሆን፣ የጉቻት ደግሞ ስርዓት "መረታ ቀይሕ" (ጻዕዳ ሓመድ) ይባላል። ይህ የጋብቻ ስርዓት እንግሊዝ ኤርትራን ለማስተዳደር

እስከገባበት ጊዜ ድረስ ይሰራበት ነበረ። በኋላ ግን በራስ ተሰማ ጊዜ ከየአካባቢው ሽማግሎች ተመርጠው በመሰብሰብ ከአስመራ አካባቢ "አድግና… እስከ ትግራይ ድንበር ገለባ" ድረስ ያለው ሕዝብ፣

ስርዓት ማይ አድጊ
ስርዓት 3 መቕድም
ስርዓት ምናነ ዝዋቦ
ስርዓት ዓጽሚ ሓርማዝ (አንጋንአ) ወዘተ.

የተባሉ ሕጎች ነበሩት። የጋብቻ ሕጉ በየቦታው የተለያየና የተበታተነ እንዳይሆን ታስቦ የቀድሞውን ስርዓት በማገናዘብ አንድ ወጥ ስርዓት ተጽፎ ተዘጋጀ። መጠርያውም "አድግና ተገለባ ስርዓት ደብተር" ተባለ። እዚህ አዲሱ የጋብቻ ስርዓት ላይ የሴት ልጅ አባት የሴት ልጁን መብት የበለጠ ያስጠብቅልኛል ብሎ ካመነ የቀድሞውን ስርዓት ለመከተል መብቱ የተጠበቀ መሆኑን ይገልጻል።

የጋብቻውን አመሰራረት ብንመለከት፣ ወንድ ልጅ ሚስት የማግቢያ ዕድሜው ሲደርስ ሴት የሚያፈላልጉለት ወላጆቹ ናቸው። ትሆነዋለች ብለው የገመቷትን፣ የዘር ሓረጓን ከስረ መሰረቱ ጀምረው ይመረምራሉ። በዘር የሚተላለፍ በሽታ መኖር አለመኖሩን ያጣራሉ። ከዚህም አልፎ ተርፎ እናቷ እንዴት ነች ጡቷ ትልቅ ነው ልጇን ማጥገብ የሚችል ነው በማለት አጣርተው ለልጃችን ትገባለች ብለው ካመኑ አባትየው ወደ ሴቷ ቤተሰብ ይሄድና ልጁን ለልጁ እንዲድሩለት ይጠይቃል። የሴት አባት ጋብቻውን ካልፈለገ ተቀድመሀል። ለሌላ ሰው ሰጥቻታለሁ ብሎ ይመልሰዋል። ዝምድናውን ከፈለገ ግን ከቤተሰቡ ጋር ይማከርና ከተስማሙ በቀጥታ እሺ ሳይል እንድናስብበት ለሌላ ቀን ወገኖችህን ይዘህ ና ይለዋል። የወንድ አባትም ሌላ ሰው ሄዶ ለጋብቻ እንዳይጠይቅበት ሰጥተንሀል የሚል ቃል እስኪያገኝ ድረስ ጉዳዩን ለማንም ሳይነግር በሚስጢር ይይዛል። ሁኔታውንም ለወገኖቹ በመግለጽ ሚስት አላምኑኝ ብሎ ይነግራቸዋል። አለያም ቀደም ብሎ የሴት አባትን ለማሳመን የሚችል አማላጅ ሽማግሌ በመላኩ ካመነበት፣ አማላጁ ወደ ሴት አባት ይሄድና ትሕትና በተሞላበት አኳኋን ሰላምታ አቅርቦ የመጣበትን ጉዳይ እንዲህ በማለት ይናገራል። የጠያቂውን አባት ስም ጠቅሶ፣ በዘራቸው የታወቁ፣ የተከበሩና የታፈሩ መሆናቸውን በመግለጽ፣ ልጅህን በሚገባ ሊያስተዳድራት የሚችል በመሆኑ ለእከሌ ልጅ እንድትሰጥልኝ ልለምንህ ነው የመጣሁት ይለዋል። የሴት አባት ጥያቄውን በእሺታ ከመለስ የሚመጡትን ሽማግሌዎች ብዛት፣ የሚያመጡትን ጌጣ ጌጥ በማዘዝ ቀነ ቀጠሮ ይሰጣል።

የወንዱ አባት ከቀነ ቀጠሮው በፊት ትእምርተ መስቀል ሸልማት፣ ማለት በአንገቷ የሚታሰር ማተብ፣ ያደርግላትና በቀጠሮው ቀን በአማላጁ በኩል በተነገረው ትዕዛዝ መሰረትና የሴቷ አባት እንዲደሰትለት ምርጥ የሆነ ጌጣ ጌጥ ይዞ ከአምስት ከማይበልጡ ሽማግሎች ጋር ይሄዳል። የሴቷ ልጅ አባት ደግሞ እህል ውሀውን አዘጋጅቶ የቅርብ ዘመዶቹን ይዞ ይጠብቃል። ሁለቱም እንደተገናኙ ሰላምታ ይለዋወጡና እንግዶቹ ነጠላቸውን አደግድገው በመቆም የወንዱ ልጅ አባት ወይም በዕድሜ ተለቅ ያሉ ሰው፣ "ሳዕሪ ጸናዕቲ ንሕሱም መዓልቲ" (የገደል ላይ ሳር ለችግር ጊዜ) እንደሚባለው፤ ዛሬ እኛ ወደ እናንተ የተከበራችሁ አባቶች የመጣነው፣ ወገን፣ ተገን እንድትሆኑን፤ ቤዛ፣ ጥላ

❖ *መለስ ብዬ ሳየው*

እንድትሆኑን እገሊት ልጃችሁን ለልጃችን ለእገሌ እንድትሰጡን ብለን ነው። ይህንንም እንደምትፈጽሙልን ባለ ሙሉ ተስፋ ነን በማለት ጠይቀው መልስ እስኪያገኙ ድረስ ቆመው ይጠብቃሉ።

የሴቷ ልጅ አባት ደግሞ እንደተቀመጡ "ክቡር የኽብረካ መጠን ርእሱ፣ ሕሱር የሕስረካ መጠን ርእሱ፤ (የተከበረ ሰው እንደራሱ አድርጐ ያከብርሀል፣ ወራዳ ሰው ደግሞ እንደራሱ ያዋርድህል)" እንደሚባለው፤ እናንተ የምታስጠጉት እንጂ የምትጠጉት ሰው የለም፤ "ልጅህን የፈለገ ለፍቅር፣ የላምህን ልጅ የፈለገ ለጠብ" እንዲሉ፣ እናንተ ፍቅራችንን ፈልጋችሁ ስለመጣችሁ አግኙ! አትጡ! ልጃችንን ሰጥተናችኋል በማለት ያበስሯቸዋል። የወንዱ ወገኖችም፣ እግዚአብሔር ይስጥልን ብለው እጅ ይነሱና የመተጫጫ ምልክት ለማድረግ ቀነ ቀጠሮ ይሰጠን ብለው ይጠይቃሉ። ቀነ ቀጠሮው በሴት ወገን በኩል ይነገርና እንዲቀመጡ ተፈቅዶላቸው መስተንግዶው ተከናውኖ ይሰናበታሉ።

የወንድ ወገን በቀነ ቀጠሮው ሄደው ልጅቱ ስለተሰጠቻቸው የአፍ መክፈቻ ብለው አቅማቸው የፈቀደውን ያህል ከ10 ብር ያላነሰ ገንዘብ፣ ቀለበት፣ ጌጣ ጌጥና ልብስ ይሰጣሉ። የሴት ወገን ደግሞ የተሰጣቸውን ብር እጥፍ አድርገው ለወንድ ወገን ይሰጣሉ። ከብት፣ ላም፣ በሬ፣ ወዘተ. ብለው በመዘርዘር ሰጥቻለሁ ይሉና እንዲቀመጡ ተፈቅዶ መስተንግዶ ተደርጐላቸው ይመለሳሉ።

ከዚህ ጊዜ ጀምሮ በእርሻ ወቅት የወንድ አባት ወደ ሴት አባት ይሄድና "አማቾ! እዘዘኝና ልረስልህ" በማለት ይጠይቃል። ይታዘዝና ወገኖቹን አግዙኝ ብሎ በወንፈል ያርሳል። በማጨጃውም ወቅት ሄዶ መቼ ልጨድ ብሎ ይጠይቅና አጭዶ ይከምራል። ለሰራውም ስራ በሴት አባት ከብት ይሰጠዋል። በዚህ ዓይነት መልኩ እስከ ጋብቻው ቀን ድረስ በየጊዜው እየጠየቀ ይሰራል።

የሰርጉ ቀን ሲወሰን የወንድ ወገን፣ ሰንጋ፣ ቅቤ፣ ወዘተ. እንድያመጣ በሴት ወገን ይታዘዝና በትዕዛዙ መሰረት ይፈጽማል። በሰርጉ ቀን ወንዱ ሙሽራ ወደ ሴት ቤት ለመሄድ ሲሸኝ፣

አያይ ደህን እቶ
ሚእትን ሽሕን ተገዚምካ እቶ
ወዲ ዓደይ ዕንባባ በለሰ
ውፈርሞ ደሓን ተመለሰ

ትርጉሙ፣
ጋሸዬ በደህና ግባ
መቶና ሺ ስጦታ ይዘህና
ያገሬ ልጅ የበለስ አበባ
ሄደህ ተመለስ በደህና፣

እየተባለና ሌላም ዘፈን በሴቶች እየተዘፈነለት ሙሽራ ለማምጣት ተመርቆ ይሄዳል።

ሰርገኛው ተጉዞ ሙሽሪት ቤት ከመድረሱ በፊት በመድከምም ይሁን በሌላ ምክንያት ኋላ የቀሩትን ለመጠበቅ አንድ ቦታ ይሰባሰባሉ። በዚህን ጊዜ ከሴት ወገን ልጃገረዶች ከበሮ ይዘው ዓረፉበት ቦታ ድረስ ይሄዱና፣

መጹ መጹ እናተገየጹ
ዝኸረመ ዓጽሚ እናገሀጹ

ትርጉሙም፣ መጡ መጡ ጥርሳቸውን እያገጠጡ
የከረመ አጥንት እየጋጡ

የሙሽራውን ስም እየጠቀሱ ደግሞ፣

እከለ ጋምኡ ልሕጺ
አፉ ይዛረብ መዓኮሩ ይፋጺ
እከለ ኩኩ ዕንዳቡ
አብ ዱካ ተጊሩ አድጊ ይጠቡ
ስባር ጥርሙዝ አንቲ ስባር ጥርሙዝ
እከለ ሓለቃ ሽራሙጥ

ትርጉሙ፣ እገሌ የራስ ማበቻው ልጥ
አፉ ሲለፈልፍ ቂጡ የሚያፏጭ
እገሌ ድንክዬ ማሙሽ
በርጩማ ላይ ወጥቶ አህያ ይጠባል
የጠርሙዝ ስባሪ አንቺ የጠርሙዝ ስባሪ
እገሌ የሽርሙጦች አለቃ።

ሓምሊ ዓለም ጭዕንዶግ በረኻ
ንስኻዶ ከአ ጓል ደሊኻ
እብ አደል ዓተር ሰቒሉዋ ምሳረ
ሰእን ዘውርደሉ ክበኪ ሓደረ

ትርጉሙ፣ የጐመን ተክል የበረሀ ጥንጅት
አንተም ልጃገረድ ፈለግህ ወይ
በሽምብራ ተክል ላይ ሰቅሏት ምሳሩን
የሚያወርድለት አጥቶ ሲያለቅስ አደረ

እያሉ በመዝፈን ይሰድቧቸዋል።

የወንድ ወገን ተሰባስበው እንደተሟሉ ይሄዱና ሙሽሪት ቤት እንደደረሱ ቆም ብለው "ሆ ሎጋው ሽቦ" እያሉ ሲጨፍሩ ይቆዩና እንዲገቡ ተፈቅዶላቸው ዳስ ውስጥ ገብተው ይቀመጣሉ። ወድያውኑ እንደምን ዋላችሁ እንበል ተባብለው ይቆሙና ሰላምታቸውን ያቀርባሉ። ከሴት ወገን የሰላምታው መልስ ይሰጣቸውና ተቀመጡ ተብለው ይቀመጣሉ።

ወድያውኑ በሰርጉ በዓል ሂደት ጊዜ ችግር እንዳይፈጠር የሚከታተል፣ የስጦታውን ዝርዝር የሚገልጽ፣ የተዘጋጀውን ምግብና መጠጥ የሚያወዳድስ፣ ስርዓት እንዳይጓደል የሚያደርግ ከወንድ ወገን የዳስ ዋስ እንዲጠሩ ይደረጋል። ከሚዜዎቹ መካከል ጥሩ ተናጋሪ የሆነ ሰው ይነሳና ከሴት ወገን የሚያውቀውን ሰው ጠርቶ "እገሌ ተዋስን" ብሎ ይጠይቀዋል። ተጠያቂው ደግሞ እሺ እዋሳለሁ ይላል። የወንድ ወገን በበኩሉ ደግሞ ይህን እዋሳለሁ ያለውን ሰው ከወንድ ወገን ዋስ ጥራልን ይሉትና ዋስ ይጠራል።

ከዚህ በኋላ የሴት አባት "ተፋቒሮም ይተእታተው ምናልባሽ ኢሎም ከአ ዋሕስ ይተኸሉ (ተፋቅረው ይጋባሉ ምናልባት ብለው ደግሞ ዋስ ይጠራሉ)" ብለው በመናገር ለሴት ልጃቸው የሚጠቅምና ዋስትና ይሰጣል ብለው ያመኑበትን ስርዓተ ጋብቻ (አድግና ተገለባ ወይም ምዒሚሓዘ) በጐቓት ደግሞ ስርዓት መረታ ቀይሕ (ጻዕዳ ሓመድ) ይመርጡና ልጃቸው በኑሮዋ ቢከፋት ወይም ብትቸገርና ብትበደል በሀላፊነት የሚጠየቅ ደልዳላ ዋስ ይኖራት ዘንድ የወንድ ወገን ከሴት ወገን ዋስ እንዲጠሩ ይደረጋል። ዋሱ ዋስትናውን ሲያረጋግጥ፣ "እብ ዝሓደረቶ ዓዲ፣ እብ ዝደቀሰቶ ንእዲ፣ ከም እኖታታን ከም እሞታታን ከም ሕጊ....ትወሓስ ዶ? (ባደረችበት ሀገር፣ በተኛችበት መደብ እንደ እናቶቿና እንደ አክስቶቿ (ያባቷ እህቶች) በ...ሕግ መሰረት ትዋሳለህ?)'" በማለት ጠይቀው ቃል ያስገቡታል። በመቀጠልም በሴት ወገን የሚሰጠውን ስጦታ (ገዝሚ) አቅሙ የፈቀደውን ያህል በመዘርዘር ይገልጻል። ስጦታውም የከብት ስጦታ፣ የተመረጠች ላም (ፋርሽም) ለሙሽሮቹ ብቻ የምትሆን፤ የተቀሩትን ከብቶች ሙሽራው ከአባቱ ጋር እኩል የሚካፈለው ይሰጥና አመሰግነው ከተበላና ከተጠጣ በኋላ ሙሽራዋንና ስጦታቸውን ይዘው ይሄዳሉ።

ከዳሱ ሲወጡ የልጓም ተብሎ በሴቶች እንጀራ፣ የመቀነት መፍቻ ተብሎም ገንዘብ ይሰጣቸዋል። የሙሽራዋ ጓደኞች ደግሞ ወደ ሙዜዎቹ እያተኮሩ እንዲህ እያሉ ይዘፍናሉ።

ወረዲ መርዓ
ሕድርኹም እዛ ቆልዓ
ሀንዛ መሲሉዎ ከይበልዓ

ትርጉሙም፣
የሙሽራው አጃቢዎች
ይህችን ልጅ አደራ
አነባበሮ መስላው እንዳይበላት።

እዳነዬ መዓንጣእ ሽቦየ
ወሲዱዋ እዚ አራይ ኩቦየ
ከም በርበረ ጸሓይ አይተውቅዓለየ
ሓውተይ ሓውተይ እናበልካ አዕብዬለየ።

ትርጉሙም፣
ጓዴ ያቺ ሽንጠ ሸቦ (ችቦ)
ይኽ ኩበት ለቃሚ ወሰዳት
እንደ በርበሬ ጸሀይ አታስመታት
እህቴ እህቴ እያልክ አሳድጋት።

ሙሽሪትን በዘፈን መልክ ምክር ሲለግሱላት ደግሞ፣

ከድኪ ከድኪ ሩባ ተሳጊርኪ
ዓዲ ጓና ኢዮም ልቢ ይሀብኪ
ኪድዮም ኪድዮም ዓዲ ጓና ኪድዮም
ፍሽኽ እናበልኪ ልቦም ተዓዘብዮም
እበይ'ዮ ዓድኪ እንተበላ ሓማትኪ
ኢኢዩ ዓደይ ዓዲ ምብራቕ ጸሓይ

ትርጉሙም፣ ሄድሽ እንግዲህ ሄድሽ ወንዝ ተሻግረሽ
ባዕድ ሀገር ነውና ልብ ይስጥሽ
መሄድሽ ነው መሄድሽ ነው ባዕድ ሀገር መሄድሽ ነው
ፈገግ እያልሽ ልባቸውን መታዘብ ነው
ሀገርሽ የትነው ብለው ቢጠይቁ አማትሽ
ሀገሬ ነው ጸሓይ መውጫ ላይ በያቸው።

ሙሽሪትን ይዘው ሙሽራው ቤት ሲገቡ ሴቶቹ ሙሽሪትን ለማናደድ እንደሚከተለው በመዝፈን ይሰድቧታል። አንዳንዶቹም እተቀመጠችበት በቅሎ ዘንድ ጠጋ ብለው ተደብቀው በወስፌ ይወጓታል።

እዘን ገዝምኪ ሓሙሽተ እየነ
እቲአን'ኳ ብግዲ እየነ
አቲ ጓል ቆዊዓት

ትርጉሙም፣ ያመጣሻቸው ስጦታ አምስት ብቻ ናቸው
እነርሱም የተገኙት በስንት መከራ ነው
አንቺ የእህል ለማኝ ልጅ።

ክንደይ አግዚምክዮም ጓል'ዛ ሽሉ
ክልተ ጤል ሳልሰይቶም ዒሉ
ጓል ቁልምጽ ጓል ሰራቒት ጻሕሊ
አብ እስናንኪ ዝርከብ ሓምሊ
እካ እዝጊ ሀበኪ
እንዳዚኦም ዝእተኺ እንዳ ሓቂ
መሳኹቶም ብሩር ዓንዶም ዓንዲ ወርቂ

ትርጉሙም፣ እንቺ የስራ ፈት ልጅ ስ'ንት አሸለሞሻቸው
አንድ ውርንጭላና ሁለት ፍየሎች ናቸው
አንቺ የቀላዋጭ የድስት ሌባ ልጅ
ጎመኑ ተለጥፎ የሚታይ እጥርስሽ
እግዜር አድሎሻል እነዚህ ቤት መግባትሽ
ከነዚህ ሓቀኛ ቤት
መስኮታቸው የብር ምሰሶአቸው የወርቅ ምሰሶ።

ጫጉላ ቤት ቆይታ ባገባች በወሯ የሙሽራዋ ወንድም አንድ ጠገራ ብር ይዞ በመሄድ ይጠይቃታል። ጥቂት ከተጫወተ በኋላ ወደ ወላጆቿ ቤት የምትሄድበትን ቀን ተነጋግሮና አስወስኖ ወደ ቤቱ ይመለሳል። በውሳኔው መሰረት ሙሽሪት ወደ ወላጆቿ ትሄድና ወርና ሁለት ወር ቆይታ ትመለሳለች። በቆይታዋ ጊዜ ባሏ ከሚዜው ጋር በመሆን ለፋሲካ "እትወት" በመባል የሚታወቀውን ሙክትና ጠቦት ይዞ በመሄድ ለ5 ቀናት ያህል አብሮ ይሰነብታል። ሙሽራይቱ በዕድሜዋ ትንሽ ከሆነች እንድታድግ ተብሎ ወላጆቿ ጋር በምትቆይበት ጊዜ ባልየው፣ ግንቦት ማርያም ላይ አንድ ፍየል፣ ለሓዋርያ (ሰኔ ላይ)አንድ ጠቦት፣ ነሀሴ ላይ (ለማርያ) ቅቤና ፍየል፣ መስቀል ላይ ፍየል ሲወስድ በዓመት ቢያንስ 6 ጊዜ እየተሸከመ የመውሰድ ግዴታ አለበት። ባይወስድ ግን ዋሱ ይያዛል።

በምትወልድበት ጊዜ ደግሞ በተለይ የመጀመርያ ልጇን ወላጆቿ ጋር ሄዳ ስለምትወልድ ባልየው ብርድ ልብስ፣ ቅቤ፣ ፍየል፣ እህል ይዞ ይሄዳል።

በሙሽርነት ወቅት ሙሽራው እስከ ተወሰነ ዓመት ድረስ ከወላጆቹ ጋር ይኖራል። ኋላ ትዳር ሲወጣ እራሱን ችሎ ለመኖር ከቤተሰቡ፣ ሲሶ መሬት፣ ሲሶ እህልና ሌላም ተሰጥቶት ቤት ሰርቶ ኑሮውን ይመራል።

የትውልድ መንደሬን፣ ጐቻትን በማየቴ ብዙ ትምህርቶችን ቀሰምኩ። ከሁሉም በላይ ያደነቅሁት ነገር ቢኖር፣ የመንደሩ ኗሪ እንደ እናቴ ሀገር እንደጽልማ (ሰራዩ) የራሱ የሆነ ቋሚ መሬት (ርስት) አለመኖሩ ነው። መሬት እንደለምነቱና እንደ ርቀቱ ሁኔታ በዕጣ የተከፋፈለ ነው። አንድ ሰው በዕጣ ያገኘውን መሬት ለ7 ዓመት ብቻ ነው የሚጠቀምበት። ከ7 ዓመት በኋላ ሌላ ዕጣ ይወጣል። መሬት ለክተው የሚያከፋፍሉ ከየቤቱ የተውጣጡ ሰዎች ሲሆኑ "እቋራይ" ተብለው ይጠራሉ። እነዚህ መዳቢዎች መሬት ለክተው ለ10፣ ለ40 ሰው ወዘተ. ይመድባሉ። የተመደበላቸው ሰዎች ደግሞ እንደ መሬቱ ለምነት እያዩ በዕጣ እኩል ሸንሽነው ይከፋፈሉታል።

ሴት ልጅ ካገባችና ባሏ ሀገር ከሄደች መሬት አትካፈልም። ባሏን ይዛ ሀገሯ ከተቀመጠች ወይም ከባሏ ተፋትታ ከመጣች ግን ትካፈላለች። መሬት ከተከፋፈለ በኋላ ሀገሯ ብትገባ ተቀማጭ መሬት ካለ ይሰጣታል። ከሌለ ግን ሓደጋ ገባር (መሬት ተሰጥቶት የሞተ) ተሰጥቷት ከሌላ ሰው ጋር ለግማሽ በማቀናጀት ስትጠቀምበት ትቆያለች። አንድ ልጅ እራሱን ችሎ ትዳር ሲወጣ እንደማንኛውም ሰው መሬት በዕጣ ይሰጠዋል።

የዘር ሐረግን በተመለከተ፣ አሁን እየሚሸሽ ይምጣ እንጂ አባት ልጆቹን እስከ 7ኛው የዘር ግንድ የማሳወቅ ግዴታም ሓላፊነትም ስለነበረበት፣ አባቴ እኔን እስከ 7ኛው ትውልድ ድረስ አሳውቀውኛል። እንደ ዕውነቱ ከሆነ የዘር ሐረግን አለማወቅ በተለይ በአሁኑ ጊዜ ብዙ ችግር ሲያስከትል ይታያል። እንደምሳሌ አድርጌ ብጠቅስ፣ ባለመተዋወቅ የተነሳ ዘመዳሞች የመጋባትና የሚወለዱት ሕፃናት አካለ ጐደሎ የመሆን፣ ጠብ ተፈጥሮ የመገዳደል፣ ሌላም ብዙ ችግር አለበት።

ታድያ ጐቻት በቆየሁበት ጊዜ የዘር ሐረጌን መሰረት የማወቅ ፍላጐት ስለአደረብኝ የዘሬን ሐረግ ከሚያውቁ ሰዎች ጋር እንድያገናኙኝ አባቴን ስጠይቃቸው ፊታቸው በፈገግታ ተሞላ። ወድያውኑም ከአንድ በዕድሜ አረጋዊና ከጊዜ በኋላ ታውረው

ከነበሩት ጊላንኪኤል ከተባሉት ዘንድ ወስደው አገናኙኝ። የነገሩኝን መዝግቤ በቻርት መልክ በማዘጋጀት ቻርቱን ፎቶግራፍ አንስቼ ለወንድሞቼና ለእህቶቼ ሁሉ አደልኳቸው። የእናቴንም እንደዚሁ። ከዚህ ሁኔታ በኋላ ዘመድህ ነኝ ብሎ የሚመጣውን ቻርቱን አይቼ በማረጋገጥ እቀበለው ነበር።

የአደግኩባት ከተማና የትምህርት ቤት ትዝታዎቼ

ወላጆቼ እንደገለጹልኝ ትዝታዋ ከአዕምሮዬ ከማትጠፋውና የሕዝቧ ደግነትና ትሕትና ከማይረሳኝ ከተማ "ደሴ" የገባሁት ህፃን ስለነበርኩ ከትውልድ መንደሬ ታዝዬ ነው። እዚህ ዕድሜ ደረጃ የደረስኩት ደሴ ከተማ አፈር ፈጭቼ "አባቴ ጦሩን ጦሩን" ተጫውቼ ትምህርቴን ተምሬና አድጌባት ነው ።

የዚች ከተማ ትዝታዋ ብዙ ነው። እንደዚህ እንደዛሬ የተፈጥሮ ችግር ረሀብ ያጠቃት ክፍለ ሀገር ከተማ አልነበረችም። ንግድ የሚጧጧፍባት፣ የዚህ ወይ የዝያ ሀገር ተወላጅ የሚል የዘር ልዩነት ቃል ያልተሰነዘረባት፤ ሕዝቧ በፍቅርና በመተሳሰብ በደስታ የሚኖርባት ሞቅ ደመቅ ያለች ከተማ ነበረች።

በልጅነት ዕድሜዬ የተሳተፍኩበትና የማይረሳኝ ትዝታ ቢኖር፣ እንደዚህ እንደ አሁኑ ቅጥ ያጣና አቅጣጫውን የለወጠ ሳይሆን በወቅቱ የወደፊት ባለትዳሮች የሚተዋወቁበትና ለቁም ነገር የሚያበቃ የትዳር መሰረት የሚጥሉበት "እሆለል" የሚሉት ባሕላዊ ጨዋታ ነው። ይህ ባሕላዊ ጨዋታ በጥምቀት በአስተርዕዮ ማርያምና በሚያዝያ ግዮርጊስ የሚፈጸም ሲሆን ልጃገረዶችና ጋለሞታዎች ለየብቻቸው በቡድን በቡድን ሆነው ክብ በመስራት ትከሻ ለትከሻ በመያያዝ ዘፈን የምታወራርድ እመሀል ሆና እሆለል እያሉ ግጥም በመግጠም ይጫወታሉ። ወንዱ ደግሞ ጋለሞታዎቹን የሚፈልግ ወደ ጋለሞታዎቹ፤ ልጃገረዶቹን የሚፈልግ ደግሞ ወደ ልጃገረዶቹ በመሄድ የተሸላለመና ጫፉ የሾለ ዘንግና ሎሚ ይዞ ከቦ ደስ የምትለውን በዓይኑ እያማተረ ልቡ አረፈባት ላይ ሎሚ ዘንጉ ላይ ሰክቶ በመሰንዘር "በጀግና ሞት" እያለ እንድትቀበለው ያባብላታል። በአጋጣሚ የ5 እና የ6 ወንድ ቀልቡ ያርፍባትና "በጀግና ሞት" እያለ በሎሚው ጉንጯን አንገቷን እየደባበሰ ያም ያም ያሽኮረምማታል። እርሷም አንገቷን በማቀርቀር አጮልቃ እያየች ስትገመግም ትቆይና ደስ ያላትን የአንዱን ሰው ሎሚ ከዘንጉ ላይ ነቅላ በመውሰድ ፈቃደኛነቷን ትገልጻለች። ሌሎች ወንዶች የወሰደችውን ሎሚ እነርሱ ዘንግ ላይ እንድትሰካላቸው ዘንጋቸውን በመሰንዘር በጀግና ሞት ሰኪልኝ እያሉ መወደዳቸውን ለማረጋገጥ በሚጥሩበት ጊዜ ሎሚውን ከተቀበለችው ሰው የበለጠ ደስ የሚላት ካገኘች ትሰካለታለች። ካላገኘች ደግሞ ሎሚ ለሰጣት መልሳ በመሰካት መውደዷን ታረጋግጥለታለች። በዚህም ሂደት ተጫጭተው እስከመጋባት የሚደርሱበት ባሕላዊ ጨዋታ ምን ጊዜም ከአዕምሮዬ አይጠፋም።

የትምህርት ሁኔታና ገጠመኞች ላይ ባተኩር፣ በትምህርቴ በኩል በጊዜው አባ ሀብቱ ከተባሉ ቄስ ዘንድ ከፊደል እስከ ዳዊት መድገም ድረስ ተማርኩ። በካቶሊክ ትምህርት ቤት ገብቼ መማር ብጀምርም በወቅቱ ጨቅላው አዕምሮዬ ልቤን ወደ ጨዋታ እያሸፈተው ከምማርበት ጊዜ የማልማርበት ይበልጥ ነበር። ንጉስ ሚካኤል ትምህርት ቤት እንዴትና መቼ እንደገባሁ ትዝ ባይለኝም መምህር አካለ ወልድ አዲስ ትምህርት ቤት እንደተከፈተ ተማሪ ለማግኘት ሲሉ ለሁሉም እንደ አደረጉት አንድ ክፍል አዘልለው

ስለተቀበሉኝ ለአንድ ዓመት ብቻ ተምሬ እስከ ስምንተኛ ክፍል ድረስ የቀጠልኩት ንጉስ ሚካኤል ትምህርት ቤት ተመልሼ በመግባት ነው።

ያኔ መምህራኑ ሕንዶች ስለነበሩ ከአማርኛ፣ ከግዕዝ፣ ከሞራልና ከእጅ ስራ በስተቀር ከ4ኛ ክፍል ጀምሮ የምንማረው በእንግሊዝኛ ነበር።

ሚስተር ኤም ዳንኤል የሚባሉ የትምህርት ቤቱ ዳይሬክተር እጅግ በጣም የማደንቃቸው በስነምግባር የታነጹና ከብዙዎች ዜጎቻችን መምህራን በበለጠ ሁኔታ ኢትዮጵያን የሚወዱ ትጉህና ታታሪ ሕንዳዊ ሰው ነበሩ። አለባበሳቸው፣ አነጋገራቸው፣ ሞራላቸው፣ ስነ ስርዓታቸው፣ መካርነታቸው፣ የመቆጣጠር ዘዴና ብቃታቸው አሁን ድረስ ይታየኛል።

እኔ በነበርኩበት ክፍል የሚያስተምሩን የእንግሊዝኛ ንባብ ስለነበረ በይበልጥ ትዝ የሚለኝ ሪደር 6 መጽሐፍን ተራ በተራ እንድናነብ አድርገው ሲያብራሩ ያንኑ ርእስ ተንተርሰው የዓለምን ኑሮና ሁኔታ እየጠቃቀሱ ሲገልጹልን የማላውቀውን ሀገር በአዕምሮዬ ፀንሼ ጭልጥ ብዬ እሄድ ነበር። በተለይ የእነ ዶ/ር ፕሪምሮስንና ቪካር ኦፍ ዘ ዌክ ፊልድ የሚለውን ርእስ ተንተርሰው ወደ ትዳር ዓለም ሲወስዱን ትምህርቴን እንደጨረስኩ ማግባት እንዳለብኝ የማይናወጥ ውሳኔ እንድወስን ተጽዕኖ አሳድረውብኛል።

አንድ ቀን 6ኛ ክፍል በምንማርበት ጊዜ በክፍላችን መስኮቶች አቅጣጫ ተጨማሪ የመማርያ ክፍሎች ግንባታ ይኪያሄድ ስለነበር፣ ድንጋይና ኖራ እየተሸከሙ ከሚወስዱት ሰራተኞች መካከል አንዱ ሲዘፍን እጅግ በጣም ልብ የሚማርክና አፍ የሚያስከፍት ነበር። በዕውነት ነው የምለው የባህል ዘፈናችን እንደ አሁኑ በዳበረበት ጊዜ ቢሆን ኖሮ የባህል ተጫዋች እንዲሆን በገፋፋሁት ነበር። የድምጹን ቅላጼና የግጥሙን ነገር ለመግለጽ ቃላት አላገኝለትም! በወቅቱ የክፍሉ ተማሪ በሙሉ ሚስተር ዳንኤል መኖራቸውንና በማስተማር ላይ መሆናቸውን ዘንግተን አንገታችንን ወደ ግራ አዞረን ሰውየውን እየተመለከትን በተመስጦ ማድመጥ ያዝን። ሚስተር ዳንኤል ሁኔታችንን ተመልከተው ለተወሰነ ጊዜ ዝም አሉ፤ አልተቆጡም አልሰደቡንምም። በአንፃሩ ግን የእኛን ስሜት ደግፈው ይህ ሰውዬ ለምን እንደሚዘፍን ታውቃላችሁ? በማለት ሲጠይቁን “ራስ ቀኝ” እንደተባለ ስልጡን ወታደር የሁላችንም አንገት በአንድነት ወደ እርሳቸው ዞረ። አዎ! አሉ ሚስተር ዳንኤል፣ የተሸከመው ድንጋይ ከባድ ነው። ይቆረቁራል። ስራውም አድካሚ ነው። ቀኑን ሙሉ በዚሁ ሁኔታ ስለሚቀጥል የሚዘፍነው ዘፈን አዕምሮውን በማደስ ድካሙ እንዳይሰማው ስለሚያደርገው ነው በማለት በሰፊው አስረድተው ወደ ትምህርታችን ሲመልሱን በጣም ነው ያደነቅኋቸው።

በልጅነቴ የጫወታ ወዳድነቴ ነገር አይወራ። ከትምህርት ቤት ወጥቼ አላጠናም ነበር። ግን ውራ ሆኜም ብሆን አልፍ ነበር። እኚህ የትምህርት ቤት ዳይሬክተር በየሰሚስተሩና በየዓመቱ መጨረሻ ላይ ከ1ኛ እስከ 8ኛ ክፍል ድረስ በትምህርታቸው 1ኛ፣ 2ኛና 3ኛ የሆኑትን ተማሪዎች መድረክ ላይ እያስወጡ ያስጨበጭቡን ስለነበረ፣ ስሜቴን ቀሰቀሱት! እኔስ 1ኛ ሆኜ የማላስጨበጭብበት ምክንያት ምን አለ? 1ኛ የሚሆኑት ሰዎች ናቸው! እኔም ሰው ነኝ። ከእነርሱ በምን አንሳለሁ? አልኩ። በአጋጣሚም ጨዋታ ወዳድነቴ አታሎኝና ምናልባትም አንድ ክፍል ሳልማር በመዝለሌ ሊሆን ይችላል። ይህ

የመንፈስ ቅናት እንደሰፈረብኝ ክፍል ደግሜ ነበር። በደንብ አጥንቼ አንደኛ ለመሆን ክረምቱ አልፎ ትምህርት ቤት እስኪከፈት ድረስ ጊዜው ረዘመብኝ።

አባቴ ግንበኛ ስለነበሩ በየዓመቱ መጨረሻ አብርያቸው የግንብ ስራ እሰራ ነበር። በወቅቱ ግን በአውራ ጐዳና መስርያ ቤት ተቀጥረው አውሳ አካባቢ ስለነበሩ ጊዝየን መጻሕፍት በማንበብ አሳለፍኩ። በመድገሜ የተቆጨችውን እናቴን ለመካስም ጭምር፣ እማዬ! አይዞሽ! አትዘኚ! እኔ ከአሁን ጀምሮ በትምህርቴ 1ኛ እየሆንኩ ደስ አሰኝሻለሁ! ለዚህም ቃል እገባልሻለሁ። ከአንቺ የምፈልገው ነገር ቢኖር ትምህርት ቤት ሲከፈት በምሳ ሰዓት እዝያው እየዋልኩ ለማጥናት ስለምፈልግ ጧት ምሳየን በልቼ እንድሄድ እንድታዘጋጅልኝ ነው፣ አልኳት። እናቴም ጐሽ የኔ ልጅ አጥናልኝ እንጂ ሌሊት ተነስቼ ወጥ እሰራልሀለሁ አለችኝ።

ጊዜው እንዳይደርስ የለ መስከረም 18 ደረሰና ትምህርት ቤት ተከፈተ። እኔና እናቴ እንደተማከርነውም ሆነ። በ1ኛ ሴምስተር 1ኛ ሆኜ መድረክ ላይ ወጥቼ አስጨበጨብኩ። ያኔ የተሰማኝ ደስታ ወሰን አልነበረውም። 2ኛ የወጣው ልጅ የ1ኛነትን ደረጃ ለቆ የማያውቅ ስለነበረ በጣም ተናደደ። ተፎካካሪየም በመሆን ቆይ! 2ኛ ሰምስተር ላይ እንተያያለን አለኝ። እናቴ ዘንድ ሄጄ እስክነግራት ድረስ ቸኮልኩ። ት/ቤቱ ለገና እና ለጥምቀት በዓላት ለ15 ቀን ተዘግቶ ወደዬ ቤታችን ሄድን። እቤት እንደገባሁ እማይዬ 1ኛ ሆንኩልሽ ስላት ተደስታ አቅፋ ስማ ልትጠግበኝ አልቻለችም።

ለሁለተኛው ሰምስተር ትምህርት ቤት ስለተከፈተ ያንኑ ጥናቴን ቀጠልኩ፤ ይሁንና በመካከሉ ጾም በመግባቱ ጧት እየጾምኩ ለምሳ መመለስ ስለነበረብኝ ሰፊው የጥናት ጊዜዬ ተቀነሰ፤ ማታም በኩራዝ ለማጥናት አስቸጋሪ ስለነበር አልተመቸኝም። ያም ሆነ ይህ ተፎካካሪዬ በግማሽ ነጥብ በልጦኝ 1ኛ ሆነ። መድረክ ላይ ወጥቼ በ2ኛነት ባስጨበጭብም በተራዬ ተናደድኩና በ3ኛው ሰምስተር እንገናኛለን። እግሬ ስር አትደርስም! ብዬ ፎከርኩበት፤ እርሱም ደህና፣ እንተያያለን አለኝና ትምህርት ቤቱ ለፋሲካ በዓል ስለተዘጋ ተለያየን።

ሶስተኛ ሰምስተር ላይ በርትቼ አጠናሁ፤ እንደፎከርኩትም በብዙ ነጥብ አስከንድቸው 1ኛነቴን በማረጋገጥ መድረክ ላይ አስጨበጨብኩ።

በትምህርት ብቻ አይደለም ደረጃ የያዝኩት በስፓርት ወድድር ጭምር እንጂ። ደሴ በነበሩት ሶስት ትምህርት ቤቶች መካከል በሚደረገው ዓመታዊ የስፓርት ውድድር በከፍታ፣ በአግድመትና በምርኩዝ ዝላይ፣ በሶስቱም 2ኛ ወጥቼ ስለነበር፣ የሶስቱም ትምህርት ቤቶች ተማሪዎች መርሆ ግቢ በተገኙበት፣ በትምህርት ከ1ኛ እስከ 8ኛ ክፍልና በተለያዩ የስፓርት ውድድር 1ኛ፣ 2ኛ እና 3ኛ የወጡት ሁሉ ከአልጋወራሽ እጅ ሲሸለሙ፥ እኔም በትምህርትና በስፓርት ውጤቴ እየተመላለስኩ ስሸለም ተማሪዎቹ "እረ አንዱን ተውልን"! ሲሉ ልዩ የደስታ ስሜት ተሰማኝ። የሰው ልጅ ፍላጐት ካለውና በርትቶ ከሰራ መሆን የሚፈልገውን መሆን እንደሚችል አመንኩ፡ አረጋገጥኩም። ታድያ ምኞትና ፍላጐቴ ሌላ ግብ ወደ መምታቱ አተኮረ።

ቀደም ብዬ የገለጽኳቸው ዳይሬክተር ሚስተር ኤም ዳንኤል፣ ለንጉስ ሚካኤል ትምህርት ቤት ብቻ ሳይሆን ለደሴ ትምህርት ቤቶችም የሚጠቅሙ ቁም ነገሮችን ሰርተዋል።

እነርሱም፣ በየዓመቱ በትምህርት ቤቶች መካከል የሚከናወነውን የስፖርት ውድድር፣ የቦይስካውት ስርዓትን በማስተዋወቅና በማደራጀት፣ እንዲሁም ልዩ ልዩ ርእሶች በማዘጋጀት ተማሪዎች ንግግር አዘጋጅተው እንዲያቀርቡና በክርክርም እንዲሳተፉ መሰረት ጥለዋል። በትምህርት ቤታችን ደግሞ በየዓመቱ በ8ኛ ክፍል መልቀቂያ ፈተና ከት/ቤቱ 1ኛ የወጡትንና በአጠቃላይ ስፖርት ከፍተኛ ነጥብ ያመጡትን የሚመዘግቡበት ሁለት ረዣዥም ከ30 ዓመት በላይ የሚያገለግሉ ዓመተ ምሕረቶችን የያዙ ጥቁር ሰሌዳዎች አዘጋጅተው በየዓመቱ 1ኛ የሆኑትን ስማቸውን በማይለቅ ነጭ ቀለም በመመዝገብ ከቢሮአቸው በረንዳ ግራና ቀኝ ግድግዳ ላይ አንጠልጥለውት ስለነበር፣ ትኩረቴ በትምህርትና በስፖርት 1ኛ ሆኜ ስሜን ማስመዝገብና ለታሪክ ማስቀመጥ ነበር። የስፖርቱን ሁኔታ ስገመግመው፣ እኔ የምሳተፈው በሶስት የዝላይ ዓይነቶች ብቻ ስለነበርና በሶስቱም አንደኛ ብሆን እንኳን በጠቅላላ ውጤት 1ኛ መሆን እንደማልችል ስለተገነዘብኩ፣ በ8ኛ ክፍል መልቀቂያ ብሔራዊ ፈተና 1ኛ ሆኜ ስሜን ለማስመዝገብ ቆረጥኩ። ከዚያም ከ6ኛ ክፍል ጀምሬ እስከ 8ኛ ክፍል የተማርኩትን ማጥናት ስራዬ ብዬ ተያያዝኩት። ተፈትኜም እንደምኞቴ 1ኛ ሆኜ ስሜ በትምህርት ውጤት ሰሌዳ ላይ በነጭ ቀለም ተመዘገበ። እንደዚህ እሆናለሁ ወይም አደርጋለሁ ካልኩኝ መሆን ወይም ማድረግ እንደምችልና ምንም ነገር እንደማያቅተኝ በድጋሚ ለማረጋገጥ በቃሁ።

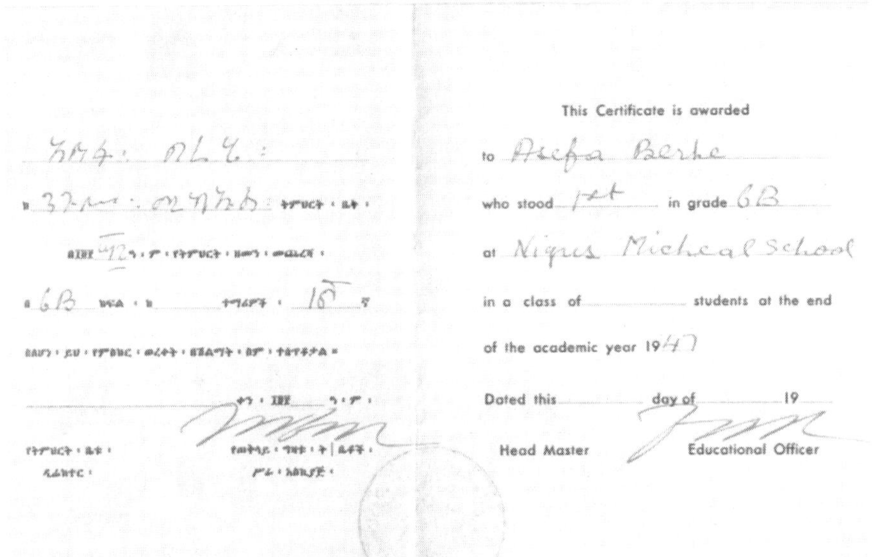

የኢትዮጵያ ፡ ንጉሠ ፡ ነገሥት ፡ መንግሥት ፡
የትምህርትና ፡ የሥነ ፡ ጥበብ ፡ ሚኒስቴር ።

Imperial Ethiopian Government
Ministry of Education & Fine Arts

የ..............................ጠቅላይ ፡ ግዛት ፡ ትምህርት ፡ ቤቶች ፡ ጽሕፈት ፡ ቤት ፡

Provincial Education Office of..............................

ሽ ል ማ ት ።
PRIZE

የማበቃ ፡ ዕውቀት ፡ እንድታገኙ ፡ ብትተጉ ፡ ብትጣጣሩና ፡ ብትማሩ ፡ የሚንቋችሁ ፡ ያከብሩዋችኋል ፡ የሚጠሉዋችሁ ፡ ይወዱዋችኋል ።

ቀ.ኃ.ሥ.ሐምሌ ፡ ፳፩ ፡ ቀን ፡ ፲፱፻፲፱ ፡ ዓ ፡ ም ፡

If you be deligent to acquire an adequate Education and endeavour to study hard, those who despise you will respect you & those who hate you will like you.

H. S. Ist Hamle 21, 1919 (Eth. C.)

Commercial Printing Press - Aba

የቦይስካውት ጃምቡሬ

የንጉስ ሚካኤል ት/ቤት ዳይሬክተር የነበሩት ሚስተር ኤም ዳንኤል በደሴ ት/ቤቶች እንዲመሰረቱ ካደረጓቸው ነገሮች መካከል አንዱ ቦይስካውት ነበር። ቦይስካውት ከደሴ ከተማ አልፎ በአካባቢ በሚገኙት የወረዳ ት/ቤቶች ተሰራጭቶ ስለነበር፣ ጃም ቡሬ

በመባል የሚታወቀው ጠቅላላ በዓል በየዓመቱ ስለሚከናወን አንድ ጊዜ መሰብሰቢያው ንጉስ ሚካኤል ት/ቤት ሆነና የጃምቡሬ በዓል ተከናወነ።

ቦይስካውቶቹ ከየት/ቤቶቹ መጥተው የእንቅስቃሴ ፕሮግራም ወጥቶ ለ3 ቀናት ያህል ሲከናወን ቀን ቀን የጉልበትም ሆነ ሌላ እገዛ ለመስጠት የበጎ አድራጎት ስራ ለመስራት ወደ ከተማው ሲሰማሩ ማታ ማታ ደግሞ የየት/ቤቶቹ ቦይሳካውቶች የሚወክሉትን የእንስሳ ድምጽ እያሰሙ ከየአቅጣጫው እየመጡ አንድ አካባቢ ተሰብስበው በእሳት ዙርያ (ካምፕ ፋየር) ይቀመጡና አጫጭር ትያትር፣ ቀልድና ተረት በየተራ ያቀርባሉ። ገሚሱ ያስቃል፤ ገሚሱ ያስገርማል፤ ገሚሱ ደግሞ ቁም ነገር ያስጨብጣል።

አንድ ምሽት ከቀረቡት ጨዋታዎች መካከል የኩታ በር ቦይሳከውቶች ያቀረቡት ቁም ነገር አዘል ጨዋታ የሚከተለው ነበር፤ አንድ አባት 3 ልጆቹ መጐርመሳቸውን ያስተውልና ሊገመግማቸው ይፈልጋል። መቸም ጋብቻ በተለይ በገጠሩ የማይቀር የኑሮ ስርዓት በመሆኑ የትዳር ልምዱን ለማካፈል ብሎ መጀመርያ ታላቅ ልጁን በስሙ ይጠራና፣ ስታገባ ሚስትህን እንዴት ነው የምታስተዳድራት? ይለዋል። ልጁም እንድታከብረኝና የፈለግሁትን ሁሉ እንድታደርግልኝ በዱላ እየዠለጥኩ ነው የማስተዳድራት ይለዋል። አ...ሄ...ሄ! የለም፣ የለም የለም፣ አላወቅህበትም። ሰላምህን ታጣለህ ይለዋል። ሁለተኛውን ልጁን ደግሞ እንደዚሁ ይጠይቀዋል። ብር በከረጢት እየሰጠሁ ነው የማስተዳድራት ብሎ ሲመልስለት፣ አዬ ልጄ! አንተም አላወቅህበትም። ብሩ ሲያልቅ ገንዘብ አምጣ እያለች ትነዘንዝህና ታስቸግርህ የለ? ይለዋል። ሶስተኛውን ልጁን ደግሞ በል እስኪ፣ አንተስ ሚስትህን እንዴት ነው የምታስተዳድራት? ሲለው፣ አባየ! ሴቶች ብዙ ባሕርያት አቀነባብረው የያዙ ናቸው። ብልጦች፣ ተንኮለኞች፣ ደጐች፣ ክፍዎችም ስለሆኑ ሚስቴን የማስተዳድራት፣ ይሁን፤ እንዳልሽ እያልኩ ነው ይለዋል። አባትም፣ ጐሽ ልጄ አንተ በሰላም ኖርካት ብሎ፣ አያችሁ ልጆቼ! ትዳር መከባበር፣ መፈቃቀር፣ መተሳሰብና መወያየት ካለበት በደስታና በሰላም መኖር ይቻላል በማለት አስረድቶ ጨዋታው ያበቃል። በዕውነት ለመናገር ከዚህ ምክር አዘል ጨዋታ ጥሩ ትምህርት ነው ያገኘሁበት። በትዳሬ የዚህ ዓይነት ዕድል እንዲገጥመኝም ተመኘሁ።

አሞራው መጣ

ቀደም ስል ልገልጽ እንደሞከርኩት ሚስተር ኤም ዳንኤል አስተዋይ፣ ታታሪና ከልብ የሚሰሩ ዲሲፕሊንድ የሆኑ ሰው ነበሩ። ዳይሬክተር እንደመሆናቸው መጠን ተማሪዎችን ሆነ መምህራንን በጥብቅ ይቆጣጠራሉ። ከመምህራኑ መካከል የጥቅምትን ብርድ መቻል ያቃታቸው፣ ተማሪዎቻቸውን እዝያው እክፍል ውስጥ አጥኑ ብለው ፀሐይ ይሞቁ ስለነበር ዳይሬክተሩ ጉብኝት ሲያደርጉ በተከታታይ ይዘው ይቀጧቸዋል። እነዚህ መምህራን ከጥፋታቸው መማር ሲገባቸው እርስ በርስ ይመካከሩና ዳይሬክተሩ ለጉብኝት መምጣታቸውን የሚጠባበቅ አንድ መምህር በቃፊር መልክ ያስቀምጡና መምጣታቸውን በሩቁ ሲያይ "አሞራው መጣ" ብሎ ወደ ክፍሉ ይገባል። ሌሎቹም ወደ ክፍላቸው ይገባሉ። ዳይሬክተሩም ሁሉም መምህራን በየክፍሉ መሆናቸውን አምነው ይመለሳሉ። ነገር ግን "አሞራው መጣ" የምትለው አነጋገር ስትደጋገምባቸው ጊዜ ይጠራጠሩና፣ አንድ ቀን አቅጣጫ ለውጠውና ተደብቀው ሲመለከቱ መምህራኑ ፀሓይ ሲሞቁ ያገኟቸዋል። 4ቱንም ወደ ቢሮአቸው ወስደው ካነጋገሯቸው ወዲህ ሰጥ ለጥ ብለው ስራቸውን ሊሰሩ በቁ።

ያንጊዜ እኔ ልጅ ብሆንም የውጭ ሀገር ዜጋ ተቆርቋሪ፣ ኢትዮጵያዊው ደግሞ አልማጭ መሆኑ ይገርመኝ ነበር። ከዚህ ሁኔታም በመነሳት ቁጥጥር አስፈላጊ መሆኑን ማስተዋል ችያለሁ።

የእጅ ስራ ትምህርት

ንጉስ ሚካኤል ትምህርት ቤት ውስጥ፣ ተማሪዎች የእጅ ስራ ዕውቀት እንዲኖራቸው የሚያስችል የስጋጃ ስራ ትምህርት እንማር ነበር። በዕውነቱ ትንሽ፣ ጣቶቻችን ላይ ፈለግ ስለሚያስወጣብን እንቸገር ነበር እንጂ፣ የአራዊቶች ምስል በመቅረጽ እንሰራቸው የነበሩት ስጋጃዎች በጣም የሚያምሩና የሚደነቁ ነበሩ። ይህ የስጋጃ ስራ ትምህርት በሙያ ደረጃ ቢያዝ ኖሮ ወደ ኢንዱስትሪ ደረጃ ማደግ እንደሚችል መገመት አያዳግትም። ነገር ግን ተጨማሪ ክፍሎች ተሰርተው ከተጠናቀቁ በኋላ በዘመናዊ የእንጨት ስራ ትምህርት ተተክቶ የስጋጃው ስራ ትምህርት አከተመለት።

በዚህ በዘመናዊው የእጅ ስራ ትምህርት እየሰለጠንን፣ የጣውላ ባህርያትን በመማር መቁረጥ፣ መላግ፣ መገጣጠም ዓወቅን። በየዓመቱ መጨረሻ ፈተና እየተፈተንን የሙያ ደረጃችን ይመዘን ነበር። አንድ ቀን የተሰጠን ፈተና የፈለጋችሁትን ቅርጻ ቅርጽ ይሁን ስዕል ሰርታችሁ ማቅረብ ትችላላችሁ ተብለን የሶስት ሳምንት ጊዜ ተሰጠን። ሁላችንም በየፊናችን ማቅረብ የምንፈልገውን ወስነን ዝግጅቱን ተያያዝነው። እኔ በበኩሌ ሁለት ስዕሎችና አንድ ከእንጨት የሚቀረጽ ሳንጃ ብሰራ ጥሩ ውጤት አገኝበታለሁ ብዬ ወሰንኩና ሳንጃውን የመቅረጽ ስራ በእጅ ስራ ትምህርት ጊዜ ስሰራ ስዕሎቹን ግን የምሰራው በትርፍ ጊዜዬ ነበር። በተለይ የስዕሉ ስራ ሁለት በዓይነትም በቅርጽም የተለያዩ ሆኖ አንዱ የፈጠራ ስራ፣ ሌላው ደግሞ የሕንፃ ስዕል መሆን እንዳለበት ወሰንኩ።

የሕንፃውን ስዕል በተመለከተ እከፍተኛ ቦታ ላይ በዘመናዊ ቅርጽ የተሰራውን የቅድስት ስላሴን ቤተክርስትያን መሳል ምርጫዬ ሆነና፣ ቅዳሜና ዕሑድ ዳውዶ ነፃነት አደባባይ አካባቢ ሆኜ የአካባቢውን እይታ ያካተተ አድርጌ ቤተክርስትያኑን ወረቀቴ ላይ መንደፍ ተያያዝኩት። በሁለት ቅዳሜና ዕሑድ ውስጥ አሳምሬ በመሳል አጠናቀቅሁ። የማማሩ ነገር በጣም ስለአስደሰተኝ እራሴን በእራሴ አደነቅሁት።

የፈጠራውን ስራ በተመለከተ ደግሞ ምን ብሰራ ይሻለኛል ብዬ በትምህርት ቀናት ጧትና ማታ፣ ቅዳሜና ዕሑድ ደግሞ በተገኘ የጊዜ ቀዳዳ ማሰብና ማሰላሰል ስራዬ ነበር። ለሀሳቡ መንደርደሪያ ይሆነኝም ዘንድ ትምህርት ሰጭ ከተቻለም ስውር ስራ (አብስትራክት) የሆነ ቢሆን እንደሚሻል አዕምሮዬ ውስጥ አስቀምጬ ጥሩ መስሎ የታየኝን ሀሳብ ሁሉ ወረቀቴ ላይ እያሰፈርኩ አንዱን ከሌላው ጋር እያነፃፀርኩ በየቀኑ አወጣና አወርድ ነበር። በስከመጨረሻ ሶስት ሀሳቦችን መረጥኩና አቀራረቡን እንዴት እንደማካትተው ሳወጣና ሳወርድ፣ አንደኛውን ጽሑፍ፣ "ሰው ነህና አስብ" የሚለውን መርጬ በስውር ስራ እንዴት እንደማስቀምጠው የፈጠራ ስራ ዝግጅት ላይ ገባሁ። ምርጫዬም ግድግዳ ላይ የሚንጠለጠልበትን ያካተተ የፎቶግራፍ ማስቀመጫ (ፍሬም) መሰል ውስጥ ከግማሽ ሴንቲ ሜትር የማይበልጥ፣ አንድ ጥቁር አንድ ነጭ አራት ማዕዝኖችን ወረቀቱ ላይ በመንደፍ "ሰው ነህና አስብ" የሚለውን ጽሑፍ ለማስገባት

ጥረቴን ቀጠልኩና ስለተሳካልኝ ንድፉን በአዲስ ወረቀት ላይ በጥራት አዘጋጅቼ ሶስቱንም ስራዎቸን አጠናቀቅሁ። በማስረከቢያው ቀን ስራዎቻችንን በየተራ ለእጅ ስራ መምህራችን ለጋሽ ይርጉ አስረከብን። ሌሎቹ የክፍል ጓደኞቼ ያቀረቡት ስራ ገሚሶቹ አንድ፣ ገሚሶቹ ደግሞ ሁለትና ሶስት የዕንጨት ስራ ውጤቶች ስለነበሩ፣ ስማቸውን ስራዎቻቸው ላይ እየጻፉ ሲያስረክቡ መምህራችን አንዳንዱን በጣም ጥሩ ቅርጽ ነው እያለ በማሞገስ ሁሉንም ተረከበ።

የእኔን ስራዎች ተመልክቶ ሳንጃውንና የቤተክርስትያኑን ስዕል በጣም ጥሩ ነው ብሎ ተረከበና ሶስተኛውን ስራየን በመመልከት በጥቁርና በነጭ አራት ማዕዘኖች (ስክዌር) ያጌጠ ከመሆኑ በስተቀር ምንም ትርጉም ሊሰጠው ስለአልቻለ፣ ምንድነው ይኼ! ብሎ ወረቀቱን ወረወረብኝ። እኔም፣ ጋሼ፣ ቆይማ ላስረዳህ፣ ብዬ ወረቀቱን አንስቸ፣ እዚህ ውስጥ አንድ ጽሑፍ በስውር ያስቀመጥኩት ስለአለ ረጋ ብለህ ተመልከተው ብዬ ቀልቡን ሳብኩትና ጽ...ሑ...ፍ! ብሎ ጽሑፉን ለማግኘት እያዟዟረ ሲመለከት፣ የለም ጋሼ፣ ወድያና ወዲህ አታዟዙረው እንደዚህ ይዘህ ፈልግ አልኩት። አንዳንድ ተማሪዎችም ገርሟቸው ከመምህሩ በስከኋላ ሆነው ጽሑፉን ለማንበብ ይሞክሩ ነበር። ለአንድ ሩብ ሰዓት ያህል ይሆናል አተኩሮ እያዬ ጽሑፉን ማንበብ ስለአልቻለ፣ አሰፉ! እዚህ ውስጥ አለ የምትለውን ጽሑፍ ፈጽሞ ላገኘው አልቻልኩምና አንተ አሳየኝ አለኝ። እሺ ጋሼ፣ እዚህ ውስጥ "ሰው ነህና አስብ" የሚል ጽሑፍ ነው ያለውና አንዴ ሞክር አልኩት። አሁንም ሊያገኘው ስለአልቻለ አንተ አሳየኝ ስለአለኝ ተቀበልኩና እየው እዚህ ላይ ብዬ! ሰው የሚለውን ቃል ሳሳየው ሌሎቹን ቃላቶች አነበባቸውና ከመቅጽበት ነጥቆኝ፣ ዘወር በሉ! ለሚስተር ዳንኤል ነው የማሳያቸው ብሎ ሩጫውን ሲቀጥል እኔም ተከትየው ሮጥኩ። የትምህርት ቤቱ ዳይሬክተር ሚስተር ዳንኤል ቢሮ ገባና እያለከለከ ደጋግሞ "ሚስተር ዳንኤል! ሚስተር ዳንኤል! እዚህ ውስጥ በአማርኛ የተጻፈ ጥቅስ አለ እስኪ ፈልገው ያግኙት" ብሎ ሰጣቸው።

ሚስተር ዳንኤል አማርኛ መጻፍና ማንበብ የሚችሉ፣ አንድ መጽሐፍ በአማርኛ መድረሳቸውም የሚነገርላቸው ነበሩ። ተቀበሉትና አተኩረው ሲመለከቱ ጋሽ ይርጉ ዓይን ዓይናቸውን በተመስጦ ያያቸው ነበር። እኔም እንደዚሁ። እርሳቸውም ጽሑፉን ሊያገኙት አለመቻላቸውን ሲገልጹለት፣ ተቀበላቸውና ይመልከቱ፣ ይኼ ሰ"፣ ይኼ ደግሞ "ው" እያለ አንድ ባንድ አሳያቸው። በጣም ተደንቀው እንደገና ተመለከቱት። ይህንን ስራ የሰራው ማነው? ብለው ሲጠይቁት፣ እኔን ዞር ብሎ አቅፎ አሰፋ ነው አላቸው። እርሳቸውም በጣም የሚደንቅ የአብስትራክት ስራ ነው በማለት ጨብጠው ለሌላ የፈጠራ ስራ አበረታቱኝና ወደ እጅ ስራ ክፍላችን ተመለስን። ተማሪዎቹ ፊት ስለ ስራዬ መግለጫ ሰጥቶ በማድነቅ ጨበጠኝና ስራየን ተረከበ። በዓመቱ መጨረሻ ደግሞ፣ በእጅ ስራ የፈተና ውጤት ከትምህርት ቤቱ አንደኛ ተብዬ ተማሪዎች ፊት የምስክር ወረቀት ተሰጠኝ።

በወቅቱ በሞራልና በማቴርያል እገዛ የሚያደርግና ሁኔታውን ለማዳበር የሚያስችል ስልጠና ቢኖር ኖሮ ለሀገር የሚበጅ ሌላ የፈጠራ ስራ መስራት እችል ነበር። ትምህርት ቤቶች በተለይም የሙያ ትምህርት ቤቶች ተማሪዎቻቸው የፈጠራ ስራ እንዲሰሩ ካበረታቷቸውና ውጤት የሚያሳዩትን ተማሪዎች ደግሞ በሁሉም አኳያ ከረዷቸው አዲስ ነገር ሊፈለሰፍ ይችላል የሚል ዕምነት አለኝ።

ትምህርት ቤት እያለሁ በግልም ሆነ በጋራ ካደረግኋቸው ብዙ እንቅስቃሴዎች መካከል ትዝ የሚሉኝን ሁለት ሁኔታዎችን ልጥቀስ።

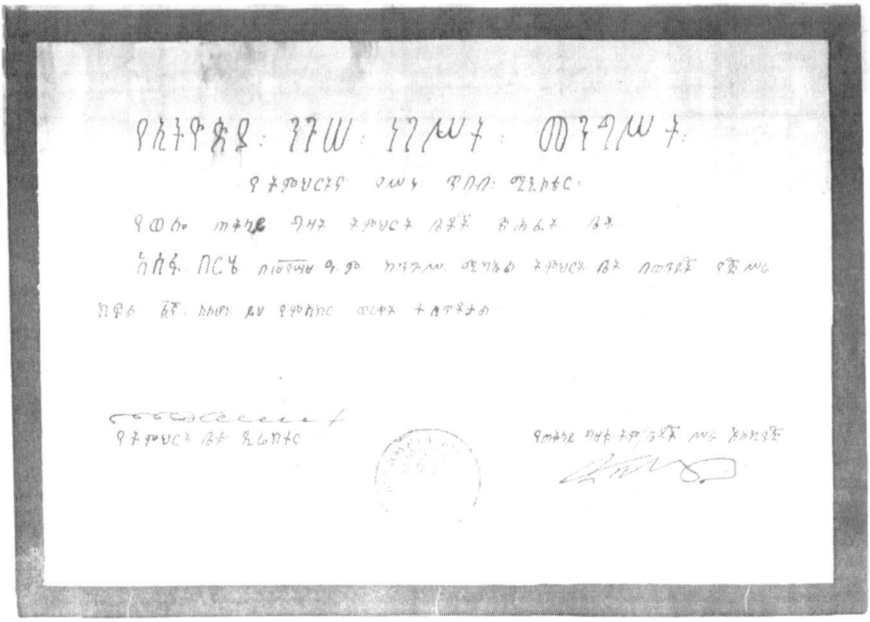

የኢትዮጵያ ንጉሠ ነገሥት መንግሥት

የትምህርትና ሥነ ጥበብ ሚኒስቴር

የወሎ ጠቅላይ ግዛት ትምህርት ቤቶች ጽሕፈት ቤት

አሰፋ በርሄ [illegible]

[illegible]

የትምህርት ቤት ዲሬክተር

[illegible]

የቆንጆዎች መንደር

አንደኛው፣ አንድ የክፍል ጓደኛችን ስምንተኛ ክፍል እያለን ጉዳዩ እንዴት እንደተነሳ ትዝ ባይለኝም፣ ጉበዝ! ቆንጆ ማየት ትፈልጋላችሁ ወይ? ይለናል። እኛም ወሎ የቆንጆዎች ሀገር መሆኗን ስለምናውቅ ያለማመንታት ልዩ የቆንጆዎች ቦታ ካለ አዎን እንፈልጋለን አልነው። እንግድያውስ ልጅ ኢያሱ ይኖሩበት የነበረ አረጎ (ወፍከሌ) እሚባል መንደር ወስጄ አሳያችኋለሁና ዓርብ ማታ እራታችሁን በልታችሁ ለቅዳሜ የሚሆናችሁን ምሳ ያዙና እዚሁ ትምህርት ቤታችን አድረን በሌሊት ተጉዘን እንሄዳለን ብሎን ተስማማን። በተባለው ቀንም ጉዞ ጀምረን ከጧቱ 2 ሰዓት ላይ አረጎ አፋፍ ላይ እንደደረስን ወፍከሌ ያቻትላችሁ ብሎ አሳየን።

ወፍከሌ በርቀት ሆኜ ሳያት በተራሮች የተከበበችና አረንጓዴ ምንጣፍ የተዘረጋባት የምትመስል የቡና አብቃይና አየሯ ለጤና ተስማሚ የሆነች ቀበሌ ነች። ይህች ውብ የሆነች ቀበሌ ቆነጃጅት የሚኖሩባት ቦታ ከሆነች ገነት መሆን ይኖርባታል እያልኩ በማሰላሰል ስንጓዝ፣ ቁልቁለቱን ወርደን ደልዳላ ቦታ ላይ ስንደርስ አንዲት እንጨት የምትሰብር ሴት በርቀት አየን። አስተናጋጃችን እንግዲህ ዓይናችሁን ከፍታችሁ ተመልከቱ። አጠገቧ ስንደርስ እጠራታለሁ አለንና ስሟን ጠቅሶ እትዬ እገሊት፣ እንደምን አደርሽ፣ ሲላት ቀና ብላ እዝግያሔር.... ይመስገን እንደምን አደራችሁ ስትል አተኩረን አየናት፤ በእርግጥም እንከን የማይወጣላት ቀይ ቆንጆ ሴት ነበረች። በጣም ገርሞን

ቁንጅናዋን እያደነቅን እርስ በርስ ስንወያይ፣ ገና ምን አይታችሁ! እዚህች ቀበሌ አንድም መልከ ጥፉ ሴት ስለማትኖር አንደኛዋን ከሌላኛዋ ማበላላጥ አትችሉም አለን። በዕውነቱ ቁንጅናቸው በጣም የሚደነቅና መግለጫ ቃል የማላገኝለት ነው። ከመካከላቸው አንዷን ወስዶ አለባበስ አስተምሮ ከዓለም ቆንጆዎች ጋር ቢያወዳድሯት እንደምታሸንፍ ያለማመንታት ተስማማን። ቀጥለንም ሌላ ሴት አየን። የትኛዋ ከየትኛዋ እንደምትበልጥ መለየት አልቻልንም።

ሁኔታው በዚህ አላበቃም። ከብቶች ለግጦሽ የተሰማሩበት ሜዳማ ቦታ ላይ አንድ ግራር ስር ምሳችንን አስቀምጠን የልጅ ኢያሱን መኖርያ ቤት ጐብኝተን የእግር ኳስ በመጫወት ላይ እያለን አስጐብኛችን ጠራንና የምሳ ሰዓት ከመድረሱ በፊት ሁለት ተማሪዎች መንደር ሄደው ወተት እንዲገዙ አድርጉ። ግን አደራ የምላችሁ በፍቅር የማይሸነፉትን መምረጥ አለባችሁ። አለበለዝያ እዝያው እሄዱበት ይቀራሉ አለን። እኔና ጓደኛዬ ምን ማለቱ ነው? ፍቅር ዛሬ ተጀምሮ ዛሬውኑ ይግላል እንዴ? ወይ ጉድ! አልን። ያም ሆነ ይህ በጥያቄው መሰረት ሁለት ልጆች መረጥንና ወተት መግዣ ገንዘብ አዋጥተን ሰጥተን ወደ አቅራቢያችን መንደር ላክናቸው።

በጣም ስለቆዩብን "ልጆቹ የሄዱበት መንደር ግፋ ቢል የ5 ደቂቃ መንገድ ነው! ምነው ዘገዩ"? ተባባልን። ብንጠብቅ አይመጡም። ከሄዱ አንድ ሰዓት አልፏቸዋል። ምንድነው ነገሩ? ያ አስተናጋጃችን ያለው ሊደርስ ነው እንዴ? ጉድ እኮ ነው! ስንባባል፣ "እኔ ብያችኋለሁ" አለን አስተናጋጃችን። "አሁንም ቢሆን መንፈስ ጠንካራ የሆኑ፣ ፍቅር የማይበግራቸው ምረጡና ላኩ እንጂ ምሳችሁን ያለማወራረጃ መብላት ትገደዳላቹሁ" አለን።

አሁን በጣም ተጠነቀቅንና ማንን ብንልክ ይሻላል ብለን ከተወያየን በኋላ እኔ እና አንድ ጓደኛዬ ተመርጠን ሌላ ገንዘብ ይዘን ወደዝያው መንደር አመራን። በመጓዝ ላይ እያለን አንተዬ ልጆቹ ፍቅር ቢይዛቸው ሴቶቹ ዝምብለው እሺ ይሏቸዋል እንዴ? አልኩት ጓደኛዬን። ምን ማለትህ ነው? እነ ሳላ እኮ ጐረምሶች ናቸው። ዘዴውንም ምኑንም ያውቁበታል። ከረሜላም ይዘው ይሆናል። ምን ይታወቃል? ሴቶቹም ቢሆኑ የከተማ ልጅ አይተው ሊማረኩ ይችላሉ፣ እየተባባልን ከመንደሩ መጀመርያ ላይ የተሰራ ትልቅና ሰፊ ጐጆ ቤት ደረስን። እዚህ ቤቶች! እንደምን ዋላችሁ? ብንል መልስ አጣን።

የቤቱ በር ክፍት ነበርና ጠጋ ብለን ስንመለከት 4 ሰዎች ጥንድ ሆነው ተጋድመው በመተቃቀፍ ከንፈሮቻቸውን አዋህደው እየተሻሹና እየተገለባበጡ የፍቅር ቁጠማ ሲቀጩ አየን። እህ! እንዴ! እነርሱ ናቸው እንዴ? ጉድ ነው! አንተ! እነርሱ ናቸው፣ ተባብለን የሮምዮንና የጁልየትን ፊልም የምናይ መስለን እንደሞኝም ቆመን ሁኔታቸውን ተመለከትን። አንዴ ወንዱ ይወጣባታል አንዴ ደግሞ ሴቷ ከወንዱ ላይ ትወጣበታለች። ብዙ ልምድ ያላቸው የዘመኑ ፍቅረኞች ይመስላሉ። እኛም የተፈጥሮ ነገር ሆኖብን ነው መሰል ሲደረግ ታይቶ ተሞተና ሰውነታችንን ነዘረን፤ "ቁቅም ከፈስ ተቆጠረች"! እንዲሉ ስሜት ያዘን። ጉድ እኮ ነው? ምን ሊኮን? ምን ሊደረግ ነው ይኸ ሁሉ ሁኔታ አልኩ በሆዴ።

❖ *መለስ ብዬ ሳየው*

ከጥቂት ቆይታ በኋላ ስሜታችንን ተቆጣጠርንና የሴቶቹን መልክ ለማየት ፈለግን። ሳላ! ብለንም ተጣራን። ግን ለጥርያችን ደንታም አልሰጡትም። መላቀቅ ስላልፈለጉ፣ መዳፋቸውን ዘርግተው እጃቸውን ወደላይ ከፍ አደረጉና በፍጥነት አወረዱ፤ ዝም በሉ! ለማለት መሰለን። ምን ዓይነት ቆንጆዎች ቢሆኑ ነው የማይላቀቁት? ደግሞም ካየናቸው ሴቶች የተለዩ ጠያይሞች ናቸው። አንድ ጊዜ መልካቸውን ባየንና ባደነቅን ተባባልንና ለእይታ በሚያመች በ3 ሜትር ርቀት ላይ ሆነን ደግመን ተጣራን። ሁለቱም ሴቶች እንደተማከረ ሰው ከንፈሮቻቸውን ከወንዶቹ ከንፈር እ...ም...ጰ በሚል ድምጽ በማላቀቅ ወደኛ አቅጣጫ ዘወር አሉ። ስናያቸው ልባችን ዶጭ! ዓይናችንም ይበልጥ ከፈት አለ። በአፋችን የምናይ ይመስል ሳናውቀው አፋችን በአድናቆት ተከፈተ።

አ...ቤ...ት...ቁንጅና! እንዴት አድርጌ ልግለጸው? በዕውነቱ ምንም ቃላት አላገኘለትም። ግን በዓይኔ በብሌኑ ያየሁትን በቃላት በትክክል አስቀመጥኩትም አላስቀመጥኩትም፣ እንድያው አንድ ዕውቅ ሰአሊ አሳምሮ የሳላቸው ስዕሎች የሚመስሉ፤ ስናያቸው ፍጹም የሆነ የደስታ ስሜት የሚያስመነጩ፤ አይተን ልንጠግባቸው በመሻታችን ዓይኖቻችን ለአፍቲት እንኳን እንዳይርገበገቡብን የተጨነቅንበት ቁንጅና፣ ድንቡሽቡሽ ያሉ፣ ጉንጮቻቸው ሲነኩት የሚፈርጥ የሚመስልና የሚያሳሳ፣ ዓይኖቻቸው ትላልቅና ነጫጩ እንደ ዛጐል ጐልቶ የሚታይ ከብለል ሲሉ የሚያፈዙና ልብ የሚያማልሉ፣ ሽፋላቸው የተቀነደበና ዘመናዊው የሽፋል አቀራረጽ የማይወዳደረው፣ ጥርሶቻቸው የተስተካከሉ ወተት የሚመስሉና እንከን የማይወጣላቸው፣ አፎቻቸው ሳይሰፉም ሳይጠቡም የሚያምሩና እንድያስጐመዡ ተብለው የተሰሩ የሚመስሉ፣ የከንፈራቸው ነገርማ አይወራ። ሊፕስቲክ ምን ሊያደርግለት ይቀባል። ሊያበላሸው? እረ ስንቱን ዘርዝሬ ልዝለቀው፤ በዓይነ ሕሊናዬ እየታየኝ ከማድነቅ በስተቀር።

የጓደኞቻችን በፍቅራቸው መጠመድና እንደዝያ መሆን በአንድ ወቅት የሰማሁትን የዘፈን ግጥም ትዝ አሰኘኝ። ይኸውም፣

ጠይም እረ ጠይም ብስል እንደእንኮይ
የሰው ልጅ በፍቅር ትገድያለሽ ወይ

የሚለውን። ሚስኪኖች! ምን ያድርጉ? አልፈርድባቸውም።

ጓደኛዬ በውስጡ ምን እንደተሰማው ለመግለጽ ባልችልም ከትርኢቱ በኋላ ሁለታችንም ለጥቂት ደቂቃዎች ፈዘን ቆመን ስለነበር በድንገት ተያይተን በል...ወንድሜ! እንሂድና ወተታችንን ገዝተን እንመለስ ተባብለን መንገዳችንን ቀጠልን። አንተየ! አለ ጓደኛዬ፣ ጐረምሶች ብንሆን ኖሮ እንደእነርሱ እኮ እናደርግ ነበር በል! አለኝ፣ ዕድሚያችን ለፍቅር ገና አለመድረሱን በማረጋገጥ። ያለኝን ብሰማም ምንም መልስ አልሰጠሁትም፣ የሴቶቹን ቁንጅና በዓይነ ሕሊናዩ እመለከትና የጓደኞቻችን እንደዝያ ሆኖ መገኘት እየገረመኝ።

አንዴ ስንራመድ አንዴ ደግሞ እየቆምን ስናወጋ ቀጥሎ ወደ አለው ቤት ደረስንና ቤቶች እንደምን ዋላችሁ? ብለን ሰላምታ ስናቀርብ አንዲት ሴት እዝጋሔር ይመስገን ብላ ብቅ አለች። ስናያት አለንበት ቦታ ፈዝዘን ቀረን። ወፍከሌ ቆንጆ የሚያደርግ ቅመም አለባት እንዴ? አልኩ፣ በሆዴ። መልስ ሳንሰጣት ለአንድ ደቂቃ ያህል ቆየን። ጓደኛዬ

በመርበትበት መልክ ወ...ተ...ት፣ ወተት አለ? አላት። አይ የለም ብላ አስተዋለችን። የልባችን ትርታ መጨመር ሙቀት የፈጠረብን መሰለኝ ላብ እያላበን ተሰናብተናት ወደሚቀጥለው ቤት አመራን። ጓደኛዬ ትንሽ ቆም አለና እንመለስና እናነጋግራት አለኝ። ለመመለስ ዳዳኝና ጥርሴን ነክሼ የለም!አይሆንም! ምሳ ይጠብቁናል አልኩትና ተራምደን ቀጣዩ ቤት ደረስን። እንደተለመደው ሰላምታ አቅርበን ወተት አለወይ? ስንል፣ አዎ አለ፣ ግቡ ተብለን ገባን፤ ወንድ የሚባል አላጋጠመንም ወደ እርሻ ስለተሰማራ፤ ልጆችም ቢሆኑ አላየንም፤ ጭር ያለ መንደር ነው። እቤት እንደገባን ሶስት ቀያይ ሴቶች አየን፣ አንዷ ጠና ያለች ስትሆን ሁለቱ ለግላጋ ወጣቶች ናቸው። ጡታቸው ያጐጠጐጠና ዓይን የሚያርፍበት ነበር። የቁንጅናቸው ነገር አይወራ፣ ለመምረጥ ዓይን የሚቸገርባቸው ናቸው።

በስከመጨረሻ ላይ ስለአየናቸው ነው መሰለኝ መጀመርያ ካየናቸው ሴቶች የሚበልጡ መስለው ታዩን፤ ወተቱን እየቀዱልን ትኩር ብለው ያዩን ነበር፤ አስተያየታቸው የሚያነሆልልና ቀልብ የሚወስድ ነበር፤ ጥቂት ማውራቱን ፈልጌ ነበር ግን በጓደኞቻችን አመኔታ ተጥሎብን ተልከን እያለን ማውጋቱ ፍቅር ሊያሲዘን እንደሚችል ተረድቼ ገንዘቡን ከፍለን እግዚአብሔር ይስጥልን፣ በሉ ደህና ዋሉ ብዬ ጓደኛዬን በእጁ ይዤ እየጐተትኩት ወጣን። ልባችንን እነርሱ ጋር ብንጥለውም እግራችን እየተደናቀፈ በመራመድ ወደ ጓደኞቻችን መለሰን። ግራሩ ጥላ ስር ሆነው ይጠብቁን የነበሩት ሁሉ የመጀመርያው ጥያቅያቸው የእኛን ወተት ገዝቶ መመለስ ሳይሆን እነዛን የመጀመርያዎቹን መልእክተኞች ማየት አለማየታችንን ነበር። እኛም አዎን! እዝያ ፊት ለፊት ከሚታየው ትልቅ ቤት ውስጥ ከሁለት ሴቶች ጋር ጐን ለጐን ተጋድመው የፍቅር ቁጠማ እየቀጩ ነው በማለት ስለማንኛውም ሁኔታ ስናወራላቸው አፋቸውን ከፍተው አዳመጡን። ወድያውኑ ከመካከላቸው አንደኛው ይህንን ጉድ ማየት አለብኝ ብሎ ሮጠ። እረ ተመለስ፣ ምሳ በልተን ተራ በተራ እንሄዳለን ብንለው የት ሊሰማን።

ከጥቂት ደቂቃዎች በኋላ ጉድ ነው ጐበዝ! እያለ መጣ። እስከ አሁን እዝያው ናቸው። የሴቶቹ ቁንጅና ሕሊና ያስታል፣ ብታይዋቸው፣ ብሎ ሳይጨርስ ሌሎቹ መመገባቸውን አቋርጠው እየተግተለተሉ ነጐዱ። አካባቢውን ሁሉ ዞረው ከመጡ በኋላ ሁሉም ተናጋሪ ሆነ፣ ያችኛዋ ስታምር፣ ያችን እሳ አስተውለሀታል? አቤት ቁንጅና! ዕውነትም የቆንጆዎች ሀገር እየተባባሉ ተናጋሪውንና አድማጩን መለየት እስኪያዳግት ድረስ ስሜታቸውን ይገልጹ ነበር። ከጥቂት ቆይታ በኋላ የጸሀይዋ የሙቀት ሀይል እየተዳከመ በመሄዱ ለጉዞ አመች መሆኑን በመረዳት አስጐብኛችንን አመስግነን ወደ ደሴ ተመለስን።

ዕውነቱን ለመናገር ብዙ ሀገር፣ ብዙ ሴቶች አይቻለሁ፣ በውጭ ሀገርም ጭምር፣ በሕይወቴ እንደዚህ ያለ ቁንጅና አላጋጠመኝም። አሁንም በትዝታ መንፈስ ይታየኛል።

በዝያን ግዜ ልጅ እያሱ ወፍከሌ ቤት ሰርተው የተቀመጡት ለካ ለዚህ ኖሯል? አልኩና አሰብኩ። ከዝያን ቀን ጀምሮ በሆነ አጋጣሚ ስለቁንጅና ሲወሳ ይህችን መንደር ሳላነሳ ያለፍኩበት ጊዜ አልነበረም ወደ ፊትም አይኖርም።

ሁለተኛው ትዝታዬ ደግሞ 6ኛ ክፍል ሆኜ አባ ዲና ፓሊስ፣ ተማሪ ለመመልመል ይመጣል። መቸም ወታደር መሆን ስወድ ተወዳዳሪ አልነበረኝም። ገና ትንሽ እያለሁ

❖ *መለስ ብዬ ሳየው*

ደሴ የነበረው የምድር ጦር ሙዚቀኛ በበዓላት ቀናት በየአደባባዩ እየተዘዋወረ የማርሽ ሙዚቃ ሲያሰማ ከኋላ ኳላው እየተከተልኩ እንደነርሱ ደረቴን ነፍቼ እጆቼን እያወዛወዝኩ እከተላቸው ነበር። ፓሊስ ሰራዊት ልቀጠር ስዘጋጅ የት/ቤታችን ዳይሬክተር ሚስተር ኤም ዳንኤል ሰምተው አስቀሩኝ፤ እቢሮአቸውም ድረስ አስጠርተው ወታደር መሆን ከፈለግህ ምን ጊዜም አታጣውም፤ ትምህርትን በወጣትነትህ ካልተማርከው አድገህና ስራ ይዘህ ዕድሉን አታገኘውም፤ ማግባት፣ ብሎም መውለድ ይመጣና ሳትማር ትቀራለህ። አየህ ትምህርት የሁሉም ነገር መፍቻ ቁልፍ ስለሆነ መማር አለብህ በማለት ብዙ ምክሮች መከረውኝ ቀረሁ።

በአየር ሀይል መመልመል

የ8ኛ ክፍል መልቀቅያ ብሔራዊ ፈተና ተፈትነን ውጤታችንን በጉጉት እንጠባበቅ በነበርንበት ግዜ፣ አንድ ሌሊት በሕልሜ በአየር ላይ እየተንሳፈፍኩ በደሴ ከተማ ላይ ስዘዋወር ጓደኞቼ እያንጋጠጡ ሲመለከቱኝ በማየቴ ገርሞኝ ነጋ። በማግስቱም "ብሔራዊ ፈተና የወሰዳችሁ በሙሉ ነገ ጧት በወ/ሮ ስህን ት/ቤት አዳራሽ እንድትገኙ" የሚል መልዕክት ይሰራጫል። ለምንድነው የተጠራነው ብለን የባጥ የቆጡን ስንቀበጣጥር ውለን በማግስቱ ወደ ስብሰባው አዳራሽ ሄድን።

ተማሪው በሙሉ አዳራሹን ሞልቶት ምን ሊነገረን ነው በሚል ውካታው በዝቶ ነበር፣ በመካከሉ አንድ ስዊዲናዊ የአየር ሀይል ሻለቃና ሁለት ኢትዮጵያውያን የሙቶ አለቆች በመካከላችን አለፉ። የለበሱት የወታደር ልብስ ከአሁን በፊት አየር ሀይል የገቡ የደሴ ልጆች በዕረፍት ጊዝያቸው ወላጆቻቸውን ለመጠየቅ ሲመጡ ይለብሱት የነበረው ዓይነት ካኪ ዩኒፎርም ነበር። እነዚህ ሰዎች የመጡት አየር ሀይል እንድንገባ ሊመለምሉን እንደሆነ ገመትኩ። አመጣጣቸው ለዚህ ከሆነ ዓይኔን ሳላሽ እገባለሁ ብዬ ወሰንኩ። ምክንያቱም፣

1. በደንባሪ በቅሎ ቃጭል ተጨምሮ እንደሚባለው ከልጅነቴ ጀምሮ ወታደር ለመሆን እመኝ ስለነበር፣
2. በደሴ ከተማ 2ኛ ደረጃ ት/ቤት ስለአልነበረ ብሔራዊ ፈተናውን ካለፍኩ ለመማር የምመደበው አዲስ አበባ በመሆኑና በምትሰጠኝ ሀያ ብር፣ ቤት ኪራይ ከፍየባት፣ ምግቤን ተመግቤባት ምንም እንደማትበቃኝና እንደምቸገር በጉልህ ስለታየኝ ነበር።

እንደገመትኩትም አመጣጣቸው ስለምልመላ ሆነና፣ የአየር ሀይልን ምንነት፣ ስለ መስሪያ ቤቱ ስራና የሚያስገኘው ጥቅም በዝርዝር ተገልጾ ካበቃ በኋላ ፈቃደኛ የሆኑትን ተማሪዎች ለዕጩ መኮንንነት ሊመለምሉ እንደመጡና ዕለቱኑ ፈተና ፈትነው እንደሚሄዱ ነገሩን። ተሜ ሆዬ ልቀጠር አልቀጠር እያለ ማውጣት ማውረድ ያዘ። በመጨረሻም ከ75 ተማሪዎች የማናንስ ፈቃደኛነታችንን ገልጸን አዳራሹ ውስጥ ስንቀር ሌሎቹ ወደየቤታቸው ሄዱ። እኛም ተፈትነን ሄድን። ፈተናውን ካለፍን በሀምሌ ወር ውስጥ አየር ሀይል እንደምንገባ ቀደም ተብሎ ተነግሮን ስለነበር ውጤታችንን መጠባበቅ ጀመርን።

በተባለውም ወር ውጤቱ ሲገለጽ፣ ከዝያ ሁሉ ተማሪ እኔን ጨምሮ ተማሪዎች ብቻ እንደአለፍንና ሐምሌ 25 ቀን በአውቶቡስ ተሳፍረን አዲስ አበባ እንድንገባ ተነገረን።

ውጤቱ ከተነገረ በኋላ አየር ሀይል እንገባለን ብለው የቆረጡትና ያላለፉት አንዳንዶቹ እኛ እንዳንገባ ስለአየር ሀይል መጥፎነት ቅስቀሳውን ያኪያሂዱብን ገባ። በተለይ ደግሞ በጣም ከምወዳቸውና ከማቀርባቸው ጓደኞቼ መካከል አንዱ፣ እርሱ አለማለፉን ካወቀ በኋላ እኔ እንዳልቀጥር ነጋም ጠባም ሲነዘንዘኝ፣ የለም እኔ በምንም ዓይነት መንገድ አልቀርም። ከዝያ ሁሉ ተማሪ አምስት ሰዎች ብቻ ማለፋችን ልዩ ትርጉም ስለምሰጠውና የመጀመርያውን ዕድሌንም መጠቀም ስለአለብኝ እሄዳለሁ ብዬ አቋሜን በማያወላውል ሁኔታ ገለጽኩለት።

ጓደኛዬ አትቀጠር የሚለኝ እንዳንለያይ አስቦ ነው እንዳልል የኛ ክፍል መልቀቅያ ፈተና ከወሰድንበት ቀን ጀምሮ ስለ ትምህርት ምርጫ ስንወያይ የሁለታችን ምርጫ ስለማይገናኝ መለያየታችን አይቀሬ ነበር። ታድያ ለምንድነው ቅር እየተሰኜ የሚወተውተኝ ብዬ ባሰላስል ምክንያቱን ልደርስበት ስለአልቻልኩ ማሰላሰሉን ትቸው ነበር። ለመጨረሻ ግዜ እንደማልቀር አቋሜን ባሳወቅሁበት ዕለት፤ እንግዲህ በመሄዱ ከወሰንክ የምለምንህን ትፈጽምልኛለህ ወይ አለኝ። እኔም በቅንነት ለምን አልፈጽምልህም አልኩት። ቀጠል አደረገና አዎ እኔ አየር ሀይል ለመግባት ከፍተኛ ፍላጎት ነበረኝ። ነገር ግን አልተሳካልኝም። ስለዚህ ወላጆቼ እንዴት እርሱ በለጠህ ብለው ስለሚቆጡኝ ስለዚህ ጉዳይ አንስተው ቢጠይቁህ አልተፈተነም ብለህ ንገርልኝ አለኝ። ፍላጎቱን ፈጸምኩለት፤ ግን ለምን እኔ እንዳልቀጠር ወተወተኝ? በአጋጠመው ዕድል ቢያዝንም ቅር ከመሰኘትና ያልሆነ ድርጊት ከመፈጸም ይልቅ፣ እንኳን ደስ አለህ! በርታ! ለምን አላለኝም በማለት ጭንቅላቴን አስጨነቅሁት። ለመመራመርም ሞከርኩ።

የሰው ልጅ ስለ እራሱ ብቻ የሚጨነቅ ደካማ ፍጡር ነው አልኩና ሀሳቤን ሳልጨርስ ግን እኮ አንድ ሰው እንደዚህ እንደዚህ አደረገ ብዬ የሰውን ልጅ በሙሉ በአንድ መልክ መፈረጅ ስህተት ነው በማለት፣ ጓደኛዬ እራሱን ወዳድ ነው ብዬ ደመደምኩ። ምክንያቱም በትምህርቴ ፬ኛ መውጣት ስጀምር በተለይ ቅዳሜና ዕሁድ ከቤቴ ሌሊት ወጥቼ ጭር ባለው አዘዋ ጋራ ስር ወይም ራቅ ካለ የባሕር ዛፍ ጫካ ውስጥ በማጠናበት ጊዜ ስራዬ ብሎ ፈልጎ ሲያገኘኝ ጨዋታና ቧልታ እንድንጫወት ያስቸግረኝ ስለነበረ ነው። ሌላ የማጥኛ ቦታ ቀይሬ ብሄድም በመፈለግ አበሳውን አይቶ ያገኘኝና እንደዚሁ ያስቸግረኛል። ተው እንጂ ትፈልግ እንደሆን አጥና አለበለዝያ አታስቸግረኝ እያልኩት ትግል አትችለኝም እያለ እልክ ያስይዘኛል። እርሱ ወፈርና ደልደል ያለ ሲሆን እኔ በጣም ቀጭን ስለነበርኩ ያናንቀኛል። አንድ ቀን በል እንግድያውስ አንድ ግዜ ብቻ ታግለን ትተሀኝ ትሄዳለህ ብዬው ትግል ተያያዝን። ወደ ላይ ያነሳኝና ሊጥለኝ ሲያወርደኝ እግሬን ዘርግቼ ችካል እየሆንኩበት ሊጥለኝ አልቻለም። ሊጠልፈኝ ሲሞክር እግሬን ወደ ኋላ እያደረግሁበት ተቸገረ። አደከምኩትና እጠልፋለሁ ብሎ አቅቶት እግሩን ሲመልስ ባልተደላደለበት ሰዓት ጠልፌ አንደባለልኩትና አየህ! አትችለኝም። አሁን ላጥናበት ሂድልኝ ብለው አንዴ እንድገም፣ የጣልከኝ በአጋጣሚ ነው ብሎ ስለጨቀጨቀኝ ደገምን። ያለ የሌለውን ሀይል ተጠቅሞ ሊጥለኝ ቢሞክር ወድያ ቢል ወዲህ ቢል አልቻለም። ላብ በላብ ሆነና እየደከመ ሲሄድ በድንገት ጠልፌ ጣልኩትና አሁንስ አመንክ አልኩት አዎን ግን ቱሽ እርግጫ እንጫወት አለኝ ስለእግዚአብሔር ሂድልኝ፣

ጥናቴን ላጥና ብለው እምቢ ብሎ አስቸገረኝ። እሺ ግን ከቱሸው በኋላ ትሄድልኝ እንደሆነ ነው የማጫውትህ፣ እሱንም ቢሆን አሸንፍሀለሁ አልኩት። በዚህስ አትችለኝም ብሎ ፍልሚያውን ተያያዝነው። ያለ የሌለውን ሀይሉን እየተጠቀመ ዘሎ ሲረግጠኝ ሲመጣ ወደ ጎን ዘወር ስልበት፣ ሲሞክር ዘወር ስልበት፣ ደጋግሞ የሚዘረጋው እግሩ መገናኛው ላይ እየተሰማው ሄደና እንደማንከስ እያለ ዘሎ ሲረግጠኝ ሲሞክር ዘወር ብዬ አሳልፌው ተከትዬ ኩላሊቱን ስረግጠው ተዘረረና ወደቀ። ማቃሰቱን ሲቀጥል ጎኑን እያሻሸሁ አይዞህ ብዬ ግጥሚያው አበቃ። በል ሂድልኝ ብለው አልሄድም እናውራ እያለ የጥናት ግዜየን ገደለብኝ።

እንደማይደርስ የለ የመሄጃዬ ቀን ደረሰና አባቴም ከስራ ቦታቸው ከአውሳ መጥተው ከእናቴ ጋር በመሆን ተገቢ የሆነ የወላጅ ምክር ለገሱኝ። "በሄድክበት ሁሉ ይቅናህ! የተናገርከው ይስመርልህ!" ብለው መረቁኝ። እናቴ ቀጠል አደረገችና ልጄ የስደት ጓዴ፣ አደራህን፣ ፓይለት ሆነህ እንዳትሞትብኝ ሌላ ሙያ መርጠህ ተማር እያለች እንባዋን እየረጨች ቃል አስገባችኝ። የማይታጠፍ ቃል ገባሁላት፤ አቅፋም ሳመችኝ። ይህንን ቃል ስታስገባኝ ጣልያን ወደ መውደቅያው ላይ በተደረገው ጦርነት ኮምቦልቻ ላይ የአየር ድብደባ ስለ ነበር አውሮፕላኖች እየተቃጠሉ ሲከሰከሱ በማየቷ ስለተጨነቀችና እኔም በእንደዚህ ዓይነት ሁኔታ እንዳልሞትባት በመስጋት ነበር። የእናት ነገር! ፓይለት የመሆን ምኞት ቢኖረኝም ቃል፣ ቃል በመሆኑ ስንት ዕድል እየነበረኝ ተውኩት።

ወደ አዲስ አበባ ጉዞ

አብረውኝ ከሚሄዱት አራት ጓደኞቼ ጋር የአውቶቡስ ቲኬት አስቆርጮ በማግስቱ ጧት እንድንገናኝ በተቃጠርነው መሰረት በወላጆቼ፣ በእህቶቸ፣ በወንድሞቼና በጎረቤቶቼ ታጅቤ ሀምሌ 25 ቀን 1949 ዓ.ም ጧት አውቶቡስ ጣቢያ ደረስኩ። ከተጓዥ ጓደኞቸም ጋር ተገናኘሁ። አውቶቡስ ውስጥ ገብተን እቃችንን ካስቀመጥን በኋላ ወርደን ከሸኝዎቻችን ጋር በመቀላቀል ጨዋታ ያዝን። የአውቶቡሱ መንቀሳቀሻ ሰዓት እንደደረሰ ተሳስመን በእንባ ተለያየን። አውቶቡሱ መንቀሳቀስ ጀመረ። ከእይታ እስኪርቅ ድረስ እጅ በማውለብለብ የደህናሁኑ ስሜታችንን ገለጽን። አውቶቡሱ ሸዋ በርን አለፍ እንዳለ የተማርኩበትን ት/ቤት ከማዶ እያየሁ ያሳለፍኩትን የትምህርት ግዜ በዓይነ ሕሊናዬ እየተመለከትኩና የወደፊት ኑሮየን እያሰላሰልኩ ለጥቂት ደቂቃዎች ሀሳብ ባሕር ውስጥ ሰመጥኩ።

ረዥም ጉዞ መጓዝ የመጀመርያ ግዜ ስለነበር ግራ ቀኙን እየተመለከትኩና የደረስንባቸውን ከተሞች ስም እየጠየቅሁ እንቅልፍ ሆነ የድካም ስሜት ሳይደርስብኝ በአራት ኪሎና በፒያሳ በኩል አድርጎ አዲስ አበባ ከምሽቱ ሁለት ሰዓት አካባቢ በመግባት አቡነ ጴጥሮስ ሀውልት በታች አውቶቡሱ ቆመ። የአዲስ አበባን ዝና በየግዜው እንሰማ ስለነበር ግራናቀኝ በመመልከት ከተማዋን አደነቅን።

ከአውቶቡሱ እንደወረድን ይጠብቀን የነበረ የአየር ሀይል ተወካይ ስማችንን እየጠራ አገኘንና በተዘጋጀችልን ባለ ሸራ ፒካፕ ቮልስ ዋገን መኪና ተሳፍረን ወደ ደብረዘይት አየር ሀይል አመራን። በግምት ከምሽቱ ሶስት ሰዓት ተኩል ይሆናል አየር ሀይል ግቢ ገባን። እራታችንን በልተን አንሶላና ብርድ ልብስ ተሰጥቶን ጥቂት አዲስ ልጆች ያሉበት መኝታቤት ገብተን አልጋችንን አንጥፈን ተኛን።

በየሳምንቱ ከየክፍለ ሀገሩ ተመልምለው የመጡት እስከ ነሀሴ ወር መጨረሻ ድረስ ገቡ። የዓመት የአገልግሎት ኮንትራት ፈርመን በመስከረም ወር መጀመርያ ላይ የደንብ ልብስ ዩኒፎርም ተሰጥቶን ለበስን። የአምሀ ደስታ ቤተሰቦች አየር ሀይል እንዳይገባ ስለፈለጉ ሁለት ግዜ አስገድደው ወስደውት እየጠፋ በመመለሱ ወላጆቹ በስከመጨረሻ ግቢ ድረስ መጥተው "ልጆቼ! አምሀ አየር ሀይል እንዳይቀጠርብን እያስገደድን ወደ ቤት ወስደነው እርሱም እየጠፋ ተመለሰ። ከአሁን ወድያ ማስገደዱ ጥቅም ስለሌለው እናንተን የሚያጋጥም ይግጠመው። ከፉም ይሁን ደግ፣ አደራውን ለእናንተ ሰጥቻለሁ" በማለት አንብተው ተሰናብተውን ሄዱ።

የመጀመርያው ስልጠና ሶስት ወር የፈጀ የሰልፍ ትምህርት ስለነበር በስሜት ተያያዝነው። የወታደር ቤት ስነ ስርዓት የተመላበት ከጽዳት ጀምሮ እስከ ከፍተኛው ደረጃ ድረስ የስራ ልምድ የሚቀሰምበት በመሆኑ በተለይ በዚህ በሶስቱ ወር ስልጠና ወቅት ጧት ከንጋቱ በ11 ሰዓት ከመኝታችን ተነስተን ሰውነታችንን ለማጠንከር ሩጫ አንሮጣለን። ከስፓርት ተመልሰን ገላችንን በመታጠብ ከለበሰን በኋላ ተሰልፈን ሰንደቅ ዓላማ እንሰቅልና ቁርስ በልተን ለፍተሻ ሰልፍ ሜዳ ተሰልፈን አለባበሳችን፣ ንጽህናችን የጫማችን ጽዳት ጺማችንና ጸጉራችን ይፈተሽና ነው መደበኛውን የሰልፍ ትምህርት እንቀጥል የነበረው። ታድያ አንድ ቀን የያኔው ፻/አለቃ የአሁኑ ኮሎኔል ተሰማ አባደራሽ በተራቸው ሲፈትሹን ከመካከላችን አንዱ ሳቅ ይገፋፋውና ለመቆጣጠር ሲጥር ጥርሱን ገልጦ ኖሮ እንቁላል ተለጥፎበት አዩት። እንዴ! እንዴ አንተ ምኑን ቁርስ በላኸው በሙሉ እጥርስህ ላይ አይደል እንዴ ያለው! ሲሉት ያ ሁሉ ሰው በሳቅ ተንተከተከ። መቸም በወታደራዊ ሕይወት ውስጥ አስቂኝም አሳዛኝም ያጋጥማል። እዚህ ላይ የሰውን ልዩነት በውል የሚያሳይ ሁኔት ጠቀስ ላድርግ፣ በ11 ሰዓት ከመኝታችን እንድንነሳ የሚያደርገን የጥሩምባ ድምጽ ነው። ይህ ጥሩምባ ሲነፋ ከመቅጽበት ከአልጋችን ወርደን አንጥፈንና የስፓርት ልብስ ለብሰን መውጣት ግዴታችን ነበር። ታድያ አንድ ከደሴ አብሮን የመጣ ጓደኛችን ጥሩምባ ሲነፋ እንደኛ መዘጋጀት ሲገባው አልጋው ላይ ቁጭ ይልና" አዬ ኑሮ! ሲል በሳቅ እንፈላ ነበር። ሶስት ወር ሙሉ እንደዚህ እያለ አሳለፈና በስከመጨረሻ ሊቋቋመው ስለአልቻለ ተሰናበተ።

የወታደራዊ ትምህርት ስልጠና እንዳገባደድን በአየር ሀይል ውስጥ ተሰማርተን ለማገልገል የሚያስችለንና የምንፈልገውን ሙያ ትምህርት ለመምረጥ እንድንችል አየር ሀይሉ በወቅቱ ለማሰልጠን ካቀዳቸው ኮርሶች መካከል የአውሮላን ጥገና ትምህርት መርጬ ለ2 ዓመታት ሰለጠንኩ።

እኛ አየር ሀይል በተቀጠርንበት ወቅት መስሪያ ቤቱን ይመሩ የነበሩት ስዊድኖች ስለነበሩ በስልጠና ላይ እያለን ሁኔታችንን ገመገሙና በወቅቱ የአየር ሀይል አዛዥ የነበሩት ጀኔራል ኔልሰን ሰብስበው በአነጋገሩን ግዜ "ከመካከላችሁ ፍላጐት ያላችሁ ሁሉ ፓይለት መሆን እንደምትችሉ ቃል እገባላችኋለሁ" በማለታቸው አንድ ክፍል ውስጥ ገብተን ቅጽ እንድንሞላ ሲነገረን ፓይለት ለመሆን እየፈለግሁ የእናቴ አደራና እኔም የገባሁላት ቃል በአዕምሮዬ እያንቃጨለ ስለ አስቸገረኝ ምንም እንኳን ገና ያልበሰልኩ የ16 ዓመት ልጅ ብሆንም ቃል ቃል መሆኑን በመገንዘብ ቃሌን ላለማጠፍ ስል ተውኩት።

የማይረሱኝ የኑሮ ልምድ ያገኘሁባቸው ትዝታዎች

አየር ሀይል ውስጥ ትምህርቴን በመማር ላይ እያለሁ በተለይ ከክፍለ ሀገር የመጣነው ልጆች አብዛኛዎቻችን ጥሩ ውጤት እናስመዘግብ ስለነበር ከአዲስ አበባ ከመጡትና በደረጃ እንበልጣቸው ከነበሩት መካከል አንድ የተንኮል ድር ተደራብን። በአንድ በኩል ልጅነት በሌላ በኩል ደግሞ ሰውን እንደራሳችን የማመን ጉዳይ ስለነበር፣ እነዚህ ተንኮለኞች ልጆች የአየር ሀይልን መጥፎነት፣ እየፈጠሩ ቅስቀሳ በማድረግ እንድንወጣና ትምህርት ቤት እንድንመለስ በየቀኑ ይገፋፉን ስለነበር ከ20 የማናንስ ተማሪዎች በመታለል ዓውቀን ፈተናውን ወደቅን። በአንፃሩ ግን እነርሱ ሳይወድቁ ቀሩ። በኋላ ደባ እንደተሰራብን ስለገባን ቆሽታችን አረረ። መምህራኖቻችንም ጥሩ ውጤት ስታመጡ ቆይታችሁ ምን ነካችሁና ወደቃችሁ እያሉ ሲጠይቁን ጉዳችንን በሆዳችን ይዘን ምንም መልስ ሳንሰጥ ዝም አልን።

አንድ ቀን ሰበሰቡንና በዚህ ሙያ መቀጠል ስለማትችሉ የሙዚቀኛነት ትምህርት ትከታተላላችሁ ሲሉን፣ አብዛኛዎቻችን እኛ ሙዚቀኛ መሆን አንፈልግም ከቻላችሁ አንድ ዕድል ስጡንና ትምህርታችንን እንቀጥል ካልተቻለ ግን ወደየመጣንበት መልሱን የሚል አቋም ያዝን። በመጨረሻም በወቅቱ የአየር ሀይል ምክትል አዛዥ የነበሩት ኮሎኔል አሰፋ አየነ (በኋላ ጀነራል) ዘንድ ቀረብንና ብዙ ካነጋገሩን በኋላ እያንዳንዳችንን አንተ ከየት ነው የመጣኸው? እያሉ ጠየቁን። ሰባት የተለያዩ ክፍላተ ሀገር ጠርተን ስንነግራቸው እናንተን ሁሉ በየክፍለ ሀገሩ መመለስ ዕድላችሁን ማበላሸትና ብዙ ገንዘብ ማውጣት ስለሚሆን አንድ ዕድል ብንሰጣችሁ ጥሩ ውጤት ታመጣላችሁ ወይ? ብለው ሲጠይቁን በስሜትና በአንድ ድምጽ አዎን! ስለአልናቸው ዕድሉ ተሰጠንና ትምህርታችንን ቀጠልን።

እንደ ቃላችንም ጥሩ ውጤት በማምጣት እነዚያን ያጃጃሉንን ሁሉ በለጥናቸው። እንደዚህ ዓይነቱን የሰው ምክር መስማት ምን ያህል አደገኛ እንደሆነ በልጅነቴ አንድ የማይረሳ ትልቅ ትምህርት ተማርኩ። አውጥቸና አውርጄ ለእኔ የሚበጀኝን እኔው እራሴ መወሰን እንደሚኖርብኝም ለእራሴ ቃል ገባሁ።

ከ8 ዓመት አገልግሎት በኋላ የመኮንንነት ኮርስ ለመሳተፍ ስዘጋጅ ጁንየር ቴክኒሻን ስለነበርኩና ደሞዜም ከም/፻ አለቃ ደሞዝ ይበልጥ ስለነበር አንዳንድ ጓደኞቼ እንዴት ከብር 250.00 ወደ ብር 160.00 ትወርዳለህ፣ እኛ ማመልከቻ ስለማናስገባ አንተም አታመልክት አሉኝ። ሁኔታውን ወደ ኋላ በዝርዝር የምገልጸው ብሆንም ኮርሱን ተሳትፌ ም/፻ አለቃ ከሆንኩ በኋላ ባሳየሁት ወደር የማይገኝለት የስራ እንቅስቃሴ በተሾምኩ በ2ኛው ዓመቴ ከሌሎች 2 ሰዎች ጋር የቅድሚያ ሹመት ተሰጥቶን ሙሉ ፻ አለቃ ስሆን እነዚያ አታመልክት ያሉኝ ጓደኞቼ፣ የቅድሚያ ሹመት መሰጠቱን ብናውቅ ኖሮ እኛም ኮርሱን እንሳተፍ ነበር ማለታቸው ገርሞኝ ታዘብኳቸው።

የ2 ዓመት ትምህርታችንን በሚገባ እንዳጠናቀቅን ጓደኞቻችን በየሙያቸው ስራ ሲመደቡ፣ አየር ኃይል የመኪና ጥገና ትምህርት ቤት ማቋቋም ይፈልግ ስለነበር እኔና በጣም የምወደው ጓደኛዬ አስግደው ጫሊ የመኪና ትምህርት መስጫ ወርክ ሾፕ ፕሮጀክት የማቋቋም ሀላፊነት ተሰጥቶን ስራውን ተያያዝነው። በ6 ወራት ጊዜ ውስጥም አጠናቅቀን ለመማርያ ተብለው የተገዙትን 6 የቮልስ ዋገን አሮጌ ሞተሮች አንድ ባንድ

ፈታትተን በማጽዳትና የሚለወጡ ዕቃዎችን በመለወጥ አንዱን አዘጋጅተን አሰራነው ቴስት ቤንች ላይ አስረንም አስነሳነው። ሌሎቹንም ሞተሮች ያለ አንዳች እንከን በጥሩ ሁኔታ ሰራናቸው።

ይህንን ያዩ ቮልስ ዋገን መኪና የነበራቸው ስዊድኖች መኪናዎቻቸውን እንድንሰራላቸው ተረባረቡብን። በዚህን ጊዜ በስራችን ኮራን። ጥሩ ስምም አገኘን። ፕሮጀክቱን ለትምህርት ክፍሉ አስረክበን በየተመደብንበት ስንሰማራ እኔ ኤር ክራፍት ዎርክ ሾፕ ተመደብኩ።

ይህ የተመደብኩበት ዎርክ ሾፕ ካቀፋቸው ልዩ ልዩ ክፍሎች መካከል ሳፋየር የተባሉት የማሰልጠኛ አውሮፕላኖች ከባድ ጥገና (ኦቨር ሆል) የሚከናወንበት ሲሆን የወርክ ሾፑም ሆነ የሳፋየር ጥገና ኋላፊ ስዊድኖች ነበሩ። እኔ የአንድ አውሮፕላን የጥገና ቡድን መሪ ሆኜ በመመደብ ስራዬን ቀጠልኩ። ለእኔ የመጀመርያዬ የሆነችውና ከባልደረቦቼ ጋር በመሆን የጠገንኳት አውሮፕላን ቁጥር 126 ነበረች።

በዚህ ዎርክ ሾፕ ውስጥ ለመጠገን የሚገቡት ሳፋየር አውሮፕላኖች 1000 የበረራ ሰዓት ያጠናቀቁ ወይም በበረራ መስመር ደረጃ ሊጠገኑ የማይችሉት ሲሆኑ፣ ይህች በእኔ መሪነት ለጥገና የገባችው አውሮፕላን በአለው ዎርክ ካርድ መሰረት ፈታትተን በ2 ቀናት ጊዜ ውስጥ አራቆትናት፤ ወደ ተለያዩ የስራ ክፍሎች የሚላኩትን፣ እንደ ሞተር ኢንስትሩሜንት ሬድዮ አክሰሰሪና የመሳሰሉትን የስራ ትዕዛዝ አውጥተን ላክንና የተቀረውን ስራ አጽድተን ፈትሸንና የሚለወጠውን ለውጠን ገጣጠምን፣ ወደ ተለያዩ የስራ ክፍሎች የተላኩትን ተረክበንም ገጥመን የሚስተካከለውን ካስተካከልን በኋላ በሀላፍያችን አስፈትሸን በ6 ሳምንታት ጊዜ ውስጥ ለበረራ ብቁነት ፍተሻ አዘጋጀናት። ለበረራ ብቁ መሆኗን ለማረጋገጥ አየር ላይ መንሳፈፍ ስትጀምር ያደረብኝ ደስታና የመንፈስ እርካታ ወደር አልነበረውም። በረራዋን ፈጽማ እንደተመለሰች ፓይለቱ የኤሊቬተሯ ትሪም (ማስተካከያ) መጠነኛ መስተካከል ከሚጠይቅ በስተቀር ለበረራ ብቁነቷን አረጋገጠ፣ ተስተካክላም ወደ በረራ መስመር ተሰማራች።

በዚህ ሁኔታ 3 ዓመት ያህል እንደሰራሁ ብዙዎቹ ስዊድኖች በኢትዮጵያውያን ተተክተው ስለነበር እኔም የሳፋየር አውሮፕላን የዴፓ ጥገና ሱፐርቫይዘር ሆንኩ፡ በዚሁ አካባቢ በ1960 ዓ.ም አየር ሀይሉ ል-86 የተባሉት ጀት ተዋጊ አውሮፕላኖች ባለቤት ሆነ፤ የአሜሪካ አማካሪዎች ገቡ፤ የፋሚላራይዜሽን ስልጠና ተሰጠን። ወደ አሜሪካ እየተላክን በየሙያችን የመሰልጠን ዕድልም አገኘን።

ወደ መኮንንነት ደረጃ መሸጋገር

አየር ሀይል ከመቀጠሬ በፊት በሓምሌ ወር 1949 ዓ.ም የአየር ሀይል መልማዮች ደሴ መጥተው መግለጫ ሲሰጡ አንድ ሰው በተቀጠረ በአምስተኛው ዓመቱ ኦፊሰር እንደሚሆን አስረድተው ስለነበር መመዘኛውን ለማሟላት የማታ ትምህርት ተምሬ ኢ.ሲ.ኤል.ሲ ወስጄ በመዘጋጀት በ5ኛው ዓመቴ ለመሾም እጠብቀው የነበረውን ማዕረግ አላገኘሁትም። ተስፋ ከቆረጥኩ በኋላ በ8ኛው ዓመት መመዘኛውን የምታሟሉና ለዕጩ መኮንንነት ውድድር መሳተፍ የምትፈልጉ ማመልከቻ ማቅረብ ትችላላችሁ የሚል ማስታወቅያ በመውጣቱ፣ ልሳተፍ አልሳተፍ እያልኩ አመነታሁ። ምክንያቱም በበታች

❖ *መለስ ብዬ ሳየው*

ሹምነት ጁ/ቴክ ማዕረግ ደርሼ ደሞዜ ብር 250.00 ስለነበር ኮርሱን ተሳትፌ ም/፲ አለቃ ብሆን ደሞዜ ወደ ብር 160.00 ዝቅ ስለሚል ነበር። ባልሳተፍ ደግሞ መኮንን ሳልሆን ከአየር ሀይል ልውጣ ብል የመቀጠር ዕድሌና የምቀጠርበት ሁኔታ ዝቅ ያለ እንደሚሆን በማወቄ ነበር። በዚህ ላይ "በእንቅርት ላይ ጆሮ ደግፍ" እንዲሉ ጓደኞቼ እንዳላመለክት ይገፋፉኛል።

በእንደዚህ ያለ የማመንታት ሁኔታ ላይ እያለሁ ከምቀርባቸው ጓደኞቼ አንዱ አብርሀም አበበ ማመልከቻ አስገብቼ እንደሆነ ይጠይቀኛል። የለም አላስገባሁም ብዬ ስመልስለት እንዴት ይህንን ዕድል ታጣለህ? ማመልከቻ ማስገባት አለብህ ብሎኝ እሺ አልኩትና አሁንም አመንትቼ እንደተውኩት በሶስተኛው ቀን ይኸው ጓደኛዩ መጥቶ ማመልከቻ አለማስገባቴን ስለዓወቀ የማመልከቻ ቅጽ እራሱ ሞልቶ በግድ አስፈርሞኝ አስገባሁ።

ቃለ መጠይቅ ተደርጐልኝ እንደምሳተፍ ሲገለጽልኝ፣ ግድ የለም ለወደፊት ዩኒቨርሲቲ ገብቼ መማር ስለምፈልግ በዚህ ኮርስ ላይ የሚሰጡትን እንደ ኤኮኖሚክስ፣ ኢንተርናሽናል ሎው፣ ፐብሊክ አድሚኒስትሬሽን፣ ሚሊታሪ ሎው፣ ሚሊታሪ ጂኦግራፊና የመሳሰሉትን የዩኒቨርሲቲ ትምህርቶች ተምሬ እራሴን የምገመግምበት ይሆናል ብዬ ተሳተፍኩ። የቅርብ ጓደኞቼ በየጊዜው ባገኙኝ ቁጥር፣ እንዴት ደሞዝህን ትቀንሳለህ፣ አየህ ማዕረጉን እኮ በብር 90.00 ነው የምትገዛው ለምን አይቀርብህም እያሉ መቆሚያ መቀመጫ አሳጡኝ። ልቤንም እሁለት ከፈሉት። ሁለት ልብ ሆኖ መማር ምን ያህል አስቸጋሪ እንደሆነ የደረሰበት ነው የሚያውቀው። ይህንን ሁለት ልቤን ይዤ በመማር ላይ እያለሁ፣ አየር ሀይል ገብቼ የአውሮፕላን ጥገና ትምህርት እየተማርኩ በነበርኩበት ግዜ በተንኮለኞች የክፍል ጓደኞቻችን ቅስቀሳ የደረሰብኝን ሁኔታና ለእራሴ የገባሁትን ቃል አስታውሼ አንዱን ልቤን አሸቀንጥሬ ጣልኩት። ለመጽናናትም ያህል የደሞዙን ሁኔታ ገመገምኩ፤ ኮርሱን ተሳትፌ መኮንን ብሆን ያጣሁትን ብር ከሶስት ዓመት በኋላ ሙሉ ፲ አለቃ ሆኜ ባገኘውና በየዓመቱም የሚደረገውን የብር 30.00 ጭማሪና የየወቅቱን የማዕረግ ዕድገት አስልቼ ጓደኞቼ የመጨረሻውን የበታች መኮንኖች ማዕረግ አግኝተው የደሞዛቸው ጣራ ብር 500.00 ስለሆነ የሻለቃነት ማዕረግ ላይ አልፍያቸው እንደምሄድ፤ የማዕረግ ዕድገቱም እየጨመረ በሄደ ቁጥር ደሞዜም ያን ያህል እንደሚጨምርና የተሻለ ኑሮ እንደምኖር እራሴን ለማሳመን ጣርኩ። በሌላ በኩል ደግሞ ስመለከተው ከአየር ሀይል ወጥቼ ሌላ መስርያ ቤት ብቀጠር በወቅቱ ስርዓት መሰረት የተሻለ ደረጃና ደሞዝ አግኝቼ ስለምቀጠር ሌላ ማጽናኛ ፈጠርኩ።

የዕጩ መኮንኖች ትምህርት ቤት እንደገባን መኝታችንን አደራጅተን መግለጫ ለመስማት ተሰብስበን የትምህርት ቤቱን ሕግና ደንብ እንድናውቅ ተደረገ። ከ33 የኮርሱ ተሳታፊዎች መካከል 11 ከፍተኛ ውጤት የሚያገኙት ብቻ ስለሚሾሙ ውድድሩ ቀላል እንዳልሆነ ተገለጸልን። የኮርሱ ተሳታፊዎች አብዛኛዎቹ ከትምህርት ዓለም ያልተለዩ ካዴቶች የነበሩ ሲሆኑ ጥቂቶቻችን ደግሞ የካዴቶቹ መምህራንን ጨምሮ በስራ ዓለም ተሰማርተን የቆየን ስለነበርን የመሾም ዕድላችን በጣም ጠባብነበር። በደንቡ መሰረት አየር ሀይል በመቀጠር ቅድሚያ ያለው ኮማንደር ሆኖ አንድ ምክትል ሀላፊና አንድ የስነ ስርዓት አስከባሪ የያዘ ለአንድ ወር የሚሰራ የአመራር አካላት መመደብ ስለነበረባቸው እኔ፣ ግርማ ሀይሉና ዓለማየሁ አሰፋው የመጀመርያውን የስራ ሀላፊነት ተረከበን

የሀላፊነት መለያ የሆነውን መደቡ ጥቁር ሰማያዊ የሆነ ባለ 4፣ ባለ 3 እና ባለ 2 ነጭ ጥብጣብ ትከሻችን ላይ አደረግን።

የትምህርት ቤቱን ደንብ ለማስከበር ጥብቅ፣ ኮስታራና ቆፍጣና መሆን ስለሚያሻ ይህንኑ ተላብሰን በስራ ዓለም ላይ የነበረን ሰው አርቆ ከምስማር የጠነከረ ዲሲፕሊን ያለው እንዲሆን ማድረጉ ቀላል አልነበረምና የአለባበስ፣ የአኪያሄድ፣ የግልና የወል ንጽሕና አጠባበቅ፣ የአመጋገብ፣ የሰዓት ማክበር በአጠቃላይ ስለሚከተሉት ስነ ስርዓት መግለጫ ሰጥቼ ይህንን በማያሟላ ላይ የስነ ስርዓት እርምጃ እንደሚወሰድበት አስገነዘብኩ።

የስራችን ቅደም ተከተል፣ ጧት በ፱ ሰዓት ተነስተን ስፖርት መስራት፣ ገላ ታጥበን መልበስ፣ አልጋችንን ማንጠፍ፣ ጫማና መኛታ ቤት ማጽዳት፣ መፈተሽ፣ በሰልፍ ወደ ክፍል መሄድና መመለስ፣ መምህር ወደ ክፍል ሲገባ እርጋ በሚል ትዕዛዝ ከመቅጽበት በመነሳት ዝግጁነታችንን መግለጽ፣ ምግብ ቤት ሲገባ የአቀማመጥና የአመጋገብ ስነስርዓት ተጠብቆ የሹካና የቢላ ድምጽ እንኳን ሳይሰማ ጸጥ እርጭ ብሎ መመገብና በአንድ ጠረጴዛ ላይ ያሉት እንደተሚሉ እኩል መመገብ ጀምረው ተጠባብቀው የወንበር ድምጽ ሳያሰሙ በአንድ ላይ መነሳት፣ ጥናት ክፍል መግባት፣ ከመተኛታችን በፊት በሁሉም አኳያ ተዘጋጅተን መኛታ ቤታችን ውስጥ በየአልጋችን ፊት ለፊት ቀጥ ያለ መስመር ይዘን መፈተሽና ጸጥታ ጠብቀን መተኛት የዕለት ተዕለት ተግባራችን ነበር።

ይህንን የዕለት ተዕለት ተግባራችንን ስራ ላይ ለማዋል የሶስታችንም ሀላፊነት ስለነበርና በአጋጣሚም ሶስታችንም ጠንካራዎች በመሆናችን ሀላፊነታችንን ተወጥተናል። በትምህርት ቤቱ ደንብ መሰረት ኮማንደሩ ያለው ስልጣን ከፍተኛና የተለዩ ስለነበር በአግባቡ የወሰነውን ውሳኔ የትምህርት ቤቱ ሀላፊ እንኳን ሊሽረው አይችልም፤ ሁሉንም ነገር ይከታተላል፣ ይፈትሻል፣ የትምህርት ቤቱን ደንብ ያስፈጽማል፣ ትዕዛዝ ይሰጣል ይቀጣል።

የዕጩ መኮንንነት ኮርስ ሲባል ቀላል እንዳልሆነና ብዙ ችግሮችን ተቋቁሞ የሚሾምበት ለመሆኑ የማያውቁት እንድያውቁት ለማድረግና የአጠቃላይ ሁኔታውን ጥብቅነት መገንዘብ ያስችል ዘንድ የንጽሕና አጠባበቁን፣ የመኝታ ቤት ፍተሻውንና ስነ ስርዓት ለማስከበር የሚወሰደውን አንዳንድ እርምጃ መግለጹ የሚሻል ሆኖ አግኝቸዋለሁ።

ከጧቱ ሁኔታ ብጀምር ተረኛ የመኝታ ቤት አጽጅዎች ብቻ ጽዳቱን ስያከናውኑ ሌሎቹ ውጭ ሆነው ጫማቸውንና የቀበቶ መቆለፍያውን ብረት ያጸዳሉ። ተረኛ አጽጅዎች የጽዳት ስራቸውን ከተወሰነላቸው ሰዓት በፊት አጠናቀውና ጫማና ቀበቷቸውን አጽድተው ለፍተሻ ዝግጁነታቸውን ሲያመለክቱ በሁለቱ የስራ ባልደረቦቼ ታጅቤ በግልጽ ከሚታየው ባሻገር በሆነ ነገር የተሸፈነውን የጽዳት ሁኔታ በማየትም ሆነ በእጅ በመዳሰስ አረጋግጣለሁ፤ በመጀመርያው ፍተሻ ቀን ቁም ሳጥኑ በስከ ላይ በኩልና ሰዋራ ቦታ ላይ የነበረውን አቧራ በእጄ ዳስሼ ሳሳያቸው የደነገጡት መደንገጥ ቀላል አልነበረም፤ ሽንት ቤቱም ጉድለት ስለነበረበት ነጭ ሻሽ መምሰል እንዳለበት ነግሬ፣ በበኩሌ ነገ ይህንን ሁኔታ ወይም ሌላ ጉድለት እንዳይ አልሻም በማለት አስጠነቀቅሁ። ጧት ጧት በዚህ ዓይነቱ ሁኔታ እየፈተሽኩ ጥሩ ውጤት ባይም አንድ ቀን በትርፍ ግዜዬ አንድ ስውር ቦታ ላይ የሸረሪት ድር ስለአየሁ ለማንም ሳልነግር ጧት ፍተሻ ጨርሼ ከመሄዴ በፊት፣ ጽዳቱ ጥሩ ነው ነገር ግን ካላጸዳችሁት ሰዋራ ቦታ ላይ የሸረሪት ድር ስለማገኝባችሁ ነገ ጧት ጓዳ ጐድጓዳውን ሁሉ አጽድታችሁ ጠብቁኝ ብዬ እልከ አስያዝኳቸውና በትርፍ ግዝያቸው ጭምር የሸረሪት ድር እንዳይገኝ አጽድተው በማግስቱ ለፍተሻ መዘጋጀታቸውን አመልክተው ፍተሻውን ስጀምር ምንም ነገር እንደማላገኝ መተማመናቸውን ከሁኔታቸው ተረዳሁ። መኝታ ቤቱን ከላይ እስከታች የአልጋ፣ የበርና የመስኮት መገናኛ ሳይቀር በጥንቃቄ ፈትሼ አቧራም ሆነ የሸረሪት ድር ባለመገኘቱ አጽጅዎቹ ረኩ። ወደ መታጠቢያ ቤት ሄጄ ከፈተሽኩ በኋላ በስከመጨረሻ ላይ ወደፊት መታጠቢያው ሰህን ሄጄ እጄን ከስር ባለው ጐድጓዳ ቦታ ላይ ዘው አድርጌ የሸረሪቱን

ድር አፈፍ አድርጌ አወጣሁት። ከሁሉም ስህን ስር የወጣው እጄን በሙሉ ሸፈነው፤ ይህንን እንዴት አላጸዳችሁም? ፋከራቹሁ እስከዚህ ድረስ ነው? ስለዚህ ነገም ሆነ በሌላ ቀን ተሻሽሎ እንደሚጠብቀኝ እርግጠኛ ነኝ ቢያቸው ስወጣ ያንን ያህል ለፍተን እንዴት ጉድለት አገኘብን ብለው አዘኑ። ከዚህ ቀን በኋላ አንድም ጉድለት ሳላገኝ ሀላፊነቴን ለተረኛው አስረከብኩ።

ወደ ማታው ፍተሻ ብሸጋገር፣ ፍተሻው ከመተኛታችን በፊት ከምሽቱ 4 ሰዓት ላይ ነበር የሚከናወነው። መኝታችን ተደራራቢ አልጋ ሲሆን፣ ባለ 2 በር የብረት ቁም ሳጥን ከበስከ ግርጌው በስርዓት ተቀምጧል። እያንዳንዱ ዕጩ መኮንን ጫማውን አጽድቶ በየአልጋው ግራና ቀኝ ግርጌ ላይ በከፊል አልጋው ስር ገባ ብሎ ሳይዛነፍ ያስቀምጣል፣ ዩኒፎርሙን እንደለበሰ ቁም ሳጥኑን ከፍቶና መስመሩን ጠብቆ ከየቁም ሳጥኑ ግራና ቀኝ ወደ ፊት ወጣ ብሎ በመቆም ነው የሚፈተሸው። እኔና ምክትሌ መኝታ ቤት ስንገባ ስነ ስርዓት አስከባሪው እርጋ! ይልና ተጠንቀቅ ብሎ በማዘዝ ጌታዬ ዕጩ መኮንኖቹ ለፍተሻ ዝግጁ ናቸው፣ ብሎ ሲያመለክት አሳርፍ በላቸው በማለት ከአንድ ጫፍ በመጀመር የአልጋውን አነጣጠፍ፣ ብርድ ልብሱን በመዳፌ በመምታት ከአቧራ ነፃ መሆኑን በማረጋገጥ፣ የጫማውን ጽዳትና አቀማመጥ፣ የቁም ሳጥኑን የልብስ አደረጃጀት፣ የዕጩ መኮንኑን አለባበስና ንጽሕና እፈትሻለሁ። ዕጩ መኮንኑ በየተራው ሲፈተሽ በተጠንቀቅ ከደረቱ ወጣ ከሆዱ ገባ ባለ ሁኔታ ነው። በዚህ መልክ ለ2 ሳምንታት ያህል ፈትሼ በውጤቱ ስለረካሁ ከሚቀጥለው ቀን ጀምሮ ማንኛውንም ነገር በስርዓት አደራጅተው ተኝተው እንደሚፈተሽ መምርያ ሰጠሁ።

አንድ ቀን ስፈትሽ በረከትአብ ረዲ ጫማውን አዝረክርኮ ተኝቶ ስለነበር ጫማህን ለምን በስርዓት አላስቀመጥከውም ብዬ ስጠይቀው ይቅርታ ጌታዬ ብሎ በመነሳት አስተካከለ፤ በሌላ ቀን ደግሞ ጭልጥ ያለ እንቅልፍ ላይ እያለ ጫማው ሳይጠርግ በማየቴ ተቀስቅሶ እውጭ በመውጣት ጫማውን ቀለም ቀብቶ እንድያመለክት እንድያደርግ ለስነ ስርዓት አስከባሪው ትዕዛዝ ስለሰጠሁ ብርድ ልብሱን ከላዩ ላይ በመግፈፍ ተነስ! የሚል ቆፍጣና ትዕዛዝ ሲሰጠው ደንግጦ ከመቅጽበት እንደተነሳ እውጭ ወጥተህ ጫማህን በቀለም ወልውለህ አመልክት ሲለው "እ...የየየየ...እ...!አንቺ ጫ...ማ! እንዳንቺ የታደለ ይኖር ይሆን"? በማለቱ ሁሉም በየአልጋው ውስጥ ሆኖ ሳቁን አፍኖ ሲጨነቅ እኔንም ሁኔታው ኮርኩሮኝ ሳቅ እንዳያመልጠኝ በመያዝ ተቋቋምነው። ፍተሻየን እንደጨረስኩ የብዙዎቹ የጫማ ጽዳት መሆን እንደሚገባው ባለመሆኑ አንድ ቀጭን ትዕዛዝ አስተላለፍኩ "የጫማችሁ ጽዳት ጥሩ አይደለም፣ ፊታችሁን እስከያሳይ ድረስ መወልወል ስለአለበት "ስፒት ሻይን" አወላወል እንዴት እንደሆነ ነገ ጧት ስለማሳያችሁ በሚነገራችሁ ሰዓት ደረጃው ላይ ትገኛላችሁ "በማለት ገልፌው በማግስቱ የጫማ ቀለም፣ ቡሩሽ፣ ጨርቅ፣ ጥጥ ይገዤ በጫማው ቀለም ክዳን ላይ ውሀ ጨምሬ እቦታው ተገኘሁ። ሁሉም ሊያዩኝ በሚችሉበት ሁኔታ እንዲቆሙ አድርጌ ጫማዬን በጨርቅ ጠርጌ ከቦረሽኩት በኋላ ጥጡን እውሀው ውስጥ ነክሬና ጨምቄ ቀለሙ ላይ በመደፍደፍ ጫማዬን እያሸሁ እስከያንጸባርቅ ድረስ ወልውዬ አሳየኋቸውና ከአሁኗ ደቂቃ ጀምሮ በዚህ መልክ ጫማችሁን ትወለውላላችሁ ብዬ አዘዝኩ። ክፍል ከመግባታችን በፊት እንደሚደረገው ተሰልፈው ከእግር ጫማ እስከ ራስ ጸጉር ድረስ ያለውን ንጽሕና ፈትሼ ወደ ክፍል ገባን።

ይህ ትዕዛዝ ያልተዋጠላቸው ሁለት ዕጩ መኮንኖች ለትምህርት ቤቱ አዛዥ ሄደው ቢያመለክቱም የተሰጣችሁትን ትዕዛዝ ከምትፈጽሙ በስተቀር ትዕዛዙን ልሽረው አልችልም ብሎ ይመልሳቸዋል። አዛዡም ስለ ትዕዛዙ ሁኔታ ለማወቅ ያስጠራኝና ያደረግሁትን ሁኔታ ገልጬ ይህንን ትዕዛዝ ለመስጠት ያስገደደኝን ምክንያት አስረድቸው ጥሩ ትዕዛዝ ነው ቀጥልበት ብሎኝ ተለያየን። በማግስቱ ጧት ፍተሻዬን ጨርሼ ወታደር ፓሊስ እንዲገኝ በማድረግ የሁለቱን ዕጩ መኮንኖች የትዕዛዝ ሰንሰለት መጣስና ከስነ ስርዓት ውጭ መሆን ለሁሉም ገልጬ ጥያቄም ይሁን እኔን ለመክሰስ የሚፈልግ ቢኖር መብቱ የተጠበቀ ነው፤ ነገር ግን እኔን ማስፈቀድና በእኔ በኩል ማለፍ እንዳለበት አስረድቼ ሁለቱን ዕጩ መኮንኖች ከሰልፉ በማስወጣት ለ15 ደቂቃ እንዲቀጡ አደረግሁና ፓሊሶቹ ወደ እኔ አቅርበው የተጠንቀቅ ትዕዛዝ በመስጠት ሰላምታ አቅርበው "ጌታዬ ትዕዛዙን ፈጽመናል"! በማለት አመለከቱ የሰላምታቸውን አጸፋ በመመለስ፣ መልካም! ጥፋታችሁን ዓውቃችኋል? ብዬ ዕጩ መኮንኖቹን ጠየቅሁ፣ አዎን አውቀናል፣ ዳግመኛም አናጠፋም በማለታቸው አሰናበትኳቸው።

በትምህርት ቤቱ ክልል የኤሌክትሮኒክስ ተማሪ ካዴቶችና ትምህርታቸውን ጨርሰው ስራ ላይ የተሰማሩትም የምግብ ቤቱ ተጠቃሚዎች በመሆናቸው የስነ ስርዓቱ ተገዥ ስለነበሩ ቁጥጥሩ እነርሱንም ይመለከታል። ምግብ ቤትም ሆነ ክፍል ሲገባ መለዮ በትከሻ ላይ ስለሚደረግ በሚመገቡበት ግዜ ከትከሻቸው ላይ እየተንሸራተተ ምግቡ ውስጥ በመውደቅ ተደጋጋሚ ችግር በማስከተሉ፣ አንድ ቀን ሁሉም ምሳ ለመብላት በተሰለፉበት ይህንን ችግር አስረድቼ እዚህ ምግብ ቤት ለመመገብ ስንገባ ብቻ መለዮአችንን በስከግራ ጐናችን በኩል ቀበቶው ውስጥ እየሻጥን እንገባለንና ከአሁን ጀምሮ ተግባራዊ ይሁን ብዬ መመርያ አስተላለፍኩ። ሁሉም ተግባራዊ ሲያደርግ አንዱ ተማሪ ትከሻው ላይ አድርጐ ሊገባ ሲል፤ አስቁሜ እንድያስተካክል ስነግረው ከተማርኩት ውጭ አላደርግም ይለኛል፤ እንግድያውስ ይህንን ካልፈጸምክ ምግብ ቤት አትገባም ስለው ሙግት ያዘ። ላስረዳው ብሞክርም ምክንያቱ ገብቶኛል ግን አላደርግም ብሎ ድርቅ በማለቱ ወታደር ፓሊስ ጠርቼ ለ20 ደቂቃ አስሩጠው ብዬው ቅጣቱን ፈጽሞ ሲመለስ፣ አሁንስ ትዕዛዙን ትፈጽማለህ? ስለው አልፈጽምም በማለቱ በድጋሚ ለ20 ደቂቃ ከባድ ቅጣት እንዲቀጣ ተደርጐ ሽቅብ እስኪለው ድረስ ተቀጥቶ ቀረበ። በድጋሚ ጠየቅሁት፣ ትዕዛዙን እፈጽማለሁ ግን ስለአመመኝ ምሳ አልበላም ይለኛል። በግድም ይሁን በውድ ትመገባለህ ትዕዛዙን ፈጽምና ግባ! ብዬው ሳይወድ ገብቶ በላ።

ከተወሰነ ቀን በኋላ ከተመጋቢዎቹ መካከል አንዳንዶቹ ጥያቄ ሲጠይቁኝ እንደጥያቅያቸው ሁኔታ ኮስተር ብዬ አንዳንዶቹንም ሳቅ ብዬ እመልስላቸው ስለነበር አንድ ተማሪ በዝያን ግዜ እንደገመገምኩት ቀልደኛና ተናጋሪ የነበረ፣ ሁኔታየን ይታዘብና፣ አንድ ጥያቄ ልጠይቅ ብሎ ፈቃድ ይጠይቃል። ጠይቅ ብዬው በመልሴ ባለመርካቱ ሳቅ ብዬ በመሄዴ በስከመጨረሻ የወሰድኳቸውን እርምጃዎች አስመልክቶ ጌታዬ! እየሳቅህ እኮ ጨረስከን ብሎ የበለጠ አሳቀኝ። አዎን ስነ ስርዓት ለማስከበር ሲባል የሚወስደው እርምጃ እስኪለመድ ድረስ አስቸጋሪ ይሁን እንጂ መስመሩን መያዙ ስለማይቀር እኛ የመጀምርያዎቹ የአመራር አካላት ሁሉም ነገር ግቡን እንዲመታ አድርገናል።

ሲሳይ ሀብቴ ከእኛ በኋላ ኮማንደር እንደሆነ ቁጭቴን እወጣብሀለሁ ብሎ ስለፎከረብኝ ትንሽም ብትሆን እንከን እንዳያገኝብኝ በመጠንቀቄ የሀላፊነት ግዜውን እንደጨረሰ

ጥፋት ለማግኘት ሆን ብዬ ተከታትየህ ላገኝብህ አልቻልኩም። አመለጥከኝ፣ ብሎ የተናገረው አይረሳኝም።

ኮርሱን ለመከታተል የከበዳቸውና ከመካከላችን የሚሾሙት ፲፩ ዕጩ መኮንኖች ብቻ ናቸው በመባሉ ተስፋ የቆረጡት አንዳንዶቹ በራሳቸው ጥያቄ አንዳንዶቹ ደግሞ ተባርረው በስከ መጨረሻ ብዙ ችግሮችንና ፈተናዎችን አልፈን 19 ዕጩ መኮንኖች እንዲሾሙ በመወሰኑ ኮርሱን አጠናቅቀን ምክትል ፻ አለቃ ሆንን።

በሀላፊነት ስራ መሰማራቴ

ም/፻ አለቃ እንደሆንኩ 5 የስራ ክፍሎች የያዘውን የፋብሪኬሽን ሰክሽን ሀላፊ በመሆን ስራውን መምራት ጀመርኩ። በዚህ በስራ ሂደት የሰራተኞች የእርስ በርስ አለመግባባት ችግር በመከሰቱ፣ ለማግባባትና ችግሩን ለመፍታት ብዙ ጥረት አድርጌ እልህ አስጨራሽ በመሆኑ ተበሳጭቼ ለምን ኦፊሰር ሆንኩ ብዬ ባማርርም የተለያዩ አስተዳደራዊ ዘዴዎችን በመጠቀም ሁኔታውን በማስተካከሌ ወሰን የሌለው ደስታና እርካታ አገኘሁ። ጠንክሬ እንድሰራም አደረገኝ። የማነጅመንት ዓድማሴን እያሰፋሁ መጣሁ። ስራየን ማቀድና ተግባራዊ ማድረግ ቻልኩ። የስራ ክፍሎችን እየተዘዋወርኩ ማየት፣ የሚያጋጥሙ ችግሮችን መፍታት፤ ከዚህም አልፎ ተርፎ ጠባዬ ብልሹ የሆኑትን መምከር መገሰጽና መቆጣጠር ብሎም ጥሩ ዜጋ እንዲሆኑ ማድረግ ከስራዬ አንዱ መሆን እንዳለበት በመገንዘብ የሚሰክሩና እራሳቸውን የማይቆጣጠሩትን በማሳመን ሰው እንዲሆኑ አደረግሁ። በዚህ በሀላፊነት ስራዬ የሶስት ግለሰቦችን ከባድ የሆነ ችግር በመፍታቴ ከፍተኛ ደስታ የተሰማኝ ሲሆን በተለያዩ አጋጣሚ እየታወሰኝ እስከ አሁን ድረስ እረካለሁ።

የመጀመርያው ግለሰብ ችግር፣ በተለያዩ ወራትና ወቅት ያለፈቃድ ከ10 ቀናት በላይ ከስራ መቅረት ነበር። ይህንን ሰው ስሙን ብጠቅሰው ክፋት ስለሌለበት ያህያ ከድርካህን ነው። ለመጀመርያው ቀን እቢሮ ጠርቼ በማነጋገር ዳግመኛ ያለፈቃድ እንዳይቀር መክሬና ያልሰራባቸውን ቀናት ደሞዝ እንዲቆረጥ አድርጌ ሸኘሁት። ከ4 ወራት በኋላ እንደገና በመቅረቱ የቀረበትን ምክንያት ጠይቄው አጥጋቢ መልስ ባለማግኘቴ ጠንካራ ሰራተኛነቱን እግምት ውስጥ በማስገባት ምክር፣ ግሳጼና ማስጠንቀቅያ ሰጥቼ አሁንም ያልሰራባቸውን ቀናት ደሞዝ እንዲቆረጥ አድርጌ አሰናበትኩት። አሁንም ከሶስት ወራት በኋላ ለሶስተኛ ጊዜ በመቅረቱ፣ ይህ ሰው ምክር አልገባ ያለው ለምንድነው? አንድ ለእኔ ግልጽ ያልሆነ ችግር ይኖርበት ይሆናልና ይህንን ችግሩን ፈልጌ ከችግሩ ማላቀቅ አለብኝ ብዬ መመራመር ጀመርኩ። ብዙ የተለያዩ ችግሮችን አስቀምጬ ብገመግምም ችግሩን ልደርስበት አልቻልኩም። እንደ ልማዴ የስራ ጉብኝት ሳደርግ ልጁ በተለመደው በ10ኛው ቀኑ ስራ ገበታው ላይ መገኘቱን አየሁ። ሰላም ብዬው ሄድኩ፣ እንዳለፈው ጊዜ እቢሮዬ መጥቶ እንድያመለክት አልነገርኩትም። ተስፋ ሳልቆርጥ ምርምሬን ቀጠልኩ። ለመሆኑ በየ4 እና በየ3 ወራት ብቻ ለምን ይቀራል? የትስ ነው የሚሄደው? የሚሉትን ጥያቄዎች መመለስ ነበረብኝ። የሚሄድበት ቦታ ሐረር መሆኑን ቀደም ብዬ አረጋገጥኩ። ከመቀመጫዬ ተነሳሁ፣ የግል ማሕደሩን ከመሳቢያ አውጥቼ የቀረባቸውን ቀናትና ወራት ወረቀት ላይ መዘገብኩ። ከበስከ ጀርባዬ ግድግዳ ላይ የተንጠለጠለውን ካላንደር ተመለከትኩና ወራቶቹን አሰመርኩባቸው። ሶስት ጊዜ የቀረባቸውን ወራት በማሰላሰል

❖ *መለስ ብዬ ሳየው*

ትንሽ ቆየሁና ልክነው! አልኩ ትምህርት ቤት የመዝግያ ወቅት መሆኑን በማረጋገጤ። ይህ ልጅ ከተማሪ ጋር ፍቅር እንደያዘው ያለጥርጥር ዓወቅሁ።

የግሪኩ ፈላስፋ አርኪሚዲስ በወቅቱ የሳይረኩስ (ረኀቶሽቀችዘቅ) ንጉስ ጋር ቀረቤታ ስለነበረው የወርቅ ዘውድ አሰርቶ ንጹህ ወርቅ አለመሆኑን ስለተጠራጠረ አርኪሚዲስን አስጠርቶ ይህ ዘውድ ንጹህ ወርቅ መሆን አለመሆኑን አረጋግጥልኝ ብሎት ነበር። አርኪሚዲስ ይህንን ለማረጋገጥ እልህ አስጨራሽ ምርምር አኪያሂዶ ስለአልተሳካለት ብዙ ያስብ ስለነበር ሌላ ዘዴ በማፈላለግ ላይ እንዳለ አንድ ቀን ገላውን ሲታጠብ በአጋጣሚ ጢም ብሎ የሞላ ገንዳ ውስጥ ሲገባ ውሀው በመፍሰሱ ማጣራት የሚችልበት ትክክለኛ ዘዴ ሆኖ ስለአገኘው በደስታ ስሜት ተውጦ ሳያስተውል እርቃኑን መንገድ ላይ ወጥቶ ዩሪካ (ላችቶቅበሸ) እያለ ጮኸ።

በዚህ በድንገት በተከሰተለት ዘይቤ መሰረት በዘውዱ ክብደት ልክ ንጹህ ወርቅ አሰርቶ አንድ ዕቃ ውስጥ ውሀ ግጥም አድርጐ ሞላና ዘውዱንና ያሰራውን ንጹህ ወርቅ በየተራ እውሀው ውስጥ ከቶ የፈሰሰውን ውሀ በመለካት ልዩነት እንዳለው ስለአረጋገጠ ወርቅ ሰሪው ንጉሡን እንዳታለለው ገልጾለታል። ስለዚህ አርኪሚዲስ ዩሪካ እንዳለው እኔም ደረስኩበት ብዬ ጮህኩ! ልጁንም እቢሮዬ አስጠራሁት። እንደመጣ ተገቢ ሰላምታ ሰጥቶኝ እንዲቀመጥ አደረግሁና፣ ፈገግታና መኮሳተር የተቀላቀለበትን ፊቴን ከምጽፍበት ጠረጴዛ ቀና በማድረግ አመልካች ጣቴን ወደ እርሱ ቀስሬ ያህያ፣ ፍቅር ይዞሀል! ፍቅር የያዘህም ከተማሪ ጋር ነው! ሐረር ከምትገኝ ተማሪ ጋር! አልኩና ትኩር ብዬ አየሁት። ወድያውኑ አዎ! ግን እንዴት ዓወቁት? አለኝ። ግድየለም! እንዴት እንዳወቅሁት መግለጹ አስፈላጊ አይደለም። ዋናው ቁም ነገር ችግርህን ማወቁ ነው፣ አልኩና ከአሁን በፊት ሁለት ጊዜ ጠርቼ ሳነጋግርህ ለምን ችግርህን አልገለጽክልኝም? ስለው፣ አፍሬ ነው አለኝ። ማፍቀር እኮ በማንም ሰው ላይ ያለ አስፈላጊና ዋንኛ የሕይወት ሂደት ነው። አለመንገርህ ስህተት ነው።

እንግዲህ ችግርህን ካወቅሁት ዘንድ መፍቻው ቀላል ነው። ወደ ፍቅረኛህ መሄድ በፈለግህ ቁጥር ና እና ንገረኝ፣ የዓመት ዕረፍትህን ሶስት ወይም አራት ቦታ ላይ በመከፈል እንድትሄድ እፈቅድልሀለሁ ብዬ ንግግሬን ሳልጨርስ በደስታ የተነሳ ከመቀመጫው ተነስቶ ሰላምታ ሰጥቶ ጐምበስ ቀና ብሎ እየሳቀ እጅ ነሳኝ። ግድየለም ተቀመጥ አልኩና ፍቅሩ ዕውነተኛ ፍቅር ከሆነና እርሷም እንደአንተው የምታፈቅርህ ከሆነች የመጋባቱን ሁኔታ አስቡበት ብዬ መከሬ ሸኘሁት። ከዝያን ቀን ጀምሮ እየፈቀድኩለት ይሄዳል፣ በስከመጨረሻም አግብቶ ጥሩ ኑሮ በመምራቱ ባየሁት ቁጥር የመንፈስ እርካታና ኩራት ይሰማኛል።

የሁለተኛው ግለሰብ ችግር ደግሞ ያው የመቅረት ችግር ሲሆን የሚቀረው እንደ ያህያ ያለ ፍቅር ይዞት አልነበረም። የዚህን ሰው ከስራ መቅረት የደረስኩበት በአጋጣሚ ነው። የአንድ የስራ ክፍል ሀላፊ ስለነበር ለስራ ጉዳይ ፈልጌው ስልክ ስደውል ወጣ ብሏል አለኝ ምክትል ሀላፊው፤ ደግ እንደመጣ እንዲደውልልኝ ንገረው ብዬ ስልኩን ዘጋሁ። ነገር ግን አልተደወለልኝም፤ በማግስቱም ጧት ስልክ ደውዬ አገናኙኝ ስል አሁንም ወጣ ብሏል ተባልኩ። ሁኔታው አጠራጠረኝና ሰራተኞቹ ከሰዓት በኋላ ሲገቡ ተደብቄ ማየት እንዳለብኝ ወሰንኩ። ቀደም ብዬ በመሄድ ዓይኔን ወደሾፑ ጥዬ ጠበቅሁ፤ በሩ በቁልፍ

ተከፍቶ 4 ሰዎች ገቡ። ለግማሽ ሰዓት ያህል እይታየን ሳላነሳ ቆየሁ። ሀላፊው ገና አልገባም፤ ወድያውኑ አንድ ቢሮ ውስጥ ገብቼ ስልክ ደወልኩና ጠየቅኩ፤ ያው እንደተለመደው ወጣ ብሏል ተባልኩ። ወድያውኑ ወደ ሾፑ ሄጄ ሰራተኞቹን እንደምን ዋላችሁ በማለት ያንን በስልክ ወጣ ብሏል ይለኝ የነበረውን ሰው በስሙ ጠርቼ የታለ ስለው አሁንም እንደልማዱ ወጣ ብሏል አለኝ።

ስማ! አልኩት ሰውየውን፤ ትናንትና ደውየልህ ወጣ ብሏል ስለአልከኝ፣ እንደመጣ ይደውልልኝ ብዬህ አልደወለልኝም። ዛሬ ጧትም ደውየልህ ተመሳሳይ መልስ ሰጠኸኝ። አሁንም ስጠይቅህ ወጣ ብሏል አልከኝ። በሩን ከፍተህ 4ታችሁ ስትገቡ እመለከታችሁ ነበር። አለቃህ ሳይገባ፣ እንዴት! ወጣ ብሏል ትለኛለህ? አንተ የዚህን ሰው ከስራ መቅረት መደበቅ፣ እርሱን ማበላሸት እንጂ ምንም አትጠቅመውም። እኔ ይህንን ችግር ከደረስኩበት ሰንብቻለሁ። ለመሆኑ፣ ለምንድነው የምትዋሸውና እራስህን የምታታልለው? በል አሁን ስለሰውየው መቅረት አንድ ባንድ ዘርዝረህ ንገረኛ! ሳትደብቅ፤ ከመቼ ጀምሮ ይቀር እንደነበር አልኩት፣ በተኮሳተረ ወታደራዊ ገጽታ። እርሱም ሳይደብቅ "ከረዥም ጊዜ ጀምሮ ደሞዝ በተቀበለ ቁጥር በየወሩ ለ15 ቀናት ያህል ይቀራል፤ እኛም አለቃችን ስለሆነና ስለምናዝንለት ደሞዙ እንዳይቆረጥበት ብለን እንደብቅለታለን" በማለት አስረዳኝ።

እንደተባለውም ደሞዙን በወሰደ በ15ኛው ቀን እኔ ስለሁኔታው ባጣራሁ በማግስቱ ወደ ስራው ገባ፤ ስልክ ደውየም እኔ ዘንድ መጥቶ እንድያመለክት አዘዝኩት። ከመቅጽበት መጥቶ ሰላምታ በመስጠት መምጣቱን አመለከተ። ተቀመጥ! አልኩት ቆፍጠን ባለ አነጋገር። ዓይን ዓይኔን እያየ ፍርሀት በተሞላበት ሁኔታ ተቀመጠ። ለመሆኑ ይህ የመቅረትህ ሁኔታ ከመቼ ጀምሮ ነው? ብዬ ጠየቅሁት። መልስ አልሰጠኝም። ሁልጊዜ ደሞዝ በተቀበልክ ቁጥር ለ15 ተከታታይ ቀናት መቅረትህ አይቆረቁርህም? የኢትዩጵያ ሕዝብ ግብር እየከፈለ ለአንተ ደሞዝ ሲከፍልህ ህሊናህን አይሰቀጥጠውም? ሳትሰራ የምትበላው አያንቅህም? ለመሆኑ ምን ዓይነት ፍጥረት ነህ? የሚሉትንና ሌሎችንም ጥያቄዎች አዥጐደጐድኩበት። መልሱ ግን አቀርቅሮ ዝም ማለት ብቻ ሆነ። መልካም ለምንድነው 15 ቀናት ሙሉ ከስራ የቀረኸው? አሁንም መልሱ ያው ዝም ሆነ። ጥፋተኛ ነህ አይደለህም? ጥፋተኛ ነኝ፣ አለ መሬት መሬት እያየ፤ ምን ልቅጣህ ስለው፣ የፈለግኸውን አለኝ። በል! እኔ ዘንድ የቀረብከው ለመጀመርያ ጊዜ ስለሆነ ያልሰራህበትን ደመወዝ ብቻ እንዲቆረጥ አደርጋለሁ። ይህንን ጥፋት እንዳትደግም ብዬ ብዙ ምክር በመምከር አሰናበትኩት።

ቀጣዩ የደሞዝ ቀን መቼ እንደሆነና የእርሱ ክፍል ሰራተኞች መቼ እንደሚከፈላቸው አጣርቼ በማግስቱ ስራ ገብቶ እንደሆነ ለማወቅ ሄጄ አለምግባቱን አረጋገጥኩ። 15 ቀናት ሙሉ በየቀኑ መግባት አለመግባቱን እየጠየቅሁ አለመግባቱ ይገለጽልኝ ነበር። በ16ኛው ቀን ስልክ ደውዬ እራሱ ስለመለሰልኝ በአስቸኳይ መጥቶ እንድያነጋግረኝ ነግሬ ወድያውም ወታደር ፓሊስ እንዲላክልኝ እንዳዘዝኩ ሰውየው የተለመደውን ሰላምታ አቅርቦ መምጣቱን አመለከተ። ለምን ከስራ ቀረህ? አልኩት፣ ዝም አለ። ያንን ሁሉ ምክሬንና ትዕዛዜን መጣስህ ነው? ስለው አሁንም ዝም አለ። እያነጋገርኩት እያለሁ ሁለት ፓሊሶች መጥተው ሰላምታ በመስጠት፣ ጌታዬ! በታዘዝነው መሰረት መጥተናል አሉኝ። መልካም በማለት የጥፋቱን ሁኔታና የቅጣት ውሳኔየን በጽሑፍ አስፍሬ

ለፓሊሶቹ በመስጠት ታስሮ ለ8 ቀን ከከባድ ስራ ጋር እንዲቀጣ ይደረግ ቢያቸው እያዳፉ ወሰዱት። ልቡ እስኪጠፋ ድረስ ለ8 ቀናት ቀጥተው በ9ኛው ቀን ይዘውት በመምጣት፣ ጌታዬ! ትዕዛዙን ፈጽመናል! ብለው አመለከቱ። አመስግኜ አሰናበትኳቸውና እርሱን እንዲቀመጥ በማድረግ መክሬ ልብሱን ለውጦ ወደ ስራ ቦታው እንዲሄድ አዘዝኩትና ሰላምታ ሰጥቶ ሄደ።

በሳምንቱ አንድ ያልጠበቅሁት ሁኔታ ተከሰተ። አንዳንድ ሰዎች ባሕሪያቸው ሆኖ ፊት ለፊት መጥተው ጠይቀው በማጣራት ፋንታ ማማትና መቦጨቅ ስለሚወዱ፣ ወንጌሉ ኤልያስ የተባለው የቅርብ ጓደኛዬ እቢሮዬ መጣና በእገሌ ላይ ምን ፈጽመህ ነው? አሰፋ ገና ለገና ኦፊሰር ሆነና የበታች ሹሞችን ማጥቃት ጀመረ! እያሉ ጁ/ቴክ ዮሓንስ ደባስና ሲ/ቴክ ገብረዮሀንስ ተስፋስላሴ የሚያሙህ? በማለት ጠየቀኝ። ሁኔታውን አንድ በአንድ ዘርዝሬ ገለጽኩለትና፣ እኔም እኮ ያለአንዳች ተጨባጭ ሁኔታ ምንም ዓይነት እርምጃ እንደማትወስድ ነግርያቸው አልቀበል በማለታቸው ነው መጥቼ የነገርኩህ። ስለዚህ አንድ ነገር ብታደርግ ይሻላል አለኝ። ግድየለም ጠርቼ አነጋግራቸዋለሁ ብዬው ተለያየን። ሰዓቱ የምሳ ሰዓት የተቃረበበት ሰዓት በመሆኑ ጠርቼ እስካነጋግራቸው ድረስ ቸኮልኩ። ከምሳ በኋላ እቢሮዬ እንደገባሁ አንዳንድ አስቸኳይ የሆኑ ስራዎችን አከናውኘ፣ ያሙኝን ሁለት ሰዎች ስልክ ደውዬ እንዲመጡ አደረግሁ። ሁለቱም እየተንጠባጠቡ ስለመጡ ቀድሞ የመጣው ሰው ሰላምታ እንደሰጠኝ ከመቀመጫዬ በመነሳት ጨበጥኩትና እንዲቀመጥ አድርጌ ስለጤንነቱ፣ ስለቤተሰቦቹና ስለስራው ሁኔታ እየጠየቅሁት እያለሁ ሁለተኛው መጥቶ ሰላምታ ተለዋውጠን ተቀመጠና የመጀመርያው ሰው የጥያቄየን መልስ ሲሰጥ ሁለተኛውንም እንደዚሁ ጠይቄው መለሰልኝ። ሁለቱም እንዳይጨነቁ በተለያዩ ጨዋታዎች እንዲዝናኑ አደረግኳቸውና በመካከሉ እገሌ በጣም የቅርብ ጓደኛችሁ ነው፣ አይደል? አዎን አሉኝ፣ ከሆነ ዘንድ ስለእርሱ ጠባይና ከስራ መቅረት ታውቃላችሁን? አይ፣ ከስራ አይቀርም፣ ጥሩ ጠባይም ነው ያለው በማለት በእራሳቸው በመተማመን መለሱልኝ። እንግድያውስ ጓደኛችሁን የምታውቁት አይመስለኝም፤ እኔ ጓደኞቸን እንደ እራሴ አድርጌ ሳላውቃቸው ጓደኞቼ እንዲሆኑ አላደርጋቸውም። አንዴ ጓደኞቼ ካደረግኳቸው ደግሞ ከስራ ሰዓት ውጭ አልለያቸውም፣ በሳምንቱ ማብቅያም (ዊክ ኤንድም) አብርያቸው ነው የማሳልፈው። በመሆኑም፣ ባሕርያቸውን፣ የሚወዱትንና የሚጠሉትን ሁሉ ዓውቃለሁ። እናንተ ግን የዚህን ሰው ግልጽ ባሕሪ ስለማታውቁ የቅርብ ጓደኞቹ ልትሆኑ አትችሉም። ምናልባት የአንድ አካባቢ ልጆች ትሆኑና በልጅነቱ ይሆናል የምታውቁት፤ አንድ ሰው እኮ ካደገ በኋላ ብዙ በማሰቡ፣ ብዙ በማየቱና ብዙ በመመኘቱ ያልተጠበቁ ባሕርያትን ይሸምታል። እነዚህን ባሕርያቶቹን ለማወቅም አብሮ መዋልንና አብሮ መዝናናትን ይጠይቃል። እናንተ የምታውቁት እዚህ ግቢ በምታዩት ሁኔታ ብቻ ነው፤ አለበለዝያማ ይህንን ድርጊቱን፣ ሲሆን ወድያውኑ አለያም ሲደጋግም ባረማችሁት ነበር። ስለዚህ ያየሁትን ባሕሪውንና የወሰድኩትን እርምጃ ልግለጽላችሁ። አያችሁ! ባለፈው ወር ለስራ ጉዳይ ፈልጌው አጣዋለሁ፤ በማግስቱም እንደዚሁ። የስራ ባልደረቦቹም ሊደብቁለት ብለው ሲጠየቁ ወጣ ብሏል ይሉለታል። ነገሩ ግራ ገባኝና ከሰዓት በኋላ ቀደም ብዬ ስራ ቦታው በመሄድ ቢሮ ከፍተው የገቡትን የስራ ባልደረቦቹን ሲገቡ አየሁ፣ እርሱ ግን አልገባም። ከጥቂት ቆይታ በኋላ አንድ ቢሮ ውስጥ ገባሁና በስልክ ስጠይቃቸው ወጣ ብሏል አሉኝ።

በድርጊታቸው ተገርሜ፣ በግንባር ተገኝቼ ያደረግሁትን ክትትል ገልጬላቸው ለምን እንደሚዋሹ ጠየቅኋቸው፤ ችግሩን ሁሉ ዘርዝረው አስረዱኝ። ሁልጊዜ ደሞዝ በተቀበለ ቁጥር ለ15 ቀናት ስራ እንደማይገባ ነገሩኝ። ወቅሻቸውም ወደ ቢሮዬ ተመለስኩ። በ16ኛው ቀን ስራው እንደገባ ጠርቼ አነጋገርኩት። አመነም። የቀረባቸውን ቀናት ደሞዙ እንዲቆረጥ እንደማደርግ ነግሬው ብዙ፣ እጅግ በጣም ብዙ ምክር መከሬ፣ ዳግመኛ እንዳይቀር አስጠንቅቄ ሸኘሁት። ይህንን ድርጊቱን ደሞዝ እንደተቀበለ ደገመው፤ እኔም ጠበቅ ያለ እርምጃ ካልወሰድኩበት በስተቀር ከድርጊቱ እንደማይታረም በመረዳት የአንድ ሳምንት እስር ከከባድ ስራ ጋር እንዲቀጣ ወሰንኩና ተቀጣ።

በመሰረቱ ከስራ ማባረር ነበረብኝ፣ ነገር ግን እኔ ከስራ በማባረር አላምንም። ከስራ እኮ ባባርረው ሌላ ስራ አያገኝም። የሀገር ሸክም ነው የሚሆነው። እንግዲህ ሳታውቁ ያማችሁኝ በከንቱ መሆኑን እንድትረዱና ጓደኛችሁን መክራችሁ እንድታርሙት ብዬ ነው ዘርዝሬ ልገልጽላችሁ የተገደድኩት። ተባበሩኝና እናርመው አልኳቸው። እነርሱም በአንድ ድምጽ፣ እገሌን በደንብ ነው የምናውቀው፤ ይህንን የነገርከንን ድርጊት አይፈጽምም አሉኝ። በጄ ከዚህ በላይ ሌላ ማሳመኛ ማቅረብ ስለማልችል የተቆራረጠች ደሞዙን ከሶስት ቀን በኋላ ወስዶ እንደ ልማዱ ለ15 ቀን ይቀራል፤ ተከታተሉትና ሁኔታውን ካያችሁ በኋላ መጥታችሁ ንገሩኝ ብዬ አሰናበትኳቸው።

እንዳልኩት አልቀረም ከስራ መቅረቱን እንዳረጋገጥኩ ለሁለቱም በያሉበት ስልክ ደውዬ እገሌ ስራ ገብቷል ወይ? ብዬ ጠየቅኋቸው፤ እንጃ አላየነውም ሲሉኝ፣ በሉ ፈልጉና ካለበት ቦታ አምጡት ብዬ ጠየቅኳቸው። በ16ኛው ቀን ስራ አለመግባቱን አረጋገጡና ወደ ስራ ገበታው እስኪመለስ ጠብቀው ሁለቱም በአንድነት ወደ ቢሮዬ መጡ። ተገቢውን ሰላምታ ካቀረቡ በኋላ ንዴትና ቅሬታ የተቀላቀለበትን ገጽታቸውን ተመልክቼ ተቀመጡ ብላቸውም የለም አንቀመጥም። አስቀይመንሀልና አንተን ይቅርታ ልንጠይቅ ነው የመጣነው። በተጨማሪ ይህንን ሰው የምትፈልገውን ቅጣት ወስንበት። ምክንያቱም በድርጊቱ ተናድደን አነጋግረነውና መክረነው ሊቀበለን አልፈለገም። እንድያውም የስቅላት እርምጃ ብትወስድበት አንቃወምህም። ገመድ እናቀርብልሀለን ብለው በመናገር ይቅርታ እንዳደርግላቸው ደጋግመው ጠየቁኝ። መልካም! አንድ ጊዜማ ተቀመጡ፤ ቅር ስለአላለኝ አትጨነቁ ይልቁንስ ይህንን ሰው ከጥፋቱና ከዚህ መጥፎ ዓመሉ እንዴት መመለስ እንደምንችል ብንነጋገርበት ይሻላል። አያችሁ አሁን ቅጣት መቅጣቱ ከእርሱ ጋር እልክ የተጋባን ነው የሚያስመስለው፣ ከድርጊቱም አይመልሰውም። እባካችሁ ተቀመጡ በእናንተ ቅር አልተሰኘሁም፣ ተቀመጡና ምን ማድረግ እንዳለብን በጥሞና እንመካከር ቢያቸው ያለፈው አነጋገራቸው እየከነከናቸው በመጨነቅ ተቀመጡ። አያችሁ ወንድሞቼ ይህንን ሰው ምንም ዓይነት ቅጣት አይመልሰውም ስለዚህ ብዬ በመናገር ላይ እያለሁ አንደኛቸው ጌታዬ! ንግግርህን በማቋረጤ ይቅርታ አድርግልኝ አለና ይህ ሰው ከስጋ ዘመዶቹ ሁሉ በሕይወት የሚገኙት አንዲት እናቱ ብቻ ናቸው፤ አባትም ወንድሞችና እህቶችም የሉትም። እናቱ የወላድ መካን በመሆናቸው የሚበሉትን አጥተው የተቀዳደደ ቀሚሳቸውን መሬት ለመሬት እየጐተቱ ሲለምኑ አንድ ጊዜ ለዕረፍት እንደሄድኩ አይቻቸው በጣም አዘኛለሁ። እንዲረዳቸውም ነግሬው ነበር ግን ይርዳቸው አይርዳቸው አላውቅም። ገንዘቡን እየጠጣበት ከሚሸና እናቱን የሚረዳበትን መንገድ ብትፈልግ ብዬ ነው ንግግርህን ያቋረጥኩት አለኝ። ወሳኝና ጠቃሚ ሀሳብ መሆኑን በመረዳት፣ በጣም ጥሩ ጥቆማ ነው። ይህ ጥቆማ ለምወስደው እርምጃ

❖ *መለስ ብዬ ሳየው*

ኢጋዥ ሀይል በመሆኑ ጠርቼ የወቀሳ እሮምታ አዥጐድጉጀበት ሀሳቤን እንዲቀበል አደርገዋለሁ፤ የእናንተም ትብብር እንደማይለየኝ እርግጠኛ ነኝ ብዬ አሰናበትኳቸው።

ትንሽ ቆየት ብዬ ስልክ ደወልኩና መጥቶ እንድያመለክት ቆፍጠን ባለ አነጋገር አዘዝኩትና መጥቶ አመለከተ። በስሙ ጠራሁና በተመሳሳይ ጥፋት ለሶስት ጊዜ እኔ ዘንድ ስትቀርብ ምን ይሰማሀል? አልኩና ጠየቅሁት። እርሱም እንደመሸማቀቅና እንደማፈር በማለት አሳጥሮ መለሰልኝ። እንደዚህ ከመጨነቅ፣ ከመሸማቀቅና ከማፈር እንዴት ልትላቀቅ ትችላለህ? አልኩት እኔ እንጃ! አላውቅም፣ አለኝ። ለመሆኑ አዕምሮህ ጤነኛ ነው? በዚህስ ጥርጣሬ አይግባህ አዕምሮዬ ጤነኛ ነው። ይቅር አዕምሮየና ሌላውም ውስጣዊም ሆነ ውጫዊ አካላቴ ጤነኛ ነው አለኝ። ጤነኛ አዕምሮ ያለው ሰው ያንተን ዓይነት ጥፋት አያጠፋም፤ ያንተ ነገር እኮ ግራ የሚያጋባ ነገር ነው! አሁን እኔ የምጠይቅህን ጥያቄ ከፈጸምክ በእስራት አልቀጣህም። በዚህ ትስማማለህ? ስለው ሽክም የወረደለት ሰው ያክል በረዥሙ ተነፈሰና ጌታዬ! አታሳስረኝ እንጂ ያልከኝንና የጠየቅሽኝን ሁሉ እፈጽማለሁ አለኝ።

ይሁን! አላሳስርህም! ለመሆኑ እንያን ዘጠኝ ወር በማሕጸናቸው ሶስት ዓመት በጀርባቸው ተሸክመው፣ መከራቸውን አይተው አሳድገው፣ አድገህና ስራ ይዘህ በእስከ እርጅናቸው ይጦረኛል ብለው እዚህ ደረጃ ያደረሱህ እናትህ በአሁኑ ሰዓት እምን ደረጃ ላይ እንዳሉ ታውቃለህ? ልብሳቸው እላያቸው ላይ አልቆ፣ የተቀዳደደ ጨርቃቸውን መሬት ለመሬት እየጐተቱ የሚበሉትን አጥተው ልመና ላይ መሰማራታቸውና እየጉድ! የወላድ መካን! እየተባሉ ከንፈር ሲመጠጥባቸው አያሳዝንህም? አንተን የመሰለ ጥሩ ደሞዝ የሚከፈለው ልጅ እያላቸው! በየወሩ 15 ቀን ሙሉ ዳንኪራ እየረገጥክና እየጠጣህ ገንዘብህን በከንቱ ከማባከን ይልቅ እናትህን ረድተህ ብትመረቅ አይሻልህም? የእናትህ በእንደዚህ ያለ ደረጃ ላይ መገኘት አያሳፍርህም? ሕሊናህን አይሰቀጥጥህም? እጅግ በጣም የሚገርም ነው! በል ከአሁኑ ወር ጀምሮ ደሞዝህን እንደተቀበልክ ባንክ ከእኔ ጋር ሄደህ የቁጠባ ሂሳብ ትከፍትና ደብተሩን ታስረክበኛለህ? በዚህ ትስማማለህ? አዎን እስማማለሁ። በጂ ለሲጋራህና ለአንዳንድ ጥቃቅን ወጭዎች ስንት ይበቃሀል? አንድ ሰላሳ ብር ይበቃኛል አለኝ። ደህና፣ ሀምሳ ብር ይሁንልህና በየወሩ አብረን ባንክ ቤት እየሄድን ታስቀምጥና ጠርቀምቀም ሲል እንያን ምስኪን እናትህን ለመካስ ትልከላቸዋለህ። ተስማማን? አዎን። ደግ፣ መሄድ ትችላለህ ብዬ አሰናበትኩት።

ቃል በገባው መሰረት ደሞዙን ሲቀበል አጠገቡ ቆሜ ጠበቅሁትና ከተማ በመሄድ የቁጠባ ሂሳብ አስከፍቼ ደብተሩን ተቀበልኩ። ለስድስት ወራት ያክል በዚህ መልኩ ገንዘቡ ተቀመጠ። እንግዲህ አንድ ሺ ብር ቢልከላቸው ይሸራሉ ብዬ በማመን እነዝያን ያሙኝን ጓደኞቹን ጠርቸ፣ በሉ አሁን ለእናቱ ገንዘብ እንዲልክላቸው ተስማምተናልና ወስዶ በእጃቸው ሊያስረክባቸው የሚችል ታማኝ ሰው ፈልጉ አልኳቸው። ሰው ማግኘቱ አያዳግትም። ከፈለግህ ዛሬውኑ ልናገናኝህ እንችላለን ስለአሉኝ፣ እንግድያውስ አንድ ሺ ብር ከባንክ እንድያወጣ ላድርግና ነገ ጧት ሁላችንም በተገኘንበት እናስረክበዋለን ቢያቸው በማግስቱ ተላከላቸው። እናቱ ከችግር ተገላገሉ፣ እርሱም ዓመሉን አሻሽሎ በሰላም ሊኖር ቻለ።

የሶስተኛው ሰው ችግር ደግሞ የኤንጅን ሾፕ ሀላፊ በነበርኩበት ጊዜ ያጋጠመኝ ነው። አንድ ሀላፊ ሰራተኞቹን በሚመራበት ግዜ ግዴታቸውን መወጣታቸውን ብቻ አይደለም ማየት ያለበት፤ መብታቸው መጠበቁን፣ ያለባቸው ችግር የግልም ቢሆን መፈታቱን ጭምር ነው። የግል ችግሩ እኔን አይመለከተኝም ካለ፣ ያ የግል ችግሩ አለመፈታት በስራው ላይ ተጽእኖ ማሳደሩ ስለማይቀር ስራ ይበድላል። በሰውም ይሁን በንብረት ላይ አደጋ ሊያስከትል ይችላል።

የግል ችግር በተለያዩ መንገድ ነው የሚፈታው፤ ይኸውም፣ በምክር፣ በአንዳንድ የማቴርያል ድጋፍና በማጽናናት። ይህንን በተመለከተ ያጋጠመኝን ነው የምገልጸው። ይህንን አሁን የምገልጸውን ሁኔታ መፍትሄ መስጠቴን ረስቸው ነበር። በደርግ ግዜ አንድ ዕሑድ ቀን ደብረዘይት ከተማ ሆራ አካባቢ ሕዝቡ ችግኝ እንዲተክል ታዝዞ ስለነበር ወደዝያው አዘግም ነበር። እመንገድ ላይ አቶ መንግስቴ መርግያ የተባለ የአውሮፕላን ሞተር ቴክኒሻን ከነበረ ሰው ጋር ተገናኘተን ሰላምታ ተለዋወጥን። የተገናኘነው ከብዙ ዓመታት መለያየት በኋላ ነበር። አቶ መንግስቴ ለእኔ ያለውን ከፍተኛ አክብሮት ዓውቃለሁ። የዝያን ዕለት አክብሮቱ ግን ከአዘቦቱ ቀን በጣም የተለዩ ሆነብኝና፣ እረ እባክህ ይህንን ያክል አትጨነቅ እንጂ! ምን ነካህ ዛሬ? ስለው፣ ጌታዬ! አንተ እኮ ሕይወቴን ያዳንክ ታላቅ ሰው ነህ፣ ብሎ ያደረግሁለትን ዘርዝሮ በመግለጽ፣ ታድያ ለአንተ አክብሮት ይነስህ? አለኝ። አቶ መንግስቴ፣ ግድየለም፣ ይህ እኮ ስራዬ ስለነበረ እንጂ ለአንተ ስል ያደረግሁት አይደለም። ይህንን ያህል አክብሮትም ሆነ ምስጋና አይገባኝም። ለማንኛውም አመሰግንሀለሁ ብዬው ሌላ ጨዋታ ያዝን።

ጊዜው በአፄ ሀይለ ስላሴ ዘመነ መንግስት ነበር። በአሜሪካን ሀገር የመኮንኖች የአውሮፕላን ጥገና ትምህርት ተምሬ እንደተመለስኩ የአውሮፕላን ሞተር ከፍተኛ ጥገና (over haul) ክፍል ሀላፊ ሆኜ ተመድቤ ነበር። ይህ ክፍል የተለያዩ ንዑሳን ክፍሎች ቢኖሩትም ዋነኞቹ የጀት ሞተርና የሬሲፕሮኬቲንግ (ፕሮፔለር) ሞተር ጥገና ክፍሎች ናቸው።

አቶ መንግስቴ በፕሮፔለር ሞተር ጥገና የተካነ፣ ደከመኝን የማያውቅ፣ ታታሪ ሰራተኛ ነበር። አንድ ቀን በዚህ ክፍል እየተዘዋወርኩ ጉብኝት ሳደርግ ፍዝዝ ብሎ አንድ ቦታ ቆሞ አየዋለሁ። ምንም ሳልናገር ሰላም ብዬው አለፍኩ፤ ለሰላምታዬ መልስ አልሰጠኝም። በርቀት ሆኜ ታዘብኩት። ከነበረበት ቦታ ሳይነቃነቅ አቀርቅሯል። ይህ ሰው አንድ እንግዳ የሆነ ነገር ገጥሞት ይሆናል ብዬ የቅርብ አለቃውን ጠርቼ አቶ መንግስቴ ፈዝዞ አንድ ቦታ ላይ ለረዥም ጊዜ ቆሞ ስለአየሁት ችግር እንዳለበት ጠይቀው ብዬው በርቀት እታዘብ ነበር። አለቃው ሲያነጋግረው እንደመባነን ብሎ ስራውን ቀጠለ። በማግስቱም በተመሳሳይ ሁኔታ ላይ መኖሩን ተመለከትኩና ወደ እርሱ ሄጄ አቶ መንግስቴ፣ እንደምን አደርክ ብዬ እጄን ዘረግቼ ጨበጥኩት። እንደ መደንገጥ ብሎ ጨበጠኝ። ለዘብ ባለ አነጋገር ከአንተ ጋር የምንወያይበት አንድ ጉዳይ ስለአለኝ ልታነጋግረኝ ትችላለህ? አልኩት፤ ይቻላል ብሎኝ ወደ ቢሮዬ ይዤው ሄድኩ።

እንዲቀመጥና እንዲዝናና አደረግሁና፣ አቶ መንግስቴ፣ አንተ ታታሪና ጐበዝ ሰራተኛ ነህ እያልኩ ስለ እርሱ ባሕርያት ዘርዝሬ ገለጽኩለት። ከቅርብ ግዜ ወዲህ ግን ተለወጥክብኝ፣ አንድ ቦታ ቆመህ አቀርቅረህ ትተክዛለህ። ምን ሆነህ ነው? ችግር ካለብህ ብታማክረኝ፣

ሲሆን የመፍትሔ ሀሳብ እስጥሀለሁ ካልሆነ ደግሞ ችግርህን ስለተነፈስክ ብቻ ሸክሙ ሊቀልልህ ይችላል፤ ስለዚህ በእኔ በኩል አቅሜ የሚፈቅደውን ሁሉ ላደርግልህ እችላለሁና እንደ ቅርብ ጓደኛህ ቆጥረኸኝ ችግርህን ብትነግረኝ ደስ ይለኛል አልኩት።

አዎ! ላንተ ያልነገርኩ፣ ለማን እነግራለሁ፣ አባት እናት የለኝ የማምነውና የማማክረው ጓደኛም የለኝ በማለት ቁና ያህል ተነፈሰና እንደሚከተለው ዘርዝሮ ገለጸልኝ። አየህ ባለቤቴ ጋር በጣም እንዋደድ ነበር፣ 4 ልጆችም አሉን። ከቅርብ ጊዜ ወዲህ ግን ባሕሪዋ ተለወጠብኝና ምን ሆነሻል? ብዬ ስጠይቃት አትመልስልኝም፤ አንድ ቀን እንደዚሁ ጠየቅኋትና በንቀት መልክ አንተን አይመለከትህም አለችኝ። ችግሯን ዓውቄ መፍትሔ ለመሻት ሞከሬ አልተሳካልኝም። ጠባይዋ በጣም እየተበላሼ በመሄዱ ተከፋሁ፤ ብስጭትም ጀመረኝ።

በላዬ ላይ ውሽማ እንደያዘች በወሬ እሰማ ስለነበር ክትትል አድርጌ አንድ ቀን እጅ ከፍንጅ ያዝኳት። የምወዳት ባለቤቴ እንደዚህ ካደረገችኝ ማንን ነው የማምነው። ገድያት ልሞት አሰብኩ፤ ግን ልጆቼ ያለአባትና እናት መቅረታቸው ስለታየኝ አሳዘኑኝ። እርሷም በድርጊቷ እንደመጸጸት ፋንታ ሁኔታውን በይፋ ማድረግ ቀጠለች። ይህንን ድርጊት ልቋቋመው ባለመቻሌ እራሴን ገድዬ መገላገሉን መረጥኩ። በዚህ ሁኔታ ላይ እንዳለሁ ነው የጠራኸኝ ብሎ አቀረቀረ።

ችግሩ ከባድ ችግር መሆኑን ተገነዘብኩ። ሌላው ነገር ቢቀር ሕይወቱን ለማዳን የሚያስችለኝን ዘዴ በዝያችው ደቂቃ ማፈላለግና ማመቻቸት ነበረብኝ። ወድያውኑ አንድ ነገር ትዝ አለኝና፣ አ...ይ...! አቶ መንግስቴ? አስተዋይ ሰው ትመስለኝ ነበር፤ ለካስ ሞኝ ነህ፤ እራስህን ለመግደል? ብዬ ነገሩን አናንሼ ገለጽኩለትና ገርሞት ትኩር ብሎ አየኝ።

ቀጠልኩና አንድ ታሪክ ልንገርህ ልብ ብለህ ታዳምጠኝ እንደሆን? አልኩትና መቀመጫው ላይ እየተመቻቼ እሺ አለኝ። ፊቱን እያየሁ ትረካየን ቀጠልኩ፤ በድሮ ጊዜ አንድ ሀብታም ሰው ነበር፣ ባለትዳርና የልጆች አባት ነው። በጣም የሚወዳት ባለቤቱ እንደዚህ አንተን እንደገጠመህ ችግር ትማግጥበታለች፣ ስል ዓይኑን ጐላ አድርጐ እያየኝ ለንግግሬ ልዩ ትኩረት ሰጠው። ይህ ሰው ቢመክራት፣ ቢደበድባት ልትታረም አልቻለችም። በየቀኑ ይናደዳል፤ ይቃጠላል፤ ፈጣሪውን ያማርራል፤ የሚያደርገው ሁሉ ይጨንቀዋል። በስከመጨረሻም ልክ አንተ ያሰብከውን ሀሳብ፣ እራሱን የመግደል ሀሳብ ይመጣበታል። ሰይጣን በል በል ይለዋል፤ እንዳልኩት ስልክ ተደውሎ ንግግሬን ሳቋርጥበት የጉጉቱ ብዛት የደወለልኝን ሰው እንደጠላው በሁኔታው ተገነዘብኩና ይቅርታ አንድ የማይቋረጥ ጉዳይ ስለአለኝ እንደጨረስኩ እደውልልሀለሁ ብዬ ስልኩን ዘጋሁና ትረካየን ቀጠልኩ። አሁንም እየተቁነጠነጠ አፉን ከፍቶ ሲያዳምጠኝ ሕይወቱን እንደማድን ተማመንኩ። አየህ፣ ይህ ሰው አንድ ቀን ያስብና እንግዲህ ከመሞቴ በፊት የቁም ተስካሬን ላውጣ ይልና ጠላ አስጠምቆ ከብት ያሳርዳል፤ ብዬ የአቶ መንግስቴን አኳኋን ይበልጥ ለማወቅ ዓይን ዓይኑን እያየሁ እታዘበው ነበር፣ በተመስጦ እንደሚያዳምጠኝ ተመልክቼ ደስ ብሎኝ ትረካውን ቀጠልኩ።

ይኸ ሰው አንድ በጣም የሚወደው ውሻ ስለነበረው ከብት እሚታረድበት አጠገብ ተቀምጦ አንገቱን እያሻሼ ከስጋው እያበላው እያለ የመንደር ውሾች ስጋ ሊቃርሙ ሲመጡ ይህ ውሻ እየጮኸ አላስጠጋ ይላቸዋል። በጣም ስለአስቸገሩና ሊሄዱለት ስለአልቻሉ በመለማመጥ መልክ እንዳይጋሩት ይለምናቸዋል። ለምን ብለው ሲጠይቁት፣ ጌታዬ (አሳዳሪየ) የቁም ተስካራቸውን አውጥተው እራሳቸውን ስለሚገድሉ፣ ሌላ ጊዜ ስጋ ስለማላገኝ ነው አትጋሩኝ የምላችሁ ይላቸዋል።

ጌትየው በአጋጣሚ ቋንቋቸውን ስለሚያውቅ ውሾቹ እንደዝያ እሳትና ጭድ ሆነው ሲጭዋጭዋሁ ቆይተው በእርጋታ መነጋገራቸው ገርሞት ሲያዳምጥ ይቆያል። ውሾቹ ጌታህ ለምንድነው እራሳቸውን የሚገድሉት? ብለው ይጠይቁታል። ባለቤታቸው እየማገጠች ስለአስቸገረቻቸው ተበሳጭተው ነው ብሎ ይመልሳል። ውሾቹም፣ ጌታህ ሞኝ ናቸው እንዴ? መፍታት እያለ መሞት ይሉታል። ጌትየው ይህንን ይሰማና ዕውነትም "መፍታት እያለ መሞት" አለና ሚስቱን ፈትቶ፣ ሌላ ሚስት አግብቶ በሰላም መኖር ጀመረ። ታድያ አንተ መፍታት ስትችል እራስህን መግደል? ጉድ እኮ ነው! ምክርህን አልሰማ ካለች ምን አቃጠለህ? ለምንስ እራስህን አስገደለህ። ፈትተህ ልጆችህን አታሳድግም? ስለው ምን ላድርግ? ግራ ገብቶኝ እኮ ነው ይልና ከመቀመጫው ብድግ ብሎ፣ ጌታየ! የልጆችህ አባት ያድርግህ! የማታ እንጀራ ይስጥህ ብሎ እጄን ስሞ ሄደ። ሚስቱንም ፈትቶ በሰላም ኖረ። ይህንን ነበር መንገድ ላይ ተገናኝተን ያስታወሰኝ።

እነዚህን ሶስት ችግሮች በመፍታቴ በወቅቱ ልዩ የደስታ ስሜት ነበር የተሰማኝ። አንድ ሰው በቅንነት ከልብ ከሰራና ለሀገሩና ለወገኑ የሚቆረቆር ከሆነ የፈለገው ዓይነት ችግር ቢገጥመው ለመፍታት እንደማያቅተው አረጋገጥኩ።

የቅርብ አለቃዬ አመለካከት

ምክትል ፻ አለቃ ሆኜ እንደተሾምኩ በዚህ በተመደብኩበት በፋብሪኬሽን ክፍል የዕለት ተዕለት ስራዬን እየሰራሁና ብዙ ችግሮችን እየፈታሁ ለሁለት ዓመት ያህል ቆየሁ። ይህ የተመደብኩበት ክፍል በኤይሮ ሪፔርና ፋብሬኬሽን ስኳድሮን ስር ሲሆን፣ የእኔ አቻ ደረጃ የነበረው ማ/ዋ/አ በቀለ ጋሻው የኤይሮ ሪፔር ክፍል ሀላፊ ነበር። የሁለታችንም አለቃ ሻለቃ አባተ ብዙነህ ቢሮአቸው እዝያው እኛ ቢሮ ውስጥ በመሆኑ የእኛን ስራ በቅርቡ ይከታተሉ ነበር።

መቸም የሰው ልጅ ባሕሪ የተለያዬ መሆኑ አጠያያቂ አይደለም። በተለይ በሀላፊዎች የስራ አኳያ ያለውን ስመለከት በጣም ነው የሚገርመኝ። አንዳንድ አለቃ ጥሩ ስራ እየሰራህ እያለህ ውሀ ቀጠነ ብሎ የሚጨቃጨቅና የሰራኸውን ያህል ብትሰራ የማይደሰትና እንድያውም እያንቋሸሼ ተስፋ የሚያስቆርጥ ያጋጥማል። አንዳንዱ ደግሞ ያደንቅሀል፤ ያበረታታሀል፤ ተጨማሪ ምክርም ይለግስሀል።

የሻለቃ አባተ ብዙነህ አመለካከት እኔ ከአየኋቸው ሌሎች አለቆች በጣም የተለዬ ነው። ትዕግስታቸውና ትሕትናቸው እንዲሁም መካርነታቸው ተወዳዳሪ አይገኝለትም። ከአንድ ዓመት በላይ ትዝብትና ክትትል በኋላ፣ አንድ ቀን እኔንና ማ/ወ/አ በቀለ ጋሻውን ሰበሰቡንና ስለእያንዳንዳችን የስራ ብቃትና ችሎታ በአድናቆት ገልጸው፣ "ከአቅማችሁ በላይ የሆነ ማንኛውንም ችግር ለእኔ ታቀርባላችሁ ብዬ እገምትና እጠባበቅ ነበር። ነገር

ግን ስራውንና ሰራተኛውን በመቆጣጠር፣ ዲሲፕሊን በማስከበር፣ የሰራተኛውን መብትና ግዴታ በመጠበቅ፣ በአመራር ችሎታችሁና በመሳሰሉት የእኔን እገዛም ሆነ ምክር ሳትሹ ነው አመርቂና ውጤታማ ስራ የምትሰሩት። በዕውነት ለመናገር በእናንተ ስራ እጅግ በጣም ረክቻለሁ። እኔ እንዳየሁት ከሆነ ከበላያችሁ የሚቀመጥ አለቃ ፈጽሞ አያስፈልጋችሁም። የእኔ እዚህ መቀመጥ ያለ ስራ ደሞዝ መብላት ካልሆነ በስተቀር ከእናንተ አቅም በላይ የሆነ ስራ አላየሁም። ስለሆነም በዚሁ ተግታችሁ ቀጥሉበት እያልኩ በማበረታታት ከዛሬ ጀምሮ ስራ ወደ አለበት እንድያዛውሩኝ ጠይቄ እሄዳለሁ" በማለት ብዙ ጠቃሚ ምክሮችን ቸረውን ተሰናብተውን ሄዱ።

በሕይወቴ ሙሉ እንደዚህ ያለ አለቃ አጋጥሞኝ አያውቅም። በአንፃሩ ግን በስራዬ እየቀኑ በሸኬ ሊጥሉኝ የተፈታተኑኝ አሉ። በዕውነት ነው የምለው ይህች ሀገር እንደ ሻለቃ አባተ ብዙነህ የመሳሰሉትን በሙብራት ፈልጋ ቁልፍ ቦታ ብታስቀምጣቸው በአጭር ጊዜ ውስጥ ተመንድጋ ባደገች ነበር። የሚታየው ግን ጀርባየን እከከኝ ልከክህ በመሆኑ እዝያው ባለችበት ለመርገጥ ተገዳለች።

እዚሁ ስራ ቦታዬ ላይ እያለሁ አንድ ያልጠበቅሁት ጥሩ ነገር ገጠመኝ። እኔና ሁለት ጓደኞቼ በአየር ሀይል ታሪክ ከም/፻ አለቃ ወደ ሙሉ ፻ አለቃ ለመሾም ከሶስት ዓመት በፊት ተደርጎ የማይታወቀውን የቅድሚያ ሹመት በ 2 ዓመት አግኝተን ሙሉ ፻ አለቃ ሆንን። እነዝያ የመኮንንነት ኮርስ አትግባ እያሉ ይወተውቱኝ የነበሩት ጓደኞች፤ እንኳን ደስ ያለህ በማለት ፋንታ፣ እንደዚህ የቅድሚያ ሹመት መሰጠቱን ብናውቅ ኖሮ እኛም ኮርሱን እንሳተፍ ነበር በማለት መቆጨታቸውን ገለጹልኝና ታዘብኳቸው። የሰው ልጅ ቀናተኛና ምቀኛ መሆኑን ደግሞ በድጋሚ ተገነዘብኩ። ዕውነተኛ ጓደኛ በችግርህና በጭንቀትህ ግዜ ከጐንህ የማይለይ በደስታህም ወቅት የደስታህ ተካፋይ የሚሆን ብቻ መሆኑን አረጋግጬ የሌሎቹን ጓደኞችን ማንነትና ምንነት በተለያዩ ዘዴዎች እየገመገምኩ እስከ አሁን ድረስ በችግሬና በደስታዬ ተካፋይ የሆኑትን አፍርቻለሁ።

ወደዝያው ወደ ፋብሪኬሽን ክፍል ትዝታዬ ልመለስና ከአንድ በዕድሜ የበሰሉ፣ ግን ያልተማሩ የቀሰምኩትን ትምህርት ልግለጽ።

የማነጅመንት ዕውቀት በመማርና መጽሓፍ በማንበብ ብቻ አይደለም የሚገበየው። ምንም ካልተማሩትና በዕድሚያቸው ካካበቱት የኑሮ ልምድ ጭምርም እንጂ። በአየር ሀይል ውስጥ አቶ ዓምደወርቅ አሊ የተባሉ የመጀመርያ የአውሮፕላን ሜካኒክ ነበሩ። ስራቸው እኔ ከማስተዳድራቸው ንውሳን ክፍሎች በአንዱ ነበር።

የስኳድሮን አዛዦችን ትሁት፣ ቀና እና ታታሪ አለቃ ስለነበሩ የክፍልና የንዑስ ክፍል ሀላፊዎችን እየሰበሰቡ ስለስራው ሂደት፣ ስለአጋጠሙ ችግሮችና ችግሮችን ለመፍታት መደረግ ያለበትን ሁሉ እየተወያየን እንድንፈታ፣ ከአቅም በላይ የሆኑትን ደግሞ አዛዡ ለበላይ አቅርበው መፍትሔ እንድያስገኙ ሆኖ እንድንሰራ ማሰባቸውንና ስብሰባውም በየወሩ መደረግ እንዳለበት ገልጸው የመጀመርያው ስብሰባ ተኪያሂዶ ከአቅም በላይ የሆኑትን ችግሮች መዝግበው ስብሰባው አበቃ።

እኒህ ኑሮ ያስተማራቸውና በዕድሜ የገፉት አቶ ዓምደወርቅ፣ አዛዡንና የክፍል ሀላፊ የሆንነውን አንድ ግዜ ላነጋግራችሁ ፍቀዱልኝ ይሉንና እሺ ብለን አዳመጥናቸው። አዛዡን በስማቸው ይጠሩና፣ ይህ ያመጣኸው ሀሳብ በተግባር የሚተረጐም ቢሆን ጥሩ ነበር፤ ነገር ግን አንተ ልትፈጽመው የማትችለው ብዙ ችግር ስለአለ፣ ችግሩን ለበላይ ስታቀርብ በተለያዬ ምክንያት መልስ እንደማታገኝለት ስለሚገባኝ ስብሰባው ዘላቂ አይሆንም፤ ይቋረጣልና ሌላ ዘዴ ብትፈልግ ይሻላል ብለው ምክራቸውን ለግሰው ይሄዳሉ።

በወሩ ተሰብስበን አዛዡ ለማስፈጸም ከመዘገቧቸው ችግሮች በመነሳት ያገኙትን መልስ እንዳለ በደረቁ ያቀርቡታል። የችግሮቹ 80% ቀጠሮ ስለተያዘለት አልተመለሰም፤ መልስ ተሰጠበት የተባለውም አመርቂ አልነበረም፣ በመሆኑም በተሰብሳቢው ፊት ላይ የቅሬታ ስሜት ይነበብ ነበር። ውይይቱ ቀጠለና አሁንም ከአቅም በላይ የሆኑ ሌሎች ችግሮች ተመዝግበው ስብሰባው ያበቃል።

አቶ ዓምደወርቅ አሁንም ላነጋግራችሁ ይሉና፣ የሚመዘገቡት ችግሮች መልስ ስለማይኖራቸው በዚሁ ምክንያት ይህ ስብሰባ ከተወሰነ ጊዜ በኋላ እንደሚቋረጥ ይታየኛል። ያም ሆነ ይህ አሁን ላነጋግራችሁ ያልኩበት ምክንያት መልስ ስለተገኘላቸው ጉዳዮች አገላለጽ ላይ አንድ አስተያየት ልሰጥ ስለፈለግሁ ነው። እያችሁ ወጥን የሚያጣፍጠው ጨውና ቅመሙ ነው፤ ወጡ ያለ ጨውና ቅመም ቢቀርብ ስለማይጣፍጥ አይበላም። ልክ እንደ ምግቡ ደግሞ መግለጫም ሆነ ንግግር የአነጋገር ጨውና ቅመም ካልታከለበት ተቀባይነት አያገኝም። የንግግር ጨውና ቅመሙ ውሸት ነው፤ ውሸት ስል ተቀባይነት ያለውና ፈሩን ያልለቀቀ ውሸት ማለቴ ነው። ለበጐ ነገር ከሆነ ደግሞ ጭልጥ ያለ ውሸት ቢሆንስ ምን አለበት፤ ለምሳሌ የተጣሉ ባልና ሚስትን ለማስታረቅ ሲባል ያልሆነውንና ያልተባለውን ሆነ፣ ተባለ፣ ይባል የለ? ስለዚህ ከጉዳዩ ጋር የተዛመደና የተገናኘ ውሸት ጨመር አድርጉበት ብለው አስገነዘቡን። አዎን! ዕውነታቸውን ነው "ዲፕሎማሲ፣" ማለት ውሸት ማለት አይደል? ስሙ ተለውጦ አምሮ ቀረበና ነው እንጂ። አቶ ገብሬ በሻህ የሚባል ሰራተኛ አንድ ቀን የተናገረው ትዝ አለኝ። በድሮ ጊዜ ጨጓራ የባርያ ምግብ ነበር፣ አሁን ጣፈጣችሁና "ትሪፓ" ብላችሁ ስሙን ቀይራችሁ ትሻሙን ገባ አለ። ስለዚህ ዲፕሎማሲም እንደዚሁ ነው። የአቶ ዓምደወርቅም ምክር ይህንኑ ለማለት ስለሆነ ተቀበልኳቸው።

አቶ ዓመደወርቅ ይህን ምክር ከሰጡን ከ25 ዓመት በኋላ ግብርና ሚኒስቴር ተዛውሬ ስሰራ ያጋጠመኝን ለመጥቀስ እሻለሁ፤ በእርግጥ ሕሊናዬ አልተቀበለውም፤ እንደዚህ ያለ ዘይቤም አልጠቀምም፤ ርካሽ የሆነ ማታለያ ዘይቤ በመሆኑ። ጉዳዩ እንዲህ ነው፤ አንድ ሰው ደምቡ የማይፈቅደውን ነገር እ'ንዳደር'ግለት ይለምነኛል። አይ ይህ ከደምብ ውጭ ስለሆነ እኔን ያስጠይቀኛልና ልፈጽምልህ አልችልም። ምናልባት ደንቡን አታውቀው እንደሆነ አለያም የፈጠርኩትና ያንተን ጥያቄ ለማሟላት ያልፈለግሁ መስሎ እንዳይታይህ አንብበው ብዬ አስነበብኩት። አምኖ እንደመቀበል ፋንታ አንተ ልትረዳኝ ስላልፈለግህ ነው እንጂ ልትፈጽምልኝ ትችል ነበር ብሎ አኩርፎ ሄደ። በሌላ ጊዜ እኔ ከዝያ ቦታ ተዛውሬ ለተተኪዬ የስራ ርክክብ በማድረግ ላይ እያለሁ ይመጣና አዲሱን አለቃ እኔ ፊት ያንኑ ጥያቄ ያቀርብለታል። ይህ አዲስ አለቃ አይዞህ ግድየለህም እፈጽምልህለሁና ከሶስት ቀን በኋላ ደውልልኝ ይለዋል። በሁኔታው ተገርሜ ምን መልስ

እንደሚሰጠው ለመስማት ስለጓጓሁ እስከ ሶስተኛው ቀን ድረስ አብሬው ቆየሁ። በተባለው ቀንና ሰዓት ያ ሰው ስልክ ይደውልና ይጠይቀዋል። ኦ! እገሌ እንደምን አለህ? ደህና ነህ ወይ? ይልና እገልዬ በጣም የሚገርም ነው፤ ልረዳህ ብዙ ሞክሬ አይሆንም አሉኝ፤ በጣም አዝናለሁ ይለዋል። ማንንም እንዳላነጋገረና እንዳልጠየቀ ዓውቃለሁ። ታድያ ያ ሰው ግድየለም እንደፈጸምክልኝ ነው የምቆጥረው አመሰግንሀለሁ ብሎ ስልኩን ይዘጋል። እኔ ዕውነቱን ከነመረጃው አቅርቤ ተጠላሁ" ምንም ነገር ያላደረገው ሰው ግን በተጠቀመው ዘዴ ተመሰገነ። የሰው ነገር አይገርምም?

የአቶ ዓምደወርቅ ትንቢት፣ ስብሰባው አይቀጥልም ያሉት፣ አዛዡ ውይይቱን በተወሰነ ጉዳይ ዙርያ ሳይሆን ልቅ ስለአደረጉት፣ ማጣፊጫም ሊያክሉበት ስለአልቻሉና መፍትሔ ያላገኙት ችግሮች እየተበራከቱ በመሄዳቸው ስብሰባው ተቋረጠ።

የወታደራዊ ሰልፍ ተሳትፎዬ

በአየር ሀይል መስሪያ ቤት የወታደራዊ ሰልፍ ስልጠና የሚሰጠው "አንድ ሰው እንደተቀጠረ ሌላ ትምህርት ከመጀመሩ በፊት ለ3 ወራት ሲሆን፣ የተመደበበትን የሙያ ትምህርት በሚከታተልበት ጊዜ ደግሞ ጧት ጧት እየተሰለፈ ከሚፈተሸው ባሻገር ትምህርቱን እስኪጨርስ ድረስ ፕሮግራም ተይዞለት በሳምንት አንድ ቀንም ይማራል።

ሰራዊቱ በሰለጠነበት ሙያ ተመድቦ ስራ ሲጀምር በወቅቱ በነበረው ሁኔታ፣ በዓመት አንድ ጊዜ የተኩስ ልምምድ፣ ሚያዝያ 27 ቀን ደግሞ የነፃነትን በዓል ምክንያት በማድረግ በሚደረገው የሰልፍ ውድድር ለመሳተፍ የሚያስችል ልምምድ ሲያደርግ ካልሆነ በስተቀር የሚያከናውነው የዕለት ተዕለት ስራውን ነው።

የክብር እንግዳ በአውሮፕላን ማረፍያም ሆነ በአየር ሀይል ውስጥ ለመቀበል የክብር ሰልፍ /ዘብ/ ከሰልፍ መሪው በስተቀር ለዚህ ተግባር የሚመረጡት ከኤር ፓሊስ አባላት ነበር። እኔ መኰንን ከሆንኩበት ጊዜ ጀምሮ በተለይ ለሚያዝያ 27ቱ ውድድር የሙቶ መሪ በመሆን የተሳተፍኩ ሲሆን ለዚሁ ዝግጅት በምንለማመድበት ጊዜ አረማመዳችንና የእጅ ውዝዋዝያችን ላይ ልዩ ትኩረት ይሰጠው ስለነበር የበላይ አካላት እየተገኙ እርማት የሚሰጡበት ከፍተኛ ዝግጅት በመደረጉ አንድ ቀን የጣቢያው አዛዥ የነበሩት ጀነራል አሰፋ ገብረዝጊ እንቅስቃሴያችንን እየተከታተሉ አንዱን ቀና በል ሌላውን እጅህን ከፍ አድርገው እያሉ ሲያርሙ ከቆዩ በኋላ የሙቶ መሪዎች ሰልፉን እየመሩ ከፊት ሆነው ብቻቸውን በጉልህ ይታዩ ስለነበር የእኔ አረማመድና የእጅ አወዛወዝ ማርኳቸው፣ "አሰፋን እዩት! አረማመዱ ኮራ ብሎ መሬትን የተጠየፈ መስሎ ነው የሚረግጠው" እያሉ በአድናቆት በመግለጽ ለብቻዬ ወጥቼ በመራመድ እንዳሳይ ያደርጉ ነበር።

የክብር ዘብ መሪ የሚሆነው ሰው በወታደራዊ አቋሙ ብልጫ ያለው ሆኖ ከሻምበል ማዕረግ በታች ከሆኑ መኮንኖች መካከል ተመርጦ ሲለሚመደብ አየር ሀይሉን የሚጎበኙ የሀገር መሪዎች በሚመጡበት ጊዜ አቀባበል የሚደረግላቸው በክብር ዘብ ስለነበር ጀነራል ገብረማርያም ፋንታ፣ ኮሎኔል ግርማ ዓይኔ እና ሌሎችም የክብር ዘብ መሪዎች ሆነው ስያገለግሉ ከቆዩ በኋላ ሻለቃ እንደሆኑ በሌሎች ተተክተዋል። እኔም ተመርጬ ሻለቃ እስከ ሆንኩበት ጊዜ ድረስ ንግስት ኤልሳቤጥን፣ ቀዳማዊ አፄ ሀይለስላሴንና ሌሎቹን እየተቀበልኩ አገልግያለሁ። እዚህ ደረጃ ድረስ ያደረሰኝ ከልጅነቴ

ጊዜ ጀምሮ በውትድርና ላይ ልዩ ስሜት ስለነበረኝ በበዓል ጊዜ ደሴ ያለው የሙዚቃ ባንድ ሲንቀሳቀስ ማንንም ሳልፈራ ወታደሮቹን እያየሁ ቀጥ ብዬ ደረቴን ነፍቼ የደስታ ስሜት እየተሰማኝ እንቀሳቀስ ስለነበር፣ አየር ሀይል ገብቼ ስሰለጥንና ልምምድ ሳደርግ አቋሜና እንቅስቃሴዬ የተመልካችን ዓይን በመሳቡ ነበር።

ጡረታ እስከምወጣበት ጊዜ ድረስ በውትድርናው ዓለም የመቀጠል ምኞት ቢኖረኝም ያኔ ባላስተዋልኩት ኋላ ላይ ግን እየገባኝ የሄደው ሆድ ይፍጀውና ለ4 ዓመታት በተከታተይ እየተዘለልኩ እንዳልሾም በመደረጉ መቀጠል ስለአልቻልኩ ይኸው ሁኔታ ገብቷቸው ብቃቴን የሚያውቁ ያዝኑልኝና በድርጊቱ ይናደዱ በነበሩ ጥቂት ሀገር ወዳድ ባለስልጣኖች አማካኝነት በሲቪልነት ሌላ መስሪያ ቤት ተመድቤ ከአየር ሀይል ልሰናበት በቅቻለሁ።

የማሕበራዊ ኑሮ ተሳትፎዬ

ማንም ዜጋ ከተመደበበት ስራ ባሻገር ከሕብረተሰቡ ጐን ተሰልፎ በልማት፣ በማሕበራዊ አገልግሎትና በመሳሰሉት መሳተፍ ግዴታው ነው። አየር ሀይልም በድርጅትነቱ ሕብረተሰቡን የመርዳትና የማገልገል ሀላፊነት ስለነበረው ከሕዝብ ጐን ተሰልፎ አቅሙ የፈቀደውን ያህል ለማገልገል ባደረገው እንቅስቃሴ በተፍኪ መጥለቅለቅ፣ ሰራዊቱ አደጋ እደረሰበት ቦታ ተገኝቶ ሕይወት የማዳን ተግባር ላይ ተሰልፎ ሲረዳ፣ በደብረዘይት አካባቢም እንደ ከታ ትምህርት ቤት ያሉትን የልማት ስራዎች በጉልበትም በማቴርያልም እያገዘ ከፍተኛ አስተዋጽኦ አድርጓል። በተለይ ደግሞ በሰራዊቱ መዋጮ የሞዴል ትምህርት ቤትን አሰርቶ ት/ቤቱን በመምራትና በማስተዳደር ልዩ አስተዋጽኦ ሲያደርግ እኔም በአብዛኛዎቹ እንቅስቃሴዎች ተሳትፍያለሁ።

በግሌም እዝያው አየር ሀይል ግቢ እያለሁና አግብቼ ቤት ተከራይቼ ከተማ ስቀመጥ አቅሜ የፈቀደውን ያህል ተሳትፎ አድርግያለሁ። በግቢው ውስጥ እያለሁ ከወሎ የመጣነው ተሰባስበን ከመካከላችን አንድ ሰው በሚያገባበት ጊዜ ገንዘብ እያዋጣን ለቤት ዕቃ መግዣ የሚበቃ ገንዘብ እየሰጠን ድረናል። በወቅቱ የነበረውን የኑሮ ውድድር ለመወጣት ደግሞ የዕቁብ መተዳደርያ ደንብ አዘጋጅቼ ሰብሳቢ በመሆን ቀላል ያልሆነ አስተዋጽኦ አድርግያለሁ።

በሕብረተሰቡ አኳያ ደግሞ የተሳተፍኩባቸውን ዋና ዋናዎቹን ልጥቀስ። ቀደም ሲል ተቋቁሞ የነበረው የቱሉ ዲምቱ ዕድረተኛ ስለነበርኩ፣ በአስተዳደር ብልሹነት የንብረትም ሆነ የገንዘብ ድሀ መሆኑን በመረዳት በአመራር ኮሚቴ ውስጥ በሂሳብ ሰራተኛነት ሳገለግል ጥብቅ ቁጥጥር እያደረግሁ ብክነቱን በማስወገድ፣ አባላቱ ሲሞቱ መቅበር ብቻ ሳይሆን በሚታመሙበት ጊዜ መርዳቱንም ያካተተ ዕድር እንዲሆን ኮሚቴውን በማሳመን፣ ለዚህ ተግባር የሚውል ካፒታል ማከማቸት ስለሚገባ መዋጮውን በመጨመርና ሌላ ሌላም የገቢ ምንጭ በማፈላለግ ተሰርቶ ከሁለት እስከ አምስት ዓመት ባለው ጊዜ ውስጥ ተግባራዊ እንዲሆን ለማድረግ ሕዝቡን በማሳመን ተቀባይነትን አግኝቷል። ከአንድ አሮጌ ድንኳን በስተቀር ንብረት አልባ ስለነበር የተሻለ ድንኳን በማሰራትና ወንበር በመግዛት እራሱን እንዲችል ከፍተኛ አስተዋጽኦ አድርጌ በስራ ምክንያት በመዛወሬ እኔ ስለቅ በጥሬ ገንዘብ 5ሺ ብር ተቀማጭ እንዲኖረው አስደርግያለሁ።

በቀበሌያችን በደርግ ጊዜ የተወረሰ የእንድርያስ የሕዝብ ትምህርት ቤት ስለነበር የሚተዳደረው የትምህርት ሚኒስቴር ባወጣው ደንብ መሰረት በየዓመቱ የትምህርት እመራር ኮሚቴ እየተመረጠ ነበር ። አመራሩ በኮሚቴው ጥንካሬ የሚወሰን ነውና ብዙ ጊዜ የሚመረጡት አባላት በግል ችግራቸውም ይሁን በንቃተ ሕሊና ጉድለት ስለማይሰሩ የሚሰበሰበው ገንዘብ በት/ቤቱ ስራ አስኪያጅ አመራርና በመምህራኑ ተባባሪነት ስለነበር የሚደረገው የወጭ ሁኔታ ሳይመዘገብ፣ የዓመቱን ማቴርያል በአንድ ጊዜ በመግዛት ፋንታ፣ አንዳንድ ቤተሰብ ዘይት፣ ስኳር ወዘተ በየቀኑ እንደሚገዛው ዓይነት በመገዛቱና ቁጥጥር ባለመደረጉ የመምህራንን ደሞዝ ለመክፈል እንኳን ይቸገር ነበር። በአጋጣሚ አንዲት የዘመድ ልጅ መጥታብን እዚሁ ትምህርት ቤት ስለአስገባናት በዓመቱ የትምህርት ቤቱ የወላጆች ጠቅላላ ስብሰባ ላይ ተገኝቼ የቀረበውን ሪፓርት ሰምቼ በማዘኔ አዲስ የአመራር ኮሚቴ በተመረጠበት ጊዜ የሂሳብ ተቆጣጣሪ ሆኜ በመመረጤ ከኮሚቴው አባላት ጋር በተደረገው የመጀመርያ ስብሰባ ላይ የውስጥ ደንብ መዘጋጀት እንዳለበትና ይህንን ደንብ እኔ በፈቃደኝነት አርቅቄ ማቅረብ እንደምችል በማሳሰቤ የማርቀቅ ሀላፊነቱ ስለተሰጠኝ በትርፍ ጊዜዬ ሌትና ቀን በመስራት የእያንዳንዱን የኮሚቴ አባላት ተግባርና ሀላፊነት፣ የገንዘብና የንብረት አያያዝ የግዥና የወጭ ማዘዣ ቅጾች፣ እንዲሁም የስብሰባ ስርዓትን ያካተተ ደንብ አርቅቄ በማቅረብ ተቀባይነትን ስለአገኘ፣ የበኩሌን የስራ ሀላፊነት በተመለከተ ገቢውንና ወጭውን በወጣው ደንብ መሰረት እየተቆጣጠርኩ ብክነትን አስወግጃለሁ። የገንዘብ አቋሙን በመገምገም ኮሚቴው ተወያይቶበት በ6 ወራት ጊዜ ውስጥ ት/ቤቱን በማደስ፣ የተወሰኑ የክፍል ጠረጴዛዎችን በብረት በማሰራት፣ የመምህራንን ደሞዝ በመጨመር ስንንቀሳቀስ፣ በዓመቱ መጨረሻ ላይ ደግሞ በቂ ተቀማጭ ገንዘብ እንዲኖረው በማድረጋችን ባለፉት

ዓመታት በአመራር ጉድለት ብዙ ገንዘብ ይባክን እንደነበር ቁልጭ አድርጐ ለማሳየት በቅቷል።

ሌላው ተሳትፎዮ ደግሞ በእኔ አመለካከት በሀገሪቱ ከተቋቋሙት ዕድሮች ወይም ደግሞ መረዳጃ ማሕበሮች ከፍተኛውና ለሌሎች ዕድሮች በአርአያነት ሊጠቀስ የሚችለው፣ የብዙ ዓመታት ተመክሮ ያለው መረዳጃ ማሕበር፣ የአየር ሀይል የሰላማዊ ሰራተኞች መረዳጃ ማሕበር ነው ብል አልተሳሳትኩም። ይህ ማሕበር ለሚታመሙ አባላቱ የሕክምና ዕርዳታ ያደርጋል፣ በሞት ለሚለዩት ደግሞ የገንዘብ ዕርዳታ ይሰጣል። ማህበሩ የሚተዳደርበት ጥሩ መተዳደርያ ደንብ ያለው ሲሆን በየጊዜው እንደአስፈላጊነቱ እየተሻሻለ ለብዙ ዓመታት ተንቀሳቅሷል።

በአንድ ወቅት የስራ አስኪያጅ ኮሚቴ አባል ሆኜ ተመረጥኩ። የስራ ድርሻዬ ም/ሊቀመንበር ነበር። ስራውን ተረክበን በየጊዜው እየተሰባሰብን ስንሰራ አንዳንድ አዳዲስ ችግሮች በመከሰታቸው ጊዝያዊ መፍትሔ እየሰጠን ደንቡን አንድ በአንድ አጠናነው። ማንኛውም ደንብ ከጊዜውና ከችግሩ ተጨባጭ ሁኔታ ጋር የሚራመድ በመሆኑ ይህንኑ ተግባራዊ ለማድረግ ይቻል ዘንድ፣ ደንቡ ውስጥ አንዳንዱ ጉዳይ፣ ከማይመለከተው አንቀጽ ስር ስለተካተተ፣ ጉዳዩን ለመፈለግ ረዥም ጊዜ በመፍጀቱና ከአሁን ቀደም የነበሩት የስራ አስፈጻሚ ኮሚቴዎች በየተመረጡበት ወቅት ያስቸገራቸውንና በደንቡ ውስጥ ያልተካተቱ ጉዳዮችን በስብሰባ ውሳኔ እየሰጡባቸው ያለፉትን በማሰባሰብ ተገምግሞ ደንቡ የሚሻሻልበትን መስፈርት በማሟላቱ ደንቡን ለማሻሻል ከተፈቀደልኝ የ6ወራት የማስተካከያ ጊዜ ተሰጥቶኝ አስተካክዬ ማቅረብ እችላለሁ ብዬ ጠይቄ ተስማሙ። በነበረው ደንብ ላይ ሌሎች ተጨማሪ አንቀጾች በመጨመር፣ ሁሉም ነገር በየጉዳዩ ርእስ ስር እንዲካተት በማድረግና በየጊዜው በቃለ ጉባኤ እየተወሰኑ የተመዘገቡትን ደንቡ ውስጥ በማስገባት፣ ለሞት የሚሰጠው ብር 500 ዕርዳታ ከሌሎች ዕድሮች ጋር ሲነጻጸር እጅግ አናሳ በመሆኑ ወደ ብር 1000.00 ከፍ በማድረግ፣ የኑሮ ችግር ያለባቸውን የማሕበሩ አባላት ላለመጉዳት ወርሀዊ መዋጮው እንዳለ ሆኖ ዕድርተኛው ወይም ባለቤቱ ሲሞቱ ብቻ ተጨማሪ ብር 2.00 እንዲዋጣ በማድረግ፣ አዲስ ለሚገቡት መመዝገቢያ ብር 200.00 እንዲሆንና በአንድ ጊዜ ለመክፈል ለማይችሉት በ3ወራት እንዲከፈል የሚልና እኛም ስራ ከጀመርን በኋላ ያጋጠመንን ችግር ጨምሬ አዘጋጅቼ ለኮሚቴው በማቅረብ ጥንቃቄ በተመላበት ሁኔታ ተወያይተንበት የሚታረመው ታርሞና የሚጨመረው ተጨምሮ ለጠቅላላ ጉባኤው ቀርቦ ተተችቶበት ጸደቀ።

እዚህ ላይ አንድ ሳልጠቅሰው የማላልፈው አስገራሚ ጉዳይ ቢኖር ከ2 ዓመት በኋላ የአገልግሎት ጊዝያችንን ጨርሰን አዲስ ስራ አስፈጻሚ ኮሚቴ ከተመረጠ በኋላ የተሻሻለው ደንብ እኛ ለአንድ ዓመት ሰርተንበት ችግር ባያጋጥመንም በዚህ በአዲሱ ኮሚቴ ጊዜ ችግር ቢከሰት ሁኔታውን በቀና መንፈስ ተመልክቶ ያጋጠመውን ችግር በቃለ ጉባኤ እየወሰነ በመስራት ፋንታ፣ እጅግ የሚገርመው፣ ደንቡን ለማሻሻል የሚያስችል መስፈርት ሳይሟላ ደንቡን አሻሻልኩ ብሎ በጠቅላላው ጉባኤ ለማጽደቅ አጀንዳ ይዞ በቀረበበት ወቅት ያለፈውን ኮሚቴ አባላት እጄ ሰባራ ለማድረግና ለመወንጀል ነገር የማውጠንጠኑ ተንኮል ነው። ይህ ኮሚቴ እስብሰባው ላይ ቅስቀሳ አኪያሂዶ፣ በተለይ ደግሞ አንዳንድ ግለሰቦች ላይ የፓለቲካ ትርጉም እየሰጠ እኛን

ለማጥቃት በመጣሩ ጭቅጭቅ እንዲፈጠር ስለአደረገ፣ በአንዳንድ አስተዋዮች አስተያየትና ጥያቄ ቀረበ። "ይህ ደንብ ለጠቅላላው ጉባኤ ቀርቦ ነው ወይስ ሳይቀርብ ነው ተግባራዊ የሆነው"? ተብሎ ሲጠየቅ፣ ለጠቅላላው ጉባኤ ቀርቦ እንደጸደቀ በመረጋገጡ፣ ታድያ ጠቅላላ ጉባኤው ካጸደቀው የቀድሞዎቹን ስራ አስፈጻሚ ኮሚቴ አባላት ስለማይመለከት ወደ ቀጣዩ አጀንዳችን መሄድ አለብን ተብሎ በመወሰኑ የተገመደው መሰሪ ተንኮል ሊከሽፍ ችሏል።

የስፖርት ተሳትፎዬ

ስፖርት የምወደው ከልጅነት ጊዜዬ ጀምሮ ነው ። ወደ ኳስ ጨዋታዎችና ዝላዮች አዘነብላለሁ። ድንጋይ ሰበሮሽ፣ ቦቻ፣ ጉድጓድ ጨዋታ በአጠቃላይ በሚመቱ ነገሮች አልፎ አልፎ ካልሆነ በስተቀር ፈጽሞ አልስትም። ጥናቴን እስከረሳ ድረስ እጅግ በጣም ከመጠን ያለፈ ጨዋታ ወዳድ ነበርኩ። በትምህርት ቤት ደረጃ የእግር ኳስ ተጫዋች የነበርኩበት ጊዜ ሲኖር በተለያዩ ዝልያዎች እየተሳተፍኩ ሜዳልያ እሸለም ነበር። በቀጣይ ትምህርት ምክንያት ደሴን ለቅቄ ስሄድ የስፖርት እንቅስቃሴ ለማድረግ እችል ዘንድ የተመቻቼ ሁኔታ እንድያጋጥመኝ እመኝ ነበር። ጥሩ ዕድል ገጠመኝና በዘመናዊ አመራር የተደራጀና አስፈላጊ የስፖርት መሳርያዎች ባለበት መስርያ ቤት፣ አየር ሀይል በመግባቴ እጅግ በጣም ደስ አለኝ። በዚህ መስሪያ ቤት ሰራዊቱ በሙሉ የሚሳተፍበት የስፖርት ፕሮግራም አለው፤ ይኸውም አዲስ የሚገቡት ተማሪዎችና በማንኛውም ዓይነት ስልጠና ላይ ያሉት ከትምህርቱ ወይም ከስልጠናው ጋር ተካቶ በተያዘለት ፕሮግራም የሚሳተፉ ሲሆን፣ በስራ ላይ ያሉት ደግሞ በሳምንት ሁለት ጊዜ በስፖርት ሜዳ እየተገኙ ሁለት ሁለት ሰዓት የሚሳተፉበት ነው። እኔም ይህንኑ ፕሮግራም ተጠቅሜ ከማደርገው የስፖርት እንቅስቃሴ ባሻገር ቅዳሜና ዕሑድንም ስፖርት አዘውትር ነበር።

የጦር ሀይሎች የስፖርት ውድድር በየዓመቱ የሚከናወን ሲሆን እኔም አየር ሀይልን ወክዬ በአግድመት፣ በስሉስና በምርኩዝ ዝላዮች እንዲሁም በ110 ሜትር የመሰናክል ሩጫ እየተሳተፍኩ ጥሩ ውጤት በማግኘት ሜዳልያዎች ተሸልሜባቸዋለሁ። ደሴ ትምህርት ቤት በመማር ላይ እያለሁ እሳተፈው የነበረው የከፍታ ዝላይ ዘይቤዬ ኋላ ቀር ስለነበር የዘመኑን የዝላይ ዘይቤ ልከተል ባለ መቻሌና ውጤታማ ባለመሆኑም አቋረጥኩት። በእግር ኳስም በኩል በወቅቱ፣ ጨዋታው መራገጥ የበዛበት ስለነበር መሳተፉን ስለአልፈለግሁ ተውኩት፤ ተሳትፎው ብቻም ሳይሆን ስታድየም እየገባሁ እመለከት የነበረውንም፣ በነበረኝ የኳስ ፍቅርና ቅጥ ያጣ ስሜት የተነሳ፣ የማላውቃቸው ቡድኖች በሚጋጠሙበት ጊዜም ቢሆን ጥሩ ለሚጫወተው ቡድን አድልቼ፣ እጮህ አብድና እከንፍ ስለነበር ሶስት ቀን ሙሉ አንጀቴ በመቁሰል ሕመሙ እየጸናብኝ ስለሄደ አቋረጥኩት።

በእነዚህ ሶስት ዝላዮች ለብዙ ዓመታት ተሳትፌ የትርፍ አንጀት ቀዶ ጥገና ካደረግሁኝ በኋላ ተቋረጠ። ቀደም ሲል ጀምሬው ፍቅር ያሳደረብኝን የሜዳ ቴኒስ ጨዋታ በክለብ ደረጃ ውድድር እየተሳተፍኩ የጤንነት መጠበቅያና መዝናኛ ጨዋታ አድርጌ ያዝኩት። በጦር ሀይሎች የስፖርት ውድድር መሳተፉ ውል ይልብኝ ስለነበር፣ ውድድሩን ከአቋረጥኩበት ጊዜ ጀምሮ ወደ ተመልካችነት ደረጃ ዝቅ ያለውን ወደ ተወዳዳሪነት ለመመለስ ልሳተፍበት የምችለውን ጨዋታ አውጥቼ አውርጀ፣ የዒላማ ተኩስ ውድድር ላይ ለመግባት በመወሰኔ፣ መስሪያ ቤታችን ለሁሉም ዓይነት ስፖርት እንደሚደረገው

ሁሉ የዒላማ ተኩስ ተወዳዳሪዎችን ለመምረጥ በጠብመንጃና በሽጉጥ ተኩስ የክፍሎች የእርስ በርስ ውድድር አዘጋጅቶ 30 ጥይት በማስተኮስ ጥሩ ውጤት ያመጡትን 15 ሰዎች ይመርጥና ጥቂት ቀናት አለማምዶ በማወዳደር 7ቱን ለይቶ በስከመጨረሻ 3 ተወዳዳሪዎችና አንድ ተጠባባቂ መርጦ በማለማመድ እንዲሳተፉ ያደርግ ስለነበር፣ እኔም ክፍሌን ወክዬ በመወዳደር ከ15ቱ አንዱ ሆኜ ተመረጥኩ። በቀጣዮቹም ውድድሮች ተመርጬ በጠብመንጃ ተኩስ ከ3ቱ ተወዳዳሪዎች መካከል አንዱ ሆንኩና ልምምዴን ቀጠልኩ። ሁኔታው ትዝ በማይለኝ ምክንያት የዓመቱ የጦር ሀይሎች የስፓርት ውድድር ስለቀረ በሁሉም ዓይነት ስፓርት የውስጥ ውድድር እንዲኪያሄድ በመደረጉ በጠብመንጃ ተኩስ ተወዳዳሪዎችን በመብለጥ 1ኛ ሆኜ የምስክር ወረቀት አገኘሁ። ከዚህ ጊዜማ በኋላ በየዓመቱ በሚደረገው ውድድር በአጋጣሚ ካልተገኘሁ ተፈልጌ ነበር እንድሳተፍ የሚደረገው።

ለቀጣዩ ዓመት ውድድር ምርጫው ተከናውኖ በወቅቱ ኮሎኔል የነበሩት ጀነራል ፋንታ በላይ፣ ኮሎኔል እሸቴ ዋጋዬ እኔና ማ/ቴክ ግርማ ዘለቀ የጦር ሀይሎች ውድድር እስኪቃረብ ድረስ በሳምንት 3 ቀን፣ ሲቃረብ ደግሞ በየቀኑ ጧት ጧት ልምምድ እናደርግ ነበር። መወዳደርያው ኤም-1 ጠብመንጃ ሆኖ የውድድሩ ሁኔታ በ100 ሜትር ርቀት የጊዜ ገደብ የሌለበት የቁም ተኩስ፣ በ200 ሜትር ርቀት እንደዚሁ የጊዜ ገደብ የሌለበት የእምብርክ ተኩስና ተኝተን ለመተኮስ መጀመርያ እንቆምና ተኩስ ሲባል አንድ ጥይት በላንቃው ውስጥ ከተን ተኝተን እንተኩስና ሌላ ስምንት ጥይት በካርታ አጉርሰን በአጠቃላይ በ50 ሰኮንድ ውስጥ መተኮስ፣ በ300 ሜትር ርቀትም በመቆም ይጀመርና ተተኝቶ በ50 ሰኮንድ የመተኮስ ውድድር ነው። የቁምና የእምብርክ ውድድር ላይ የሚሰጠው 8 ጥይት በካርታ ሲሆን የፍጥነት ተኩስ ላይ ግን 9 ጥይት ነው የሚሰጠው። ነጥቡም ለእያንዳንዱ ጥይት ከፍተኛው 5 ነጥብ ነው።

በልምምዳችን ወቅት እኔ እበልጥ፣ እኔ እበልጥ ያለበት በመሆኑ በውድድሩ ውራ የሆነ ቁርስ እንዲጋብዝ ስለተስማማን ተጠንቅቀን በማለም ከሆነልን 1ኛ ለመሆን ካልሆነ ደግሞ ጋባዥ እንዳንሆን እንጥር ነበር። በዚህ መልኩ ልምምዳችንን ከጀመርንበት ቀን ጀምሮ አብዛኛውን ጊዜ 1ኛ እየሆንኩ ተጋባዥ እንጂ ጋባዥ ሳልሆን ስቀጥል 3ቱ ግን በ ተደጋጋሚ በመጋበዛቸው እልክ ይይዛቸውና ዛሬ! አንተን ጋባዥ እናደርግሀለን እያሉ ይፎክሩብኝ ነበር። ሁላችንም በቅርብ ርቀት ጥሩ ነጥብ ስናገኝ እየራቅን በሄድን ቁጥር፣ በንፋስ፣ በብዥታና በተለያዩ ምክንያቶች ነጥባችን ይቀንስ ነበርና አንድ ቀን በአጋጣሚ ጥሩ ዕንቅልፍ ሳልተኛ በማደሬ ሁላችንም በምንደፍንበት በ100 ሜትር ርቀት ከ40 ነጥብ ውስጥ 37 ነጥብ በማግኘቴ ጮቢያቸውን ረገጡ፤ ዛሬ ተገኘህ! እጥፍ ነው የምንጋበዘው ብለው ፎከሩብኝ። እኔ ግን ሳልደናገጥና ተስፋ ሳልቆርጥ ብቀጥልም በ200 ሜትር ርቀት በእምብርክ ተኩስ 36 ነጥብ በማምጣቴ የመጨረሻው ሰው በ15 ነጥብ በለጠኝ፣ የፍጥነቱ ተኩስ ላይ ደግሞ ሁለቱ ዝቅተኛ ነጥብ ሲያመጡ አንዱ ከእኔ ጋር እኩል ነጥብ በማምጣቱ ከሶስቱ ጋር የነበረኝ ልዩነት የ5 ነጥብ ልዩነት ስለሆነ አሁንም ፎከሩብኝ። ግድየለም! ታያላችሁ! በ300 ሜትር ርቀት ላይ 45 በመድፊን አሸንፋችኋለሁ ብዬ የውስጥ ጥርጣሬዮን ደብቄ በእራሴ እንደምተማመን አስመስዬ ጉራዮን ነዛሁባቸው። የተኩስ ውድድር ከጀመርኩበት ቀን ጀምሮ በዚህ ርቀት የደፈነ ሰው ስለአልነበረ፣ እደፍናለሁ ብዬ ባላስብም ተጠንቅቄ ሁለቱን ማነጣጠርያዎች ዒላማው ላይ በማነጣጠር፣ እያንዳንዷን ጥይት በምተኩስበት ጊዜ ትንፋሼን እየዋጥኩ፣ ቃታ ሳልዠመግግና ሳልሸበር ተኮስኩ። የሶስቱ ውጤት 39፣ 42 እና 41 መሆኑን ዒላማው

ስር ጉድጓድ ውስጥ ያለው አመልካች አሳየን። የእኔን ማሳየት ሲጀምር ዘጠኝ ጊዜ ተራ በተራ 5፣ 5፣ እያለ ዘጠኙንም መድፈኔን ሲያሳይ፣ አላልኳችሁም? እኔ ከተናገርኩ ያልኩት ይፈጸማል፤ ከአሁን ጀምሮ የምነግራችሁን አሜን ብላችሁ ተቀበሉ አልኳቸው። ይህንን አናምንም! እን...ዳ...ት...ለ... ጥፍ! መ...ጥ...ተን እናየ...ዋ...ለን! ብለው ጮኸው ነገሩትና ሁላችንም አስተኳሻችንም ጭምር እየሮጥን ሄድን። ስንመለከተው ትክክል ሆኖ ስለአገኙት ጨበጡና አድንቀውኝ ወደ ቁርስ ቦታ ሄደን በተሸናፊው ወጭ ተስተናገድን።

የውድድሩ ቀን እየተቃረበ በመምጣቱና ውድድር የሚደረግበት ቦታ ሆሎታ ጦር ማሰልጠኛ ሰፈር ስለነበር ከቦታው ጋር ለመለማመድ ራስ ሆቴል እያደርን፣ በጧት እየሄድን ለአንድ ሳምንት ያህል ተለማመድን። በጉዞአችን ላይ ጨዋታው ቀልዱ መፎካከሩ አቋርጦ አያውቅም ነበርና በዚሁ ሁኔታ እየተፎካከርን ስንሄድ ከመካከላችን አንዱ፣ ባዶ እንስራ፣ ቀበሮ ወይም ሌላ ነገር ሲያቋርጠው አይወድ ኖሮ መንገዱን በርቀት እየተመለከተ አንድ ነገር ሲያጋጥመው ሾፌሩን ፍጠን፣ ፍጠን እንዳያቋርጠን! እያለ ያስጠነቅቀው ነበር። አንድ ቀን ሳያስተውል ቀበሮ ስታቋርጠን አየና በቃ! ዛሬ አይቀናኝም ብሎ እንደተናገረው ሳይቀናው ቀረ። ስለዚሁ ጉዳይ ሲያጫውተን እናቴ በእንደዚህ ያለ ነገር በጣም ስለምታምን፣ በነበረን የእናትነትና የልጅነት ቀረቤታ ምክንያት ከእናቴ የወረስኩት መጥፎ ዕምነት ነው ብሎ ነገረን።

በመጨረሻው የውድድር ቀን እንደተለመደው ራስ ሆቴል አድረን፣ ቁርሳችንን በልተን፣ ወደ ሆሎታ ጉዞ እንደጀመርን፣ የዛሬ ውጤታችንን ልንገራችሁ አንድ ጊዜ አድምጡ ብዬ ትኩረታቸውን ሳብኩና፣ መቸም እንደምታውቁት እኔ የተናገርኩት ሁሉ ይፈጸማል። ስለዚህ ዛሬ በጠብመንጃ ተኩስ ሶስታችንም በተከታተል 1ኛ፣ 2ኛ እና 3ኛ እንሆናለን። ደረጃችንም እኔ 1ኛ ኮ/ፋንታ 2ኛ፣ ኮ/እሸቴ 3ኛ ይሆናል። ስላቸው ኮ/ፋንታ ሶስታችንም እንዳልከው በተከታተል እናሸንፋለን ደረጃችን ግን 1ኛ እኔ፣ 2ኛ ኮ/እሸቴ፣ 3ኛ አንተ ነው የሚሆነው ሲሉ ኮ/እሸቴ ደግሞ የለም! ደረጃችን 1ኛ እኔ፣ 2ኛ ኮ/ፋንታ 3ኛ አንተ ነው የሚሆነው ተባባልንና በሉ ውጤቱን ታዩታላችሁ ቢያቸው እመወዳደርያው ቦታ ደርሰን ለውድድሩ ተዘጋጀን። ተወዳዳሪዎቹ 1ኛ ክፍለ ጦር፣ 2ኛ ክፍለ ጦር፣ 3ኛክፍለ ጦር፣ ከልዩ ልዩ ክፍሎች የተውጣጡ፣ ክብር ዘበኛ፣ ባህር ሀይልና አየር ሀይል ነበሩ። በቦታው 7 ዒላማዎች ስለነበሩ በዕጣ ተመድበን ውድድሩ በየርቀቱ ከየክፍሉ አንድ ሰው እየተመደበ ነበር የሚከናወነው። በውድድሩ ቦታ አስተኳሾችና ረዳቶቻቸው ቦታቸውን ይዘዋል። ውጤት አመልካቾችም ዒላማው አለበት ጉድጓድ ውስጥ ሆነው ተዘጋጅተዋል። ተመልካቾች ደግሞ ከተወዳዳሪዎች በስከ ጀርባ ራቅ ብለው በጥሞና ውጤቱን ለመመልከት የተቻኮሉ ይመስላሉ። ብዙ ጀነራሎችም አርቆ የሚያሳይ መነጽራቸውን እየተጠቀሙ ለማየት በተዘጋጀላቸው ወንበር ላይ ተቀምጠው የውድድሩን መጀመር በጉጉት ይጠባበቃሉ። የመጀመርያው ዙር ውድድር ተጀምሮ ውጤቱ እንጨት ጫፍ ላይ በተጣበቀ በአንድ በኩል ለደፈኑት ማመልከቻ ቀይ ቀለም ከዝያ በታች ለሚያገኙት ደግሞ ነጭ ቀለም የተቀባ ክብ ምልክት ጥይቷ እመታችበት ላይ እየተቀመጠ በምልክቱ እንዲታይ ተደረገና ሁሉም ደፈኑ። የሶስቱም ተወዳዳሪዎች ተራ በተራ ተከናውኖ ከአንድ ሰው በስተቀር ሌሎቹ ሲደፍኑ የእኔ ዒላማ በምልክቱ በሚታይበት ጊዜ 8ንቱንም ጥይት እንጨቱን ከዒላማው በላይ ከፍ አድርጎ በማሽከርከር ነበር ያመለከተው። ይህም ሙሉ ለሙሉ መሀል ላይ ዴድ ሴንተር (dead center "V") እተጻፈበት ላይ መመታቱን ነው የሚያሳየው። ወደ 200 ሜትር ርቀት ላይ

እየሄድን እያለን ጀነራሎቹ እኔን አተኩረው እያዩ፣ "ዓይኑ እንኳን ትንንሽ ነው! እንዴት ነው የሚያነጣጥረው እባክህ" ሲባባሉ ሰምቼ ተደሰትኩ። ሞራሌም ከፍ አለ። ሶስታችንም የአየር ሀይል ተወዳዳሪዎች አንድ ላይ ሆነን እንሄድ ስለነበር፣ እንዴት ነው ነገሩ? ሁሉም ደፈኑሳ ብዬ ስጠይቃቸው ሌላ ጊዜም ቢሆን በ100 ሜትር ርቀት ላይ ሁሉም ይደፍናል። በፍጥነት ተኩስ ላይ ግን በተለይ ደግሞ በ300 ሜትር ርቀት ላይ ጥይቱን ዝምብለው ነው የሚረጩት። ዒላማም የማይመቱ አሉ ብለው ገለጹልኝ ና በመጨረሻው ርቀት ውድድር ላይ ተወዳዳሪውም ተመልካቹም ውጤቱን በጉጉት የሚጠባበቅበት በመሆኑ እንደተነበይኩት አንዱም ሳይዛባ እኔ 1ኛ፣ ኮ/ፋንታ 2ኛ፣ ኮ/እሸቴ 3ኛ ሆንን። ተመልካቹም ይህ የማይታመን ነው! ተዓምር ነው! ባለሙያው ሰራዊት ማሸነፍ ሲገባው ከ1ኛ-3ኛ በተከታተል አየር ሀይል ማሸነፉ ጉድ ነው! አሉ።

የተኩሱ ውጤት ለመላው የአየር ሀይል ሰራዊት ተሰራጨ። ሁሉም ተደሰተ። የስፓርቱ ውድድር እስከተጠናቀቀበት ቀን ድረስ በየቀኑ የመወያያ ርእስ ሆነ። አንድ ቀን የእግር ኳስ ግጥሚያ ለመመልከት ስታድየም ገብተን ስለነበር፣ አንድ ከፍተኛ የአየር ሀይል መኮንን የምድር ጦር አባል የሆነውን ጓደኛውን እገሌ! እንግዲህ ያንን ዱላችሁን አስረክቡን እንጂ ሲለው (ዱላ የሚለው ጠብመንጃውን ነው) ምን ይደረግ! ተረከቡን እንጂ ብሎ ይመልስለታል። ሻለቃ መንገሻ አበበ ቀጠል አደረጉና፣ እ...ይ! አንረከብም። እነርሱ ይሸከሙት እኛ ደግሞ እንጠቀምበታለን ሲሉት የነበረው ሳቅና ወካታ አይረሳኝም። ሻለቃ መንገሻ ይህንን ሲናገሩ አንድ ሀቅ ተንተርሰው ነው፤ ይኸውም አየር ሀይል ኤም-1 ጠብመንጃ ስለሌለው አንዴ ከምድር ጦር አንዳንዴም ከክብር ዘበኛ እየተዋሰ ይወዳደርበት ስለነበር ነው። እዚህ ላይ አንድ ትዝ ያለኝ ነገር እኛ የተጠቀምንበትን ጠብመንጃ ከውድድሩ በኋላ ስለምንመልሰው በቀጣዩ ዓመት ያንኑ ጠብመንጃ አይሰጡንም። በአንፃሩ ግን የዛገውን ጠብመንጃ መርጠው ነበር የሚሰጡን። ይህንን የዛገውን መሳርያ ዝገቱን አስለቅቀንና በደንብ አጽድተን ቀጭታዎቹን በመጠቀም ሳይንሳዊ በሆነ መንገድ ስለምንተኩስበት ጥሩ ውጤት እናገኝበታለን።

በቀጣዩ ዓመት የስፓርት ውድድር ለጠብመንጃ ተኩስ ያለፍነው ኮ/ፋንታ፣ እኔ እና ሊ/ቴክ ሉልሰገድ ስንሆን ኮ/እሸቴ ተጠባባቂ ነበሩ። ልምምዳችንን እንደአምናው በመፎካከርና በመወራረድ ቀጥለን ግሩም ውጤት እናገኝ ነበር። የእኔም ፉከራ መልኩን እየለወጠ፣ ጐበዝ እኔ እኮ የተኩሱን ውጤት በልምምድ ብዛት ሳይሆን ያገኘሁት፣ ከዘር የወረስኩት በመሆኑ ነው። ስለዚህ እናሸንፈዋለን እያላችሁ በከንቱ አትድከሙ እያልኩ እልክ ውስጥ አስገባቸው ነበር። አሁንም የመወዳደርያው ቦታ እዝያው ሆሎታ በመሆኑ፣ ራስ ሆቴል እያደርን በመመላለስ ተለማምደን በውድድሩ ቀን እኔ እንድደበቅ ተደርጐ ሌሎቹ ቀደም ብለው ተገኙ። ከተመልካቾቹ ጀነራሎች መካከል "ያ ተኳሽ ሻምበል የትቀረ" ሲሏቸው አልመጣም በአሁኑ ውድድር አይሰለፍም የሚል መልስ ስለሰጧቸው ደስ አላቸውና በቃ! እንግዲህ ተሸነፋችሁ ብለው ተናግረው ሳይጨርሱ ድንገት ሲያዩኝ አ...የ...አለ! ተባባሉ። ውድድሩ ቀጠለና በ100 ሜትር ርቀት "V" መትቼ ሌላውም ደፍኖ ወደ ቀጣዮቹ ርቀቶች እየተሸጋገርን በስከ መጨረሻ እኔ እና ሊ/ቴክ ሉልሰገድ እኩል ውጤት አግኝተን 1ኛ ስንሆን 3ኛው ደግሞ ከባሕር ሀይል ቢሆንም ዋንጫውን የእኛ አደረግን።

በማንኛውም የውድድር ስርዓት መሰረት የእኔንና የሊ/ቴክ ሉልሰገድን ደረጃ ለመለየት አዝያው እውድድሩ ቦታ በዕለቱ መለየት ነበረበት። ምክንያቱም ሁለታችንም ለውድድሩ በተዘጋጀንበት መንፈስና ሁኔታ ላይ ስለነበርን ዕውነተኛው አሸናፊ ይለይለት ነበር። ነገር ግን ሁለታችንም ከአየር ሀይል በመሆናችን ውድድሩ በአመቺ ቀን እንዲከናወን በመነገሩ በሳምንቱ ደብረዘይት ተከናውኖ ሊ/ቴክ ሉልሰገድ 1ኛ፣ እኔ 2ኛ ሆነን ሜዳልያችንን ተሸለምን። ይህንን የዒላማ ተኩስ ውድድር ሁኔታ ከገለጽኩ ዘንድ ሳልጠቅሰው የማላልፈው ሰው አለ። ሻለቃ አስገዶም ተሾመ በሙያ አርማመንት የነበሩና የተኩስ አሰልጣኞችንና መርያችን ነበሩ። እኛን ሳይንቲፊክ በሆነ መንገድ እንድንለማመድ የንፋሱን ሁኔታ እያዩ ይህን ያህል ቀጭታ ወደ ግራ ወይም ወደ ቀኝ አስተካክሉ እያሉ የጠብመንጃውን ባሕሪ በማስረዳት አለማምደውናል፤ ስሕተታችንንም እያዩ በግንባር በማረም መስመር ያስይዙን ስለነበር በውድድሩ ጊዜ ለአገኘነው ውጤት አስተዋጽኦ በማድረጋቸው በዚህ አጋጣሚ አመሰግናቸዋለሁ።

የኑሮ ጓደኛ ፍለጋ

ትዳር የመመስረት ፍላጐቴና ምኞቴ በወጣትነት ዘመኔ፣ ተማሪ በነበርኩበት ጊዜ የተመሰረተ ሲሆን፣ ይህንን የጋብቻ ፍላጐት እንድያድርብኝ ተጽእኖ ያሳደሩብኝ የንጉስ ሚካኤል ትምህርት ቤት ዳይሬክተር የነበሩት ሕንዳዊው ሚስተር ኤም ዳንኤል ናቸው።

ሚስተር ዳንኤል የእንግሊዝኛ ንባብ በሚያስተምሩበት ጊዜ በሚያጋጥማቸው የትዳር ርእስ ሁሉ፣ የትዳርን ምንነትና ጥሩነት በመግለጽ በሀሳብ ባሕር ይዘውን ጭልጥ ይሉ ስለነበር እኔም አድጌና ስራ ይዤ ለማግባት እጓጓ ነበር።

አየር ሀይል ገብቼ መሰረታዊ ትምህርቴን አጠናቅቄ ስራ ዓለም ከተሰማራሁና የወደፊቱ ኑሮዬ ከአየር ሀይል ጋር የተያያዘ መሆኑን ከአረጋገጥኩ በኋላ በወጣትነቴ ማግባት እንዳለብኝ ወሰንኩ።

የውሳኔዮ ምክንያት ደግሞ የሚወለዱት ልጆቼ ጡረታ ከመውጣቴ በፊት በጥሩ እንክብካቤ አድገውና ተምረው 2ቱ ከዩኒቨርሲቲ ተመርቀው ስራ መያዝ እንዳለባቸውና የመጨረሻው ልጅ ደግሞ ቢያንስ ዩኒቨርሲቲ ገብቶ የአንደኛ ዓመት ተማሪ መሆን እንዳለበት፤ ከዚህ በኋላ ጡረታ ብወጣ ትምህርት ያልጨረሰውን ልጅ ስራ የያዙት ወንድሞቹ እያገዙ ትምህርቱን እንደሚያስጨርሱትና እኔም በጡረታ የማገኘው ገቢ ያለ ተቀናቃኝ ከባለቤቴ ጋር ስለሚበቃኝ ከማንም እገዛ ሳልሻ ዕድሜያችን እስከፈቀደልን ጊዜ ድረስ መኖር እንደምንችል የረዥም ጊዜ ዕቅድ በማውጣቴ ነው።

ለእኔ የምትስማማኝን የኑሮ ጓደኛ ለማፈላለግ ከወሰንኩና ማግባቴ ካልቀረ ደግሞ፣ ለእኔ የምትስማማ ምን ዓይነት ሴት ነች? ምን ዓይነት መመዘኛዎችንስ ማሟላት አለባት? መመዘኛዎቹስ ምን መሆን አለባቸው? የሚሉትን ጥያቄዎች ለመመለስ መመዘኛዎቹን እንደሚከተለው አሰፈርኩ።

1- መልኳ፣ በጣም ቆንጆ ሳትሆን የደስ ደስ ያላት፤
2- ቀለሟ፣ ጠይም ወይም የቀይ ዳማ፤
3- ቁመቷ፣ በሴቶች ቁመት ደረጃ መካከለኛ የሆነ፤

4- የሰውነት ቅርጿ፣ የሚስብ ሆኖ በተለይ ወገቧ ቀጠን፣ ባቷ ደልደል ያለ፤
5- የሴትነት ባሕሪ የተላበሰች፤
6- አመለካከቷ በአብዛኛው ከእኔ አመለካከት ጋር የሚጣጣም፤
7- ፍቅር የሚገዛትና ለትዳሯ ታማኝ የሆነች፤
8- የተማረችና ስራ የያዘች ወይም ስራ መያዝ የምትችል፤
9- የቤት ሙያ ያላት፤
10- በዘር የሚተላለፍ በሽታ የሌላት፤
11- በወሬ የማትወናበድና የማትደለል፤
12- ስፓርት የምትወድ፤
13- ስነ ስርዓት ያላት፤
14- የኦርቶዶክስ ሀይማኖት ተከታይ የሆነችና ጋብቻችን በቁርባን እንዲሆን የምትሻ፤ እና
15- ማሕበራዊ ኑሮ የምታውቅ።

እነዚህን መመዘኛዎች መሰረት አድርጌ አንዳንድ በትምህርት ቤትም ይሁን በሰፈር የማውቃቸውን ልጃገረዶች መገምገም ጀመርኩ። ወደ 4 የሚሆኑ የደስ ደስ ያላቸውን መለመልኩ። ሁለቱን ብዙም ጊዜ ሳይፈጅብኝ ሰረዝኳቸው፤ ምክንያቱም አንዷ አሳዳጅ በመሆኗ፣ ሌላዋ ደግሞ ለአፏ ለከት የሌላት እንደአሻት የምትናገርና ስነ ስርዓት የጐደላት በመሆኗ። ሁለቱ ግን ጨዋዎችና የአነጋገር ለዛ ያላቸው ስለነበሩ በመመዘኛው መነጽር ለማየት ትንሽ ጊዜ ፈጀብኝ። ምክንያቱም በጊዝያችን በይፋ ተገናኝተን እንደልብ የመጫወቱ ጉዳይ ስለአልተለመደና በሴቶች ላይ የወላጆች ቁጥጥር ስለነበር አስቸጋሪ ነበር። ከሁለት ዓመት ግምገማ በኋላ አንደኛዋን የምተውበት ሁኔታ ላይ ደረስኩ። ሁሉንም መመዘኛዎችን አላሟላችም፤ በተጨማሪም በጣም የዋህ ስለነበረች በወሬ የምትደለል መሆኗን በብዙ መንገዶች ስለተረዳሁ በሰው ላይ ክፉ ወይም መጥፎ ስራ መስራት በሚደሰቱ (ሳዲስት) ተታላ ያልሆነ አጉል ነገር ውስጥ እንደምትገባ ስለአመንኩና እኔም አግብቼ መፍታትን ስለምጠላ፣ ይህ እጣ እንዳያጋጥመኝ ስለሰጋሁ ተውኳት።

አንድ አጋጣሚ ተፈጠረና አራተኛዋ ጋር በየጊዜው የመገናኘት ዕድል ስለነበረኝ፣ ሲኒማ ቤትም እየጋበዝኩ በጥልቀት ስለአየኋት መመዘኛውን አላሟላችም። በሌላ በኩል ደግሞ በፍርሀት ይሁን ሌላ ጓደኛ ስለአላት ይሁን በወጉ ሊገባኝ ባይችልም ለፍቅር ያላት ስሜት እጅግ በጣም ቀዝቃዛ በመሆኑ ለኑሮ ጓደኝነት ይቅርና ለጊዝያዊ ጓደኝነትም ስለማትበቃ ከሀሳቤ ልሰርዛት ተገደድኩ።

አራቱም አከተሙ! አሁን እነማን ላይ ላነጣጥር ግራ የገባ ነገር ሆነብኝ። በአንዳንድ አጋጣሚ የማውቃቸውን መገምገም ብሞክርም ብዙ ሳልሄድ አንዳንድ ነገር ይከሰትና እተዋቸዋለሁ። በዘመድ አማካኝነት አንዲት ልጅ አገኘቹ፣ ውጫዊ ገጽታዋ ስለሳበኝ እግዚአብሔር ፍቃዱ ከሆነ እንደሚሳካልኝ አመንኩ። ሁኔታው ስለተመቻቸልኝም ቅዳሜና ዕሁድ አዲስ አበባ እየተመላለስኩ እቤቷ መገናኘትን አዘወተርኩ። ለአንድ ዓመት ያህል አጠናኋት። ያጋጠመኝ ችግር አልነበረም። ልጅቷ በትምህርቷ ሩቅ የምታስብና ተስፋም ያላት ነበረች። እኔም ስለትምህርቴ እንገበገብ ስለነበር ይህንን የትምህርት ፍላጐቷን በጋብቻ መቅጨቱ ሊዋጥልኝ አልቻለም። ተጋብተን ትምህርቷን ትቀጥላለች

እንዳልል፣ ልጅ መውለድ አለ። ሌላም ያልተጠበቀ ችግር ሊፈጠር ስለሚችል አልተማመንኩም። ትምህርቷን እስከ ዩኒቨርሲቲ ደረጃ እስክትጨርስ ድረስ ልጠብቅ እንዳልል ከ7 ዓመት ያላነሰ ጊዜ ስለሚፈጅ ዕድሜዬ እየጨመረ ስለሚሄድ ለሚወለዱት ልጆቼ የተመኘሁት የሚሰናከልብኝ ሆነ። ይህንን ጉዳይ በተመለከተ ብቻየን ሳወጣና ሳወርድ ብዙ ወራት አሳልፌ ዕድሏን ማበላሸት የለብኝም ወደሚለው መደምደሚያ ደረስኩ፤ በዚህም ላይ ወላጆቿ በስራ ምክንያት ወደ ክፍለሀገር በመሄዳቸው ሁኔታው በዚሁ ተደመደመ።

እስከ ዛሬ ድረስ በአደረግሁት ግምገማ መመዘኛውን መሉ ለሙሉ የምታሟላ ሴት ልትኖር እንደማትችል ግንዛቤ በማግኘቴ ከመመዘኛ ነጥቦቼ መካከል 60% የምታሟላም ትሁን ልሞክር ብዬ ፍለጋየን ቀጠልኩ። በአጠቃላይ ለ6 ዓመታት ሞከሬ አሁንም ስለአቃተኝ፣ ያ በወጣትነት ዕድሜዬ አግብቼ ልጆች ወልጄ ጡረታ ከመውጣቴ በፊት አንድ ደረጃ አደርሳቸዋለሁ ያልኩት ሳይሳካ መቅረቱ ነው ብዬ በማዘን፣ እንግዲህ አምላኬ እኔ ሞከሬ አቅቶኛል፤ ከአሁን ወድያ ሚስት የምትሆነኝን ለመምረጥ አልታዳልኩምና አንተው እንደሚሆን አድርገው በማለት የማግባት ተስፋየን ለእግዚአብሔር ትቼ የብቸኛነት ኑሮየን ቀጠልኩ።

በመካከሉ በ1959 (እ.ኤ.አ) መጨረሻ ላይ የዓመት ዕረፍት ወስጄ ደሴ ወላጆቼ ጋ ሄድኩ። በአጋጣሚ አንዲት ቆንጅዬ ልጅ እጐረቤታችን አየሁና የዓይን ፍቅር ያዘኝ። ሰላም መባባልና ገበጣ መጫወት ደረጃም ደረስን፤ ግን ምን ያደርጋል ባለትዳር መሆኗን ሳውቅ ለመከታተልና ለማጥናት ያሰብኩትን ሁኔታ ተውኩ። ዕረፍቴን ጨርሼ ወደ ስራዬ በተመለስኩ በ3ኛው ወር ጧት ስራዬ ላይ እያለሁ ስልክ ይፈልግሀል ተብዬ ሳነጋግር፣ የሴት ድምጽ ነው፤ ሀሎ!ማንልበል? ስል እኔ እገሊት ነኝ አለችኝ፣ ግራ ገባኝና እገሊት? እ...እ...እ...አላወቅሁሽም ስላት፣ እንዴ! አሰፋ አይደለህም እንዴ? አለች። ነኝ። ታድያ ደሴ ያኔ ለዕረፍት የመጣህ ጊዜ ተዋውቀናል። ትዝ አይልህም? አለች። አ! እገሊት እንደምነሽ? የት ሆነሽ ነው የምትደውይው? አዲስ አበባ ሆኜ ነው። መቼ መጣሽ? ትናንትና ነው የመጣሁት። አንተን ፈልጌ ነው አመጣጤም፤ ዛሬውኑ በአስቸኳይ መጥተህ አግኘኝ። ከአቡነ ጴጥሮስ ሓውልት በታች ካለው ሆቴል ነው ያረፍኩት አለችኝ። እንግዲህ ከፈቀዱልኝ እመጣለሁ ስላት፣ በፍቅር አብረው የኖሩ ሰዎችን ልብ በሚምስጥና በሚያባብል ድምጽ ጠፍተህም ቢሆን ና አለችኝ። እሺ ብያት ስልኩን ዘጋሁ።

ምን መላ ልፍጠርና ፈቃድ ልጠይቅ ብዬ እዝያው እቢሮ ሆኜ ሳሰላስል ገጽታየን ለሚያየው የተጨነቅሁ ይመስል ነበር። በአጋጣሚ አለቃዬ ስዊድናዊ ነበርና በስልኩ ስነጋገርም ስለዘዴው ሳሰላስልም እዝያው እቢሮ ውስጥ ሆኖ ያየኝ ስለነበር፣ ምን ሆነሀል? ብሎ ጠየቀኝ። አፌ ላይ የመጣልኝን ወድያውኑ የፈጠርኩትን ምክንያት እንዲህ ስል ገለጽኩለት፤ አየህ አሁን በስልክ ያነጋገርኳት እናቴ ነች፤ ከደሴ ነው የደወለችልኝ። እና እህቴ ጠፍታ ወደ አዲስ አበባ መጥታለችና ፈልጋት ስለአለችኝ ግራ ገብቶኝ ነውና ዛሬውኑ ሄጄ እንድፈልጋት ፈቃድ ብትሰጠኝ ብዬ ፊቴን በጭንቀት መልክ አስቀምጬ ጠየቅሁት። ስዊድናዊው አላንገራገረም፣ አሁኑኑ ሂድና ፈልጋት፤ ዛሬ ካላገኘሀት ነገንም ጭምር ፈቅጀልሀለሁ ብሎ የፈቃድ ወረቀት ፈርሞ ሰጠኝ። ልብሴን ልለውጥ መኝታ ቤት ሄጄ የእኔ እንደዚህ ዓይነት ምክንያት መፍጠር እየገረመኝ ተዘገጃጅቼ ጉዞየን

ጀመርኩ። አዲስ አበባ ገብቼ እተባለው ሆቴል ደረስኩ። ሆቴሉ በቀድሞ የክፍለ ሀገር አውቶቡስ ተራ የሚገኘው በክርታስ የተከፋፈለ ክፍል ያለው በወቅቱ ጥሩ ከሚባሉት ሆቴሎች አንዱ ነው። አስተናጋጅዋን እገሊት ያረፈችበት ክፍል የቱ ነው ብዬ ጠየቅሁ፤ ምድር ቤት ቁጥር...ነው ተባልኩ። ደረጃውን ወረጄ የበሮቹን ቁጥር እያየሁ እክፍሏ ደረስኩና አንኳኳሁ። በሩን ከፍታ ስታየኝ የደስታ ጩሆቷን አቀለጠችው፤ አቅፋም ሳመችኝ፤ ከንፈሬን፣ ጉንጬን፣ አንገቴን። እኔ አላምንም ብላ ወደ ሰውነቷ አስጠግታ አቀፈችኝ። ወድያው በሩን ዘጋችው። ተቃቅፈን መሳሳም ሆነ። ከጥቂት ደቂቃዎች በኋላ ግራ ገብቶኛልና እስኪ ልጠይቅሽ? ስላት፣ ጥያቄህ ስለባሌ ጉዳይ ከሆነ ወላጆቼ አስገድደው ነው የዳሩኝ፤ ሽማግሌ ነው። ፈጽሞ አልወደውም! አንተን ካየሁበት ቀን ጀምሮ ማልቀስ መጨነቅ ሆነና አንተን እንዴት እንደማገኝህ ማሰብ ነበር ስራየ። በጣም ነው የምወድህ ብላ እየሳመችኝ ምንም ማድረግ አልቻልኩም። ወላጆቸን ጨቅጭቄ ፈትቸው ነው የመጣሁትና ባለትዳር ነች ብለህ እንዳትጨነቅ። ከአሁን ጀምሮ ያንተው ነኝና የፈለግኸውን ልታደርግ ትችላለህ አለችኝ፤ አሁንም እየሳመችኝ።

በሀሳቤ እራሴን በእራሴ አነጋገርኩ፣ እንግዲህ አንድ ጭንቀት ወርዶልኛል፣ ባለትዳር አለመሆኗ። ሌላው ጭንቀት ግን፣ እርሷ አግብታ የፈታች፣ እኔ ገና ያላገባሁ። ያውም በስርዓትና በቁርባን የማግባት ምኞት ያለኝ! ወይጉድ! ምን ዓይነት ፈተና ነው ያጋጠመኝ እያልኩ በሀሳብ ባሕር ላይ ተውጬ እያለሁ" ስማ ቀስ ብላ ስባ አልጋው ላይ እንድጋደም አደረገችኝ። የት እንዳለን አስክንረሳ ድረስ መሳሳሙና መተሻሸቱ ቀጠለ። ሰዓቴን ስመለከት 10 ሰዓት ያነባል። ለመሆኑ ምሳ በልተሻል? ብዬ ጠየቅኋት፣ አልበላሁም፤ ዛሬ ምሳየም እራቴም አንተነህ ብትለኝም ምሳና የሚጠጣ አረንቻታ አዝዤ እየተጐራረስንና እየተያየን ምሳም እራትም በልተን ጨዋታ ቀጠልን። እገሊትየ፣ ከእኔ ጋር ሳትወያይና የእኔን ፍላጐት ሳታውቂ እንዴት ባልሽን ፈትተሽ ትመጫለሽ? ብዬ ጠየቅኋት። እጅግ በጣም ስለምወድህና ከአየሁህ ቀን ጀምሮ ፍቅርህ ስለአንገላታኝ፣ ትክክለኛና ልባዊ ፍቅር ከለገስኩህ እምቢ አትለኝም ብዬ ነው አለችኝ። ይህን ስትለኝ በውስጤ እግዚአብሔር ያለው ይሁን ብዬ ምንም ተቃውሞ ሳላሰማ ከክፍሉ ሳንወጣ መሽቶ ተኛን።

ሌሊቱ እንዴት እንደነጋ እላውቅም፣ ነግቶ ስለወደፊት ኑሮዋ ተወያየንና ሳናጠቃልለው በይ ነገ /ዓርብ/ እመጣለሁ፤ ዛሬን ተቸግረሽ ብቻሽን እደሪና አንድ ውሳኔ ላይ እንደርሳለን ቢያት ወደ ደብረዘይት ሄድኩ። እስራ ቦታዬ እንደደረስኩ ስዊድናዊው አለቃየ፣ እህትህን አገኘሀት ወይ ብሎ ጠይቆኝ እንደአገኘኋትና ዘመድ ቤት እንዳስቀመጥኳት ነግሬው ስለፈቀደልኝ አመስግኜ ስራየን ቀጠልኩ።

በማግስቱ ዓርብ ከሰዓት በኋላ የስፓርት ቀን ስለነበረ፣ ስፓርት ሰርቼ ገላየን ታጥቤና ተዘገጃጅቼ አዲስ አበባ ሄድኩ። እዝያው ሆቴል ዓርብንና ቅዳሜን አድረን በተስማማነው መሰረት አክስቷ ቤት ለመቀመጥ ወደ 4 ኪሎ አካባቢ ተያይዘን ሄድን። አክስቷን ተዋወቅኋቸው መቸም እርሷን በጣም ስለሚወዷትና እኔንም በእርሷ ዓይን ስለአዩኝ በጣም ወደዱኝ፤ በመጣሁ ቁጥር ከእርሷ በበለጠ ናፍቆት ይቀበሉኛል፤ ያስተናግዱኛል። እጅግ በጣም ደስ የሚሉ ግርማ ያላቸው ሴት ናቸው። ቅዳሜና ዕሁድ በመጣ ቁጥር ውሎየም አዳሬም ከእርሷ ጋር ሆነ።

ከእለታት አንድ ቀን ያለማመንታት አግባኝ አለችኝ። ሕጋዊ ሁኔታ አለመሟላቱ ነው እንጂ አንድ ላይ ነው ያለነው፤ ጥቂት ወራት ቆይተን እንጋባለን አልኳት። ቀደም ላሉት ወራት በየቀኑ ስለዚሁ ጉዳይ ሳወጣና ሳወርድ አንጐሌን እየበጠበጥኩ፣ ባገባት ያው ልጃገረድ ማግባቱና ቁርባኑ ይቀርብኛል፤ ይህንን ያህል ወራት እንደ ሚስት አስቀምጫት አላገባሽም ብላት ደግሞ ሀጢያት ነው ብዬ ገምግሜ ነበር።

በመስከረም ወር 1953 (እ.ኤ.አ በ1960) ወላጆቸን ለማየት ደሴ ዕረፍት ሄጄ እያለሁ ከአየር ሀይል ተደውሎ በአስቸኳይ እንድትመጣ ተባልኩና ዕረፍቴን ሳልጨርስ ወላጆቸን ተሰናብቼ ተመልሼ ለአለቃዬ አመለከትኩ። አለቃየም በቅርቡ ወደ አሜሪካን ሀገር ለትምህርት ትሄዳለህና በአስቸኳይ ክትባት እንድትወስድ ሄደህ አመልክት ብሎ ነገረኝ። ክትባቱን ለመውሰድ አዲስ አበባ በሄድኩበት የመጀመርያው ቀን ሁኔታውን ለፍቅረኛዬ ገለጽኩላትና በጣም ቅር አላት። የመሄጃዬ ቀን እየተቃረበ ሲመጣ አንድ ወሳኝ ቃል እንድትገባልኝ እፈልጋለሁ አለችኝ። ምን ዓይነት ቃል? ስላት፣ ትምህርትህን ጨርሰህ እስክትመጣ ድረስ ሌላ ሴት ላትነካ፤ እኔም ሌላ ወንድ ላልነካ አለችኝ። በቁርባን የማግባቱ ፍላጐቴ ትዝ አለኝና ሆነም ቀረም እራሴን የምፈትንበት ጊዜ ይሆናል ብዬ፣ አንቺ እንዳትሳሳቺ እንጂ እኔስ ቃሌን መፈጸም አያቅተኝም አልኳት። እኔም ቃል እገባለሁ ብላ የቃል ኪዳን ምልክት ይሆንህ ዘንድ በማለት የጣት ቀለበት አጠለቀችልኝ። ይህ ሁሉ ድርጊት ለመሄድ ሶስት ቀን ሲቀረኝ ስለነበር ሁለት ሌሊት አንድ ላይ አድረን የማይረሳ ትዝታ አሳድረን ደብዳቤ የሚያመጣላትንና የሚያጽናናትን ጓደኛዬን አስተዋውቅያት ሰኞ ከሰዓት በኋላ እቀድሞው አወሮፕላን ማረፍያ ድረስ ሸኝታኝ፣ በለቅሶ ተለያየን።

አብረውኝ ከተጓዙት ጓደኞቼ ጋር ፍራንክፈርት /ጀርመን/ ሶስት ቀን ያህል አድረን በአሜሪካ ወታደራዊ አውሮፕላን ጉዞአችንን ቀጠልን። ወድያው አንድ ፈጽሞ ያልጠበቅሁት ችግር ገጠመኝ። እኔ ከእርሷ በስተቀር ሌላ ሴት ጋ ሄጄ አላውቅም። አፈቅርሀለሁ እያለች በላዬ ላይ ትሄድ እንደነበር ሌላ ማስረጃ አላስፈለገኝም። የእርሷ ነገር በቃኝ። የማትታመንና ለትዳር የማትሆን ሴት ነች አልኩ።

እንደዝያ እየተሰቃየሁ አሜሪካ ገባሁ ወደ ምድብ ቦታየም በሌላ አውሮፕላን ቴክሳስ እንደደረስኩ ወድያውኑ ሆስፒታል ሄጄ ችግሬን ለሀኪም ገለጽኩ። የደምና የፈሳሽ ምርመራ ተከናውኖ መርፌ ታዘዘልኝ። መርፌየን እንደጨረስኩ ሌላ የደም ምርመራ ተደርጐልኝ ከበሽታው ነፃ ነህ ተባልኩ።

በእርሷ ምክንያት ይህ ሁሉ ስቃይ ይድረስብኝ እንጂ ደብዳቤ ከመጻፍ አልተቆጠብኩም። ስለ እርሷ መማገጥ በየጊዜው ከጓደኛዬ ይጻፍልኛል። ስለመማገጧ በእራሴ ላይ የደረሰው ችግር በቂ ማስረጃ ስለነበር አታደርገውም ልል አልቃጣኝም። ባለቤቴ ልትሆን እንደማትችል ከወዲሁ ስለወሰንኩም ማገጠች አልማገጠች አይከነክነኝም። በአንጻሩ ግን እኔ ቃሌን ለመጠበቅ ቆራጥ አቋም በወሰድኩ ቁጥር የሚፈታተነኝ ነገር ይበዛ ነበር። መዝናኛ ቦታ ከጓደኞቼ መካከል ሆኜ ሴቶች እኔ ላይ ያተኩራሉ፣ ሳመን ብለው እስከማስገደድም ድረስ ያስቸግሩኝ ነበር። የዚህን ዝርዝር ሁኔታ የመጀመርያ ጉዞ ወደ አሜሪካ እሚለው ላይ ገልጨዋለሁ። ያም ሆነ ይህ ቃሌን ጠብቆ ሳልሳሳት ተወጥቸዋለሁ። በቁርባን ለማግባትም እንደምችል አረጋገጥኩ።

ትምህርቴን ጨርሼ ወደ ሀገሬ ተመለስኩ። ወድያውኑም ወደ እርሷ ሄጄ በአጋጣሚ ወልዳ ስለነበር ስሚያት ብዙም ሳላጫውታት፣ የእኔና የአንቺ ነገር አከትሟል፤ ልንጋባ ስለማንችል በመለያየታችን አዝናለሁ ቢያት ቀለበቷን አስረክቤ ጥያት ሄድኩ። ከዝያን ቀን ጀምሮ ተያይተን አናውቅም። እኔም በዕድሌ እየተገረምኩ የትዳሩን ነገር ለእግዚአብሔር ትቼ ማፈላለጌን አቋረጥኩ።

እ.ኤ.አ በ1964 ዓ.ም ነው። ወሩ ትዝ አይለኝም። ታናሽ እህቴ ቀደም ሲል ሚኒስትሪ ፈተና ወድቃ ደግሜ አልማርም ስለአለች አዲስ አበባ አስመጥቼ ዘመድ አከባቢ ቤት ተከራይቼ የታይፒንግ ትምህርት አስተምራት ነበር። ስራ ይዛ እራሷን ብትችል ብዬ። ታድያ ለሁለተኛ ጊዜ ለትምህርት አሜሪካ ሄጄ እንደተመለስኩ እህቴ ዘመድ አፍርቻለሁና ና እንሂድ ላስተዋውቅህ፣ በጣም ጥሩ ሰዎች ናቸው አለችኝና ሄጄ ተዋወቅኋቸው። የደረሱ ሴቶችም ወንዶችም ልጆች ስለነበሯቸው ሴት ልጃቸው ላይ ዓይኔ ዓረፈ። ጠይቀናቸው ስንመለስ ምናልባት እህቴን ለልጃቸው ፈልገዋት ሊሆን ይችላል ብዬ በመጠራጠር እህቴን ጠየቅኋት። በዚህ በኩል አይፈልጉኝም ብላ ስለአረጋገጠችልኝ፣ እንግድያውስ እቤት ያየኋት ልጅ ዓይኔ ስለአረፈባት ልከታተላት እፈልጋለሁ ቢያት ሀሳቡን ስለደገፈች፤ "እልቤ ውስጥ የምትገባ ልጅ አገኘሁ! ሳያት ልቤ ዱጭ አለላት! አንተ አምላክ ይህችን ልጅ እንዳገባት ትፈቅድልኝ ይሆን? እስኪ ፈቃድህ ይሁን" በማለት ሁኔታውን ለማመቻቸትና ልጁቱንም ለማጥናት በየሳምንቱ ከእህቴ ጋር ሆኜ እቤቷ በመሄድ ቤተኛ ሆንኩ። ከልጅቱም ጋር መቀራረብና መጫወቱን ተያያዝኩት። ጊዜ እየጨመረ በሄደ ቁጥር ጨዋታው ወደ ፍቅርና ወደ ቁም ነገር እያዘነበለ ሄደ። አንድ ዓመት እንደሆነን ጥናቴን ጨርሼ የመመዘኛ ነጥቦችን 90% እንደምታሟላ አረጋገጥኩ። እኛ በተቀራረብንና በተዋደድን ቁጥር እኛን ለማለያየት ያተኰሩ ብዙ ፈተናዎች ገጠሙን። በተለይም እርሷን የሚፈታተኑ ችግሮች በርካታ ናቸው። ሁለታችንም በአቋማችን የጸናን በመሆናችን ፈተናውን እየበጣጠስን አለፍነው። የነገሩትን የማይረሳ የለመኑትን የማይነሳ አምላክ ሁኔታውን አመቻቸልን። በተዋወቅን በ2ኛው ዓመታችን ቀለበት አሰርን፤ ጋብቻችን በቁርባን መሆን እንዳለበትም ተስማማን።

ከቀለበታችን በኋላ ደግሞ የማያቋርጥ ውስብስብ የሆነ ፈተና ተበራከተብን፤ በተለይም እጮኛየን ለማፈን ሁኔታዎችን ከማመቻቸት ባሻገር ወደ ስራ ስትሄድ በመኪና መግጨት ደረጃ ተደረሰ።

ከቀለበት በኋላ የተጋረጡብን ጋሬጣዎች

ዕጮኛየን ይዤ ለመዝናናት በየሳምንቱ አዲስ አበባ መሄድ ስራዬ ሆነ። ስለመጪው ኑሮአችን ስለልጆቻችን አስተዳደግና ስለመሳሰሉት እንወያያለን። የጋብቻችን ቀን የዕጩ መኮንንነት ኮርስ ገብቼ ከተሾምኩ በኋላ እንደሚሆን ተስማማን። በእንደዚህ ያለ ሁኔታ ላይ እየተወያየን ጥቂት ሳምንታት ካሳለፍን በኋላ በእጮኛዬ ላይ ብዙ ፈተናዎች ይመጡባት ገባ።

አዛኝ መሳይ ቅቤ አንጓች እንዲሉ አሉባልታቸውን እኔ እንደማልቀበላቸው በመገንዘብ የእኔን ትዳር መያዝ የማይፈልጉና ማንነታቸውን በውል የማላውቃቸው ሰዎች ዕጮኛየን ለማጥመድ ተነሡ። አሰፋ እኮ መጥፎ ሰው ነው። አሁን በመለሳለስ ጥሩ ሰው መስሎ

እጁ ውስጥ ካስገባሽ በኋላ ይጫወትብሻል። ብዙ የደቀላቸው ልጆች ስለአሉት የዲቃላዎቹ አሳዳጊ ነው የሚያደርግሽና ከወዲሁ ብታስቢበት ይሻላል ይሏታል። አባባላቸውና የእኔ ባሕርያት ከሚነግሯት ጋር ሊጣጣምላት ባለመቻሉ ግራ ተጋባች። ቢሆንም አፍረጥርጣ ልትነግረኝ አልፈለገችም። አንዳንድ ጊዜ ሁኔታዋ ቅሬታን ያዘለ ሲመስለኝ ምን ሆነሻል? አስተያየትሽ ደስ አላለኝም ስላት፣ አይ ደህና ነኝ ነበር የምትለኝ።

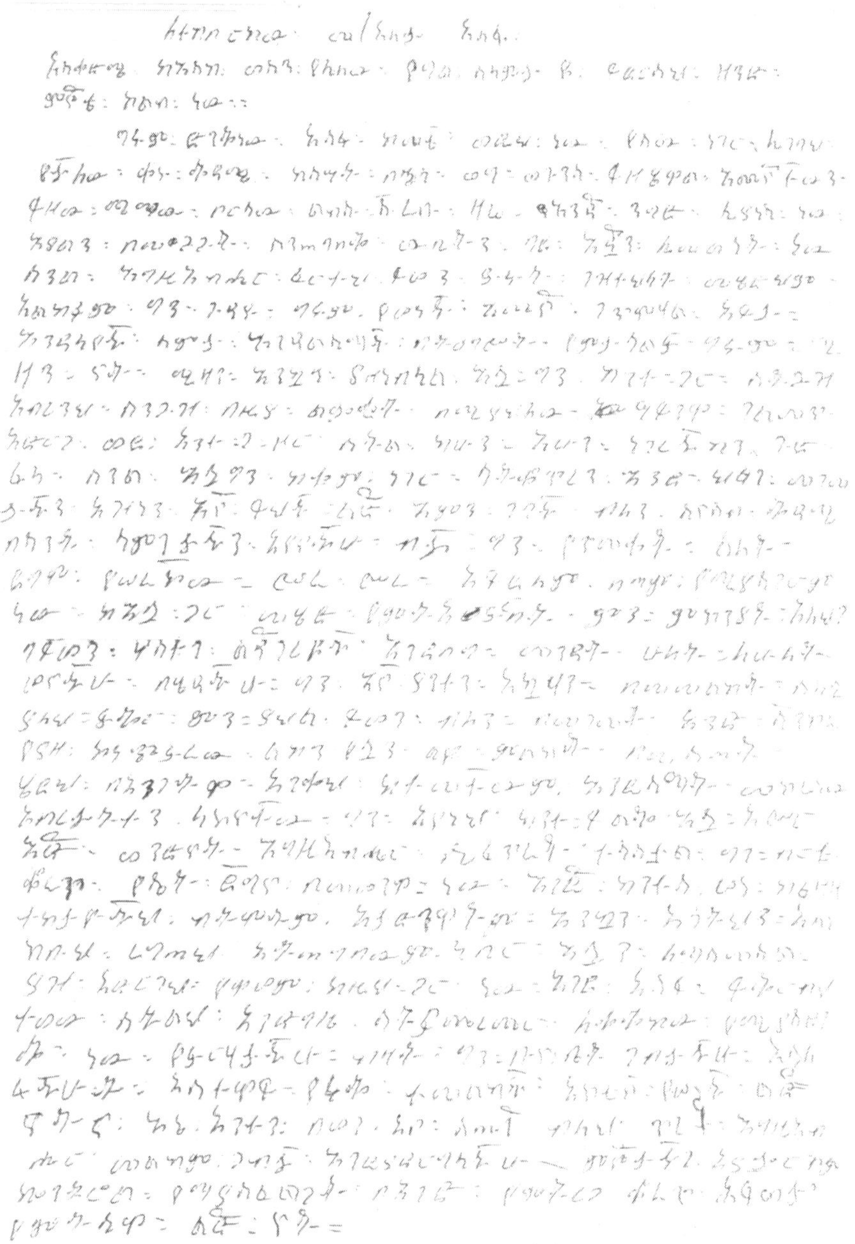

አልፎ አልፎ ቅዳሜና ዕሁድ ፒያሳ አካባቢ ሽርሽር ስንል ብዙ የሚያውቁኝ ሰዎች በየቦታው እያስቆሙ ሰላም ስለሚሉኝ ብቻዋን ራቅ ብላ ትጠብቀኝ ነበር። የዚህ ዓይነቱ ሰላምታ ለብዙ ወራት ያጋጥመኝ ነበር። አንድ ጊዜ ደግሞ በጥምቀት ቀን ታቦት

አስገብተን ከጊዮርጊስ ቤተክርስትያን ቁልቁል ወደ ፒያሳ በመውረድ ላይ እያለን አንድ ልጅ እግር ብጤ እጮኛዬ በሁለት ሴቶች መካከል ሆና በምትጓዝበት ጊዜ በድንገት አንገቷን አቅፎ ለመሳም ሞከረ። እኛ በርቀት እየተከተልናቸው በመሄድ ላይ እያለን ሁኔታውን አይተን መሮጥ እንደጀመርን ፈርጥጦ ሄደ። ነገሩ ገርሞን ምን ዓይነት ባለጌ ነው? ብለን ሴቶቹን አይዟችሁ በማለት ጉዞአችንን ቀጠልን።

ይህ ድርጊት ተልእኮ እንዳ'ለው ፈጽሞ አልገባኝም ነበር። በሌላ ቀን እጮኛየን እቤቷ እንዳደረስኳት፣ እስኪ ጥያቄዎች ልጠይቅህ አለችኝ። ደግ ጠይቂኝ አልኩና ለማድመጥ ተዘጋጀሁ። "እኔ ግራ ገብቶኛል! ያንተ ጓደኞች በየጊዜው ይፈታተኑኛል። እጮኛሽ ዲቃላ ልያስታቅፍሽ ነው፤ መጥፎ ሰው ነው" ለአንቺ ግድ እንደሌለው ማረጋገጫው በጥምቀት ዕለት አንድ ዱርዬ ሊስምሽ ሲታገልሽ ለአንቺ አለመከላከሉና በድርጊቱ አለመናደዱ ነው። ሌላው ደግሞ ስለሚጠረጥርሽ ተከታተሉልኝ ብሎናል። ለዚህም ማስረጃ የሚሆንሽ ሽርሽር በምትሉበት ጊዜ ከአንቺ አስቀርተን ስለአንቺ ሁኔታ የምንነግረው ነው ይሉኛል"። ለምሳሌ ዛሬ ተከታተልልኝ ያልከው ሰው ሲኒማ ኤምፓየር አጠገብ አስቁሞ ያነጋገረህ ጓደኛህ እንዲህ ከሚሉኝ አንዱ ነው በማለት ገለጸችልኝ። እኔም ይህንን የነገርሽኝን ሁሉ ፈጽሞ አላደረግሁትም። በጥምቀት ዕለት የተከሰተው ሁኔታም ተንኮል አዘል ተልእኮ እንዳለው አልገባኝም። በዝያን ቀን ሮጠን ስንደርስላችሁ ፈርጥጦ ስለሸሼ ምንም ማድረግ አልቻልኩም። ጉዳዩ የአጋጣሚ ጉዳይ መስሎኝ ነበር። ዲቃላ አለው የሚሉትም ፈጽሞ ውሸት ነው። ዛሬ ሲኒማ ኤምፓየር አጠገብ ያነጋገረኝ ማን እንደሆነ ትዝ አይለኝም ምክንያቱም እያስቆሙ ሰላም ያሉኝ ብዙ በመሆናቸው አደናግሮኛል። ይህንን ጉዳይ አሁን ከምትነግሪኝ ያኔውኑ እንደዚህ ያለኝ ሰው አሁን ያነጋገርከው ነው ለምን አላልሽኝም? ብዬ ስጠይቃት እንዳትደባደቡ ስለፈራሁ ነው አለችኝ። በሌላ ጊዜ አንድ በአረንጓዴ ቀለም የተጻፈ ስለጥምቀቱ ድርጊት የሚገልጽ ደብዳቤ ደርሶኝ ገረመኝ።

በይ፣ እንግዲህ ዛሬ የገለጽሽልኝን ሁኔታ ስገመግመው እኔንና አንቺን ለማለያየት ታጥቀው የተነሡ እንዳሉ በጉልህ የሚያረጋግጥ ነው። ብዙ የማላውቃቸው የጓደኛ ጠላቶች እንዳሉኝ ስለሚያስገነዝበኝ እንደዚህ ያለ ሁኔታም ሆነ መልኩን የለወጠ ነገር ሲያጋጥምሽ ወድያውኑ ንገሪኝ። እኔ እብድ አይደለሁም ከሰው ጋር የምጣላው! ይልቁንም ጠላቶቸን እንዳውቅ ስለሚያደርገኝ ይረዳኛል። አንቺም ከዛሬ ጀምሮ እንዳያጠቁሽ ልዩ ጥንቃቄ አድርጊ፤ እስከ አሁን ድረስ ያቀዱት ዕቅድ ስለአልተሳካላቸው ሌላ ተንኮል ሊሸርቡ ይችላሉና። እንድያውም ወደ ስራሽ ስትሄጅና ስትመለሽ ወንድሞችሽ ቢሸኙሽ የተሻለ ነውና ንገርያቸው ቢያት ተግባባን።

ያልኩት ነገር አልቀረም፣ ዓላማቸው እንደከሸፈባቸውና የማትበገር ልጅ መሆኗን ስለዓወቁ አንድ ቀን ከስራዋ ወደ ቤቷ ስትመጣ በመኪና ሊገጯት ሲመጡባት በመሸሿ በጨረፍታ መትተዋት ስለወደቀች እየተገላመጡ አይተው በመሳሳቅ ጥለዋት ሄዱ። ያጋጠሟትን ችግሮች ሁሉ ብንዘረዝረው አያልቅም፤ ይሁንና ለሌሎች እህቶችና ወንድሞች ትምህርት ሊሰጥ ይችላል የምለውን አንድ ሁኔታ ብቻ ገልጬ ላብቃ።

ዕለቱ ዓርብ ነበር። ዕጮኛዬ ስራ ገበታዋ ላይ እያለች ስልክ ይደወልላታል። ስልኩን ያነሳችው እርሷ መሆኗን ያረጋገጠው ደዋይ "አሰፋ በጠና ታሞ ቤላ ሀይለስላሴ ተኝቷል፤ ሕመሙ አስጊ በመሆኑ እየተጠበቀ ነውና አሁኑኑ ድረሽ" ይላታል። ዕጮኛዬም አሁን

እኮ እኔ ጋር ነበር። ከሄደ 5 ደቂቃ አይሞላውም። ምን ትቀላምዳለህ? ስትለው እኔ ምን ቸገረኝ መልዕክቱን እንደሆን አድርሻለሁ። መጣሽ አልመጣሽ የራስሽ ጉዳይ ነው፤ እኔን አይመለከተኝም ብሎ ስልኩን ጆሮዋ ላይ ዘጋባት። መልዕክቱ በውስጧ ስለአብሰለሰላትና ስለአሳሰባት አየር ሀይል ደውላ ታጣኛለች። ወደ ቤላ ዝምብላ እንዳትሄድ ሊያጠቋት የፈለጉ ጠላቶች ሊሆኑ ይችላሉ ብላ ተጠራጠረች። ዝም እንዳትል ልቧ ተጨነቀ። ለማንኛውም የተወሰኑ ሰዓታት አሳልፌ ብሄድ ጠላቶቻችን ከሆኑ የደወሉት ተስፋ ቆርጠው ይሄዳሉና ልቆይ ብላ ወሰነች። በመካከሉም አንድ ሀሳብ መጣላት፤ ለወንድሟ ደውላ ስለሁኔታው በማስረዳት ቤላ እንዲወስዳት ልትነግረው። ስልኩ ተሳካላትና ወንድሟን ስለአገኘችው አብረው ቤላ ሄዱ። ስለእኔ ሆስፒታል መግባት ስትጠይቅ እንደዚህ ያለ በሽተኛ የለም ቢሏትም ማመን ስለአልቻለች አስፈቅዳ አልጋ የያዘውን በሽተኛ ሁሉ አንድ በአንድ ጐብኝታ አጣች። ዛሬስ የሞተ ሰው አለ? ብላ ነርሶቹን ጠየቀች። ኧረ የለም የኔ እህት። ምን ችግር አጋጥሞሽ ነው? ብላ አንዷ ነርስ ጠየቀቻት። አይ፣ እንድያው የሆኑ ሰዎች ስልክ ደውለው ወንድምሽ በጠና ታሞ ቤላ ሀይለስላሴ ሆስፒታል እየተጠበቀ ነውና በሕይወቱ ድረሽ ብለውኝ ነው አለቻቸው። አይዞሽ የኔ እህት ከአየር ሀይል ቀርቶ ከአዲስ አበባም እዚህ ሆስፒታል ገብቶ በጠና ታሞ የሚጠበቅ ሰው የለም፣ እግዚአብሔር ይይላቸው! ስለአለቻት ተመለሰች።

የጋብቻችን ቀን እየተቃረበ በሄደ ቁጥር የማጥቃቱ ዘመቻ እየተባባሰ ቢሄድም አንድ መልኩን የለወጠ በግለ ሂስ የተሞላ የየቅርታ ግን ደግሞ በተንኮል ድር የተደራ ደብዳቤ ልንጋባ ሁለት ሳምንት ሲቀረን ደረሰኝ።

ደብዳቤው በአረንጓዴ ስክሪፕቶ የተጻፈ ሲሆን ይዘቱ፣ ጋብቻችሁን ለማሰናከልና እናንተን ለማለያየት ያልጣርኩት ጥረት ያልፈነቀልኩት ድንጋይ አልነበረም። አንተን ለማታለል እንደማልችል በመገንዘቤ እጮኛህን በተለያዬ ዘዴና ሁኔታ አግባብቼ ለማለያየት ሞከርኩ ግን አልተሳካልኝም። ሁለታችሁም የማትበገሩ በመሆናችሁ አሸናፊዎች ናችሁና መልካም ጋብቻ ያድርግላችሁ የሚል ሲሆን፣ አዛኝ መሳይ ቅቤ እንጓች እንዲሉ ለእኛ ያዘነና የተቆረቆረ መስሎ "ስሜን አልነግርህም ግን ከደረስክበት ስሜ በ"አ" ይጀምራል" በማለት ማጠቃለሉ ስሙ በ"አ" የሚጀምር የቅርብ ጋደኛዬ አስግደው ጫሊ በመሆኑ ተናድጄ እጀን አንስቸበት በወንጀለኛነት እንድታሰርና ጋብቻው እንዲከሽፍ ለማድረግ ያነጣጠረ ነበር። የፊደል አጣጣሉን እንዳየሁት ማንነቱን ወድያውኑ ዓውቄዋለሁ። ይሁንና ለማረጋገጥ ያህል ከአሁን በፊት ከጓደኞቼም ሆነ ከዘመዶቼ ከተጻፉልኝ ደብዳቤዎች መካከል ለክፉም ለደጉም አንድ እያስቀረሁ ሌላውን ቀድጄ ጥየው ስለነበር፣ በመጀመርያ ደረጃ በአረንጓዴ እስክሪፕቶ የሚጽፍልኝ ጓደኛዬን ስለማውቀው ይህንን ደብዳቤ የጻፈው እርሱ እንደሆነ ያለማወላወል አመንኩ። በሁለተኛ ደረጃ እርሱ የጠቆመውን የአስግድም ደብዳቤ ይኑር ብዬ ከተከ[ለ]ማቹት ደብዳቤዎች መካከል የሁለቱን አወጣሁ። የአስግድ ደብዳቤ ከዚህኛው ደብዳቤ ጋር በምንም ዓይነት መልኩ አይመሳሰልም። ሁለተኛው ደብዳቤ ግን የተጻፈው በአረንጓዴ ስክሪፕቶ፣ የእጅ አጣጣሉም አንድ ዓይነት ሆኖ አገኘሁትና ጠላቴንም ለይቼ ዓወቅሁት። ይህ የአሁኑ ጠላቴ በቀለበቴ ጊዜ 3ኛ ሚዜዬ የነበረ ከቅርብ ጓደኞቼ አንዱ ነበር።

በጣም የሚገርመው ደግሞ "የሌባ ዓይነ ደረቅ መልሶ ልብ ያደርቅ" እንደሚባለው ደብዳቤው በደረሰኝ በሳምንቱ ዕሁድ ማለትም ላገባ አንድ ሳምንት ሲቀረኝ ደብዳቤውን

የጻፈው ጓደኛ ተብዬው እቤቴ መምጣቱ ነው። አመጣጡም ምናልባት ከእርሱ ጋር ተደባድበን በቁጥጥር ስር እንድውልና ጋብቻዬ እንዲሰናከል አስቦ ሊሆን ይችላል አልኩና እንደድሮዬ እራሴን ተቆጣጥሬ የሚበላና የሚጠጣ ሳይሆን የደብዳቤውን ይዘት እየጠቃቀምኩ የነገር ግብግብ አቀረብኩለት። በዚህን ጊዜ ፊቱ ደም እየመሰለ መሄድ ሲጀምር ምን ሆነህል? ፊትህ ተለዋወጠሳ? ስለው የለም አሞኝ ነው። ይቅርታ አድርግልኝ ብሎ እየተጣደፈ ከቤቴ ወጣ። ልደርስበት ብሞክር ስለአልቻልኩ የታባቱንስና! ብዬ እግዚአብሔርን አመስግኜ ወደ ቤቴ ተመለስኩ።

የጋብቻችን ስነስርዓት

እንደማይደርስ የለ ቀኑ ደረሰና የዕጮኛየና የእኔ ድግስ አዲስ አበባና ደሴ ላይ በአንድ ቀን ስለሚደረግ ቀደም ብዬ አነስተኛ አውሮፕላን እንድከራይ አመልክቼ አንዲት ሴስና በነፃ ስለተፈቀደችልኝ ግማሾቹ ሚዜዎቼ አዲስ አበባ ግማሾቹ ደግሞ ደሴ ስለነበሩ ቅዳሜ ከሰዓት በኋላ ከነአጃቢዎቼ ገነት ሆቴል አልጋ ያዝን። ጋብቻችን በቁርባን እንዲሆን ወስነን ስለነበርና ስርዓቱም ሌሊት ለዕሁድ አጥቢያ ስለሚከናወን፣ ገላየን ታጥቤ እንደተኛሁ ከምሽቱ 5 ሰዓት ላይ ስልክ ተደውሎ የሙሽራዋ መኪና ተበላሽታለችና አንድ ነገር አድርግ፣ እኔ ሚስማር ፋብሪካ ሸል ነዳጅ ማደያው ጋ ነው ያለሁት ተብሎ ተነገረኝ።

አጃቢዎቼ በአካባቢው ስለአልነበሩ አንድ ጓደኛዬ ቤት ደውዬ ችግሩን ገለጽኩለትና መኪና ይዞ መጣ። ተያይዘን ስንወጣ ለክፉም ለደጉም ከውቤ በረሀ ቴክኒሻኖች ይዘን እንሂድ በማለቱ ፈልገን ይዘናቸው እቦታው ደረስን።

የመኪናዋ ችግር ኢግኒሽን ኮይሉ በመሰንጠቁ ኤሌክትሪክ እየሾለከ ስለሚወጣ መኪናዋን ሊያስነሳት አለመቻሉ ነበር። ዕቃው እንደምንም ወለቀና ጓደኛዬ ሄደን በአምሳያው እንግዛ ይለኛል። አሁን የትኛው ሱቅ ይከፈታል ስለው፣ ስለዚህ አታስብ 24 ሰዓት የሚሰራ ድርጅት አለ ይለኛል። ኢትዮጵያ ውስጥ እንደዚህ ዓይነት ድርጅት አለ? ግድ የለህም ታየዋለህ ብሎኝ ተጓዝን። ሶማሌ ተራ ደርሰን እንደቆምን፣ ሶስት አራት ዱርዬ መሰሎች ክብብ ክብብ አደረጉን። ጉድ ፈላ! ያ ጠላቴ ሊሳካለት ነው እንዴ? ብዬ ሰጋሁ። ምክንያቱም አባቶቻችን ሙሽራን ከጋብቻው በፊት ሰይጣን ይከታተለዋል። የሆነ አደጋም ይገጥመዋል ሲሉ ሰምቼ ስለነበረ ነው። በተጨማሪም ከአንድ ወር በፊት አንድ ዕሁድ ዕጮኛዬ ቤት ውዬ የደብረዘይት መኪና እንዳያመልጠኝ ተራሩጬ ደረስኩና የኋላ ወንበር ባዶ ስለነበር በስከቀኝ ጥግ መስኮት አጠገብ ተቀመጥኩ። ወድያውኑ ሞላና ከምሽቱ አንድ ሰዓት ላይ ጉዞ ጀመርን። ከከተማው እንደወጣን እፊት ከተቀመጡት መካከል አንዱ የሾፌሩን መብረርና ሁኔታውን ተገንዝቦ ነው መሰለኝ እባክህ አትፍጠን ቀስ በል ሲል ሌላው ደግሞ ተወው ይሩጥ በጊዜ እንገባለን ይላል። በዚህ አርእስት ላይ እርስ በርስ ተጨቃጨቁና ሊግባቡ ባለመቻላቸው ፍጥነቷ ሳይቀንስ ተጉዘን ቃሊቲ አጠገብ ስንደርስ የተሳፈርንባት መኪና ከሌላ መኪና ጋር እንደ በግ ውግያ ፊት ለፊት ተላትማ ወደቀኝ ጐኗ ተገልብጣ እየተንፏቀቀች በመሄድ ከዝያው ከአስፋልት ሳትወጣ ቆመች። ዋይታውና ጫጫታው በረከተ ስለወንድ ልጅ አምላክ እርዱኝ የሚል ድምጽም ተሰማ የአካባቢው ሕዝብ ተሯሩጦ መኪናዋን በእግሯ ለማቆም ይታገላል ደህና የሆነውም በተሰበረው የፊት መስተዋት ይወጣል። በአደጋው ሶስት ሰዎች ሞተው ብዙዎች ቆሰሉ እኔ ግን በእግዚእብሔር ቸርነት ምንም ሳልሆን ከአደጋው ወጣሁ።

ታድያ የእነዝያ ዱርዬዎች ከበባ ሊያጠቁን ይሆናል ብዬ በመስጋት ነበር ጠላቴ ሊሳካለት ነው እንዴ ያልኩት።

ጓደኛዬ፣ ዱርዬዎቹን የዚች ዓይነት ዕቃ አምጡልኝ ሲላቸው ዕቃውን ተመለከቱና አንደኛው 10 ደቂቃ ጠብቁኝ ብሎ ከፊት ለፊታችን ቆማ ከነበረች ከአንዲት መኪና አውልቆ 15፡00 ብር ክፈሉኝ አለን። አይ ከ8 ብር በላይ አንከፍልህም። ከፈለግህ እንካ እለበለዝያ ተወው ሲለው፣ እሺ ውሰዱት ብሎን ከፍለነው ሄድንና አስገጥመን ከሌሊቱ 9 ሰዓት ላይ ገነት ሆቴል ተመለስኩ። ምንም ሳልተኛ ከሌሊቱ በ10 ሰዓት ሙሽሪትን ከቤቷ ይዘናት ወደ ቤተክርስትያን ሄደን ስርዓተ ጋብቻው ሚያዝያ 29 ቀን 1959 ዓ.ም በመስካኤ ሕዙናን መድህኔ ዓለም ቤተክርስትያን በቁርባን ተከናወነ።

ልክ ከቀኑ በ6 ሰዓት ደግሞ ሙሽራዋ ቤት ሄደን ድግሱ ከተበላና ከተጠጣ በኋላ ልንሰናበት ስንል፣ ሙሽራዋ ቤሎዋን አውልቃ በሌላ ልብስ ካልሄደች አደጋ ያጋጥማቸዋል የሚል ጭቅጭቅ በቤተሰቡ መካከል ተነስቶ ስለነበር በስከመጨረሻ ወላጅ አባቷ ልጆቼ ምንም አይሆኑም። እግዚአብሔር ይጠብቃቸዋል ብለው መርቀው አሰናበቱን። አሮጌው አውሮፕላን ማረፍያ ድረስ ተሸኝተን ፓይለታችን ሻለቃ ብርሀኑ ወልደጊዮርጊስ ሴስናዋን አውሮፕላን አስነስቶ ወደ ደሴ ተጓዝን።

ደሴ ከተማ ላይ ከፒያሳ እስከ ዳውዶ ድረስ በመደጋገም ዝቅ ብለን በመብረር ወላጆቼ እደገሱበት በሆጤ ሜዳ አካባቢ ክንፏን ግራና ቀኝ በማስዘንበል ለሰርጉ የተሰበሰበውን ሕዝብ ሰላምታ ሰጥተን ኮምቦልቻ አረፍን። ከሁለተኛዎቹ ሚዜዎቼ ጋር ተሳሳምንና ፎቶግራፍ ተነስተን ወላጆቼ እደገሱበት ቦታ ደሴ ገባን። ዕልልታውና ጭፈራው ቀልጦ የደመቀ በዓል ተደርጐ ጋብቻችን በጠላቶቻችን እንደተውጠነጠነው ሳይታጐል በደስታና በደመቀ ሁኔታ ተከናወነ።

የደሴ ሕዝብ በረራው የእኔ ሰርግ ጉዳይ መሆኑን ስላወቀ፣ ንጉስ ሚካኤል እንኳን በንግሳቸው ያላደረጉትን አሰፋ በርሄ ሲያደርግ የሚያስቀና ነው በማለት እያደነቁ ለአንድ ሳምንት የመነጋገርያ ርእስ ሆኖ ነበር።

አዲሱ የጋብቻ ኑሮ

በተጋባን በሶስተኛው ወር ቀደም ብዬ የገለጽኩት የሙሉ መቶ እልቅና ቅድሚያ ሹመት ተሾምኩ። በዝያን ጊዜ ኑሮ እጅግ በጣም ርካሽ ስለነበር ሁለታችን በምናገኘው ደሞዝ

የናጠጠ ኑሮ እንኖር ነበር። ቤታችንም በሁሉም አኳያ የተሟላ እንዲሆን የወር ባጀታችን ቀደም ብሎ ነው የሚሸመተው። ሁለታችንም ስራ ላይ ስለምንውል የቤት ሰራተኛችን በእኛ ላይ መቀለድ ጀመረች። አንድ ገረወይና ቅቤና አንድ ኩንታል የስንዴ ዱቄት ወር ባልሞላ ጊዜ ውስጥ አለቀ አለችን። እንዴት ሊያልቅ ይችላል? ሁለታችንም ለምሳ አንመጣም። ቢያንስ ለሶስትና ለአራት ወራት ሊያበላን እንደሚችል እናውቃለን በማለት ባለቤቴ ስትነግራት፣ እንግዲህ አልቋል! ምን አድርጊ ነው የምትሉኝ በማለቷ ቅቤውም ስንዴውም ተገዝና ለአንድ ቀን የሚበቃ ብቻ እየተሰፈረ በመስጠት ሁሉም ነገር በቁልፍ ተከረቸመ። ሰራተኛ ሆዬ ተነቃብኝ ብላ እሄዳለሁ አሰናብቱኝ በማለቷ ተሰናበተች።

መሰናበቷን ያወቁ ጐረቤቶች እንኳን ሄደችላችሁ እቴ! እናንተ ወደ ስራ እንደሄዳችሁ የማይሰበሰብ ሰው የለም። በዚህ በትልቁ ማጠቢያ ሰሀን ተገንፍቶ በየቀኑ መብላት ነው የነበረው "በማለት ሁኔታውን ቢያረጋግጡልንም ድርጊቱን ወድያውኑ ሊነግሩን ሲችሉ ባለመንገራቸው በመገረም ታዘብናቸው።

በተጋባን በ6ኛው ወር ላይ ለትምህርት ወደ አሜሪካን ሀገር ተላክሁ። በዝያን ጊዜ ባለቤቴ አርግዛ ስለነበርና ሁልጊዜ ሽቅብ እያለ ያስጨንቃት ስለነበር የመሄጃዬ ቀን እየተቃረበ በመጣበት ወቅት ታማ ሆስፒታል ገብታ ነበርና ከስጋት የተነሳ ውጭ ሀገር ከመሄድ እንደምቀር ሀኪሞቹን ገለጽኩላቸውና ይህ እኮ በብዙ ሴቶች ላይ የሚከሰት የተለመደ ህመም ነው። ለምን ትቀራለህ ብለው አሳመኑኝ። እንግድያውስ ጽንሱ የሚያሰጋት ከሆነ አስወጡላት ብዬ ባለቤቴን ተሰናብቼ ሄድኩ።

የአየር ሀይል ሕብረተሰብ ብዙዎቹ በተለያዩ ምክንያት ውጭ ሀገር የሄዱ እንደመሆናቸው መጠን ዘመናዊ ኑሮ ለመኖር አመች ሁኔታን ፈጥሮ ስለነበር፣ አንዱ ሌላውን በማየት ቀና የሆነ የኑሮ ውድድር ያደርግ ነበር። እኔ ወደ አሜሪካ ከመሄዴ በፊት የውድድሩ አቅጣጫ የቤት መኪና ገዝቶ መዝናናት ስለነበር፣ እኔ ከውጭ ሀገር የምችለውን ያህል ገንዘብ እንዳጠራቅም፣ ባለቤቴም እንደዚሁ እንድታጠራቅምና ስመለስ መኪና ገዝተን ለመዝናናት ተስማማን። በወቅቱ የመኪና ዋጋ በጣም ርካሽ ከመሆኑም ባሻገር አንዳንድ ኩባንያዎች በዱቤ እንድንገዛ ሁኔታዎቹን ያመቻቹ ስለነበር ውጭ ሀገር የመሄድ ዕድል እንኳን ባይኖረን በዚህ መልክ ገዝተን ተወዳዳሪ እንሆናለን የሚል ግምት ነበረን።

ጊዜው ደረሰና ከውጭ ሀገር ተመለስኩ። እንግዲህ ምን ዓይነት መኪና እንግዛ ብዬ ባለቤቴን ስጠይቃት፣ የተከራየችበት ቤት ባለቤቶች በሆነ ባልሆነ ምክንያት እየጨቀጨቁ የቁም ስቃይዋን አሳይተዋት ኖሮ፣ የምን መኪና! መሬት ገዝተን የራሳችንን ቤት ሰርተን እንድንኖር ነው የምፈልገው ብላ የልጅ ዓዋቂነቷን በማስመስከር ቦታ ገዝተን ከባንክ ተጨማሪ ገንዘብ ተበድረን ቤታችንን ሰራን።

በሁለተኛውም ዓመት መኪና ለመግዛት ቻልን። የባለቤቴን ዓዋቂነት የጠቀስኩት ያለ ምክንያት አልነበረም፣ ቀድመን መኪና ገዝተን ቢሆን ኖሮ ለነዳጅ ለጥገና ለሌላም ሲባል ብዙ ወጭ ስለምናወጣ የዕለት ከዕለት ኑሮ ከመኖር በስተቀር ቤት መስራት ስለማንችል ነው። ሁለታችንም በመፈቃቀርና በመተሳሰብ ብንኖርም ስልክ እየደወሉ የሚያስፈራሩ፣

ሽብር የሚነዙና የሚያሙ አልጠፉም ነበር። ነገር ግን በቀለበታችን ወቅት ብዙ ነገር ስለተማርን አልተንበረከክንላቸውም። በስከመጨረሻም ሰልችቷቸው ተዉን።

የልጆች መወለድና አስተዳደጋቸው

ከመጋባታችን በፊት ሆነ ከተጋባን በኋላ የወደፊት ኑሮአችንን በተመለከተ ከምንወያይባቸው ቁም ነገሮች መካከል አንዱ፣ ልጅ ስንወልድ እንዴት ማሳደግ እንዳለብን ዋናውና አብዩ ጉዳይ ነበር። በተለይም ባለቤቴ ያቀረበችው ሀሳብ፣ "በበኩሌ ልጅ ከተወለደ ጤንነቱ ተጠብቆ፣ በስነስርዓት ተኮትኩቶ ማደግ አለበት። በሕፃንነቱ ጊዜ በሞግዚት እንድያድግ ማድረጉ የአመጋገብና የንጽሕና አለመጠበቅ ችግር ብቻ ሳይሆን የመቀጨትና አካለ ጐደሎ የመሆንም ዕድል ሊያጋጥመው ስለሚችል የማይወጣ ጸጸትን ያስከትላል። ከአደገም በኋላ ከተቻለ ዩኒቨርሲቲ እንዲገባ አለያም እራሱን ችሎ ትምህርቱን መከታተል እስከቻለበት ጊዜ ድረስ ማሳደግ ስለሚያስፈልግ የኑሮ ችግር እስካላጋጠመን ድረስ እኔ ስራየን ትቼ ልጆቻችንን መንከባከብና እንደፈረንጆች አስተዳደግ ማሳደግ እንዳለብኝ አምናለሁ የሚል ስለነበርና በሀሳቧም ስለተስማማሁ እንደ ዓላማ አድርገን ይዘነው ነበር።

የእኔ ደሞዝ ብቻ ለኑሮአችን ከበቂ በላይ መሆኑን ገምግመን ስለነበር የመጀመርያዋ ልጃችን እንደተወለደች ስራዋን አቋረጠች። ከውጭ ሀገር የሚመጡ የታሸጉ የሕፃናት የጠርሙዝ ምግቦችን ያካተተ የተመጣጠነ ምግብ እየመገበች፣ የሕጻናት በሽታ ክትባት እያስከተበች፣ ንጽህናዋን እየጠበቀች፣ በቀን ሁለትና ሶስት ጊዜ ልብስ እየቀየረች፣ ጸጉሯን በተለያዩ ፋሽኖች እየሰራች፣ እንደ አሻንጉሊት እያሽሞነሞነች፣ የእናት ፍቅር እየለገሰችና ስነ ስርዓት እያስተማረች ማሳደጉን ተያያዘችው። ሁለተኛዋም ልጃችን በዓመቷ ስለተወለደች፤ ሁለቱንም ስታሽሞነሙንና ምግባቸውን ስታዘጋጅ ጊዜ የሚባል ፈጽሞ አልነበራትም።

በእግር መሄድ ሲጀምሩ ጨዋታ እያታለላቸው ይሁን በሌላ ምክንያት አይታወቅም ምግብ አልበላ ስለአሏት እሚጫወቱበት ክፍል ውስጥ 5 እና 6 የተለያዩ ቦታ ላይ የተለያዩ ምግቦችን እያስቀመጠችላቸው ሳያስቡት ከዝያም ከዝያም እያነሱ በመቀማመስ ጥሩ መመገብ እንዲችሉ ታደርግ ነበር። ልጆቻችን አሻንጉሊቱ፣ መጫወቻው ቢስኪሌቱ፣ እየተገዛላቸው የልጅነታቸውን ጊዜ ከግቢ ሳይወጡ ቧርቀውና ተደስተው ነው ያሳለፉት።

አድገው የሶስትና የአራት ዓመት ዕድሚያቸው ላይ ቅዳሜና ዕሑድ፣ ግራና ቀኝ እጃቸውን ይዤ ቴኒስ ሜዳ እወስዳቸው ስለነበር ቴኒስ ተጫዋቹም ሆነ ተመልካቹ አቅፎ የማይስማቸውና ለስላሳ የማይገዛላቸው ሰው አልነበረም። ልጅ ማሳደግ ማለት እንደዚህ ነው እያሉ የማይናገሩና የማያደንቁም አልነበሩም። የአስተዳደጋቸውም ዝና በአየር ሀይል ማሕበረሰብ ስለናኘ ባለቤቴን ከመጠን በላይ ያደንቋት ነበር።

ልጆቻችን በሕጻንነታቸው መሳደብ አያውቁም፣ ስድባቸው አንተ ፋንታ! አንተ ኮካኮላ! የሚል ነው የነበረው። ሌሎቹን ሁለቱን ልጆቻችንንም በዚሁ መልክ እየተንከባከበች አሳደገቻቸው። ትምህርት ቤት ገብተው በሚማሩበት ጊዜ የተማሩትን ትምህርት ከደብተሮቻቸው እያየች ደግማ በማስረዳትና የቤት ስራቸውን ሰርተው እንድያጠኑ

በማድረግ፣ ጨዋታና ጥናት በፕሮግራም መሆን እንዳለበት መስመር በማስያዝ እንደ ባሕል አድርገው እንዲይዙት በአዕምሮአቸው አሰሰረጸች።

ይህ የልጆች አስተዳደጋችን አማራጭ የሌለው ጥሩ አስተዳደግ ቢሆንም ዕድሚያቸው እየጨመረና እያደጉ በመጡ ቁጥር እኛን የሚያሳስብ ሁኔታ ሳይፈጥርብን አልቀረም። በዚህ ዓለም ላይ ምንም ይሁን ምን መቶ በመቶ /100%/ እንከን የሌለው ነገር አይገኝም። ሁሉም ነገር ለበጐ ጐኑ ተጻራሪ የሆነ ጐን አለው። መጥፎም ሆነ በጐ ጐኑ አንዱ ያለአንዱ መኖር ስለማይችል አንዱ የአንደኛውን ሚዛን እየጠበቀ መሄድ ያለበት የተፈጥሮ ሕግ በመሆኑ። ከዚህ በመነጨም እኛን ያሳሰበን ጉዳይ ልጆቻችን ከበጐና ከደጋግ ነገር ሌላ ምንም ስለማያውቁ የዋሆችና ሁሉንም ሰው እንደነርሱ ባሕሪ ያለው አድርገው ነው የሚያዩት። በይበልጥ ደግሞ በኛ በወላጆቻቸው ዓይን ነው የሚያዩት። ይህችን እሾህና አሜኬላ የበዛባትን ዓለም ፈጽመው አያውቋትም። በመሆኑም ለከፍተኛ ትምህርት ከኛ ራቅ ብለው በሚሄዱበት ጊዜ በተለይ ደግሞ ሴቶች በመሆናቸው በየወሕነታቸውና የአደጉበት ሁኔታ ባሳደረባቸው ጫና ሁሉንም ነገር በበጐ ዓይን የመመልከቱ ሁኔታ ለክፉ ነገርና ለጥቃት የሚዳርጋቸው መሆኑ ከወዲሁ ስለአሳሰበን ምን ማድረግ አለብን ብለን በየጊዜው እንወያይ ነበር።

የዚህችን ዓለም ተጨባጭ ሁኔታ በምን መልኩ እናስተምራቸው? የሚለው ጥያቄ በእንደዝያ ያለ ሁኔታ ያደጉትን ልጆች ማሳመን ቀላል እንዳልሆነ ብናውቅም ፕሮግራም አውጥተን በተለያዩ ዘዴና በጫወታ መልክ በየደረጃው ማስተማሩን ተያያዝነው። እንደጠበቅነውም ማመን ስለአስቸገራቸው እናንተ ለምን ደጐች ሆናችሁ፣ ሌላው ሰው ለምን እንደናንተ ሊሆን አልቻለም፣ የእግዚአብሔር ፍጡር ከሆነ እግዚአብሔር ሰውን ለያይቶ ነወይ የሚፈጥረው ወዘተ.፣ ወዘተ. የሚሉ ብዙ ጥያቄዎችን ይጠይቁን ነበር። ተጠንቅቀንና ቃላትን መርጠን መልስ እየሰጠን እንድያውቁት ለማድረግ ብንጥርም ይህ ጥረታችን ስለአላረካን አንድ ምክር ተመካከርን፤ ይህም ምክር የተለያዩ ጠባይና አመለካከት ያላቸው ልጆች የሚገኙበት አዳሪ ትምህርት ቤት ቢገቡ፣ ሌባውም፣ ተሳዳቢውም፣ ደጉም፣ ክፉውም፣ ሀቀኛውም፣ ዋሸውም፣ ረባሹም፣ ባየኛውም ስለሚያጋጥማቸው ይህንን ማሕበራዊ ችግር ተጋፍጠው በየሳምንቱ ከእኛ ጋር እየተገናኙ ስለአጋጠማቸው ሁሉ እየተወያየን በአሸናፊነት የሚወጡበትን ሁኔታ ማመቻቸት አለብን የሚል ምክር ሲሆን በሀገራችን ውስጥ ያሉትን ጥቂት አዳሪ ት/ቤተቶችን ለይተን ዕድሚያቸው ሲፈቅድ አቃቂ አድቬንቲስት ሚስዮን ቢገቡ እንደሚሻል ወሰንን።

በአጋጣሚ ወደ ኩባ የመሄድ ዕድል ስለአጋጠመንና ኩባ ደግሞ ከ7ኛ ክፍል ጀምሮ ማንኛውም ኩባዊ ልጅ አዳሪ ት/ቤት ገብቶ ስለሚማርና በተለይ ደግሞ ለትምህርት የተላኩት ኢትዮጵያውያን ሕጻናት ልጆች ከነበራቸው የትምህርት ደረጃ ከ4ኛ ክፍል ጀምሮ ትምህርቱ ይሰጥ ስለነበረ ሁለቱ ልጆቻችን በኋላም 3ኛዋ አዳሪ ት/ቤት ገብተው ይህን የተዠጐረጐረውን የሰው ልጅ ባሕሪ ካቀፈው ማሕበረሰብ ጋር ተቀላቅለው አጠኑት። የሚያጋጥማቸውንም ሁሉ በመገረምና በመደነቅ ለእኛ እየገለጹ በመወያየት ተገነዘቡ። ከኩባ እንደተመለስንም 3ቱም ልጆቻችን አቃቂ ሚስዮን ትምህርት ቤት ገብተው ከማንም ሰው ጋር እንደየባሕሪው እንዴት መኖር እንደሚቻል ተረዱ። እኛም ከአሁን ወድያ ለከፍተኛ ትምህርት ከእኛ ተለይተው ቢሄዱ ምንም ስጋት እንደማያድርብን ተማመንን። ለቸሩ አምላካችን ምስጋና ይግባውና በድጋሚ ወደ ኩባ

ሄደው ትምህርታቸውን ያለአንዳች ችግር በማጠናቀቅ አሁን እራሳቸውን ችለው በመኖር ላይ ይገኛሉ።

ባለቤቴ በተለይ ግዳጅ ላይ በነበርኩበት ጊዜ ያለረዳት ብቻዋን ብዙ ችግር አሳልፋለች። በተለይ ደግሞ እኔ ላጊጥ፣ እኔ ልልበስ ሳትል ጌጦቼ ልጆቼ ናቸው ብላ ተንከባክባ በማሳደግ 4 አስተዋይና ሀገራቸውን በሙያቸው በብቃት ማገልገል የሚችሉ ልጆች በማበርከቷ ወደር የሌላት እናት ከመሆኗም ባሻገር ለእኔም የምትጨነቅና እንደልጆቻችን የምትንከባከበኝ የብዙ ችግሮችን ፈተና ያለፈች ጠንካራ ሚስት በመሆኗ ውለታዋን እግዚአብሔር ይክፈላት ከማለት በስተቀር ሌላ የማደርገው ነገር የለኝም። እኔም እርሷን በማግኘቴ በየተመደብኩበት የስራ ዘርፍ ሁሉ ሀላፊነቴን መወጣት የቻልኩ ዕድለኛ በመሆኔ ለፈጣርያችን ምስጋና አቀርባለሁ።

የአሜሪካን ሀገር ትምህርትና ገጠመኞች

የመጀመርያው የአሜሪካ ጉዞ (1960/61 እ.ኤ.አ)

አየር ሀይል እያለሁ በተለይ በወጣትነት ጊዜዬ ወላጆቼ በጣም ይናፍቁኝ ነበር፤ በየዓመቱ የዓመት ዕረፍቴን እየወሰድኩ ደሴ በመሄድ ዕረፍቴን ከቤተሰቦቼ ጋር አሳልፍ ነበር።

በጥቅምት ወር 1953 /1960/ ዓ.ም የዓመት ዕረፍቴን ወስጄ ወላጆቻችን ለመጠየቅ ሄድኩ። ሁለት ሳምንት ያህል ከተቀመጥኩ በኋላ አንድ ሕልም አለምኩ። ይህም ሕልም ከአሁን በፊት በውኔም በሕልሜም እማላውቀው ባሕር ዳርቻ ሆኜ በእግሬ እየተዘዋወርኩ አካባቢውን በማድነቅ ስደሰት ያየሁት ሕልም ነው።

ሌሊቱ ነግቶ ከመኝታዬ ተነስቼ ቁርስ እየበላሁ ለወላጆቼ ስለሕልሙ ነገርኳቸውና ጥሩ ሕልም ነው፤ ደስ የሚያሰኝ ነገር ይገጥምሀል አሉኝ። ከአሁን በፊት እንደዚህ ያለ ሕልም አይቼ ስለማላውቅ ምንነቱን ለመገንዘብ በሀሳብ ባሕር ብዋኝም ትርጉሙን ለማወቅ አቅሜ አልፈቀደልኝም። ሕልሙን በአለምኩ በ4ኛው ቀን ከአየር ሀይል ስልክ ተደውሎ በአስቸኳይ እንድትመጣ ስለተባልኩ ቲኬት አስቆርጬ በማግስቱ በአውቶቡስ ተሳፍሬ ወደ አዲስ አበባ ጉዞዬን ቀጠልኩ።

ጧት አየር ሀይል ስራ ገበታዬ ተገኝቼ እንዳመለከትኩ በአጭር ጊዜ ውስጥ ለትምህርት ወደ አሜሪካን ሀገር ስለምትሄድ ክትባት ውሰድ ተባልኩ። በየቀኑ አዲስ አበባ እየተመላለስኩ ክትባቴን ጨረስኩ። በአሜርካኖች የተዘጋጀ የእንግሊዝኛ ችሎታ መመዘኛ ፈተና ተፈትኜም አለፍኩ። ስለአሜሪካ ሀገር አጠቃላይ መግለጫ ተሰጠኝ። ፓስፓርቴና የአውሮፕላን ቲኬት ተዘጋጅቶ እንዳለቀ ተቀብዬ ከ7 የአየር ሀይል አባሎች ጋር በመሆን በኢትዮጵያ አየር መንገድ አውሮፕላን /ኮንቬር/ ከቀድሞው አውሮፕላን ማረፍያ ተነስተን ጉዞአችንን ወደ ፍራንክፈርት /ጀርመን/ አመራን።

የአየር መንገዳችንን ዝና በወሬ እንስማ ስለነበር ድንቅ መስተንግዶ እየተደረገልን ፍራንክፈርት ስንደርስ ሲጠብቀን የቆዩ አንድ አሜሪካዊ ወታደር ተቀብሎን ማይን ራይን እተባለው የአሜሪካኖች የአየር ሀይል ጣቢያ ወስዶ “ከ3 ቀን በኋላ ወደ አሜሪካ

የምትጓዙበት አውሮፕላን እስኪመጣ ድረስ የምትቆዩት እዚህ ጣቢያ ውስጥ ነው” በማለት መኝታ ቤታችንን፣ ምግብ ቤቱንና ክለቡን አሳይቶን ተዝናኑ! እንደቤታችሁ እዩት ብሎ ተሰናበተን።

አውሮፓ ክረምት የሚጀመርበት ወቅት ስለነበር ቅዝቃዜው ለወጥ ብሎብን ነበር።

ከሀገራችን ስንወጣ የመጀመርያ ጊዝያችን ስለነበር ሁሉም ነገር ለእኛ ብርቅ ነውና ምሳችንን በልተን ፍራንክፈርትን እንያት ብለን ተያይዘን ከተማዋን አሰስናት። ውሀ ስለጠማን ቢራ ለመጠጣት አንድ ባር ውስጥ ገብተን አንድ ክብ ጠረጴዛ ዙርያ ተቀምጠን ድራፍት አዘን እየጠጣን በአማርኛ ስናወራና ስንስቅ፣ አንድ ጀርመናዊ ሰው በተመስጦ እያየን ደስ ብሎት ኖሮ፣ ከመቀመጫው ተነስቶ ወደኛ በመምጣት በጀርመንኛ አነጋገረንና ምን እንዳለ ሊገባን አልቻለም። አንድ ሌላ ጀርመናዊ ሀገራችሁ የት ነው? ነው የሚላችሁ ሲለን በኩራትና በልበ ሙሉነት ኢትዮጵያ አልነው። ኢትዮጵያ የት ነች የምትገኘው ሲለን አገራችንን እንዴት አያውቃትም ብለን ተገረምንና ለማስረዳት ሞከርን። ለካስ ሕዝቡ ሀገራችንን በአፄ ሀይለ ስላሴ ወይም በአበበ ቢቂላ ስም ብቻ ያውቋት ኖሮ፣ ሲላሴ፣ ቢኪላ ሲለን ራሳችንን በመነቅነቅ አዎን አልነው።

ቀጠለና ጥርሱን እየገለፈጠ ሲስቅ ሁኔታው አስገርሞን ከመጠን በላይ ሳቅን። ደስ ተሰኝቶም ለሰባታችን ድራፍት ቢራ አዘዘልን። ትንሽ ቆየና አሁንም ጥርሱን ገልፍጦ ሲስቅ ሳቃችንን አቀለጥንለትና እጅግ በጣም ተደስቶ ሌላ ድራፍት አዘዘልን፡፡ የሰውየው ፍላጐት ገባንና ጐበዝ ይህ ሰው የጥርሳችን ንጣት ስለአስደሰተውና ስንስቅ ሊያየን ስለሚፈልግ ነው ሂ...ሂ...ሂ... የሚለው ተባብለን እንግዲህ የጥርሳችን ንጣት ዋጋ ስለአለው እያሳቅን ቢራ መኮምኮም ነው በማለት ተቀላለድን። እንደዕውነቱ ከሆነ የጥርሳችን ንጣት ወተት ነው የሚመስለው። በተለይ የእኔ ጥርስ ከልጅነቴ ጀምሬ በየቀኑ በመፋቅያ ስፍቀው “በሳምንት አንድ ቀን ደግሞ በከሰል እፈትገው ነበር። አየር ሀይል እንደገባሁም በየቀኑ ኮልጌት እየተጠቀምኩ በጥርስ ቡሩሽ አጸዳው ስለነበር እንደዛሬው ቡና ሳያበልዘው የንጣቱ ነገር ተወዳዳሪ አልነበረውም ማለት እችላለሁ። ታድያ ይኸው ጀርማናዊ ሰውዬ እንደለመደው በምልክት ሳቁልኝ እያለ በጠቅላላው ሰባት፣ ሰባት ቢራ ጋበዘንና በስከ መጨረሻው ሰው ሰራሽ ጥርሱን፣ የላይና የታቹን ከነመንጋጋው በሙሉ አውልቆ የሀዘን ስሜት እየተሰማው አሳየንና፣ ለዚህ ኖሯል ሳቁልኝ እያለ ይጋብዘን የነበረው? ብለን ስለግብዣው አመስግነነው ወደ ሰፈራችን ተመለስን።

በ3ኛው ቀን የተባለው አውሮፕላን መጥቶ ጉዞአችንን ቀጠልን። ወድያው አንድ ፈጽሞ ያልጠበቅሁት ችግር ገጠመኝ። እኔ ከእርሷ በስተቀር ሌላ ሴት ጋ ሄጄ አላውቅም። አፈቅርሀለሁ አግባኝ እያለች በላዬ ላይ ሌላ ወንድ ጋ ትማግጥ እንደነበር ማስረጃ አላስፈለገኝም እንደ ይናፋ ተጨባጭ ማስረጃ ነው። በዚህ በአጋጠመኝ ችግር እየተሰቃየሁ በካናዳ በኩል አድርገን አሜሪካ (ኒውጀርሲ)ማጓየር አየር ጣቢያ አረፍን። ወድያውኑ በሌላ አውሮፕላን ዊቺታ ፎልስ /ቴክሳስ/ ሽፐርድ የአየር ሀይል ማሰልጠኛ ጣቢያ ደርሰን ጥቂት መግለጭ ተደርጐልን ራት ከበላን በኋላ መኝታ ቤታችንን ስለአሳዩን ለ12 ሰዓታት ያክል ሳንገላበጥ ድካማችንን በእንቅልፍ ተወጣነው። ችግሬም በሕክምና ተወገደ።

መቸም ወደፊት እግዚአብሔር የፈቀደልኝን ሴት ማግባቴ ስለማይቀርና ሳገባም በቁርባን እንዳገባ ቻይነቴን ለማረጋገጥ ስለምፈልግ ቃሌን ለመጠበቅ ቆራጥ አቋም ወሰድኩ። ወርቅ በእሳት ይፈተናል እንዲሉ የሚፈታተነኝ ነገር እየበዛ መጣ። ከጓደኞቼ መካከል ሆኜ ሴቶች እኔ ላይ ያተኩራሉ። ሳመኝ እያሉ እስከማስገደድ ድረስ ያስቸግሩኝ ነበር። ከዚህ ችግር መላቀቅ የምችለው ወጣ ወጣ ማለቱን ሳቆም ብቻ መሆኑን ተገነዘብኩና ከማሰልጠኛው ጣቢያ ሳልወጣ ለመዝናናት ሲኒማ እና ቴሌቪዥን እያየሁ ስፓርትም እየሰራሁ ጊዜየን ማሳለፍ ጀመርኩ።

በዚህ በአየር ጣቢያ የውጭ ሀገር ተማሪዎችን ጉዳይ የሚፈጽም ክፍል ስለአለ የተለያዩ የመዝናኛ ፕሮግራም ያዘጋጅልን ስለነበር፣ ዳላስ ከተማን ለመጐብኘት እንደምንሄድ ቀደም ብሎ ተነገረንና ዓርብ ዕለት በአውቶቡስ ተጉዘን ዳላስ ከተማ ገባን። ዳላስ ሆቴል ክፍላችን ተነግሮን እኔና ዋራንት ኦፊሰር አሰፋ ድንበሩ ሁለት አልጋ አለበት አንድ ክፍል ተመደብን። ትንሽ እንደቆየን እዝያው ሆቴል ውስጥ የምትሰራ አንዲት ጥቁር ሴት /አፍሮ አሜሪካን/ በራችንን በርግዳ ትገባና እንዴት ደስ የምትሉ ቆንጆ ሰዎች ናችሁ ብላ እኔ እተቀመጥኩበት አልጋ ላይ ከጐኔ ተቀመጠችና ዓይን ዓይኔን ታየኝ ጀመር። እኔም አሴ!ጉድ ፈላብኝ ብዬ ሳናግረው አገጩንና ጉንጩን እየዳሰሰች በጣም ታምራለህ! ወደድኩህ! ብላ ልትስመኝ ጠጋ ስትል ራቅኋት። አሁንም ጠጋ ብላ በለሰለሰ ድምጽ እባክህን ሳመኝ ብላ ዓይኗን እያስለመለመች ተጠጋችኝ። አሁንም ራቅኋት። በድጋሚ ጠጋ ብላ ልትይዘኝና ልትስመኝ ስትሞክር ኖ! ብዬ ተነስቼ ግድግዳው ላይ ተጠግቼ ቆምኩ። ተከትላኝ ትመጣና እጆቹዋን እቆምኩበት በአንገቴ ግራና ቀኝ ግድግዳ ላይ አስደግፋ እባክህን ሳመኝ ብላ ወደ ከንፈሬ ስትጠጋ አንገቴን አዞርኩባት። ልትለቀኝ መሰላችሁ? በጣም ግራ ገባኝ፣ እርሷም እባክህን ሳመኝ እያለች መለማመጥና መስለምለሚን ቀጠለች። በመካከሉ አሴ፣ አንተ ምን ቸገረህ አታስደስታትም እንዴ ይለኛል። ድምጹን ሰምታ ዘወር ስትል ኮቱን ያወልቅ ኖሮ ዝግጁ ነህ እንዴ? ስትለው ኖ...ኖ...ኖ እያለ ተገረመ። እርሷም ልመናዋን ቀጠለች።

በእንደዚህ ያለ ፈተና ላይ እያለሁ ወደ አሜሪካ ሀገር ከመምጣቴ በፊት ከእኔ ቀድመው መጥተው የነበሩት ጓደኞቼ ስለ አሜሪካ በሰፊው ያወሩልኝ ከነበረው ሁኔታ ስለአሜሪካ ሴቶች ባሕሪ ያጫወቱኝ ትዝ አለኝ። “የአሜሪካ ሴቶች ፈልገውህ እምቢ ካልካቸው እጭናቸው ላይ ጩቤ አስረው ስለሚሄዱ ይሰኩብህና ጥለውህ ይሄዳሉ” ያለኝ ታየኝና ሳላስበው ግራ እጀን ወደ ግንባሬ ሳመጣው ቀለበቴን አየችና፣ አግብተሀል እንዴ? ስትለኝ ትተወኛለች ብዬ አዎ! ስላት ምንም አይደለም እኮ። ይልቁንስ ሳመኝ በማለቷ ፈርቼ እሺ አልኳት። እሺ ነው ያልከኝ! ስትለኝ እራሴን ወደ ላይና ወደ ታች በማነቃነቅ አረጋገጥኩላት በጩቤ ላለመወጋት ስል።

ወድያውኑ ጡቷን ደረቴ ላይ አስጥግታ በማቀፍ ከንፈሯን ከከንፈሬ አዋሀደችው። እኔም ያቀብጠኝና ፍሬንች ሶል አሳሳም ሳምኳት።

የደስታ ትንፋሽ እየተነፈሰች ልቧ ይጦፍና ጸጉሬን፣ አንገቴን እየዳሰሰች ዓይኗ የጠለቀች ጀንበር እስኪመስል ሆነች። እራሷንም ግራና ቀኝ በመቀልበስ መሳሚን እያመቻቸች ሰመመን ላይ ያለች መሰለች። በመጨረሻ አፏን ምንጭቅ አድርጋ ታነሳና አንገቷን ወደ ዋራንት ኦፊሰር አሰፋ አዙራ ይህን ሰው ታየዋለህ (ዩ ሲ ዚስ ማን)? በአውራ ጣቷ ወደ

እኔ እያመለከተች "ይህንን ሰው ታየዋለህ (ሂ ጀስት ኪስስ ላይክ ኤ ቴክሳን አክተር) አሳሳሙ እንደ ቴክሳስ የፊልም ተዋናይ ነው"። ስትለው ጓደኛዬ በሳቅ ተንፈርፍሮ ሊሞት ደረሰ፤ ስቆ ሊያባራ ነው? ሴቲቷ ይህን ተናግራ መጣሁ ትልና ሮጣ ከክፍላችን ስትወጣ እኔ ደግሞ አሴን ብትመለስና የታል ብላ ብትጠይቅህ ወደ ውጭ ሄዷል በላት ብዬ መታጠቢያ ቤት ገብቼ ቆልፌ ቁጭ አልኩ።

ይህንን ያደረግሁት አማራጭ ስለአጣሁ ነው፤ ወጥቼ ብሄድ መውጫውን እፈልጋለሁ ብዬ ወድያና ወዲህ ስል ታገኘኛለች ብዬ በመስጋቴ።

ከጥቂት ደቂቃዎች በኋላ ጓደኞቿን አግበስብሳ ትመለስና ወዴት ሄደ ብላ አሴን ስትጠይቀው ወደ ውጭ ሄዷል ይላታል። እዝያው መኝታ ክፍላችን ሆና ለጓደኞቿ ስለሁኔታው ትተርክላቸውና በኋላ አስተዋውቃችኋለሁ እርሱን እንዳትነኩብኝ ብላ ይዛቸው ወጣች። እኔም ተጣጥቤና ተዘገጃጅቼ ጓደኞዬን ሆቴሉ ፊት ለፊት እሚገኘው መዝናኛ ቦታ ላይ ነው ያለሁት ብዬው ሄድኩና ተቀመጥኩ። በፕሮግራማችን መሰረት ደግሞ ወደ ተዘጋጀልን ቦታ ሄጄ ማታ ተመልሰን ተኛን። በማግስቱም ሴትዮዋ እንዳታገኝኝ ከሆቴሉ አስቀድሜ ወጣሁ። ዕሑድንም እንደዚሁ አድርጌ ሳታገኝኝ ወደ ጣቢያዬ በሰላም ተመለስኩ።

በአጋጣሚ ከእኛ ጋር ያልሄዱት ኢትዮጵያውያን ስለሽርሽሩ እንድናጫውታቸው ስለጠየቁን ዋራንት ኦፊሰር አሰፋ ይህንኑ ገጠመኝ ሲገልጽላቸው አንደኛው ጓደኛችን "አታስደስታትም ነበር? ምን ዓይነቱ ነህ እባክህ? ምነው ለእኔ እንደዚህ ያለ ዕድል እማይገጥመኝ አትረባም! አለኝና ግድ የለም የእራሴ የሆነ ዓላማ ስለአለኝ ነው ቢያቸው የጫወታውን አርእስት ወደ ሌላ ቀይሬ ውረፋውን አስቆምኩ። በማግስቱም ትምህርታችንን ቀጠልን።

በዝያን ጊዜ በአሜሪካ ሀገር የነበረው የዘር ልዩነት በጣም ዘግናኝ ነበር። ጥቁሮች በነጮች ሆቴል ሆነ መዝናኛ ቦታ መገኘት አይፈቀድላቸውም። መኖርያቸውም ለጥቁሮች በተከለለ አካባቢ ነው። አውቶቡስ ሆነ ባቡር ጣቢያ /ተርሚናል/ የጥቁሮችና የነጮች መቆያ ቦታና መጸዳጃ የተለዩ ነው። የጥቁሮች መቆያ፣ የጥቁሮች መጸዳጃ፣ የነጮች መቆያ፣ የነጮች መጸዳጃ ተብሎ በይፋ ተጽፎበታል። ይህ የዘር ልዩነት በደቡብ በጣም የከረረ ስለነበር ከሰሜን ወደ ደቡብ የሚመጡት ጥቁርና ነጭ ባልና ሚስቶች አብረው መኖር ስለማይችሉ ወንዶቹ ሚስቶቻቸውን እዝያው ሰሜን ነው ትተዋቸው የሚመጡት። እኔ ይህንን ችግር ስለማውቅና በአጋጣሚም እራሴን ለመቆጣጠር ስል ከግቢ ስለማልወጣ በእኔ ላይ የዘር ልዩነት አላጋጠመኝም።

አንዳንድ ጊዜ ግቢ ውስጥ የተዋወቁኝ ጥቁር አሜሪካኖች እቤታቸው እየወሰዱ ምሳና እራት ይጋብዙኝ ስለነበር ከጓደኞቻቸውና ከዘመዶቻቸው ጋር ያስተዋውቁኝ ስለነበር ከአስተዋወቁኝ መካከል አንዷ መምህርት በተኮሳተረና ቅሬታ በተሞላበት አነጋገር፣ ለምንድነው ኢትዮጵያውያን ጥቁሮች አይደለንም የምትሉት? አለችኝ፣ ጥቁሮች አይደለንም ያለሽ ማነው? አልኳት፣ በአጋጣሚ አንድ ቦታ ያገኘኋቸው ኢትዮጵያውያን ናቸው ስትለኝ፣ አዎን! ጥቁሮች አይደለንም ሲሉ አፍሪካውያን አይደለንም ለማለት ሳይሆን፣ በሀገራችን የሰውን የቆዳ ቀለም፣ ጠይም፣ ቀይ ዳማ፣ ቀይ በማለት ስለሚለዩ

ጥቁር የሚለው ቃል የቀለማቸው መግለጫ ስለአልሆነ ነው ጥቁር አይደለንም ያሉሽ። ይህንን በተመለከተ እስኪ አንችን ልጠይቅሽ አልኩና፣ እኔ ወይም አንቺ የጥቁር ሰሌዳ ዓይነት ጥቁር ነን ወይ? ስላት አይደለንም አለች። ነጭ የሚባሉትስ እንደ ጠመኔ ነጭ ናቸው ወይ? የሚል ጥያቄ ሳስከትልባት አይደሉም አለችኝ። እንግዲህ በኢትዮጵያውያን አመለካከት ጥቁር የሚለው ቃል የቀለማችን መግለጫ ባለመሆኑና በአለን የባሕል ልዩነት የተነሳ ነው ጥቁሮች አይደለንም የሚል መልስ የሚሰጡሽ እንጂ ቀለማችን አንድ ሆኖ እያለ ከእናንተ የተለየን ነን ለማለት አይደለም። እኔ ከአሁን ወድያ እዚህ አሜሪካ ውስጥ የሆነ ሰው ጥቁር ነህ አይደለህም? ብሎ ቢጠይቀኝ ጥቁር ነኝ ብዬ ነው የምመልስለት፣ ሁኔታው ስለገባኝ። ስለዚህ በእኔ አስተያየት ጥቁር ወይም ነጭ የሚለው ቃል የሰውን ቀለም በትክክል ስለማይገልጽ ሌላ መጠርያ ቢፈለግለት የሚሻል ይመስለኛል በማለት የነበራትን ቅሬታ አስወግጀላት ተሰነባበትን።

በሌላ ጊዜ አንድ ትምህርት ቤት (1ኛ ደረጃ) ስለአፍሪካ አጠቃላይ መግለጫ የሚሰጠን አፍሪካዊ ትብብር ይጠየቅልን ተብሎ የውጭ ሀገር ተማሪዎች ጉዳይ ክፍል በመጠየቁ፣ እኔን ስለሁኔታው ገልጸው ለተማሪዎቹ እንዳብራራላቸው ፈቃደኛነቴን ስለጠየቁኝ እሺ ብዬ በቀጠሮው ቀን ተሽቀርቅሬ ሄድኩ። ተማሪዎቹ አንድ አዳራሽ ውስጥ ተሰብስበው ስለነበር እንደገባሁ ከመቀመጫቸው ተነስተው በጭብጨባ ተቀበሉኝ። እኔም ሁለት እጀን በማወዛወዝ አጸፋውን መለስኩ። መቸም አንድ አዲስ ቦታ ስትገባ አካባቢውን በዓይን መቃኘት ያለ ነገር በመሆኑ የአዳራሹ ዙርያ በዓለም ሀገሮች ባንዴራ አሸብርቆ ስለአየሁት ምን የተለዩ በዓል ቢኖር ነው ይህንን ሁሉ ባንዴራ ግድግዳ ዙርያ ላይ ያንጠለጠሉት ብዬ ስገረም፡ የት/ቤቱ ርእሰ መምህርት በመካከለኛ ዕድሜ ማለትም 40 ዓመት ገደማ የምትሆን ሴት እኔን አስተዋውቃ ስለአፍሪካ መግለጫ ልሰጥ መምጣቴን በመግለጽ ፕሮግራሙ ከመጀመሩ በፊት እዚሁ አዳራሹ ግድግዳ ላይ ከተንጠለጠሉት ሰንደቅ ዓላማዎች መካከል የሀገሩን ባንዴራ ያሳየናል ብላ እንዳሳይ ጋበዘችኝ። እኔም ከቆምኩበት መድረክ በስከ ጀርባዬ ወደ አለው ግድግዳ ዘወር ብዬ ባንዴራዎቹን ማየት ጀመርኩና ወደ ሌሎቹ ባንዴራዎች ከመንቀሳቀሴ በፊት አንድ ባንዴራ ላይ ለተወሰኑ ሰኮንዶች ያህል አተኩሬ ተመለከትኩና ግድግዳውን በሙሉ ዞሬ እመድረኩ በመመለስ የሀገሬ ባንዴራ እዚህ አዳራሽ ውስጥ የለም ብዬ ስነግራቸው ተማሪዎቹ ተገረሙ፤ ዳይሬክተሯ ደግሞ የሀገርህን ባንዴራ እንዴት አታውቅም? አለችኝ። እረ! እኔ አሳምሬ ነው የማውቀው" የሀገሬ ባንዴራ እዚህ አዳራሽ ውስጥ አለ ካልሽ እስኪ አንቺ አሳይኝ ብዬ ጠየቅኋትና ከበስከ ጀርባዬ የተንጠለጠለውንና ቀደም ብዬ ለተወሰኑ ሰኮንዶች ትኩር ብዬ ያየሁትን ባንዴራ ይኸ ነው አለችኝ።

ታድያ እኮ ይኸ የኢትዮጵያ ባንዴራ አይደለም። 3ቱ የሀገሬ ባንዴራ ሕብረ ቀለም አለበት ግን ይህ ባንዴራ አሁን በተንጠለጠለበት መልኩ ቀዩ ከላይ ሲሆን የጋና ባንዴራ ነው። ወደ ባንዴራው በመሄድ የተንጠለጠለበትን ገመድ ፈትቼ አረንጓዴውን ወደ ላይ በማድረግ አንጠልጥዬ የሀገሬ ባንዴራ ይህ ነው በማለት ሳሳያቸው ተማሮቹ በጩኸትና በጭብጨባ አድናቆታቸውን ገለጹልኝ።

ወደ ገለጻው ለመሸጋገር እንግዲህ ቅድም እንደአያችሁት፤ ከአፍሪካ ሀገሮች አንዷ የሆነችውን የኢትዮጵያን ባንዴራ አስተዋውቅያችኋለሁ። አሁን ደግሞ ስለአፍሪካ

አጠቃላይ መግለጫ ልሰጣችሁና ገለጻየን እንደጨረስኩ ጥያቄ ካላችሁ እቀበላለሁ በማለት ማስረዳት ጀመርኩ።

ምናልባት እናንተ አፍሪካን ጥቅጥቅ ያለ ደንና የዱር አራዊት የሞላባት፣ ከተማ የሚባል የማይታወቅባት አድርጋቹሁ እንደምትረዱ ነው የምገምተው፣ የታርዛን ፊልም ብቻ ስለምታዩ። በእርግጥ ይቅር እናንተ ሕጻናትና ብዙ ትልልቅ ሰዎች በተለያዩ ምክንያት ስንገናኝ ሀገርህ የት ነው ብለው በጠየቁኝ ግዜ ኢትዮጵያ ብዬ ስመልስላቸው፣ ኢትዮጵያ የት ነው የምትገኘው? በሰሜናዊ አሜሪካ በኩል ነው? ይሉኛል። የለም አፍሪካ ውስጥ ነች በምላቸው ጊዜ አንዳንዶቹ ደግሞ አ! ይሉና፣ ይህን የለበስከውን ልብስ እዚህ ከመጣህ በኋላ ነው መልበስ የጀመርከው? በማለት አለማወቃቸውን እንድረዳ አድርገውኛልና።

አያችሁ ልጆች! አፍሪካ በእርግጥም ጥቅጥቅ ያለ ደንና የዱር አራዊትም ያላት አህጉር ነች፤ ነገር ግን በአንጻሩም ይወዳደራል ባልልም እዚህ አሜሪካ ያለው ዓይነት ሕንፃ የተሰሩባት ዘመናዊ ከተሞች አሏት፣ ትምህርት ቤቶችም እስከ ዩኒቨርሲቲ ድረስ አሏት። ብዛታቸው ይነስ እንጂ፣ ዶክተሮች፣ ኤንጅነሮች፣ ኤኮኖሚስቶች፣ የሕግ ባለሙያዎች፣ መምህራን ወዘተ. ብዙ የተማሩ ሰዎች አሏት። ወደ ዕድገት የምታመራ አህጉር ብትሆንም በብዙ ገጠሮች ልብስ የማይለብሱ ሰዎች ገና አሏት። ኢትዮጵያ ለአምስት ዓመት ጣልያን ጋር ካደረገችው ትንቅንቅ በስተቀር የማንም ቅኝ ግዛት ሆና አታውቅም። እንድያውም በ1898 ዓ.ም. በወታደር ሀይሉ ከተደራጀውና እስከ አፍንጫው ከታጠቀው ከጣልያን ሰራዊት ጋር አድዋ ላይ ተዋግታ አዋርዳ ያሸነፈችና ለአፍሪካ ሀገሮች ነፃነት አብሳሪ ሀገር ነች። ላይቤርያ ደግሞ የአሜሪካን መንግስት መሬቷን ገዝቶ እዚህ ካሉት ጥቁር አሜሪካኖች መካከል የተወሰኑትን ወስዶ በመንግስትነት እንድትቆም ያደረጋት በመሆኗ የማንም ቅኝ ግዛት አልነበረችም።

የተቀሩት የአፍሪካ ሀገሮች በቅኝ ገዥዎች ተጨቁነው ሲገዙ የነበሩ ሲሆን በአሁኑ ግዜ ጥቂት የአፍሪካ ሀገሮች በትግላቸው ነፃነታቸውን እየተቀዳጁ ናቸው የተቀሩትም በቅርቡ ነፃነታቸውን እንደሚያገኙ እርግጠኛ ነኝ በማለት አስረድቼ ስለ ኢትዮጵያም ዘርዘር አድርጌ በማስረዳት ጥያቄዎቻቸውን በመመለስ ተሰናበትኳቸው።

ሌላ ገጠመኝ ላንሳና፣ የባሕል ልዩነት እሰው ሀገር ስንሄድ ያደናግራልና አንድ ቀን የክፍላችን ባልደረባ የሆነና ከእኛ ጋር የሚቀራረብ አሜሪካዊ ከክፍል ለዕረፍት እንደወጣን፣ ኑ ቡና እንጠጣ ብሎ እኔንና ጓደኛዬን ይዞን ይሄዳል። እንግዲህ ልብ በሉ ሀገራችን ውስጥ አንድ ሰው ቡና እንጠጣ ብሎ ይዞን ከሄደ የሚከፍለው እርሱ ነው። እና እኛም እንደዚሁ ይመስለንና እርሱ እየመራን ቡና እና ዶናት እየያዝን ወደ ሚከፈልበት ቦታ ሄድን። ከፍሎ ሲጨርስ የከፈለልን መስሎን ተከትለነው እንሄዳለን፤ ገንዘብ ተቀባይዋ ደግሞ ክፈሉ እንጂ ስትለን፣ አልከፈልክልንም እንዴ? ብለን ስንጠይቀው ምን በወጣኝ ነው የምከፍልላችሁ (ዋይ ሹድ አይ) ሲለን ተሸማቀቅንና የጓደኛዬን ጨምሬ ከፈልኩ። ስለሁኔታው ስናስረዳው እኛጋ እንደዚህ የለም፤ ሁሉም የየራሱን ነው የሚከፍለው ስለአለን ከዚህ ቀን ጀምሮ ቡና እንጠጣ ባሉን ቁጥር የየራሳችንን እንከፍል ነበር።

በሌላ ጊዜ ደግሞ አንዱ የክፍል ጓደኛችን ሰርጉ ላይ ይጠራኛል። የክት ልብሴን ለብሼ ምሳየን እዝያው እበላለሁ ብዬ መክሰስ እንኳን ሳልበላ እሄዳለሁ። ቤተክርስትያን ሄደን ስነ ስርዓቱ በ7፡30 ያልቅና ከቤተክርስትያኑ አጅበነው እንወጣለን። ከሙሽራዋ ጋር አንድ ጥግ ቦታ ላይ ይሄድና የሰርጋችን ስነ ስርዓት ስለተጠናቀቀ በመምጣታችሁ እናመሰግናለን ብሎ አሁን የተጋቡ /ጀስት ሜሪድ/ የሚል ጽሑፍና በስከኋላዋ ብዙ ጣሳዎች ያንጠለጠለችውን መኪና እራሱ እየነዳ ጣሳው እየተንኳኳ ጥሎን ሄደ። ወይ ጉድ ብዬ በመገረም አንድ ካፌቴርያ ውስጥ ገብቼ ተመግቤ ወደ ቤቴ ተመለስኩ። ከዚች ቀን ጀምሬ ይቅር ሰርግና እሆነ ግብዣ ላይ ተገኝልኝ ሲሉኝ ፕሮግራሙ ምንድነው የእኔስ ተራ ምንድነው ብዬ ሳልጠይቅ ተቀላቅዬ አላውቅም።

የባቡር ጉዞ

ሁሉም ነገር ፕሮግራሙን ጠብቆ ትምህርቴን ጨርሼ ወደ ሀገሬ ለመመለስ ስዘጋጅ፣ እስከ ኒውዮርክ ድረስ በምን ዓይነት መጓጓዣ መሄድ ትፈልጋለህ ተብዬ ስለተጠየቅሁ፣ በሕይወቴ በባቡር ሄጄ ስለማላውቅ በባቡር መሄድ እንደምፈልግ ገለጽኩላቸው። በማግስቱም የ፲ኛ ማዕረግ ቲኬት ተቆርጦልኝ ከነውሎ አበሉ ተሰጥቶኝ ወደ ባቡር ጣቢያው አመራሁ። የሸኙኝን ሀላፊዎች ተሰናበትኩና ተሳፍሬ ጉዞየን ጀመርኩ።

ባቡሩ በወቅቱ እጅግ ዘመናዊ የተባለለት ሲሆን ፲ኛ ማዕረግ ውስጥ የመኝታ አልጋ፣ ሶፋ፣ የፊት መታጠቢያና መጸዳጃ ያለው፣ በሩ ሸራ ሆኖ በዚፕ የሚዘጋ ነው። በዚህ ክፍል ውስጥ ሲያሻኝ ተጋድሜ አለያም ሶፋ ላይ ተቀምጬ እየተንደላቀቅሁ ከዊቺታ ፎልስ ቴክሳስ እስከ ኒውዮርክ ድረስ 2ሺ ማይልስ /3200 ኪሎ ሜትር/ ገደማ ተጓዝኩ።

ምግብ ቤቱና የመዝናኛ አዳራሹ በጣም የተዋበ ነበር። ምሳየን ለመብላት ወደ ምግብ ቤቱ ሄጄ ምሳ አዝዤ ጥቂት እንደቀመስኩ የምግብ ፍላጐቴ ተዘጋ፤ አንጀቴም ተቆለፈ። የቀረበልኝ ምግብ በጣም የሚጣፍጥ ቢሆንም ምን እንደነካኝ አለውቅም አፌ ላይ የነበረውንም አላምጬ ለመዋጥ ተናነቀኝ። ቦዩን ጠርቼ እንድያነሳውና ሂሳብ እንድያመጣልኝ ስነግረው ጌታዬ ምነው? ለምን አትበላም? ሌላ ምግብ ላምጣልህ ወይ? በማለት እየተጨነቀ ጠየቀኝ። የለም የምግብ ፍላጐቴ ተዘግቶ ነው እንጂ ምግቡ በጣም ጥሩ ነው አመሰግንሀለሁ ብዬው ሂሳቤን ከፍዬ ዳጐስ ያለ ጉርሻ ሰጥቸው ወደ ክፍሌ ሄድኩ።

ወደ አስር ሰዓት ላይ ሲርበኝ ጊዜ እዝያው ምግብ ቤት ሄጄ ቢራና ሳንድውች አዝዤ መብላት ስጀምር አሁንም ምግቡ አስጠላኝና ከፍዬ ተነሳሁ። ከምሽቱ 2 ሰዓት ላይ እራቴን ለመብላት ስሄድ ያ በጣም የተጨነቀልኝ ቦይ ተቀበለኝና የምግብ ፍላጐትህ እንዲከፈትልህ እዝያ ቦታ ላይ ከተቀመጠችው ቆንጆ ሴት ጋር ብትቀመጥ ይሻላል ብሎ ወስዶ ይቅርታ በመጠየቅ አስተዋወቀኝና እዚህ አንቺ ጋር ቢቀመጥ ትፈቅጃለሽ ወይ ብሎ ሲጠይቃት ፈገግ ብላ በደስታ እንጂ አለችውና ተቀመጥኩ። ልጅቱን ራት ልጋብዝሽ ቢያት ምግብና ቢራ አዘዘች ለእኔም እንደዚሁ አዝዤ ጊዜ ሳናባክን ተዋውቀን፣ ተግባባንና የሞቀ ወርያችንን ቀጠልን። ስለሀገር፣ ስለኑሮ፣ ስለጋብቻ ምኑ ቅጡ። በመካከሉ በጣም ደስ ትላለህ አለችኝ። አመሰግናለሁ፣ አንቺም በጣም ደስ የምትይ ቆንጆ ነሽ አልኳትና ሪሊ! (ዕውነትክን ነው) አለችኝ አዎን አልኳትና ጉንጮቿን ዳሰስኩት። ዓይኗን ሰለምለም አፏን ከፈት አድርጋ በፍቅር ስሜት ትኩር ብላ አየችኝ።

ልቤ ዱጭ አለላት። ያዘዝነው ምግብ መጣልንና እየተያየን ብይ፣ ብላ እየተባባልን ደህና ስመገብ ቆይቼ ያው ምግብ የማስጠላቱ ሁኔታ ተከሰተብኝና ምነው ብላ እንጂ አለችኝ። እባክሽን ምን እንደነካኝ አላውቅም ምሳም እንደዚሁ አልበላልኝ ብሎኝ ነበር እንድያውም አሁን አንቺ ጋር በመሆኔ ነው መሰለኝ ጥሩ በላሁ አልኳት። የለም ትጐዳለህ እንደምንም ብለህ መብላት አለብህ ብላ እንደ ባህላችን አፈር ስሆን! በሞቴ እያለች ባታጐርሰኝም አገጨን በመዳሰስ አሰበላችኝ። ጊዜ ልውሰድ እንጂ ጥርግርግ አድርጌ በላሁ። በሆዴ፣ ወይ ጉድ ይኸ ቦይ እኮ ጠቀመኝ አልኩ። ስለአበላሽኝ አመሰግንሻለሁ ብዬ፣ በነገራችን ላይ ወደ መዝናኛው ፋርጐ ብንሄድ ትፈቅጃለሽ? አልኳትና እ...ህ...! (አዎ) ስለአለችኝ፣ ሂሳብ መጥቶልኝ ከፍየና የተለመደውን ጉርሻ ሰጥቼ ወደ መዝናኛው ቦታ አመራን።

መዝናኛው የተዋበና መብራቱ ደብዘዝ ብሎ ለብዙ ነገር የሚጋብዝ ሲሆን ሴንቲሜንታል /ለስለስ ያለ/ ዘፈን እየተዘፈነ ነበርና የደረስነው አንድ ማዕዝን አካባቢ ቦታ ያዝንና እንድንደንስ ጠይቅያት ጥያቄየን በደስታ ስለተቀበለችው፣ ያንን እራት ላይ በእይታ ብቻ ያደነቅሁትን ገላ በመተቃቀፍና ጉንጭ ለጉንጭ በመደጋገፍ ረካሁ። የፈረንጆች ዳንስ ለመተሻሸት የሚያመች እንደመሆኑ መጠን ጭኔን እጭኖቿ መካከል በማስገባት ደረት ለደረት ተጣብቀን በመተሻሸትና በመሳሳም በደመ ነብስ እንንቀሳቀስ እንጂ ሁለታችንም በስሜት ተመስጠን ያለንበትን ሁኔታ አናውቅም ነበር። ዘፈኑ ካበቃም በኋላ ሳናውቀው ለጥቂት ሰኮንዶች ያህል እንደተቃቀፍን ነበር። ወድያው ወደ መቀመጫችን ሄድንና መጠጥ አዘዝን። አቀማመጣችን የምን ፊት ለፊት መሆን ምግብ ቤት ውስጥ የቀረውን! ወንበሮቻችንን አጠጋግተን ጐን ለጐን ነበር። ግራ እጄን እትከሻዋ ላይ ጣል አደረግሁና ወደ እኔ ጠጋ አድርጌ ሳምኳት። እርሷም የግራ እጇን በፊት ለፊቴ በኩል አሳልፋ የእቅፌን አጸፋ በመመለስ ማጅራቴንና ጸጉሬን እየዳሰሰች ሳመችኝ። እርግቦች ሲሳሳሙ ኢጋጥማችሁ እንደሆነ አፍ ለአፍ ተገጣጥመው ራሳቸውን አንዴ ወደ ግራ አንዴ ደግሞ ወደ ቀኝ ዘምበል ዘምበል እያደረጉ እንደሚሳሳሙት እኛም እንደዚሁ አንገታችንን እያዘነበልን ስሜት ባሕር ውስጥ ሰምጠን ያዘዝነው መጠጥ መምጣቱን እንኳን አላስተዋልንም ነበር። በዚህ ሁኔታ እስከ እኩለ ሌሊት ድረስ አብረን አመሸንና ነገ ጧት ቁርስ ላይ እንገናኝ ተባብለን በመሳሳም ተለያየን።

ጥሩ እንቅልፍ ተኝቼ ንጋቱ ላይ ነቃሁ። እዝያው አልጋዬ ላይ እንደተጋደምኩ ያሳለፍኩትን ምሽት በዓይነ ሕሊናዬ እየተመለከትኩ አስታወስኩት። የምንገናኝበትን ሰዓት እየናፈቅሁ አስር አስር ግዜ ሰዓቴን በመመልከት ጊዜው አልሄድ አለኝ። ከአልጋዬ ተነስቼ ፊቴን ተጣጠብኩ። ለባብሸም መጽሔት ሳነብ ቆይቼ በቀጠሮው ሰዓት ለቁርስ ምግብ ቤት ሄድኩ። ቀድማኝ ገብታ ኖሮ አይ እም ሂር ሀኒ (ፍቅሬ እዚህ ነኝ) ብላ ጠራችኝና እንደምን አደርሽ ብዬ ሳምኳት። ቁርስ አዝዘን በላንና እዝያው እያወራን ለ2 ሰዓት ያህል ስንቆይ ወደ ሀገርህ ውሰደኝ ብላ ጠየቀችኝ። ብወስድሽ ደስ ባለኝ ነበር። ነገር ግን ከሁለት ቀን በኋላ ስለምሄድና አንቺም ፓስፓርት ስለሌለሽ ይዤሽ ለመሄድ እቸገራለሁ ብዬ አስረዳኋት። መውረጃዋ ከ3 ሰዓት በኋላ እንደሚሆን ገልጻ እንዴት አድርጌ ነው የምለይህ? ጨነቀኝ! አለችኝ።

ኒው ዮርክ ድረስ አብራኝ እንድትሄድ ማድረግ እችል ነበር፤ ነገር ግን ከሀገሬ ስነሳ ቃል የገባሁት ስለአለ ቃሌን ላለመስበር ብዬ አብራኝ እንድትሄድ አልጠየቅኋትም።

❖ *መለስ ብዬ ሳየው*

እግዚአብሔር መልሶ ያገናኘን ብዬ አድራሻየን ሰጥቼ የእርሷንም ተቀብዬ ወደ ፉርጐዋ ተያይዘን ሄድንና ዕቃዋን አደረጃጅተን የመለያየቱ ጭንቀት እየታየብን ስንቸገር አስተዋልኩ። ተቀምጠን ተሳሳምን፣ ባቡሩ ፍጥነቱን እየቀነሰ በሄደ ቁጥር እየተያየን መፍዘዝ ሆነ። መቸም መለያየታችን የማይቀር በመሆኑ ደህና ሁን ብላ ሳመችኝና ተሰነባብተን ተለያየን።

ከ5 ሰዓት ጉዞ በኋላ ኒው ዮርክ ደረስኩ። ኪስ የማይጐዳው ሆቴል ዋይ፡ኤም፡ሲ፡ኤ መሆኑን ጓደኞቼ ጠቁመውኝ ስለነበር ታክሲ ይዤ ሄድኩ። አልጋ ይዤ ዕቃየን አስቀመጥኩና ከተማዋን ዘወርወር ብዬ ተመልከቼ ተመለስኩና ራቴን በልቼ ተኛሁ። በማግስቱ ከተማዋን ለማየት አቅጄ፣ ስመለስ እንዳይጠፋኝ ብሎክ እየቆጠርኩ ተጓዝኩ። ኤምፓየር ስቴት ሕንጻ ላይ ሆኜ ፎቶግራፍ መነሳትና ከተማዋንም ማየት ስለነበረብኝ፣ ሕንፃው የት እንዳለ አንዱን ሰው ስጠይቀው ይኸ ከጐንህ ያለው እኮ ነው አለ። ዘወር በማለት ቀና ብዬ ስመለከት ኤምፓየር ስቴት ብዩልዲንግ የሚለውን ጽሑፍ አነበብኩ። እሳንሱር ውስጥ ገብቼ ሕንፃው መጨረሻ ላይ ወጣሁ። ይሕ ሕንፃ በወቅቱ በቁመቱ ከሌሎቹ ሕንፃዎች ከፍተኛው በመሆኑ የኒው ዮርክን ከተማ ቁልጭ አድርጐ የሚያሳይ ስለነበር፣ በ4ቱም ማዕዘናት ተቀምጠው የከተማዋን እይታ ሳንቲም ተከቶባቸው የሚያስተናግዱትን ቴሌስኮፓች ተጠቅሜ አየኋት። መቸም የከተማዋን ውብነት ለመግለጽ ቃላት ያጥረኛል፣ እንደሰንሰለት የተያያዘውን የሀገራችንን ተራራ ይመስል አንዱ ሕንፃ ከፍ አንዱ ደግሞ ዝቅ እያለ ይታያል። በርቀትም ላይ ያለ ሕንፃ ጭጋግ ሸፍኖት ስመለከተው ከተማዋ ምን ያህል ትልቅ እንደሆነች መገመት አስችሎኛል። እዚሁ ቦታ ላይ ገበርዲን ዩኒፎርሜን እንደለበስኩ 5 ዶላር ከፍዬ ፎቶግራፍ ተነሳሁና ከሕንፃው ወርጄ የእግር ጉዞየን ቀጠልኩ። ምሳየን አንድ ካፌቴርያ ውስጥ ገብቼ ቀማመስኩና ቢራ ተጐንጭቼ በምድር ውስጥ ለውስጥ (ሰብ ወይ) የሚጓዘውን ባቡር ይዤ ተጓዝኩ። ከ15 ደቂቃ ጉዞ በኋላ ወርጄ ደረጃ በመውጣት ከተማው መሀል ብቅ አልኩ። አሁን የት አካባቢ እንዳለሁ ባላውቅም በባቡር ስመጣ የነበረውን ተቃራኒ አቅጣጫ ይዤ ተመለስኩ። ቀኑ እየመሼ በመሄዱ ወደ ያዝኩት ሆቴል ለመመለስ አልቻልኩም። የነበረኝ አመራጭ ግን ታክሲ መያዝ ስለነበረ፣ አንዱን ባለታክሲ ዋይ.ኤም.ሲ.ኤ ሆቴል አድርሰኝ ብዬ ስሳፈር በመገረም ትኩር ብሎ አየኝና ትከሻውን ወደ ላይና ወደ ታች አነቃንቆ ተንቀሳቀሰ። መንገዱን ለማወቅ ፈልጌ በአተኩሮ እመለከት ስለነበር፣ ባለታክሲው አንድ ብሎክ ሄደና ወደ ቀኝ በመዞር ሁለት ብሎክ ሄደ እንደገና ወደ ግራ ዞሮ አንድ ብሎክ ሄዶ እዚህ ነው ሆቴሉ አለኝና በርቀት መቁጠርያው መሰረት 2 ዶላር ከፍዬ መሸወዴን ተገንዝቤ በሁኔታው እየተገረምኩ ወረድኩና በእግሬ ብጓዝ ታክሲ ከተሳፈርኩበት ቦታ ዋይ.ኤም.ሲ.ኤ ለመድረስ 3 ደቂቃ እንኳን እንደማያስኬድ አረጋገጥኩ።

በማግስቱ ወደ ሀገሬ የምጓዝበት ቀን ስለነበር ሻንጣዎቸን ሰባስቤ በታክሲ ኤርፓርት በመሄድ ወደ ሀገሬ ተመለስኩ።

ሁለተኛው የአሜሪካ ጉዞ (1963/64 እ.ኤ.አ)

እንደተለመደው በመስከረም መጨረሻ ላይ የዓመት ዕረፍቴን ወስጄ ወላጆቼ በስራ ምክንያት ተዛውረው ወደ ሄዱበት በወሎ ክፍለ ሀገር የጁ አውራጃ ውርጌሳ ከተማ ሄድኩ። አንድ ሁለት ሳምንታት ያህል እንደቆየሁ፣ በ1960 ዓ.ም ያየሁትን ዓይነት ሕልም አየሁ። አንድ እማላውቀው ባሕር ዳርቻ ሆኜ በእግሬ እየተዘዋወርኩ ስደሰት ያየሁትን ሕልም። አሁንም ያየሁትን ሕልም ለወላጆቼ ነግሬ፣ ምናልባት እንዳለፈው ግዜ ወደ አሜሪካን ሀገር ልሄድ ነው መሰለኝ በማለት። ይኸ የአሁኑ ሕልም ዕውነት ከሆነ፣ ለወደፊት ተመሳሳይ ወይም ይህን መሰል ሕልም ካየሁ ወደ ውጭ ሀገር እንደምሄድ በእርግጠኛነት መናገር እችላለሁ አልኳቸው። ይሆናል! እስኪ ያድርግልህ አሉኝና ሕልሙን ባለምኩ በ3ኛው ቀን ከአየር ሀይል ስልክ ተደውሎ በአስቸኳይ እንድትመጣ ስለተባልኩ ወላጆቻችንና ወንድም እህቶቸን ተሰናብቼ ሄድኩ። አየር ሀይል ገብቼ እንደ አመለከትኩ፣ እንኳን ደህና መጣህ! በል እንግዲህ በቅርቡ ወደ አሜሪካን ሀገር ለትምህርት ስለምትሄድ ከትባት እንድትወስድ ተብዬ፣ ባለፈው ግዜ ስሄድ የተደረገውን ሁሉ አሟልቼ ጉዞየን ጀመርኩ። መንገዴ በሊባኖስ በኩል ስለነበር ቤይሩት ከተማ ለሁለት ቀናት ያህል አድሬ፣ ቴክሳስ ሼፐርድ የአየር ሀይል ማሰልጠኛ ጣቢያ ገባሁ።

የ7ኛ ደረጃ የአውሮፕላን ጥገና ሙያ በመማር ላይ እያለሁ ሌሎች ኢትዮጵያውያን ለትምህርት መጡ። በታሕሳስ ወር መጨረሻ ላይ የገናን በዓል "ሆውስተን" እሚባለው ትልቁ የቴክሳስ ከተማ ለማሳለፍ እንደምንሄድ ተገለጸልን። በጣቢያው የነበርነው የውጭ ሀገር ዜጎች፣ ከኢትዮጵያ፣ ከቱርክ፣ ከቬትናም፣ ከታይላንድ፣ ከላኦስ፣ ከፊሊፒንስ፣ ከግሪክ ሆኖ፣ በሁለት ሀገር አቋራጭ አውቶቡሶች ተሳፍረን በመጓዝ ከ10 ሰዓት ጉዞ በኋላ በ11፡00 ሰዓት ላይ ሆውስተን ከተማ ገብተን አንድ የአየር ሀይል ጣቢያ መኝታ ያዝንና ገላችንን ተጣጥበን በተያዘልን ፕሮግራም መሰረት ዩ.ኤስ.ኦ በተባለው ድርጅት አዳራሽ የዳንስ ምሽት ስለነበር እዝያው ሄደን ሁላችንም በየምንፈልገው አካባቢ ቦታ ቦታችንን ያዝን። አዳራሹ ውስጥ የነበሩት ሴቶች፣ ነጮች ስለነበሩና ወቅቱም የዘር ልዩነት የተጧጧፈበት ወቅት መሆኑን ስለማውቅ፣ ሰባታችንም ኢትዮጵያውያን በአንድ ጠረጴዛ ዙርያ ተቀምጠን እንዳለን "ልጆች አዝማሚያው አላመረኝምና ሴቶቹን ለዳንስ ብንጠይቃቸው ከጥቁር ጋር አንደንስም ሊሉን ስለሚችሉና ካሉንም የማይበርድ ንዴት ውስጥ ስለምንገባ በምንም ዓይነት መንገድ ለዳንስ እንዳንጠይቃቸው"!ብዬ አስጠነቀቅሁና ሁሉም ተስማሙ።

ኦርኬስትራው ጨዋታ ጀመረና በቀለማቸው ሴቶቹ ከእኛ ፈካ ፈካ ካሉት ሩቅ ምስራቃውያን ጋር በሚደንሱበት ግዜ ስለተጠየፏቸው ይደንሱ የነበሩት ወደ ሰውነታቸው ሳያስጠጉ እጃቸውን በሩቁ ይዘው ስለነበር፣ "ልጆች የሴቶቹን ድርጊት ተመልከቱ፣ ስለጠሏቸው ወደ ሰውነታቸው አላስጠጓቸውም፤ ስለዚህ ሁኔታው በእኛ ላይ ሊብስ ስለሚችል ለዳንስ እንዳትጠይቋቸው አደራ"! ብዬ በድጋሚ ጓደኞቸን አስጠነቀቅሁ።

ሁኔታውን ለመገምገም ይሁን ወይም ደግሞ ዘፈኑ ይማርከው አላውቅም፣ ግርማ ሓጐስ የተባለው አንዱ ጓደኞችን፣ አንዷን ነጭ እንደንስ ብሎ ይጠይቃትና፣ አንተ ጥቁር ነህ፤ ከአንተ ጋር መደነስ አልፈልግም ብላው ኖሮ፣ እኛ ዘንድ ይመጣና፣ ልጆችዬ! ከአንተ ጋር አልደንስም ጥቁር ነህ አለችኝ እያለ በመገረም ሲነግረን ሁላችንም ብልጭ አለብንና

ተናደድን። "ሴቶቹን ለዳንስ እንዳንጠይቅ አደራ ብዬ ምን አስጠየቀህ" በማለት ስጮህበት ሁኔታውን ለማረጋገጥ ነው አለኝ። አምስቱ ጓደኞቻችን ሊቆጣጠሩ ባለመቻላቸው ከአዳራሹ ወጡ። እኔና ግርማ ግን እዝያው አዳራሽ ውስጥ ቆየን።

አምስቱ ጓደኞቻችን፣ በሀላፊነት ይዞን የሄደውን ቁመቱ አጠር ያለ ደልዳላ ነጭ ማስተር ሰርጀንት ብሪቶ የሚባለውን ወደ ውጭ አስጠርተውት፣ ሀገር ሰላም መስሎት እየተወጠረ ይሄዳል። አንዱ ኢትዮጵያዊ ከመቅጽበት አንገቱን በኮሌታው ይዞ ወደ ላይ ያንጠለጥለዋል። ብሪቶ ሆዬ ኢ.ኢ.ኢ እያለ እግሩን ያወራጫል። ስማ! ይለዋል ፊቱን ዓይኑ ላይ አስጠግቶ ዓይኑን በማጉረጥረጥና ጥርሱን በመንከስ። እኛ ኢትዮጵያውያን ለ3ሺ ዘመናት ነፃነታችንን አስከብረን የኖርን ኩሩ ሕዝብ ነን። እንዴት ባርያ ታሰኘናለህ እያለ ወዘወዘው። ሌሎቹ በስንት ትግል አስለቀቁትና የዚህ ዓይነት የዘር ልዩነት መኖሩን እያወቅህ እንዴት እዚህ አመጣኸን? እያሉ ለበለቡት። የለም እኮ ለእናንተ ከዩኒቨርሲቲ ቆነጃጅት ጥቁሮች ተመርጠው እንዲመጡ ተዘጋጅተው ነበር፣ በአጋጣሚ በመዘግየታቸው ነው"ይቅርታ አድርጉልኝ እያለ መለማመጡን ቀጠለ። በሌላ በኩል እኔና ያ ነገረኛው ግርማ ከአዳራሹ አልወጣንም ነበርና ሰባት ጥቁሮች ልጃገረዶች መጥተው መታጠቢያ ቤት ውስጥ ገብተው ሲኳኳሉና የከንፈር ቀለም ሲቀቡ አየናቸው። ጉድ ፈላ! አልኩት ግርማን፣ እኛ ተበሳጭተን እነዚህን ልጃገረዶች እንዳናበሳጭ ሰጋሁ፤ እባክህ ሂድና ምን የመሳሰሉ ቆነጃጅት ጥቁሮች መጥተውልናል ብለህ ንገራቸውና እንደምንም አባብለህ አስገባቸው አልኩና ላከሁት።

ልጃገረዶቹ እኔ ወደ አለሁበት ጠረጴዛ መጡ። ከመቀመጫዬ ተነሳሁና ፊቴን ፈገግታ አላብሼ ስሜን እየነገርኩ በመተዋወቅ እንዲቀመጡ ጋበዝኳቸው። ከመካከላቸው አንደኛዋ፣ ጓደኞችህ ለምን ወደ ውጭ ወጡ? እኛን ጠልተውን ነው እንዴ? ብላ በመጠራጠር ጠየቀችኝ። እኔም ስለሞቃቸው እናንተ ከመምጣታችሁ በፊት ነው የወጡት አልኳት። እሺ! አብሮህ የነበረውስ ለምን ወጣ ስትለኝ ሂድና ጥራቸው ብዬው ነው የወጣው አልኳትና ተቀበለችኝ።

ሙዚቃው እየሞቀ በመሄዱ አንደኛቸውን ለዳንስ ጠይቅያት ደነስን። ሰባቱንም በየተራ ለዳንስ እስካስነሳሁበት ድረስ ጓደኞቼ አልመጡም ነበርና ሀሳብ ገባኝ፣ ምን እንደማደርግም ግራ ተጋባሁ። ቢመጡልኝ እንደየንዴታቸው ደረጃ በጣም ቆንጆዋን በጣም ለተናደደው ለሲሳይ ለማ፣ ሌሎቹንም እንደዚሁ በየንዴታቸው ደረጃ አደላድዬ የመጨረሻዋን እኔ እንደምይዝ ወሰንኩ። በስከመጨረሻ እየተግተለተሉ ገቡልኝ። ወድያውኑ ተነስቼ ሲሳይን በእጁ ይዤ ይህች ያንተ ነች ብዬ ከቆንጆዋ ጋር አስተዋወቅሁት። ሌሎቹንም እንደየንዴት ደረጃቸው አገናኘኋቸውና ቁና ያህል የእፎይታ ትንፋሽ ተነፈስኩ። ከዚህ በኋላ ምን ልበላችሁ ተለጣጥፎ መጨፈር፣ መሳሳም፡ መፍነክነክ ሆነ።

ይህንን ሁኔታ ያዩት ሩቅ ምስራቃውያን በጣም ቀኑብን፤ አንዳንዶቹም እየመጡ ነጮቹ ሴቶች ስለናቁን ስንደንስ አይጠጉንም። እባካችሁ ከእናንተ ሴቶች ጋር እንድንደንስ ፍቀዱልን ማለት ቢጀምሩም ደንታ የሰጣቸው አልነበረም እኔም እባካችሁ ፍቅራቸውን አታቋርጡባቸው ወደዬ ቦታችሁ ሂዱ ብዬ ሸኘኋቸው። አዎን፣ ቀደም ብዬ እንደገለጽኩት ነጮቹ ሴቶች አማራጭ ስለአጡ እንጂ ከእነርሱ ጋር መደነስ እንዳልፈለጉ

በጉልህ ይታይ ነበር። የእኛ ጭንቀት የነበረው በእነዚህ ሩቅ ምስራቃውያን ፊት ተዋርደን ወደ ጣቢያችን ስንመለስ ጤናማ ግንኙነት አይኖረንም የሚል ነበር፤ ነገር ግን ሁኔታው በመለወጡ በጣም ደስ አለኝ።

ኦርኬስትራው የቻቻ ዳንስ ዘፈን ጀመረ። በእኛ አካባቢ ፍቅሩ በመድራቱ በመተቃቀፍ የተናጠል ጨዋታ ነበር የተያዘው። በአጋጣሚ የሚጨፍሩትን ስመለከት ቻቻ ዳንስ በመደነስ ፋንታ የዝግታ ዳንስ ነበርና የሚደንሱት የእኔይቱን ልጃገረድ ቻቻ ዳንስ ትችያለሽ? አልኩና ጠየቅኋት። እርሷም አሳምሬ እንጂ በማለት ለዳንስ እንዳስነሳት በሁኔታዋ ጋበዘችኝና ተነስቼ እንደንስ በማለት ወንበሯን ወደ ኋላ በመጐተት በአክብሮት ጋብዤ ወደ መደነሻው አመራን።

እኔ በሕይወቴ ከሴት ጋር ደንሼ አላውቅም ነበር፤ ነገር ግን አየር ሀይል እንደገባሁ የዘፈን ሸክላ በመግዛት እርስ በርስ ዳንስ እንማማር ስለነበርና ጓደኞቼም ቅዳሜና ዕሁድ ውቤ በረሀ እየሄዱ የቀሰሙትን ዳንስ መኝታ ቤታችን ውስጥ ያሳዩኝ ስለነበር ከእነርሱ ተምሬ በውዝዋዜ እበልጣቸው ነበር። የቻቻ ዳንስንም በዚህ ዓይነት ሁኔታ ነበር ያወቅሁት። ታድያ ከልጅቱ ጋር ቻቻ መጨፈር ጀመርን። ስሜታችን ጋለ፤ ቁንጡ፣ ዜንጡ፣ ከየት እንደመጣ አላውቅም ተውረገረግሁ። ምስራቃውያኑና አውሮፓውያኑ (ቱርክና ግሪክ) በጭፈራችን ተማርከው እየተወዛወዙ እኛን ነበር የሚያዩት፤ ነጮቹም ሴቶች እየመነጨቋቸው እኛን ለማየት ተረባረቡ። የእኛም ልጆች ከነልጃገረዶቻቸው ከበቡን። የቻቻ ዳንስ ወደፊትና ወደ ኋላ በመንቀሳቀስ የሚደነስ እንደመሆኑ መጠን ተመልካቾቹ በእኛ ግራና ቀኝ ተሰልፈው ማጨብጨብና መጮህ ሆነ። ኦርኬስትራውም ሁኔታውን አስተውሎ ያለማቋረጥ ለ45 ደቂቃ ያህል ቀጠለ። የሁለታችን ላብ ልብሳችንን አራሰው፤ ስለተደነቀልንም ድካማችን በደስታ ተተካ። በስከ መጨረሻም የቻቻ ንጉስ (ኪንግ ኦፍ ቻቻ) ተባልኩ። ጓደኞቼ በሙሉ እኔንም እርሷንም እያቀፉ ሳሙን። ወደ መቀመጫችን እንደሄድንም ጓደኞቼ እንዴት ቻልክበት? የት ነው የተማርከው? እኮራኸን እያሉ አድናቆታቸውን ገለጹልኝ።

ለጥያቄዎቻቸው ተገቢውን መልስ ከሰጠሁ በኋላ አንድ ነገር አሰብኩና ጐበዝ! አልኩና ጓደኞቼን ጠራኋቸው። ሁሉም ትኩረት እንደሰጡኝ፣ በነገራችን ላይ፣ የተዋረድነውን ያህል ተከብረናል! ተደንቀናል! ስለዚህ ይህንን አዳራሽ ትተን እንውጣና ውጭ በየሜዳው ተበትነን ፍቅር እንስራ፤ ብዬ፣ ከመውጣታችን በፊት ግን አንድ ነገር ልግለጽላችሁ አልኳቸው። ወደ ሰፈር መመለሻ ሰዓት ላይ ሁሉም አውቶቡሱ ውስጥ ሲገባ ሰርጀንት ብሪቶ መጥቶ እንሂድ እስኪለን ድረስ በዚሁ ሁኔታ እንቀጥል። አውቶቡሱ ውስጥ ከመግባታችን በፊት ከርቀት ጀምረን ከልጃገረዶቻችን ጋር እያወራን በዝግታ በመንቀሳቀስና አለፍ አለፍ እያልን ቆመን በመሳሳም ረዘም ያለ ግዜ ወስደን ነው በስከመጨረሻ አውቶቡስ ውስጥ መግባት ያለብን። አቀማመጣችንም በጣምራ አለፍ አለፍ እያለ መሆን አለበት። ምናልባት መቀመጫ ባይኖር አንድ ሰው የተቀመጠበትን ይቅርታ ሌላ ቦታ ተቀመጥልን እንበለውና እንቀመጥ። አውቶቡሱ እየተጓዘም ተቃቅፈን በመሳሳም እናስጐምጃቸው በማለት የአገባባችንን ቅደም ተከተል ገለጽኩላቸው። የአቀማመጡንም አቅጣጫ እንደዚሁ። በዚህ ሀሳብ ሁሉም ተስማምቶ ከአዳራሹ ጣምራ ጣምራ እየሆንን በመውጣት በየሜዳው ተሰራጭተን ሳሩ ላይ እየተንደባለልን መሳሳሙን አቀለጥነው።

ሰዓቱ እንዳይደርስ የለ ደረሰና ከእኛ በስተቀር ሁሉም አውቶቡስ ውስጥ ገባ። በኢትዮጵያውያን ማንቁርቱ ተይዞ የተወዘወዘው ብሪቶ ለ30 ደቂቃ ያህል ጠበቀና ሲፈራ ሲቸር በለሰለሰ አንደበትና በእኛ ሙሉ ፈቃድ ወደ አውቶቡሱ እንድንገባ ጠየቀን። እሺ እንመጣለን (ኦኬ ዊ ዊል ቢ ካሚንግ) አልነውና ሄደ። በዕቅዳችን መሰረት በቅደም ተከተል መንቀሳቀስ ጀመርን። መተቃቀፋም መሳሳሙም ደራ፤ ምን እናድርግ? ያረረውን አንጀታችንን ለማርካት ስንል አድርገነው የማናውቀውን ማድረግ ተገደድን። ቀስ ብዬ አውቶቡሱ ውስጥ ያሉትን ስመለከት ሁሉም ይመለከቱናል። አንዳንዱም ሻፍዶ ሲቁነጠነጥ በማስተዋሌ ይበልጥ ተደሰትኩ።

የመጀመርያው ጣምራ ወደ አውቶቡሱ ጉዞ ጀመረ ሴቷን በአክብሮት በማስቀደም አውቶቡሱ ደረጃ ላይ ቁብ አሉና ያ ሁሉ የውጭ ዜጋ እያያቸው ተመጣመጡ። በዕውነቱ መሻፈዳቸውን ለመግለጽ ቃላት ያጥረኛል። ብሪቶ ቶሎ ግቡ እንዳይል የደረሰበትን ስለሚያውቅ ሌላ የባሰ እንዳይደርስበት ፈርቶ መናገር አልቻለም። የመጀመርያዎቹ ደረጃውን ለቀው እንደሄዱ ቀጣዩ ጣምራ ደረጃው ላይ ወጥቶ ተመሳሳይ ሁኔታ ፈጸመ፤ ሌሎቹም እንዲሁ በየተራቸው የፍቅር ትንግርት አሳይተን ሁላችንም በየአውቶቡሱ መቀመጫ ሆነን ሁኔታውን ቀጠልን።

አውቶቡሱ ተንቀሳቀሰና ልጃገረዶቻችንን ለማድረስ ወደ ዩኒቨርሲቲው አመራ። በነገራችን ላይ አንድ የረሳሁትን ልግለጽ። የዳንሱን አዳራሽ እንደለቀቅን በማግስቱ ማታ የተያዘልን ፕሮግራም ሲኒማ ማየት ስለነበር፣ እዚህም ቦታ የዘር ልዩነት ሊኖር ስለሚችል፣ እኛ የሚሻለን ልጃገረዶቻችንን ይዘን አንድ የምሽት ክለብ ብናመሽ ነው። የሚል ሀሳብ ስነዘርኩና አራታችን ስንስማማ ሁለቱ አልፈለጉም። ሲሳይ ደግሞ ፊልም ያፈቅር ስለነበር ጐበዝ ፊልሙ "ዘ አላሞ" የሚል ጥሩ ፊልም ስለሆነ ማየት ነው የምፈልገው አለን። ያም ሆነ ይህ አራታችንም ልጃገረዶቻችንን ስለሁኔታው ጠየቅናቸውና በሀሳቡ ተስማሙ። አውቶቡሱ ዩኒቨርሲቲ እንደደረሰ በጣምራ ሆነን ከአውቶቡሱ በመውረድ የደህና እደሩ መሳሳም አደረግንና ለማግስቱ ተዘጋጅተው እንዲጠብቁን አሳስበን ተለያየን።

በማግስቱ የፊልሙን ፕሮግራም ለመከታተል ከአረፍንበት ቦታ ከምሽቱ 12 ሰዓት ገደማ ተነስተን ሲኒማ ቤቱ አካባቢ እንደደረስን፣ ሰርጀንት ብሪቶ! አልኩና ጠራሁት። አቤት? ሲለኝ፣ ዛሬ እኛ ፊልም ማየት ስለማንፈልግ አውቶቡሱ በእኛ ትዕዛዝ ስር እንዲሆን ንገርልንና ከልጃገረዶቻችን ጋር አንድ ቦታ አድርሶን ይመለስ አልኩት፣ ኮስተርና ቆፍጠን ባላ አነጋገር፤ እርሱም ያለማወላወል እሺ አለና ሾፌሩን አዘዘው።

ሲሳይን ጠራሁና ላንተ አይፈቀድም ብለው ይመልሱህና ተናደህ እንዳታናድደን ይቅርብህ ብዬ ደጋግሜ ብወተውተው" የለም ፊልሙን ማየት አለብኝ ስለአለ፣ በል እንግዲህ መጨረሻህን እስክናውቅ ድረስ እንጠብቅሀለን ብዬው ሁኔታውን በርቀት በመከታተል ላይ እንዳለሁ ያልኩት አልቀረም ሲኒማ ቤቱ ለጥቁሮች አይፈቀድም ብለውት እርፍ! ሲሳይ ሆዬ ፊቱ ተለዋውጦ በንዴት እኛ ዘንድ መመለስ። ከለከሉህ አይደል? እኛ የመከርንህን አልሰማ ብለህ እንደዚህ ሆንክ? ደግ አደረጉህ! አሁን ወደ ዩኒቨርሲቲው ሄደን የሴት ጓደኛህ እንድትመጣ እናደርጋለንና ንዴትህን አስወግድ ብዬው

ሾፌሩ እንዲንቀሳቀስ አዘዝኩት። ወደ ዩኒቨርሲቲው ነው? ብሎ ሲጠይቀኝ በቴክሳኖች የአነጋገር ዘይቤ ያብ(አዎ) አልኩትና የስ...ሰር ብሎ ጉዞውን ቀጠለ። ዩኒቨርሲቲው እንደደረስን 4ቱ ልጃገረዶች የክት ልብሳቸውን ለብሰው ተኳኩለውና ከትናንትናው በበለጠ ተውበው ጠበቁን። ወርደን ሳምናቸውና የሲሳይን ጓደኛ እንዲጠሯት አድርገን ስለመጣች፣ የት ብንሄድ ይሻላል ብለን ጠየቅናቸው። ፍሎር ሾው (ስትሪፕ ቲ) የሚታይበት ቦታ ስለአለ እዝያ ብንሄድ ነው የሚሻለው አሉን። እኛም ተስማምተን በሉ አቅጣጫውን ለሾፌሩ ንገሩትና እንሂድ ብለናቸው ነገሩት። ከግማሽ ሰዓት በኋላ እቦታው ደረስንና ሾፌሩን አሰናብተን መግቢያ ከፍለን ገባን። ፍሎር ሾው ወይም ስትሪፕ ቲ ማለት ሴቶች ተራቁተው እየተወዛወዙ የሚታይበት ሁኔታ ነው።

አካባቢው የጥቁሮች አካባቢ በመሆኑ አንድም ነጭ አይታይም። ቦታው የመዝናኛና የመደሰቻ ቦታ ስለነበር የጠረጴዛና የወንበሩ አደራረድር ስርአት የያዘና ተቀማጩን ወደ መድረኩ በሚያሳይ ሁኔታ ነው የተዘጋጀው። ልጃገረዶቻችን የቱን መቀመጫ ትመርጣላችሁ ብለናቸው ወደ መረጡት ስናመራ ቦዩ በአክብሮት ፊት ፊታችን እየሄደ እንድንቀመጥ ጋበዘን፤ እኛም መቀመጫዎቹን ብድግ በማድረግ ልጃገረዶቻችንን በሀገሩ ባሕል መሰረት አክብረን አስቀመጥናቸው። መጠጡ ታዘዘ፣ ደጋግመንም ጠጣን፣ እነደ ሀገሩ ባሕል ጨዋታውና መሳሳሙ ቀለጠ። ሙዚቃው ሲጀመር ሁላችንም ወደ ዳንሱ መድረክ ገብተን ተወዛወዝን። መቸም የተሰማን ደስታ ወሰን የሌለው ነበር። ከዳንሱ በኋላ ፍሎር ሾው እንደሚቀጥል በአስተዋዋቂው ተገለጸና፣ ልዩ ሙዚቃ መሞዘቅ ጀመረ። ወድያውም አንዲት ሴት መሬቱን ለመርገጥ እንደምትጠየፍ ሆና፣ እየተውረገረገች መድረኩ ላይ ብቅ አለችና ዝቅ ብላ እጅ ነሳች። ጭብጨባውና ፉጨቱ አስተጋባላት።

እኛ ምን ትርዒት ልታሳየን ይሆን ብለን በጉጉት በመጠባበቅ ላይ እንዳለን፣ የደረበችውን እንደ አደሬ ነጠላ የመሰለ ጨርቅ ቄንጥ በተመላበት ሁኔታ በሁለት ጣቶቿ ጫፍ ያዝ አድርጋ ወደ ወለሉ ወረወረችው። ቀጠል በማድረግ ቀሚሷን በስከ እግሯ በኩል አወለቀችና ወረወረችው። ጉድ ፈላ ዛሬ! አልን። እንዲህ ዓይነት ትርዒት አይተን ስለማናውቅ ትኩረታችንን ሳበችውና ተከታዩ ሁኔታ እንዳያመልጠን መገላመጥ ቀርቶ ዓይናችንን እንኳን ለመክደን ዕድል አላገኘንም። ቀጥላ የውስጥ ልብሷን አወለቀችና ወረወረችው፤ ሙታንታና ጡት መያዣ ቀረ። ከዚህ ሌላ የሚወልቅ አይኖርም ብለን ተያየን። ግን የጡት መያዣዋን ከበስከ ኋላ ያለውን አግራፍ ለማላቀቅ እጇን ስትልክ እንዴ! አልን። እርሱም አልቀረለትም ተወረወረ። የሚዋጋ ቀንድ የመሰለ ጡቷ በደረቷ ላይ ጉች ጉች ብሎ አየነው። የተመልካቹ ጩኸት በሴቱም በወንዱም ጣራው እስኪሰነጠቅ ድረስ ተቀጣጠለ። እኛ እንደሌሎቹ ባንጮህም ተቁነጠነጥን። መቸም የቅርጿ ነገር አይወራ፣ ወገቧ ቀጠን ብሎ ደረቷና ዳሌዋ ወጣ ያለ የሚማርክና የወንድን ልብ የሚያሸፍት ነበር።

መውረግረግ ስትጀምር ከዚህ ወድያ የሚወልቅ ነገር የለም ብለን ደመደምን። ከጥቂት ደቂቃ በኋላ ሙታንታዋን ሸለቀቀችና አወለቀችው። የቀረ ነገር ቢኖር ሀፍረቷን የምትሸፍን አነስተኛ ጨርቅ ብቻ ነች። እርሷም ብትሆን የሀፍረቷን ቅርጽ አጋልጣ ታሳያለች። ማንቋለጥ ጀመረች። መቀመጫዋን እያሽከረከረች አንዘፈዘፈችው። በሕልም እንጂ በውናችን የምናየው መስሎ አልታየንም። ግን ሕልም አይደለም ዕውን ነው።

ወንበር ቀረበላትና እጇን ወለሉ ላይ ጭኗን ደግሞ መደገፍያው ላይ በማድረግ ታይቶ የማይታወቅ እንቅስቃሴ ማሳየት ስትጀምር ሴቶቻችን እየጮሁ በደመ ነፍስ ሰውነታችንን ቧጠጡን ደረታቸው ላይ አስጠጉን አቀፉንም።

ይህንን ትርዒት በማየት ላይ እያለን አንድ ቦይ መጣና አውቶቡሱ መጥቷልና ኑ ይሏችኋል አለን። አንድ ሰላሳ ደቂቃ ያህል ጠብቁን በላቸው ብዬ ነገርኩት። ከ45 ደቂቃ በኋላ እንደገና መልእክት መጣ፣ እናንተ ሂዱ በታክሲ እንመጣለን በላቸው አለችኝ የኔይቷ፤ ይህንኑ መልእክት እንዲነግራቸው ነገርኩት። አሁንም ሌላ መልእክት ተከተለ። እስከትጨርሱ እንጠብቃችኋለን የሚል። ጥሩ ብለን ቀጠልን በመሰረቱ አቋርጠን የመሄድ ግዴታ ነበረብን። ነገር ግን በእንቅርት ላይ ጆሮ ደግፍ እንዲሉ፣ ያለፈው ምሽት ሁኔታ ላይ ሲኒማ ቤቱ ለጥቁሮች አይፈቀድም በመባሉ ቁጭታችንን ለመወጣት ስንል ነው የዘገየነው። ሌላው ደስ ያሰኘኝ ነገር ቢኖር እኛ የገባንበት ክለብ ለጥቁሮች እንጂ ለነጮች የተከለከለ በመሆኑ ሊገቡ ባለመቻላቸው ነው።

በመጨረሻም አሳዘኑንና እንውጣ ተባብለን ወጣንና እንዳለፈው ምሽት ሁኔታ ፈጽመን አውቶቡሱ ውስጥ ገባን። ሴቶቻችንን ሸኝተን ወደ ማረፍያችን ሄድን። በአጠቃላይ የ5 ቀናት ዕረፍታችንን ጨርሰን ሼፐርድ የአየር ሀይል ጣቢያ ተመልሰን ትምህርታችንን ቀጠልን።

ከጥቂት ሳምንታት በኋላ የአየር ጣቢያው አዛዥ የሆኑት ጀነራል ለውጭ ሀገር ዜጎች በሙሉ የምሳ ግብዣ እንደሚያደርጉና እንደተጋበዝንም ተነገረን፤ ወድያውኑ በጣቢያው የምንገኝ ኢትዮጵያውያን ተነጋገርንና ጀነራሉ ነጭ ነው ወይስ ጥቁር? ብለን ብራቶን ጠየቅነው። ነጭ ነው አለን። እንግድያውስ የነጭ ግብዣ ላይ አንገኝም ስንለው ፊቱ ተለዋወጠና በበኩሌ መልእክቱን አስተላልፍያለሁ ብሎን ሄደ። በጣቢያው ያሉት የውጭ ዜጐች ሲሄዱ እኛ ብቻ ቀረን። የምሳ ሰዓት መዳረሻው ላይ ብራቶና አንድ ኮሎኔል መኪና ይዘው መጥተው እንሂድ አሉን። አሁንም መልሳችን የነጭ ግብዣ ላይ አንገኝም ሆነ። ከዝያ ተጨነቁ። ተጠበቡ። የሚይዙ የሚጨብጡትን አጡ። እንባ እየተናነቃቸው እባካችሁን ሹመታችንን ታስገፍፉናላችሁ፤ ለእኛ ስትሉ ሂዱልን ብለው በመማጸናቸው ሁኔታቸው አሳዝኖን በግብዣው ላይ ተገኘንላቸው። ከጣቢያው እስከለቀቅንበት ቀን ድረስም እንክብካቤና አክብሮት ተለገሰን።

እዚሁ ጣቢያ እያለን በየወሩ ለውጭ ሀገር ዜጐች የቤተሰብ ጉብኝት እየተባለ ዓርብ ሄደን ዕሑድ የምንመለስበት ፕሮግራም ይዘጋጅ ነበር። የዚህ ጉብኝት ዓላማ እኛን ለማዝናናት በ.ነሆንም በምናደርገው የፓለቲካ ውይይት አመለካከታችንን የመገምገምና አስተያየታችንን የመሰብሰብ ሁኔታም ነበረው። ከሆውስተን የሸርሸር ቦታ የዘር ልዩነት አጋጥሞን ከተመለስን በኋላ እኔንና ስዩም ደስታን አንድ ሚልየነር እንደጋበዘንና ለዓርብ ተዘጋጅተን እንድንጠብቀው ተነገረን። እኛም የተለመደውን ጥያቄያችንን ማለትም ነጭ ነው ጥቁር? ብለን ብራቶን ጠየቅነው "ነጭ ነው ስለአለን አንሄድም ብለን ትተነው ሄድን። ሰውየው በቀጠሮው ቀን መጥቶ ሳያገኘን ተመለሰ። በሳምንቱም እንደዚሁ በድጋሚ ተጠይቀን አሁንም ነጭ ቤት አንሄድም ብለነው መጥቶ ሳያገኘን ተመለሰ፤ በሶስተኛው ጊዜ ሳይነገረን ሰውየው መጥቶ አገኘንና እኔ ሮበርት ፕሪዲ እባላለሁ ብሎ እራሱን በማስተዋወቅ፣ ሁለት ግዜ መጥቼ ላገኛችሁ አልቻልኩም፤ በሀገራችን ውስጥ

ያለው የዘር ልዩነት ሁኔታ በእናንተ ላይ ደርሶባችሁ አዝናችሁ ሊሆን ይችላል ግብዣየን ያልተቀበላችሁት። ይህ የዘር ልዩነት ከ10 እና ከ15 ዓመታት በፊት የከፋ ነበር አሁን እጅግ በጣም ተሻሽሏል፤ ለወደፊትም ጊዜውን ጠብቆ እንደሚጠፋ እርግጠኛ ነኝ። እኔ በበኩሌ ይህንን የዘር ልዩነት እቃወማለሁ፤ ለዚህም ነው የውጭ ዜጐችን ለመጋበዝ የተነሳሳሁትና እባካችሁን ዛሬ ይዣችሁ ልሂድ በማለት በለሰለሰ አነጋገር ጠየቀንና ዛሬ መሄድ አንችልም ለወደፊት ግን እናስብበታለን ብለነው ተለያየን።

በሳምንቱ መጣና እንድንሄድ ጠየቀን፤ የምንሰጠው ምክንያት ስለአልነበረን ለመሄድ ተገደድን። እቤቱ እንደደረስን ከቤተሰቦቹ ጋር አስተዋወቀን። ቢራ አቀረበልናን ማቀዝቀዣውን ከፍቶ በማንኛውም ጊዜ አውጥታችሁ ጠጡ። ቤቴን እንደቤታችሁ እዩት አለን። ስለእራሱ የሕይወት ታሪክ፣ አየር ሀይል ውስጥ ፓይለት እንደነበረና ሻምበል ሆኖ እንደወጣም አጫወተን። አክላሆማ እተባለው ክፍለ ሀገር /ስቴትስ/ የግሉ የዘይት ጉድጓድ እንዳለውና በማግስቱ ለጉብኝት እነደሚወስደን ገለጸልን። ራት በልተን ስለአሜሪካና ስለዓለም ሁኔታ ተወያየን፤ በመምሸቱም የመኝታ ክፍላችንን አሳይቶን ተኛን።

ጧት ቁርስ በላንና ከተማ ወስዶ አንዳንድ ቦታዎችን አስጐበኘን። ምሳችንንም አንድ ሆቴል ውስጥ አበላንና ከሰዓት በኋላ ወደ አንድ አነስተኛ ኤርፓርት ሄደን ቦናንዛ በተባለች የግል አውሮፕላኑ አክላሆማ ወስዶ የዘይት ጉድጓዱን አስጐብኝቶ መለሰን። እንደተወራውም የናጠጠ ሀብታም መሆኑን አረጋገጥን። ዕሑድ ጧት ወደ አንድ የፈረንጆች ባብቲስት ቤተክርስትያን ወሰደን። ከእኛ በስተቀር ጥቁር የሚባል የለም። የቤተክርስትያኑ አገልጋዮቹም ሆኑ ምዕመናኑ በሙሉ ነጮች ናቸው። የጸሎቱ ስነስርዓት እንደተጠናቀቀ ከመሰል ጓደኞቹ ጋር አስተዋውቆን ወደ ቤት ለመመለስ ስንዘጋጅ ይኸው የዘር ልዩነቱ አንገበገበኝና አላስችል ስለአለኝ በሀይማኖት በኩል የዘር ልዩነት ማድረጉ ክርስቶስ ይቀበለዋል ወይ?ይህ ጉዳይ አልዋጥልህ ስለአለኝ ነው የምጠይቅህ አልኩት። ትክክል ነህ ክርስቶስ አይቀበለውም፣ ቢሆንም ጊዜውን ጠብቆ የሚስተካከል እንደሚሆን ነው ዕምነቴ ብሎ በአጭሩ መለሰልኝ። እቤቱ ምሳ በልተን ተጨዋወትንና ወደ ሰፈራችን መለሰን።

ከዚህ ጊዜ ጀምሮ በየሳምንቱ እየመጣ ወደ ቤቱ ይወስደናል፤ ያዝናናናል። ይህ ሰው የተለዪ እንክብካቤና አክብሮት ስለሰጠን ከ4 ወራት በኋላ እኔና ስዩም ደስታ ተመካክረን ከአየር ሀይላችን የምስጋና ደብዳቤ እንዲጻፍለት ሁኔታውን አብራርተን በወቅቱ የአየር ሀይል ዋና አዛዥ ለነበሩት ለጀነራል አሰፋ አየነ የሰውየውን አድራሻ ገልጸን ደብዳቤ ጻፍንላቸው። እንደተለመደው አንድ አርብ ወደ ቤቱ ሊወስደን በመጣበት ግዜ የተለዪ ባሕሪ አየንበት ከቀድሞው የተለዪ አክብሮት፣ እፍ እፍ ማለትና የመሽቆጥቆጥ ሁኔታ። እንደ አሳዳሪዎቹ አድርጐ ተመለከተን። እቤቱ እንደደረስን አንድ ወረቀት ይዞ መጣና እናንተ እጅግ በጣም ትልቆች ሰዎች ናችሁ። ይኸውና ተመልከቱት ከኢትዮጵያ አየር ሀይል አዛዥ የተጻፈልኝን ደብዳቤ ብሎ አስነበበን። በእርግጥም ደስ የሚያሰኝ ደብዳቤ ነበር። እንኳን ደስ ያለህ። ዜጐችህ ወይም ዘመዶችህ ሳንሆን ይህን የመሰል መስተንግዶና እንክብካቤ በማድረግህ የምስጋና ደብዳቤው የሚገባህ ነው ብለን ሞቅ ባለ ሁኔታ ጨበጥነው። ያሳየን የተለዪ ባህሪ መንስኤው ይኸው የምስጋና ደብዳቤ መሆኑን ተረዳን።

ትምህርታችንን ጨርሰን የስራ ልምምድ ለማድረግ ወደ ሌላ ሀገር ለመሄድ አንድ ወር ያህል ሲቀረን እንደተለመደው እቤቱ ወሰደንና፣ እንደሚታወቀው አሜሪካኖች በ2ኛው ስም(ሰከንድ ኔም) ነውና የሚጠሩት ስዩምን አንድ ግዜ በርሄን ላነጋግረው ይቅርታ አድርግልኝ ብሎ ወደ ቢሮው ወሰደኝ። መቀመጫ ሰቦ እንድቀመጥ አደረገኝና፣ አየህ በርሄ የውጭ ሀገር ዜጐች ጽሕፈት ቤት ሄጄ የዛሬ 6 ወር ገደማ የሚመለከታቸውን ሀላፊዎች አነጋግሬ ነበር። ካሉት የውጭ ሀገር ዜጐች መካከል በዕውቀታቸው በጠባያቸውና በአመለካከታቸው የበሰሉ ሰዎች ጠቁሙኝ ቢያቸው እናንተን ስለጠቆሙኝ ነው በተለይ እናንተን እንግዶቼ እንድትሆኑ ያደረግሁት። ሁለታችሁንም የአዕምሮ ብስለታችሁን፣ የአነጋገር ችሎታችሁንና ጠቅላላ ሁኔታችሁን እገመግም ነበር። የዚህም ግምገማ ዋንኛው ዓላማየ፣ አክላሆማ ላለው አይልዌሌ ማነጀር የምትሆኑኝን ለመምረጥ ነበር። ስለዚህ አንተ ማነጀር የመሆን ብቃትህን ስለአረጋገጥኩ በየወሩ 2ሺ ዶላር ደሞዝ እከፍልሀለሁ፤ የምትመርጠውን አዲስ መኪና እገዛልሀለሁ። በየሶስት ዓመትም መኪና እለውጥልሀለሁና የአይል ዌሌ ማነጀር ለመሆን ትስማማለህ ወይ? ብሎ ጠየቀኝ።

እንግዲህ ይታያችሁ! የዘር ልዩነት በአለበት ሁኔታ፣ በሀገሬም ያለአንዳች ችግር ምቾት ያለው ኑሮ የምኖርና ከወላጆቼ ርቆ የመኖሩ ጉዳይ የማይዋጥልኝ ነኝ። ሁኔታው አዕምሮዬ ውስጥ ተመላለሰብኝና፣ ባዕድ ሀገር በእንደዛ ዓይነቱ ሁኔታ ሀብት አግኝቼ ከመኖር ትንሽ አግኝቼ ሀገሬ ውስጥ በሰላምና በደስታ መኖር ስለሚሻል፣ ለማነጀርነት ስለመረጥከኝ አመሰግንሀለሁ። እኔ ሀገሬን ስለምወድ ከሀገሬ ውጭ ለመኖር አልፈልግም። በተጨማሪም ወላጆቼን ስለምረዳ ፈቃደኛ ባለመሆኔ በጣም አዝናለሁ ብዩ መለስኩለት። ወድያውኑም ለወላጆችህ የምትልከው በየወሩ ተጨማሪ 500 ዶላር እከፍልሀለሁና እባክህን ጥያቄየን ተቀበለኝ አለኝ። የሀገሬ ፍቅር ስለአለኝ ከሀገሬ ውጭ መኖር አልፈልግምና አሁንም ይቅርታ እጠይቅሀለሁ አላደርገውም ብዩ ፈርጠም ባላ ሁኔታ ስለነገርኩት፣ ዌል! ካልፈለግህ ምንም ማድረግ አልችልም፤ ስለ አስቸገርኩህ ይቅርታ አድርግልኝ ብሎኝ ከቢሮው ወጣን።

ከአንድ ወር በኋላ የስራ ላይ ትምህርት ለመማር ወደ ተመደብኩበት ወደ ሳንአንቶንዮ ራንዶልፍ የአየር ሀይል ጣቢያ ሄጄ አመለከትኩ። ሳንአንቶንዮ በቴክሳስ ክፍለ ሀገር /ስቴት/ የምትገኝ ትልቅ ታሪካዊ ከተማ ነች። በዚህች ከተማ ውስጥ እኔ የማውቃቸው፣ ራንዶልፍ፣ ላክላንድ፣ ኬሊ እና አንድ ስሙን የዘነጋሁት አራት የአየር ሀይል ጣቢያዎች ይገኙባታል። እኔ በተመደብኩበት በራንዶልፍ አየር ሀይል ጣቢያ ለአንድ ወር ያህል ቆይቼ ስመለከተው የበረራ ጥገና (ላይን ሜንተናንስ) የሚከናወንበት በመሆኑና እኔ ደግሞ ሀገሬ ውስጥ ተመድቤ እሰራ የነበረውና አሁንም ስመለስ የምስረው የአውሮፕላን ከባድ ጥገና (ኦቨር ሆል) ላይ ስለሆነ፣ የበረራ ጥገና ለእኔ ምንም እንደማይጠቅመኝና ከባድ ጥገና ወደ አለበት የአየር ሀይል ጣቢያ ተመድቤ እንድለማመድ እንድያደርጉልኝ በጹሑፍ ስለአመለከትኩ ተፈቅዶልኝ፣ ግዙፉ ቦምብ ጣይ አውሮፕላን Ó"ቢ-52ï" እሚጠገንበት ኬሊ የአየር ሀይል ጣቢያ ሄጄ እንደምለማመድና፣ ይህ ጣቢያ ማደርያ ስለሌለው ከራንዶልፍ ጧት ተነስቼ እዝያው ውዬ ማታ እንደምመለስ ተነገረኝ።

እኔን የሚያመላልስ አንድ መኪና ከነሾፌሩ ተመድቦልኝ ሄድኩና፣ ኬሊ የአየር ሀይል ጣቢያ ቁጥጥር የሚደረግበት ጣቢያ በመሆኑ ደረቴ ላይ የሚንጠለጠል የይለፍ ካርድ ተዘጋጅቶልኝ ለሁለት ወራት ያህል ጥሩ ዕውቀት፣ በተለይም ጥንቃቄ የተመላበት የጥገና አሰራር ሲስተምና ፕሮሲጀር ቀስሜበታለሁ።

በየቀኑ የሚያመላልሰኝ ሾፌር ጥቁር፣ ሲቪል ሰራተኛ ነበር። ከእርሱ ጋር ከሰላምታ በስተቀር ምንም ዓይነት ንግግርም ሆነ ግንኙነት ሳይኖረን እንደ አንድ አምባሳደር ከኋላ መቀመጫ ላይ ሆኜ መጽሐፍ በማንበብ ነበር የምመላለሰው። ሾፌሩ በኋላ መመልከቻ መስተዋት እየሰረቀ ሲመለከተኝ ሰነበተና፣ በሶስተኛው ቀን ከስራ ስመለስ ጸጥታውን የገፈፈና ጥሩ ዝምድና የመሰረተልንን፣ ሀገርህ የት ነው? ይህችን ከተማ ታውቃታለህ ወይ? የሚሉ ጥያቄዎችን ጠየቀኝ። ሀገሬ ኢትዮጵያ መሆኑን፣ ከተማዋንም እንደማላውቃት ስመልስለት፣ ለምን አላወቅሀትም? አለኝ፤ የሚያሳየኝ ዘመድም ሆነ ጓደኛ ስለሌለኝ ነው ስለው ስሜቱ በጣም ተነካና እኔ አሳይሀለሁ። ጓደኛም እሆንሀለሁ ብሎኝ እያወራን ሳይታወቀን ራንዶልፍ ደረስን። አመስግኘው ልወርድ ስል፣ ታድያ ዛሬ ከተማዋን ባሳይህ ትፈቅዳለህ? ብሎኝ ስለተስማማን ከምሽቱ 2 ሰዓት ላይ እንደውሀ የምትፈስ መኪናውን ይዞና ዘንጦ መጣ። እኔም ተዘጋጅቼ ስለጠበቅሁት ተያይዘን ወደ ከተማ ሄድን። ከተማዋን ዞር ዞር አድርጎ አሳየኝና ለወደፊት አንድ ዕሑድ ታሪካዊና የጉብኝት ቦታዎችን አሳይሀለሁ። አሁን ግን አንድ ጥሩ የምሽት ክለብ ሄደን እንዝናናለን ብሎ ወሰደኝ። ጨፍሬና ከሴቶች ጋር ተዋውቄ እኩለ ሌሊት ላይ መለሰኝ።

ከዚህ ወድያማ ወዳጅነታችን ጠንክሮ ብዬቀኑ ማታ ማታ በየናይት ክለቡ መዞር ሆነ። አንድ ቀን ቤቴን እየው ብሎ ወደ ቤቱ ወሰደኝ። መኖርያ ቤቱ የአንዲት በዕድሜ ጠና ያሉ ሴት ቤት ሆኖ በደባልነት እንደሚኖር ገለጸልኝና ከሴትዮዋ ጋር አስተዋወቀኝ። ሴትዮዋ ከአፍሪካ የመጣ ጥቁር ዜጋ አይተው ባለማወቃቸው ተገርመው "ይህንን ልብስ መልበስ የተማርከው እዚህ ከመጣህ በኋላ ነው ወይ?" ብለው ጠየቁኝና፣ ስለአፍሪካና ሕዝቧ፣ ስለታሪኳና ስለደረሰችበት የዕድገት ደረጃ ዘርዝሬ ገልጽኩላቸው። ፈጽመው ማመን ነበር ያቃታቸው። ጸጉሬንም እየዳሰሱ እንዴት ያምራል? አንተም በጣም ቆንጆ ነህ፣ ደስ ስለአለከኝም ዴቪድ ብዬ ሰይሜሀለሁ በማለት አቅፈው ሳሙኝ። ከዛሬ ጀምሮ ከተማ በመጣህ ቁጥር ትርፍ አልጋ ይኸውና እዚህ ማደር ትችላለህ ብለው የቤት ቁልፍ አስረከቡኝ። ፍሪጁንም ከፍተው ከዚህ እያወጣህ ብላ፣ ጠጣ፣ እንደቤትህ እየው አሉኝ። ቀጠል አደረጉና ጓደኛህ እንድትሆን የእህቴን ልጅ አስተዋውቅሀለሁ ብለው ቃል ገቡልኝ። የማታ ተረኛ ሰራተኛ በመሆናቸው ሲሰናበቱን እኛም ወደ መዝናኛችን ሄደን ስንደሰት አመሸን።

በማግስቱ ቤተኛ ሆኜ ሴትዮዋን ሳጫውታቸው ዋልኩ፣ ለእህታቸው ልጅ ስልክ ደውለውም ቆንጆ የወንድ ጓደኛ አግኝቸልሻለሁና ቶሎ ብለሽ ነይ ብለው እንደ ነገሯት በግማሽ ሰዓት ውስጥ ከተፍ አለች። ማርሻ ማዲሰን ብላ ተዋወቀችኝ ወድያውኑ ተያይዘን ወደ ከተማ በመሄድ ተዝናናን። ሁለታችንም ስለተግባባን ወዳጅነታችን ወደ ከንፈር ወዳጅነት ተሸጋገረ። ሾፌሩን ጓደኛዬን በእርሷ ተክቼ ከዓርብ ጀምሮ እስከ ዕሑድ ምሽት ድረስ አንለያይም ነበር። ራንዶልፍ ግቢ ይዣት በመሄድ እንደንስ ስለነበር እዝያ ያይዋት ወጣት ወታደሮች አንድ ግዜ እናነጋግርህ ብለው ገለል ያደርጉኝና፣ እኛ ይህችን

ልጅ ለማግኘት ያልፈነቀልነው ድንጋይ ያልተጠቀምንበት መላ አልነበረም፣ ግን ፈጽሞ ልናገኛት አልቻልንም። አንተ እንዴት አገኘሀት እያሉ በመደነቅ ይጠይቁኝ ነበር።

እንደዕውነቱ ከሆነ ልጅቱ ቀላ ያለች፣ አፍንጫ ሰልካካና ቆንጆ ነች። ወፈር ብላም ፊቷ ድምቡሽቡሽ ያለ ዓይን የሚያስተክልና የሚማርክ ጐላ ያለ ጡት የታደለች ደስ የምትል ልጅ ነች። ቅዳሜና ዕሑድ አልፎ አልፎ ሲኒማ እንገባለን እንጂ አብዛኛውን ጊዜ እቤቷ ውስጥ በር ዘግተን ሸክላ እያዘፈንን በመደነስ ነው የምናሳልፈው። በምንደንስበት ግዜ ስሜቷ ይነሳሳና እንደመፍዘዝ ሲያደርጋት አይ ይቅርብኝ ብላ ዳንሱን ታቋርጣለች። ምን ሆንሽ ስላት ደህና ነኝ ትልና ቁና ያህል ትተነፍሳለች። ይህንን ደርጊቷን በመደጋገሟ ሁኔተዋን ስገመግመው ትፈልግና እየፈራች እንደምትተወው ልገነዘብ ችያለሁ። በነገሩ ገፍቼ ባደፋፍራት ፍላጐቷን ከመፈጸም ወደ ኋላ እንደማትል ያረጋገጥኩት ደግሞ አንድ ቀን እንደአመሏ ዳንሱን ስታቋርጥ፣ ምነው? ምን ሆንሽ? ስሜትሽን መቆጣጠር አቃተሽ እንዴ? ምናልባትም እንዳታረግዢ ፈርተሽ ይሆናል? ስላት አዎን በማለቷ ነው። በበኩሌ ደስ ብትለኝም እንደአለፈው ጊዜ ቃል የገባሁበት ነገር ስለሌለኝ እንደልቤ በመሆኔና በሌሎች ስለረካሁ ችግር የለብኝም። ይህችን ልጅ ብፈልግ በቁጥጥሬ ስር ላውላት እንደምችል ዓውቃለሁ፤ ነገር ግን ምንም እንኳን ለአቅመ ሔዋን የደረሰች ብትሆንም ገና በትምህርት ላይ ያለች በመሆኗ ዕድሏን ልሰብርባት አልፈለግሁም።

ከዝያ ከጓደኛዬ ጋር በስራ ግዜም ሆነ አለፍ አለፍ ብሎም ምሽት ክለብ ስለምንገናኝ፣ አንድ ቀን ዴቪድ! ብሎ ጠራኝና ምን መድሓኒት እያደረግህባቸው ነው ሴቶቹ ሁሉ የሚወዱህ? ማርሻን ይዘህ ስትዝናና ያዩህ ሴቶች እባክህን ከዴቪድ ጋር አገናኘን እያሉ ያስቸግሩኛልና ምንም ባትፈጽመውም ተዋወቃቸውና ገላግለኝ ስለአለኝ ከሶስት ሴቶች ጋር ተዋውቅሁለትና ሌላ ቀን እንገናኛለን ቢያቸው ተለያየን። አንዳንድ ግዜ ሲያገኙኝ እጀን ይዘው እቤታቸው ይወስዱኝና ይጋብዙኛል። አዝማሚያቸውን አይና ቀጠሮ አለብኝ ቢያቸው ስሄድ ፊታቸው ይለዋወጥ ነበር።

አንድ ቅዳሜና ዕሑድ ማርሻ ጋር እቤቷ ስንጫወት ውለን እናቷ ከስራ እንደመጡ ከዴቪድ ጋር ሽርሽር ብለን እንመለሳለን ብላ ነግራቸው ወደ መሀል ከተማ ሄድን። ሳንድውች በላላንና ሲኒማ ቤት ገብተን ፊልሙ እንዳበቃ ስንወጣ ቀኑ መሸትሸት ብሎ ነበር። ማርሻ አንድ መዝናኛ ቦታ አሳይሀለሁ ብላ ይዛኝ ሄደች። ቦታው እዝያው መሀል ከተማ ውስጥ ሆኖ፣ አንድ ትልቅ ወንዝ የሚያልፍበት፣ ዳርና ዳሩ በዛፍና በአበባ ያማረ ቦታ ነው። ወንዙ ከዋናው መንገድ ሁለትና ሶስት ሜትር ያህል ዝቅ ያለ ስለነበረ፣ የመንገዱ ጥግ በግንብ ተገንብቶ አለፍ አለፍ እያለም ከግንቡ ጋር በተያያዘ መልኩ አንድ ሜትር ስፋት ባለው ሁኔታ ወደ ውስጥ ገባ ብሎ የተሰራ አለበት። ወርደን ታቃቅፈን በምንራመድበት ግዜ እነዚህ ጐድጐድ ያሉ ቦታዎች ላይ ውንድና ሴት ፊት ለፊት ተጠጋግተው በመተቃቀፍ ብዙ ነገር ሲፈጽሙ አስተውያለሁ። እርሷም ይህንን ሁኔታ ታይና ውይ! ብላ ትጠጋኝ ነበር። ሶስት አራት የዚህ ዓይነት ሁኔታ አልፈን ከተጓዝን በኋላ አንድ ጐድጐድ ያለ ባዶ ቦታ አየችና እዚህ እንሁን ብላ እንደሌሎቹ ለማድረግ ፈልጋ ሞካከረችና ፈርታ ተወችው። እኔም አልገፋፋኋትም።

ቅዳሜና ዕሑድ ማደርያዬ አክስቷ ቤት ስለሆነና ከሴትዮዋ ጋር ብዙ ስለምንጨዋወት እጅግ በጣም ይወዱኛል። አንድ ቀን ያ ጓደኛዬ ባለበት፣ በጣም ስለምወድህ ልጄ

አድርጌሀለሁ። ዴቪድ ብዬ የሰየምኩህም እናትነቴን ላረጋግጥልህ ብዬ ነው። እኔ ልጅ ስለሌለኝ ይህንን ቤቴን የምትወርስ አንተ ነህ። ወደ ሀገርህ ብትሄድም አስታውሰኝ፤ አትርሳኝ፤ እወድሀለሁ ብለው አቅፈው ግንባሬን ሳሙኝ። እኔም አቅፌ ጉንጫቸውን ሳምኳቸው።

ወደ ሀገሬ የምመለስበትን ቀን ቀደም ብዬ ማርሻን በነገርኳት ጊዜ ለምን አትወስደኝም ብላኝ ምክንያቱን ገልጬ ልወስዳት እንደማልችል ባሳምናትም በተገናኘን ቁጥር እያለቀሰች አባብላት ነበር። ቁርጥ ቀኑ ደረሰና አንድ ቀን አስቀድሜ እርሷን እናቷንና አክስቷን ስሰናበታቸው ማርሻ አንድ በብር የተሰራ ዶላር /ሲልቨር ዶላር/ ለመኪና ቁልፍ በሚሆን መልኩ ማቀፍያ ተሰርቶለትና የእኔንና የእርሷን ስም በአህጽሮተ ቃል Ms & AB የሚል ጽሑፍ የተቀረጸበት ስጦታ ሰጥታኝ ተሰነባበትን። እነዝያን ሶስት ሴቶች ደግሞ በአጋጣሚ አንድ ላይ አግኝቻቸው መሄዴ ነውና ደህና ሁኑ፣ ስላቸው አ...ይ...ይ...ይ! የፈለግነውን ሳንፈጽም አመለጥከን? አሉኝ። ምን ለማድረግ አስባችሁ ነበር? ስላቸው ሶስታችንም ሆነን አመጻ ልናኪያሂድብህ ነበር አሉኝ። እዚህ ደረጃ ከምትደርሱ ለምን አትጠይቁኝም ነበር ስላቸው"ያች ማርሻ የሚሏት እያለች እንዴት አድርገን እናግኝህ ብለውኝ እያዘኑ ተሰናበቱኝ።

በማግስቱ ወደ ኒው ዮርክ ተጉዤ ከዝያም በአውሮፕላን ተሳፍሬ አቴንስ በመግባት የኢትዮጵያን አየር መንገድ ስጠብቅ፣ አየር መንገዱ ለሌላ ጉዳይ ስለተከራዩ /ቻርተር/ ከሶስት ቀን በኋላ እንደሚወስደን ተነግሮን ከተማ ይዘውን ሄደው ሆቴል አደረሱን። ታሪካዊ ቦታዎችንም አስጎበኙን። በበኩሌ ምንም ወጭ ሳላወጣ ት/ቤት በነበርኩበት ግዜ ታሪክ ስንማር ያወቅኳቸውን እንደ "ፓርዜኖን" ያሉትን ቦታዎች በዕውን በማየቴ በጣም ነበር ደስ ያለኝ።

በጉብኝቱ ወቅት አንዲት ጥቁር አሜሪካዊት ጋር ተዋወቅንና ከአሜሪካ መምጣቴንና ኢትዮጵያዊ መሆኔን ስገልጽላት፣ እንኳን ተዋወቅሁህ፣ እኔ ኢትዮጵያ በሚገኘው የአሜሪካን ኤምባሲ ለማገልገል ነው የምሄደውና አንተን ካወቅሁ ለሀገሩ እንግዳ አልሆንም ብላ ስለተናገረች ከዝያን ቀን ጀምሮ ኢትዮጵያ እስከ ደረስንበት ቀን ድረስ ሳንለያይ ስለኢትዮጵያና ስለተለያዩ ሁኔታዎች እናወራ ነበር። በአውሮፕላን ስንጓዝም ጐን ለጐን ተቀምጠን ስለነበር በጣም ስለተቀራረብን ተዋደድን። አዲስ አበባ እንደደረስን አድራሻ ተለዋውጠን ተለያየን። በማግስቱም ኤምባሲዋ ፊት ለፊት ከሚገኙት ቪላዎች አንዱን እንደተከራየች በስልክ ስለነገረችኝ ወድያውኑ ስጦታ ገዝቼ ሄጄ ጠየቅኋት።

እርሷ ጋ መመላለሴ ፍቅሩን እያጐላው በመሄዱ ወደ ጋብቻ የሚያመራ መሆኑን ተረዳሁ። የእኔ ደሞዝ ከእርሷ ኑሮ ደረጃ ጋር ስለማይጣጣም፣ ዘላቂ ትዳር ሊመሰረት እንደማይችል ገምቼ እግሬን እያሳጠርኩ በመሄድ ተለያየን።

ሶስተኛው የአሜሪካን ጉዞ (1967/69 እ.ኤ.አ.)

ይህንን የትምህርት ዕድል ኦፊሰር ሆኜና አግብቼ ያገኘሁት ዕድል ሲሆን የምማረው የትምህርት ደረጃ ካለፉት ትምህርቶች ለየት ያለ በይበልጥ የጥገና አስተዳደርን ያካተተ የአውሮፕላን ጥገና የመኮንኖች ኮርስ ነበር።

በጣም የሚገርመው አሁንም ባለፈው ጊዜ ያየኋቸው ሕልሞች ምንም ለውጥ ሳይኖረው በዝያው በባሕር ዳርቻ ሽርሽር ስል ማየቴ ነው። ባለቤቴን ስለሕልሙ ገልጨላት በቅርቡ ወደ አሜሪካን ሀገር ለትምህርት እንደምሄድ ያለማወላወል ነገርኳት። ክትባት እንድወስድ እንደተነገረኝ ለባለቤቴ የሚደረገውን ሁሉ አድርጌ ተሰናብቻት ሄድኩ።

አሜሪካን የተማርኳቸው ያለፉት ሁለት ኮርሶች የበታች መኮንኖች የሚሳተፉቸው ኮርሶች ሲሆኑ፣ ለዚህ ለአሁኑ ኮርስ መሰረት ነበሩና በጥሩ ሁኔታ ለመከታተል አስችለውኛል። ይህንን ኮርስ ለመሳተፍ በ1967 ዓ.ም /እ.ኤ.አ./ ከ፻ አለቃ ከፈላ ሀይለሚካኤል ጋር ነበር ተመርጬ የተላክሁት። ጉዞአችን በቤይሩት በኩል ስለነበር፣ ቤይሩት ከተማን ለሶስት ቀናት ያህል ጐብኝተን አሜሪካን ሀገር እንደ ደረስን ይጠብቁን የነበሩት የአየር ሀይል ተወካይ እንኳን ደህና መጣችሁ በማለት ተቀብለውን፣ በኢሊኖይ ስቴት፣ ሻኑት እተባለው የአየር ሀይል ጣቢያ አድርሰው አካባቢውንና መኝታ ቤታችንን አሳይተው በማግስቱ ትምህርታችንን ቀጠልን።

የአሜሪካንን የማሕበራዊ ኑሮ ሁኔታ ካለፉት 1960/61 እና 1963/64 ጋር ሳወዳድረው እጅግ ከፍተኛ ለውጥ ነው ያየሁት። የጥቁሮች መብት ተሻሽሎ ሆቴሎችም ሆኑ መዝናኛ ቦታዎች ለማንም ዜጋ ክፍት ነበሩ። ያ ያበሳጨኝ የነበረው የዘር ልዩነት አላጋጠመኝም።

የእኔና የጓደኛዬ የመዝናናት ፍላጐት እጅጉን የተለያዬ ነበር። እኔ ስለአገባሁና ዓላማም ስለነበረኝ በየመዝናኛው አልዞርም፤ የእኔ መዝናኛ ሲነማ መመልከትና ቴኒስን ጨምሮ የተለያዩ ስፓርቶች መጫወት ነበር።

ትምህርታችንን በትጋት ተከታትለን ጥሩ ውጤት በማግኘት በ6ኛው ወር የምስክር ወረቀት ተሰጠን። በአሜሪካ ሀገር በተለያዩ ወታደራዊ ተቋማት የሚሰጡት ኮርሶች ሁሉ በዩኒቨርሲቲዎች ተገምግመው የጸደቁ በመሆናቸው በየሙያው የተወሰነ የክሬዲት ሰዓት አላቸው በዚህም መሰረት ይህ የተሰጠን የምስክር ወረቀት በኤንጂኒሪንግ ሙያ የሶስተኛ ዓመት የዩኒቨርሲት ክሬዲት ሰዓት እንዳለው ስለተገለጸልን ሌሎቹን ተጨማሪ ኮርሶች እንደጨረስን ዩኒቨርሲቲ መግባት አለብን ብለን ስለወሰንን ወደ ዩኒቨርሲቲው ሄደን ሌሎች ይዘናቸው የነበሩትን የትምህርት መረጃዎች በማከል አሳይተን ዩኒቨርሲቲው ይቀበለን እንደሆነ ጠየቅን። ለ4ኛ ዓመት ተማሪነት ሊቀበለን እንደሚችል ያለማወላወል ነገረንና ትምህርት ከመጀመራችን በፊት ግን የመግቢያ ፈተና ተፈትነን ማለፍ እንዳለብን ገልጾልን ተስማምተን ቀጠሮ በመውሰድ ተፈተንን። በወቅቱ የትምህርት ፍላጐታችን ገና ያልሚሸሽና በየጊዜው ላይብሬሪ በመሄድ የተለያዩ መጻሕፍት እናነብ ስለነበር ፈተናውን በጥሩ ውጤት ማለፋችንንና ዩኒቨርሲቲው እንደሚቀበለን ስለተነገረን ጮቤ ረገጥን። ደብዳቤ ጽፈንም ትምህርቱን ለመማር እንድንችል ለሁለት ዓመት እንዲፈቀድልን ለኢትዮጵያ አየር ሀይል አመለከትን። ነገር ግን የተሰጠን መልስ ያልጠበቅነው ነበር። "የላክናችሁ ኮርሱን ተከታትላችሁ እንድትመጡ እንጂ ዩኒቨርሲቲ እንድትገቡ አይደለምና በአስቸኳይ እንድትመለሱ" የሚል አሳዛኝና ሁኔታውን ያላገናዘበ መልስ በመሆኑ አዘንን። ለምን በዚህ አንቀርምና ትምህርቱን አንቀጥልም ተባብለን ከተስማማን በኋላ ባለቤቴ ትዝ አለችኝ። ልጅ ስንወልድ እንደ ፈረንጆች በደንብ አሳድገን በማስተማር እኛ ከምንኖረው ኑሮ በተሻለና በበለጠ እንዲኖሩ ማድረግ ስለአለብን

ለሞግዚት ሰጥተን እጃቸው ወይም እግራቸው ተቀጭቶ ከምንጸጸት፣ እኔ ስራየን አቋርጬ ልጆቻችንን በእንክብካቤ እናሳድግ ብላኝ የተስማማነው። አዎን! አሁን የመጀመርያ ልጃችንን ወልዳ ስራዋን አቋርጣለች። እኔ ዩኒቨርሲቲ ለመማር ብዬ ብቀር ስራዋን ስለተወች የሚሰጣት የእኔ ደሞዝ ይቋረጣል፤ ከተቋረጠም የምትበላውን ታጣለች ያውም ብቻዋን ሳትሆን ከአዲሷ ህፃን ልጃችን ጋር። ወየው ጉድ! ምን ዓይነት ዕድል ነው? እንግዲህ እግዚአብሔር ትምህርት እንድቀጥል አልፈቀደልኝም። ይሁን፣ ባለቤቴን ችግር ላይ ከምጥላት ትምህርቱ ይቅርብኝ። ከእንግዲህ ወድያ የመማር ዕድል ስለሌለኝ የትምህርት ጥሜን ልጆቼን እስከ ዩኒቨርሲቲ በማስተማር እወጣዋለሁ በማለት ያገኘሁትን መልካም ዕድል ሰረዝኩ። የ፲አለቃ ከፈላንም ስለሁኔታው በዝርዝር ገልጬለት እርሱ ትምህርቱን እንዲቀጥል ስነግረው፣ አንተ ካልተማርክ እኔ ብቻየን መማር ስለማልፈልግ እኔም እሰርዘዋለሁ ብሎ ወሰነ።

እዚህ አየር ሀይል ጣቢያ እያለሁ ለባለቤቴ ቃል የገባሁትን ለመፈጸም ስል የገንዘብ ወጭየን ለመቀነስ የማላደርገው ጥረት አልነበረም። እንደ አሜሪካን መኮንኖች ደሞዝ ሳይሆን የኪስ ገንዘብ ስለሚከፈለን ከወጫችን ጋር ተመጣጣኝ ይሆን ዘንድ የበታች መኮንኖች ምግብ ቤት እየከፈልን መመገብ እንደምንችል ስለተፈቀደልን፣ ለቁርስ 0.35 ሳንቲም፣ ለምሳ 0.55 ሳንቲም፣ ለእራት 0.45 ሳንቲም ነበር የምንከፍለው። በዝያን ግዜ ኑሮ በጣም ርካሽ ስለነበር ቁርስ ላይ የሚቀርብልን፣ እንቁላል ጥብስ፣ ቤከን፣ ዳቦ፣ ጁስ፣ ወተት፣ ቡና፤ ምሳ ላይ በሜኑ መሰረት እየተለዋወጠ፣ ቲ-ቦን ስቴክ ወይ ዶሮ ጥብስ ወይ ደግሞ የጥንቸል ጥብስ፣ የተለያዩ አትክልት፣ ድንች ጥብስ፣ ጀሊ፣ ቸኮሌት፣ ቡና፤ እራት ላይ ደግሞ፣ ሾርባ፣ ስቴክ፣ አታክልት፣ ድንች በተለያዩ መልኩ፣ ጀሊ፣ ቸኮሌት፣ ወተት ነበር። ታድያ የምሳ ወጭው ከፍ ያለ በመሆኑ፣ ለመቆጠብ ብዬ ዶናት ከኮካ ኮላ ጋር 0.15 ሳንቲም እያወጣሁ ለአንድ ሶስት ቀን ያህል ሞከርኩና ጠኔውን ልቋቋመው ስለአልቻልኩ ምሳየን እንደ ቀድሞው በወጉ መብላት ቀጠልኩ። ምግባችንን እያበሰልን ብንበላስ ብዬ አሁንም ሌላ የቁጠባ ዘዴ አሰብኩ። እኔና ጓደኛዬ የጋራ ሳሎን፣ መታጠቢያ ቤትና የተሟላ ማድቤት ባለው አፓርታማ ውስጥ ስለምንኖር፣ እራሳችን ምግብ እየሰራን ብንበላ ምን ይመስልሀል? ብዬ ጠየቅሁትና ሀሳቡን ስለደገፈ ግሮሰሪ ሄደን የተለያዩ ምግቦችን ገዝተን ፍሪጁን ሞላነው። ተራ በተራ እንድናበስል ፕሮግራም አውጥተን መመገቡን ተያያዝነው። አመጋገባችን እንደ ምግብ ቤቱ የተምበሸበሸ አይሁን እንጂ፣ ለቁርስ፣ እንቁላል፣ ዳቦ፣ ወተት ወይም ጁስ፤ ለምሳና ለእራት፣ ስፓጌቲ ወይም ሩዝ፣ ስቴክ፣ ድንች ዳቦና ወተት እየተመገብን፣ የቁርስ ወጫችን 0.12 ሳንቲም፣ የምሳና የእራት ወጫችን ለእያንዳንዱ 0.18 ሳንቲም ነበር። በዚህ ሁኔታ ደህና ስንጓዝ በየተራችን ምግብ ያለመስራትና ሰሀን ያለማጠብ እየተለመደ ስለመጣ የፉክክር ቤት ሳይዘጋ ያድራል፣ እንደሚባለው እየሰራን መመገቡን አቋርጠን ምግብ ቤት መመገቡን ቀጠልን።

በትምህርት ላይ እያለን የትምህርት ክፍሉ የመዝናኛ ፕሮግራም እያዘጋጀ በየተወሰነ ጊዜ ያዝናናን ስለነበር፣ አንድ ቅዳሜና ዕሑድ የኢሊኖይ ስቴት ጐረቤት ወደ ሆነችው ወደ ኦሀዮ ስቴት የሽርሽር ፕሮግራም አዘጋጀልንና ሲንሲናቲ ከተማ ሄደን ስንዝናና ጓደኛዬ አንዲት ኢትዮጵያዊት ተማሪ ጋር ይተዋወቅና ፍቅር ይይዘዋል። የመዝናኛ ፕሮግራሙ እንዳያልቅ የለ አለቀና ወደ ሰፈር እንመለሳለን። የጓደኛዬ ወሬ ስለፍቅረኛው ብቻ ሆነ። ቅዳሜና ዕሑድ በመጣ ቁጥር ኦሀዮ መጓዝ ቀጠለ። አንድ ቀን በአውቶቡስ የመጓዙን አስቸጋሪነት ገለጸልኝና፣ መኪና ልገዛ አስቢያለሁ፤ ያው አንተም ልትጠቀምባት

ስለምትችል የዋጋዋን 25% ብታዋጣስ ብሎ ይጠይቀኛል። በሀሳቡ ተስማምቼ የ1958 *ሞዴል ሸቭሮሌት ያገለገለች መኪና በ200 ዶላር ተገዛች።* ኢንሹራንስም አዋጥተን በ60 ዶላር ገብተን በየሳምንቱ ወደ ኦሀዮ ምልልሱን ቀጠለ። ትምህርታችንን አጠናቀን ለተግባር ትምህርት ወደ አሪዞና ስቴት መሄድ ስለነበረብን ስለጉዞአችን ተመካከርንና በመኪናችን ብንሄድ እየተዝናናንና ሀገር እያየን መሄድ እንደምንችል ተግባብተን ለምግባችንም ሆነ ለነዳጅ የምናወጣውን ወጭ ተመነን። የምንጓዝበትንም መንገድ የሚጠቁመን ካርታ ገዝተን የምንከተለውን መንገድ በቀይ እርሳስ አስመርንበት። በአጋጣሚ እኛ እነበርንበት ጣቢያ ከነበሩት ኢትዮጵያውያን መካከል ሽታዬ እሳቱና ፀጋዬ ሲቢሉ ኮርሳቸውን ጨርሰው ለተግባር ትምህርት ወደ ቴክሳስ መሄድ ስለነበረባቸው እነርሱን ቴክሳስ ጥለን መንገዳችንን ብንቀጥል ጉዞአችንን የበለጠ እንደሚያሳምረው ስለአመንንበት በጉዞ ላይ የሚኖረንን የስራ ድርሻ ተከፋፍለን። እኔና የ፶አለቃ ከፈላ መኪናዋን ተራ በተራ መንዳትና መንገድ እንዳንሳሳት ማረጋገጥ፤ እነሽታዬ ደግሞ ሳንድውችና የሚጠጣ እንድያዘጋጁ። ነዳጅና ዘይት ሞልተን መኪናዋን አዘጋጀን። ምግብና ለስላሳ ገዛን። ሻንጣዎቻችንን ዕቃ መያዣ ኪስ ውስጥና እኋላ መቀመጫ በስከግራ ጥግ በኩል ደረደርናቸው። በማግስቱ ጧት የምንነሳበትን ሰዓት ወስነን ተለያየን።

ጧት ልክ ከንጋቱ 12 ሰዓት ሲሆን ከሻኑት የአየር ሀይል ጣቢያ ተነስተን ጉዞ ቀጠልን። መኪናዋን የሚያሽከረክራት የ፶አለቃ ከፈላ ነበር። እኔ ካርታ ይዤ ከጐኑ ተቀምጫለሁ። ከእኔ ጐን ሽታዬ ተቀምጧል። ኋላ ወንበር ላይ ደግሞ ፀጋዬ ምግቡን ለማዘጋጀት እንዲመቸው ሆኖ ተቀምጧል። የጉዞአችን መስመር አሜሪካንን ከምስራቅ ወደ ምዕራብ ሰንጥቆ የሚያልፈው የጐዳና ቁጥር 66 ነው። ካርታው ላይ በነደፍነው መሰረት የምናልፍባቸው ስቴቶች፣ ሚዙሪ፣ አክላሆማ፣ ቴክሳስ፣ ኒው ሚክሲኮ በስከመጨረሻም አሪዞና ናቸው። የመጀመርያው ቀን ጉዞአችን ሁለቱን ስቴቶች አቋርጠን ቴክሳስ መግባትና እዝያው አድረን እነሽታየን አውርደን ጉዞአችንን መቀጠል ነበር።

መኪናችን ባለአውቶማቲክ ማርሽ ስለነበረች፣ ማርሹን እንደ መንገዱ ሁኔታ እራሷ እየለዋወጠች ትሄዳለች። የሾፌሩ ተግባር የመጀመርያውን ማርሽ ካስገባ በኋላ መሪውን ጨብጦና ዓይኑን መንገዱ ላይ ተክሎ ቤንዚን መርገጥ ብቻ ነው። የመኪናዋ ጉልበት ከአዲሶቹ መኪናዎች ጋር የሚወዳደር ነበር፤ ምክንያቱም ይህችን መኪና የገዛናት ከአንድ አሜሪካዊ የክፍል ጓደኛችን በመሆኑ፣ እንደገለጸልን መኪናዋን ይይዟት የነበሩት አያቱ ብዙም ሳይጠቀሙባት የተቀመጠች ስለነበረች ሞተሯ ገና ጥሬ በመሆኑ ነው።

ይህንንም ያረጋገጥነው እየተምዘገዘገች ስትሄድ በጐዳናው ላይ የነበሩትን አዳዲስ መኪናዎች እየቀደመች በማለፏና ብዙ መኪናዎች እየተበላሹ በየመንገዱ ሲቆሙ የእኛዋ ግን አሪዞና እስክትደርስ ድረስ ጐማ እንኳን ሳይተነፍስብን መድረሷን ስናይ ነው።

ሚዙሪ ስቴት እንደገባን ሴንት ሉዊስ የተባለችውን ቆንጆ ከተማ ወደ ግራ ትተን መሄድ ነበረብን፤ ነገር ግን አሜሪካን ሀገር ከተማ መዳረሻ ላይ ጐን ለጐን በመሆን እስከ 10 መኪና የሚያስተናግድ መንገድ ስለአለና እያንዳንዱ መስመር የሚያመራበትን ቦታ ገና ከመዳረሻው ከፍ ብሎ በጽሑፍ ስለሚገለጽ፣ እኛ ይህንን ሁኔታ ሳንገነዘብ ይዘነው የመጣነውን መንገድ በመከተላችን በስከግራ አምርተን ሴንት ሉዊስ ከተማ ገባን። አውራ

ጐዳናውን ለማግኘት ከከተማው እንዴት እንደምንወጣ ባለማወቃችን ብዙ ከዞርን በኋላ አንድ ትራፊክ ፓሊስ ጠይቅን። ወደ ግራ አቅጣጫ ታጥፈን አንድ የገለጸልን አካባቢ ስንደርስ ወደ ግራ ተጠምዘን መግባት እንደምንችል ስለአብራራልን አመስግነነው ሄድን። በተነገረን መሰረት ጉዞ ቀጥለን ወደ አውራ ጐዳናው ለመግባት ወደ ግራ ተጠመዘዝን። ጥቂት እንደተጓዝን አሁንም መሳሳታችንን ለመገንዘብ አልተቸገርንም። ግን ምን ማድረግ ይቻላል? መስመር ለቆ ወደ ሌላ መስመር ለመሻገር መንገዱ በመኪና ስለተጨናነቀ ፍጹም አይቻልም። ስለዚህ አማራጫችን ወደ ከተማው ገብተን መመለስ ስለነበር ዞረን በመመለስ ከአውራ ጐዳናው ስር አልፈን ወደ ግራ በመታጠፍ መንገዳችንን ያዝን።

አክላሆማ ስቴት ክልል እንደደረስን አንድ ቦታ ላይ ሁለት አማራጭ መንገድ አጋጠመን። አንደኛው መንግስት የሰራው ዋነኛው መንገድ ሲሆን ሁለተኛው ደግሞ በግለሰብ በጥራት የተሰራና የሚከፈልበት መንገድ ነበር። ሁኔታውን ለማየት ብለን 2 ዶላር ከፍለን 50 ኪሎሜትር ያህል ተጓዝንበት።

በእርግጥም ጥራት ያለው መንገድ ነበር። የልስላሴው ሁኔታ የምንንቀሳቀስ ሆኖ አይሰማንም ነበር። በዚህም ላይ አካባቢው የሳሩና የዛፉ ልምላሜ ሕይወት የሚያድስ ሆኖ ነው ያገኘነው።

የምግብ ተረኛው በማዮኔሳ እንዲጣፍጥ የተደረገ የሀም ሳንድዊች ከኮካኮላ ጋር አደለን። በጣም ስለጣፈጠን እንዲደግመን ጠይቀነው ሰለቀጥነው። ከቀኑ ሰባት ሰዓት ላይ ምሳ መብላት ስለነበረብን፣ በየተወሰነ ርቀት ከመንገዱ ገንጠል እያለ በተዘጋጀው ወደ አንዱ ማረፍያ ቦታ አጠፍ ብለን ለ30 ደቂቃ ያህል አረፍንና የተዘጋጀልንን ምሳ በልተን ጉዞአችንን ለመቀጠል ካርታውን ለ፫አለቃ ከፈላ አስረክቤ መሪውን ጨበጥኩ፤ ሞተር አስነስቼ አንደኛ ማርሽ በማስገባት ወደ ዋናው መንገድ ገብቼ ነዳጅ ረገጥኩ፤ መኪናዋን አውራ ጐዳና ላይ ነድቻት ስለማላውቅ ማርሿን እየለዋወጠች ስትፈተለክ አስደሰተችኝ። የቴክሳስን ስቴት በስከሰሜን ጫፍ አኳያ አቋርጠን ከተጓዝን በኋላ ጸሀይ ከመጥለቋ በፊት መሪውን ለ፫አለቃ ከፈላ አስረከብኩ፣ ማታ የመንዳት ልምድ ስለአልነበረኝ። ከሁለት ሰዓት ጉዞ በኋላ እነሽታዬ የሚወርዱበት የአየር ሀይል ጣቢያ ደርሰን የጉዞ ሰነዳችንን አሳይተን ራት በላንና እዝያው ጣቢያ አደርን። የተጓዝነውን ርቀት በርቀት ቆጣሪው ላይ ስናየው 700 ማይልስ ነበር፣ ወደ ኪሎ ሜትር ሲለወጥ 1120 ኪሎ ሜትር ነው። ከአዲስ አበባ አስመራን የሚያልፍ ርቀት በአንድ ቀን /15 ሰዓት/ ሸፈንን ማለት ነው። ቀላል ጉዞ አይደለም።

በማግስቱ ጧት ተነስተን እነሽታየን ተሰናብተን ጉዞአችንን ቀጠልን። መቸም ዕውነቱን ለመናገር ሰውነታችን ደቋል፤ ድካም ድካም ይለን ስለነበረም ብዙ መጓዝ ባለመቻላችን ከ450 ማይልስ /720 ኪሎ ሜትር/ ጉዞ በኋላ አንድ መንገድ ዳር በነበረው ሞቴል አልጋ ይዘን ተዝናንተን አደርን።

በሚቀጥለውም ቀን ቢሆን ያው ድካሙ ስለአልለቀቀንና የሚያጣድፍም ነገር ስላልነበረን 400 ማይልስ /640 ኪ.ሜ/ ተጉዘን ሆቴል ይዘን አደርን።

በመጨረሻው የጉዞ ቀን በጣም የሚደነቀውንና ብዙ ጐብኝዎች የሚያዩትን "ግራንድ ካንየንን" የመጎብኘት እቅድ ስለነበረን አቅጣጫችንን ወደዚሁ ለወጥን። ከጧቱ ወደ 4 ሰዓት አካባቢ ደርሰን ካንየኑን ተመለከትነው። ስፋቱ (ዳያሜትር) በግምት 3 ኪ.ሜ፣ ጥልቀቱ ደግሞ ከ2 ኪ.ሜ የማያንስ ነው። ብዙ ጐብኝዎች እታች ድረስ በበቅሎ ወርደው ያዩታል። እኛ ግን ጊዜ ስለአልነበረን ወርደን አላየነውም። ቦታው ለእኛ እንግዳ አልሆነብንም ምክንያቱም ሙሉ ለሙሉ ተመሳሳይ ባይሆንም አገራችን ውስጥ ለዚህ ካንየን ተቀራራቢ የሆነ በማየታችን እንደፈረንጆቹ አላደነቅነውም።

ጉብኝታችንን ጨርሰን አቅጣጫችንን ወደ አሪዞና ዋና ከተማ ወደ ፊኒክስ አምርተን ጉዞ በመቀጠል እግረመንገዳችንን ተወርዋሪ ኮከቦች (ሜትዮር ፕሮዳክትስ) የወደቁበትን ጉድጓዳ ቦታዎች እየተመለከትን በመጓዝ በ10 ሰዓት አካባቢ እተመደብንበት አየር ሀይል ጣቢያ ደረስን። የጉዞ ሰነዳችንን ሰጥተን ማረፍያችንን ተረክበን ገላችንን በመታጠብ እስከ ምሽቱ 2 ሰዓት ድረስ ተኝተን መኮንኖች ክበብ እራታችንን በልተን ተዝናናን።

የተግባር ላይ ትምህርታችንን ለአንድ ሳምንት ያህል እንደ ቀጠልን፣ ከ2 ወር በኋላ ወደ ሀገራችን ስንመለስ ጉዞአችንን በዚቹ መኪና ተጠቅመን ኒውዮርክ ስንደርስ ጥለናት ብንሄድ ምን ይመስልሀል? ብሎ ጓደኛዬ ጠየቀኝ። እኔም በወጭ በኩል ለአውቶቡስ ወይም ለባቡር የምንከፍለውን ብናሰላ፣ ከመኪናዋ ዋጋ ስለማያንስ ችግር የለውም፤ ነገር ግን የክረምት ጊዜ በመግባቱ መንገዱ በበረዶ ስለሚሸፈንና በበረዶ ላይ የመንዳት ልምድ ስለሌለን አደጋ እንደሚያጋጥመን አልጠራጠርም። ስለዚህ በእኔ በኩል ሀሳቡን አልደግፈውም፤ አንተ ከፈለግህ ግን በመኪናዋ መሄድ ትችላለህ አልቃወምህም አልኩት። እኔ ብቻየን ምን አደርጋለሁ?መኪናዋን ከወዲሁ እዚሁ ብንሸጣት ይሻላል ስለአለኝ ተስማምተን የአሻሻጡን ሁኔታ ምክር ለማግኘት ወደ ጣቢያው ሕግ ክፍል አመራንና ጠየቅነው።

የሕግ ክፍሉ ሀላፊ ሻለቃ ነበር። እንዲህም አለን፤ "አሜሪካ ውስጥ የሆነ ነገር ለመሸጥ ስትፈልጉ ሙሉ ቁጥር ሳይሆን ሳንቲም ጨምራችሁበት ነው ዋጋውን መተመን ያለባችሁ ለምሳሌ $338.99 ብላችሁ ዋጋችሁን ብትነግሩ፣ ዋጋውን በትክክል አስልተው ነው የጠየቁት በማለት ያለ ውጣ ውረድ ይገዟችኋል። ስለዚህ ዋጋውን ተምናችሁ በአየር ሀይሉ ማስታወቅያ ላይ እንዲወጣ አድርጉ ብሎ መከረን። የመኪናዋን ዝርዝር መግለጫ ጠቅሰን፣ ስለምንሸጣት ዋጋዋ $279.99 ነው ብለን ማስታወቅያ ላይ እንዲወጣ ስለአደረግን ገዥዎች ወድያውኑ ተግተልትለው መጡ። መጀመርያ የመጣው ሰው ነድቼ ልያት ስለአለ ፈቅደንለት ከሞከራት በኋላ ገንዘቡን ከፍሎ ወሰዳት። ኢንሹራንስ ለ6 ወር ገብተንላት ስለነበር፣ መኪናዋን ስለሸጥናት ሁኔታውን እንድታውቀው ብለን ጻፍንለት። ኩባንያውም ያለአንዳች ችግር ወይም አደጋ ለ3 ወር ስለተገለገላችሁ $40.00 ተመላሽ አድርገንላችኋል በማለት የምስጋና ደብዳቤና ቼክ ላከልን። ቀኑ እንዳይደርስ የለ 2ቱ ወር አለቀና ወደ ሀገራችን በሰላም ተመለስን።

ክብረ ነክ

ከባለቤቴ ጋር እንደተጋባን አባቷ አቶ አምባዬ ተፈሪ ረዳት የጤና ባለሙያ ስለነበሩ በዚሁ ሙያቸው በጤናጥበቃ ሚኒስቴር በተለያዩ ያገሪቱ ወረዳዎች እየተመደቡ ለረዥም ዓመታት በማገልገላቸው እንደ ሀኪም ሆነው ምርመራ አድርገው መድሀኒት ያዙ ነበር። በተለይ ወደ መቀሌ ከተዛወሩ በኋላ መቀሌ ሆስፒታልም ይሁን ጡረታ ወጥተው የግል ፋርማሲ ከከፈቱ በኋላ በእሳቸው የተመረመሩና ከበሽታቸው የተፈወሱ ሰዎች እጃቸው ፍቱን ነው። ያዘዙት መድሀኒት ከሕመም ያድናል፤ እያሉ ስለሚያመግሷቸው፣ ዝናቸው እስከ ገጠሩ ድረስ አስተጋብቶ ነበር። ሕዝቡ እርሳቸው ዘንድ በመሄድ የሚመረመረውና ከበሽታው ድኖ የሚመለሰው ሰው ስፍር ቁጥር አልነበረውም። ወደ መቀሌ ከተማ የተዛወሩት ከተጋባን በኋላ በመሆኑ ቤተሰቡ በሙሉ አብሮ መሄድ ቢኖርበትም ትምህርት የጀመሩት ልጆቻቸው ትምህርታቸውን እንዳያቋርጡ ተፈለገ። ሳሙኤል የተባለው ልጃቸውም ጋራዥ ተቀጥሮ ይሰራ ነበረ። ሳሙኤል ብርሀኔ ከተባለው ሌላኛው ልጃቸው ጋር አዲስ አበባ ቀረ። ፍቃዱ የተባለው ደግሞ ከእኛ ጋር ሆኖ ትምህርቱን ቀጠለ። ሌሎቹ ሀይለ ልዑልና ምሕረት ደግሞ አብረዋቸው ወደ መቀሌ ሄዱ። ከጥቂት ዓመታት በኋላ ሀይለ ልዑል ከተማሪዎች ረብሻ ጋር በተያያዘ ምክንያት ወላጆቹ ስለተቸገሩ ወደ እኛ ጋ ተልኮ አብሮን መኖር ቀጠለ።

ሀይለ ልዑል ወደ ሙያ ነክ ትምህርት ስለአዘነበለ ደብረዘይት ማሕበራዊ ኑሮ ዕድገት ውስጥ በጀርመኖች ዕርዳታ በተቋቋመው የዕንጨት ስራ ስልጠና ትምህርት ቤት ውስጥ ገብቶ ዘመናዊ የአናጢነት ሙያ ቀስሞ የምስክር ወረቀቱን አገኘ። ሀይማኖተኛ ስለነበረም በቅዱስ ሩፋኤል ቤተ ክርስትያን አባቶች የሚሰጠውን የሀይማኖት ትምህርት ይከታተል ነበር። እዚያው አብራው ትማር ከነበረችው ልጅ ጋር ይዋደዱ ኖሮ እቤት አለማደርን አዘወተረ። ብንመክረው ካለመስማቱም ባሻገር እኛን ሳያማክርና ቋሚ ስራ ሳይዝ ከልጅቱ ጋር ተጠቃሎ እንደወጣ ቀረ።

ፍቃዱ የአካዳሚ ትምህርቱን ቀጥሎ በጠባዩና በተግባቢነቱ ከልጆቻችን ጋር ተዋህዶ የእኛን ባሕሪና ጠባይ በመላበሱ ጎረቤቱ ልጃችን እንጂ የባለቤቴ ወንድም መሆኑን ሳያውቁ እስከ ፲፬ኛ ክፍል ድርስ ከተማረ በኋላ የዕድገት በሕብረት የዕውቀትና የስራ ዘመቻ በመታወጁና በመሳተፉ ከእኛ ተለየ።

ብርሀኔ ተስፋ ኮከብ ትምህርት ቤት ይማር ነበር። እዝያው መቀጠሉን ስለመረጠ ከሳሙኤል ጋር እየኖረ ለአንድ ዓመት ያህል፣ ቁርስ፣ ምሳና እራት እየፈረመ የሚበላበት ምግብ ቤት ጋር ውል ገባንለት። በየወሩ መጨረሻ ላይ በተመገበው ልክ ሂሳቡን እየከፈልንለት ከተማረ በኋላ እኛ ዘንድ መጣ። ሆኖም ቤተሰቦቼ ጋር ሆኜ ብማር ይሻለኛል ብሎ መቀሌ ሄደ። ከዚያ በኋላ እንደገና ተመልሶ በመምጣቱ ናዝሬት ከወንድሙ ከሚካኤል አምባዬ ጋር ሆኖ ትምህርቱን ቀጠለ። ሚካኤል የናዝሬቱ ስራው እየቀዘቀዘ በመሄዱ፣ ሱቁን ሳሙኤል እንድያኪያሂድለት አድርጎ አዲስ አበባ በመሄድ በሌላ ንግድ ስራ ተሰማራ። የብርሀኔ የተፈጥሮ ጠባዩ ረባሽ ተደባዳቢና ሪአክሽነሪ ነበር። ከቤተሰቡም ጋር ይሁን ከተማሪዎች ጋር ይጣላል። ረብሻም ይሁን የሆነ እንቅስቃሴ በሚኖርበት ግዜ ይሳተፋል። በዝያን ወቅት የዩኒቨርሲቲ ተማሪዎች ንቅናቄ እያየለና ዓድማሱን እያሰፋ መጥቶ ነበር። ሁኔታው የሀገሪቱን የ2ኛ ደረጃ ትምህርት ቤቶች ጭምር በማሳተፍ እየተቀጣጠለ በመሄዱ፣ ብርሀኔ ናዝሬት ትምህርት ቤት እያለ የተማሪዎች ረብሻ ይነሳል። እሱም መፈክሮች ከሚያወራርዱት አንዱ ሆኖ ያስተጋባ ነበር። ረብሻው እየተጠናከረ ሄዶ የአንድ ባለስልጣን መኖርያ ቤት በእሳት ጋየ። አሳሳቢ ደረጃ ላይ ስለደረሰ ጸጥታ ተቆጣጣሪዎቹ ሰልፉን ለመበተን ተሰማርተው የሚያዙ ተማሪዎች ሲያዙ እርሱ አምልጦ እኛ ዘንድ መጣ። የአመጣጡን ምክንያት እንዲያስረዳን ስንጠይቀው ትምህርት ቤት ስለተዘጋ ነው አለን። ሁኔታው አጠራጥሮን ጠበቅ አድርገን በመጠየቅ ስለወጠርነው ተመልሶ ወደ ናዝሬት በመሄዱ ወድያውኑ በፖሊስ ቁጥጥር ስር ዋለ። መታሰሩን ዘግይተን ስለሰማን ተሯሩጠን ወደ ናዝሬት ፖሊስ ጣቢያ ሄደን ስንጠይቅ፣ በከብረነክ ወንጀል ተከሶ ጉዳዩ ወደ ፍርድ ቤት እንደተመራ ይነገረናል። ክብረነክ ወንጀል ማለት ምን ማለት እንደሆነ ስንጠይቅ፣ ጃንሆይን የሰደበ የሚከሰስበት ወንጀል መሆኑን፣ ጉዳዩ በዝግ ችሎት እንደሚታይና ከጠበቃ በስተቀር ማንም ሰው ሊገባ እንደማይችል ገለጹልን። ተፈርዶበት ዱርየና ወንጀለኛ በሞላበት ወህኒ ቤት ቢወረውሩት በዚህ በለጋ ዕድሜው መጥፎ ትምህርት እንደሚቀስምና ሞራሉም እንደሚነካ በእጅጉ አሳሰበን። ስለዚህም ጠበቃ ገዝተን መከራከር እንዳለብን ስለአሰብን አቶ አለነ ወንዴን ጠበቃ ገዝተን ሙግቱ ቀጠለ። ወህኒ ቤት ገብቶ ይከራከር ተብሎ ስለተወሰነበት ከባድ ሐዘን ተሰማን።

ጠበቃችን በየቀጠሮው ግዜ ፍርድ ቤት እየተገኙ ውጤቱን ይገልጹልን ስለነበር በቡና ቤት ሰራተኞች የምስክርነት ቃል በተሰማበት ግዜ፣ ልጁ የ14 ዓመት ህጻን በመሆኑ በዚህ ዕድሜው ቡና ቤት ይውላል ተብሎ መገመት ስለሚያዳግት የምስክርነት ቃሉን ተቃውመው ሳይሳካላቸው በመቅረቱ የአንድ ዓመት እስራት ተፈረደበት። ይግባኝ እንዳሉና ዕድሜው ለአቅመ አዳም ያልደረሰ በመሆኑ ከወንጀለኞች ጋር መታሰር እንደሌለበት አመልክተውም እንዳልተሳካላቸው ስያስረዱን እጥያችን ዱብ አለ። በሳምንቱ የይግባኙ ወረቀት ተሰጥቷቸው አዲስ አበባ አንድ ላይ በመሄድ ከፍተኛው ፍርድ ቤት መዝገብ ቤት ስናስገባው በአጋጣሚ አቶ አለነ የሚያውቋቸውን ሰዎች ስለአገኙ ተወያይተውበት ዘመዶቹ የአየር ሀይል ባልደረቦች ከሆኑ መዝገቡ አፈ ንጉስ ተሾመ ዘንድ ቢቀርብና ሁኔታውን በማስረዳት ምሕረት እንዲደረግለት ብንጠይቅ እንደሚሻል ገለጹልን። በማግስቱ ዩኒፎርሜን ለብሼ ከባለቤቴ ጋር ከፍተኛ ፍርድ ቤት በመሄድ፣ ምሕረት እንዲደረግለት አፈ ንጉስ ተሾመን ስንጠይቅ፣ የእኔ ልጅ እዚህ ነገር ላይ እጁን የሚያስገባ አንድም ሰው አታገኙም። ይልቁንስ ጃንሆይ እናንተን አየር ሀይሎችን ስለሚወዷችሁ ደብረዘይት ወይም ሶደሬ ሲሄዱ ብታመለክቷቸው ይፈቱላችኋል። ከዚህ የተሻለ ሌላ አማራጭ ስለሌለ በዚሁ ብትገፋበት ይሻላል ብለውን አመስግነናቸው ተመለስን።

በእርግጥም ጃንሆይ አየር ሀይሎችን ይወዱናል። ትዝ እንደሚለኝ አየር ሀይል ገና በትምህርት ላይ እንዳለሁ አለፍ አለፍ በማለት ዕሁድ ዕሁድ ምሳ ወይም እራት በምንበላበት ግዜ ምግቡ እንዴት ነው እያሉ ይጠይቁንና የጎደለ ነገር እንዲሟላልን ያደርጉልን ነበር። ይህ ደግሞ እኛን መውደዳቸው አንዱ መግለጫ በመሆኑ እንዲፈቱልኝ ባመለክት እንደሚፈጽሙልኝ ተማመንኩ። መቸና እንዴት ልናገኛቸው እንደምንችል ከባለቤቴ ጋር ተመካክረን ከጃንሆይ አጃቢዎች መካከል አንድ የክብር ዘበኛ ሻለቃ ከመኖርያ ቤታችን ፊት ለፊት ማረፍያ ቤት ሰርተው አጅበዋቸው በመጡ ቁጥር ቅዳሜና ዕሑድ ስለሚያርፉበት፣ እርሳቸውን ማማከሩ እንደሚሻል ስለተስማማን አነጋገርኳቸውና ግርማዊነታቸውን ለማግኘት ምንም ችግር እንደሌለ፣ እዚህ ደብረዘይት ሆነ ሶደሬ ቤተመንግስት ሲመጡ ማግኘት እንደሚቻል ነገረን። በማከልም ምናልባት ሰሞኑን ሶደሬ ይሄዳሉ፣ ከቀኑ 11 ሰዓት ጀምሮ ከቤተመንግስቱ ቅጥር ግቢ በእግራቸው ስለሚወጡ ያን ግዜ ባለቤትህንና ልጆችህን ይዘህ አንተ ሰላምታ ስትሰጥ ባለቤትህ እጅ ነስታ ማመልከቻዋን ብታቀርብ ይወስኑላችኋል አሉን።

ያኔ መኪና ስላልነበረን ወድያውኑ፣ መኪና ካላቸው ጓደኞቼ መካከል አበበን እቤቱ በመሄድ ስለሁኔታው አስረድቼ እንዲተባበረኝ ስጠይቀው ያለማቅማማት በደስታ ተቀበለኝ። የምንሄድበትን ቀንና መነሻ ሰዓቱን ነግሬው ተመለስኩ። ብርሀኔን ከወህኒ ቤት ለማውጣት ስለጓጓን ግርማዊነታቸውን የምናገኝበት ዕለት እጅግ በጣም ረዘመብን። ይህን ያህል ቀን ቀረን እያልን ስንቆጥር ሰነበትንና ቀኑ ደረሰ። እኔ ገበርዲን ዩኒፎርሜን ባለቤቴና ሁለቱ ልጆቻችን ደግሞ አለ የተባለውን ምርጥ ልብስ ለብሰን ዕሁድ ተጉዘን ልክ በ10 ሰዓት ከ30 ደቂቃ ላይ ሶደሬ ቤተመንግስት ደርሰን ቆምን። ሻለቃው እዝያው አካባቢ ስለነበሩ ወደ እኛ በመምጣት ጉዳዩን እንደማያውቁ ምነው ምን ሆናችኋል? ብለው ጠየቁንና አስረድተናቸው ለሚመለከታቸው አካል ነገሩልን። የአቀራረቡን ስርዓትም ገለጹልን። እንደተባለውም ጃንሆይ ልክ በ11 ሰዓት በእግር ስለመጡ ሁለቱን ልጆቻችንን በእጃቸው ይዤ በማምራት አጠገባቸው ስንደርስ እኔ ሰላምታ ሰጥቼ

ባለቤቴም እጅ ነስታ ማመልከቻዋን አቀረበችላቸው። ጃንሆይም ፈገግ በማለት ችግራችሁ ምንድነው? ብለው ሲጠይቁን የአቀራረብ ስርዓቱን የገለጹልን ሰው፣ ግርማዊ ሆይ ወንድማቸው በክብረነክ ታስሮባቸው ነው አሉልን። ወድያውኑ ግድየለም ምከሩት። ምረንላችኋል ሲሉን ያም ያም ጫማ ሳሚ! ጫማ ሳሚ! ሲሉ የለበሰችው ልብስ ጠበብ ያለ ፓሪ ሞድ ስለነበር ጎንበስ ማለት ባለመቻሏ ቦርሳዋን መሬት ላይ አስቀምጣ ቀሚሷን ከጉልበትዋ ከፍ ለማድረግ ስትመቻች አዩና ግድየለም ተይው አሏት። አገጪን በመያዝ ግንባሯን ሳሙና፣ እናንተ እኮ ናችሁ በየዝግ ችሎቱ የምታሰድቡን እንዳሉ እኔም ሰላምታ በመስጠት ምስጋና አቅርቤ ለመመለስ ዞርኩ። እንዴ! ባልደረባ ይሰጠን በሉ አሉን። ግርማዊ ሆይ! ባልደረባ ይሰጠኝ አለችና አንድ ስማቸው የተዘነጋን ጀነራል ባልደረባ ሰጥተናችኋል በማለት ጉዳያችሁን በቶሎ ባያስፈጽምላችሁ ማክሰኞ ዕለት ችሎት ላይ ቀርባችሁ ንገሩኝ ስለአሉን አመስግነን ተመለስን።

በተባለው ቀን አዲስ አበባ ላይኛው ቤተመንግስት ሄደን ጀነራሉን በማግኘት አነጋገርናቸው። እርሳቸውም ወደ ጽሕፈት ቤቱ ሄደው ጉዳዩን በዝርዝር በማስረዳት አሁኑኑ ትዕዛዙን አስዘጋጅታችሁ ስጧቸው ስለአሉልን ደብዳቤውን ተቀብለን ናዝሬት ሄድን። በቀጥታ ለወህኒ ቤቱ አዛዥ ደብዳቤውን ስንሰጠው፣ አይ ወንድሞቼ፣ ይህ ደብዳቤ ለኔ አልተጻፈም። አዲስ አበባ ሄዳችሁ ለፍርድ ሚኒስትሩ ካቀረባችሁ በኋላ ከዝያ የሚሰጣችሁን ደብዳቤ ወደ ከፍተኛው ፍርድ ቤት ወስዳችሁ በደረጃው ወደ እኔ ሲጻፍ ነው የምፈታው በማለት አስረዳን። ደብዳቤውን በደንብ ስናየው በከንቱ መድከማችን አሳዝኖን ግዜው ከሰዓት በኋላ ስለነበር ወደ አዲስ አበባ በጧት መሄዱን መርጠን ብርሀኔን አስጠርተን በማብሰር ወደ ደብረዘይት ተመለስን። በማግስቱ የተለመደውን ዩኒፎርሜን ለብሼ በለሊት ተነስተን አዲስ አበባ ሄድን። ፍርድ ሚኒስትሩ ቢሮ ቀድመን ለመድረስ ባደረግነው ጥረት ልክ ከጧቱ አንድ ሰዓት ላይ ተገኝተን ዘበኛውን ሰላም በማለት የሚኒስትሩን ቢሮ እንድያሳየንና መግባት አለመግባታቸውን እንዲነግረን ጠየቅሁት። እርሱም ገና እንዳልገቡ ገልጾ ቢሮአቸውን በጣቱ ስለአመለከተን በሩ አጠጋብ ቆመን መጠባበቅ ጀመርን።

የፍርድ ሚኒስትሩ አቶ አካለወርቅ ሀብተወልድ ከመኪናቸው ወርደው ወደ ቢሮአቸው ሊገቡ ሲሉ ግራ እግሬን ወደ ላይ ባማንሳትና ወለሉን ደው በማድረግ ተጠንቅቄ ሰላምታ ሳቀርብላቸው እጃቸውን በመሰንዘር ጨበጡኝና ምን ልርዳህ በማለት ጠየቁኝ። ጉዳዩን አስረድቼ ደብዳቤውን ሰጠኋቸው። ወድያው መሩበትና ተዘጋጅቶ ይሰጣችኋል ብለውን ፀሐፊዎቹ እንደመጡ አዘጋጅተውና ሚኒስትሩን አስፈርመው ደብዳቤውን አስረከቡን። በቀጥታ ወደ ከፍተኛ ፍርድ ቤት ገስግሰን አፈ ንጉስ ተሾመ ጋ ሄደን ስንሰጣቸው ባያችሁ የለ! እንኳን ደስ ያላችሁ ብለው ከአንድ ሰው ጋር አገናኙንና ሌላ ደብዳቤ ተዘጋጅቶና ተፈርሞ ተሰጠን። ናዝሬት ፍርድ ቤት በመሄድ የተጻፈልንን ደብዳቤ አቅርበን ብርሀኔን ከወህኒ ቤቱ ልናስፈታው በቃን።

የሞቃድሾ ጉዞ

ሞቃድሾ የሶማልያ ዋና ከተማ ነች። ይህች ከተማ በሕንድ ውቅያኖስ ዳርቻ የተመሰረተች ስትሆን በደንብ ስለአላየኋት ስለ ሁኔታው የምገልጸው ባይኖረኝም የጉዞውን ምክንያት ለማስፈር ብዬ ነው ርእሱን የመረጥኩት።

ዓመተ ምሕረቱ 1964 ነበር። የምስራቅ አፍሪካ ሀገሮች የመሪዎች ስብሰባ በዚህች የሞቃድሾ ከተማ ይደረግ ነበር። የግርማዊነታቸው በስብሰባው መገኘት አለመገኘት በሕዝቡ ዘንድ ይወራ ስለነበር አንዳንዱ አደጋ ሊጥሉባቸው ስለሚችሉ መሄድ የለባቸውም ሲል አንዳንዱ ደግሞ፣ የሶማሌ መንግስት ለፖለቲካው ሲል ፀጥታውን በተጠናከረ ሁኔታ ስለሚቆጣጠረው ቢሄዱ ምንም አይሆንም ይል ነበር። የዚህ ጉዳይ መንስኤ፣ እንደሚታወቀው ኢትዮጵያና ሶማልያ በጠላትነት ዓይን የሚተያዩ ሀገሮች ከመሆናቸው ባሻገር፡ የድንበር ውዝግብ በየጊዜው እየተነሳ በወታደር ሀይል ደረጃ ውግያ እየተኪያሄደ ብዙ ደም ይፈስ ስለነበር ነው። በኢትዮጵያ መንግስት በኩል የተመከረበትን ባላውቅም ጃንሆይ በስብሰባው ላይ እንዲገኙ ለሚመለከታቸው ሁሉ ተነገረና በአየር ሀይል በኩል ከፍተኛ ዝግጅት ተደረገ። ተዋጊ አውሮፕላኖች ጎዴ ተመድበው በተጠንቀቅ ላይ እንዲገኙ ሲደረግ ግርማዊነታቸውን ለመጠበቅ ሞቃድሾ የሚሄዱ አነጣጥሮ ተኳሾች ከየሰራዊቱ እንዲውጣጣ በተደረገ ግዜ እኔም በጠብመንጃ የዒላማ ተኩስ አንደኛ ስለነበርኩ ተመርጬ በሲ-119 አውሮፕላን ወደ ሞቃድሾ ሄድኩ።

መሳርያ ታጥቀን እሰው ሀገር መግባቱ በጎ አለመሆኑ ታምኖበት ነው መሰለኝ ትጥቃችንን እዝያው አውሮፕላኑ ውስጥ ትተን ስለፀጥታው ጉዳይ ፓይለቶቹ በየተወሰነ ግዜ ጎዴ ካለው አካል ጋር ግንኙነት እንድያደርጉ ሆኖ እንድንወርድ ተደረገና ወደ ተዘጋጀልን ማረፍያ ሄድን። ቀኑ መሪዎቹ የሚገቡበት ቀን ስለነበር ሕዝቡ ከኤርፖርቱ ጀምሮ እስከ ከተማዋ ድረስ በየአካባቢው መንገድ ግራና ቀኝ ተሰልፎ የተሳታፊ ሀገሮችን ትንንሽ ባንዴራዎች እይውለበለበ በዕልልታ ተቀበለን። የማረፊያ ቦታችን ለዚሁ ስብሰባ ማስተናገጃ ተብሎ ከከተማዋ ራቅ ብሎ የተሰራና ሁሉንም ነገር ያሟላ አዲስ መንደር ነበር። ከኤርፖርት የተቀበሉን ሰዎች ለየተወሰነ ብዛት አስተናጋጆች ሲመድቡልን በአጋጣሚ ከአየር ሀይል የሄድነው በሙሉ አንድ ላይ ሆነን አንድ የአየር ሀይል የ፶አለቃ ተመደበልን። እዚሁ ቦታ እንዳለን አንድ የኢትዮጵያ ኤምባሲ ባልደረባ ተዋወቁንና፣ የሶማሌ ሕዝብ ከሊቅ እስከ ደቂቅ በክፉ ዓይን የሚያየን እንደሆነ፣ እንድያውም ልጅ ሲወልድ አፉን የሚፈታው ጠላትህ አበሻ ነው በሚል ቃል እንደሆነ አብራርተው ብቻችንን ያለአጃቢ ከተማ እንዳንወጣ መከሩን። ለእንግዶች ተብሎ የተዘጋጄ የእራት ግብዣ ማታ እንዳለና እኛም እንደተጋበዝን ተነገረንና በሰዓቱ ተገኝተን ተሳተፍን። በዚህ ግብዣ ላይ የሀገሪቱ ም/ፕሬዚደንት የሆኑት አንድ ጄኔራል፣ ሰፊ ንግግር አደረጉ። ሶማልያ የሶሻሊስት ርዕዮተ ዓለም የምትከተል ሀገር ነበረች። ጀነራሉ ስለአብዮቱ በሰፊው ካስረዱ በኋላ የቀድሞው የሶማልያ መንግስት፣ ወታደር ፖለቲካ ውስጥ መግባት የለበትም ይል ነበር፤ እኛ ግን ይህንን አባባል አንቀበለውም። ወታደር በፖለቲካ ውስጥ እንዳይገባ የሚደረግበት ምንም ምክንያት ስለሌለ እንሳተፋለን በማለት ገለጹ። የፀጥታውን ጉዳይ በተመለከተ እንግዶቻችን የሚያሳስብ ነገር የለም። እኛ እራሳችን በብቃት ስለምንወጣው ለእኛ ተዉልን። በእኛም ተመኩ ብለው ንግግራቸውን ደመደሙ።

በማግስቱ የአብዮታቸው 1ኛ ዓመት የሚከበርበት ዕለት ስለነበር በየአስተናጋጆቻችን ሾፒነት ዓደባባዩ ላይ ተገኘን። በአንድ በኩል የሕዝቡን ስሜት በሌላ በኩል ደግሞ የወታደሩን ትጥቅ ማወቅ ነበረብን። ሶማልኛ የሚያውቁ አባላት ስለነበሩን በንቃት መከታተሉን ተያያዝነው። ትርዒቱ ከመጀመሩ በፊት አንዲት የሶማሌ ቆንጅዬ ልጅ እግር ሴት በጥላቻ መልክ እያየችን፣ እነዚህን በፍቅር እያማለሉ ወስዶ ማረድ ነበር ማለቷ

በጓደኞችን ስለተነገረን የኤምባሲያችን ባልደረባ የነገረን ምን ያህል ትክክል እንደሆነ አረጋገጠልን። በዓሉ በሀገሪቱ መሪ በዝያድ ባሬ ንግግር ከተከፈተ በኋላ በወታደርና በልማት ሰራተኞች የተሸፈነው የሰልፉ ትርኢት ቀጠለ። ታንክ፣ መድፍና ሚሳይል ያካተተ ከሶቭየት ሕብረት እስከ አፍንጫው ድረስ የታጠቀው ሰራዊትና ቱታ ለብሶ አካፋና ዶማ ያነገበ የልማት ሰራተኛው በምድር፣ ሚግ 21 አውሮፕላኖች ደግሞ በአየር አለፉ። ይህ ወታደራዊ ሰልፍና የእርሻ ቦታ ጉብኝት በሄድንበት ግዜ በየተወሰነ ርቀት ተተክሎ ከኢትዮጵያ ጋር የሚያዋስናትን ድንበር በሬዳር ማጠሯን እንድንገምት ያስቻለን ሁኔታ ነበር። ኢትዮጵያ እራሷን ለመከላከል በበለጠ ዘመናዊ መሳርያ መታጠቅ እንዳለባት ትምህርት ሰጭ ነበር።

የመሪዎቹ ስብሰባ በበዓሉ ማግስት ሲጀመር ለእኛ ደግሞ የልማት እንቅስቃስያቸውን የመጎብኘት ፕሮግራም አዘጋጅተውልን ነበር። በጉብኝቱም የዋቢ ሸበሌን ወንዝ ተጠቅመው የሚያከናውኑት ልማት በጣም ማራኪ ሆኖ ነው ያገኘሁት። የልማቱ ቦታ በጣቢያ፣ በጣቢያ ተከልሎ ነበር። የየጣቢያው አዛዦች ሻለቆች ነበሩ። ልማቱን የሚያከናውኑት ደግሞ በበዓሉ ቀን ያየናቸው ሰልፈኞች ዓይነት ቱታ የለበሱ ሰዎች በተነደፈላቸው ፕሮግራም መሰረት እርሻው ላይ ተሰማርተው ይሰራሉ። ማደርያቸው በየጣቢያው በቆርቆሮ የተሰራ አዳራሽ ሆኖ ምግብ እየተሰፈረላቸው ነው የሚሰሩት። ይህንን ሁኔታ ስመለከት በሁለት ጉዳዮች ላይ መንፈሳዊ ቅናት አደረብኝ። አንደኛው የወንዞቹ ምንጮች ኢትዮጵያ ውስጥ ሆኖ እያለ ሳንጠቀምባቸው መቅረታችን ነው። ሁለተኛው ደግሞ፣ በሀገራችን ቦዘኔውና ማጅራት መቺው ጉልበት በአግባቡ አለመጠቀማችን ነው። ይህንን የእርሻ ጉብኝት ጨርሰን ወደ ሙዝ እርሻቸው ሄደን ስናየው የሙዙ ተክል የሸፈነው የመሬት ስፋት በዓይን ታይቶ የሚደረስበት አልነበረም። እጅግ በጣም ሰፊ ነው። በስከ መጨረሻ ምርቱ ተሰብስቦ የሚከማችበትን ቦታ አሳይተው፣ ሙዛቸው በየሀገሮች በሚዘጋጀው የንግድ ትርዒት ላይ እየቀረበ በጥራቱ የወርቅ መዳልያ ተሸላሚ መሆኑን ካስረዱ በኋላ እንድንቀምሰው ጋብዘውንና ምሳችንን በልተን ማታ ላይ ወደ ሰፈራችን ተመለስን።

በማግስቱ ኢትዮጵያ የተሳተፈችበት የባሕልና የንግድ ትርዒት መክፈቻ ዕለት ስለነበር ይህንኑ ኤክስፖ ስንጎበኝ ዋልን። በዚሁ ቀን ሁለት ባልደረቦቻችን ከሁለት ቆነጃጅት ልጃገረዶች ጋር ተዋወቁና የጠበቀ ግንኙነት ፈጠሩ። ወደ አንድ ቦታ እንሂድ ብለዋቸው ሲሄዱ ወደ አንድ አሳቻ ቦታ ሲያመሩ ተጠራጥረው ጥለዋቸው ተመለሱ። ይህ ሁኔታ በጣም ስላሳሰበንና ማረጋገጥም ስለፈልግን በማግስቱ ለቤተሰቦቻችን የሚሆን ስጦታ መግዛት ስለምንፈልግ ወደ ከተማው (ሱቅ) እንዲወስዱን ጠይቀናቸው ተፈቀደልን። እኔና አቶ ግርማ የሕዝቡ'ን ስሜት ማወቅ እንዳለብን አስቀድመን ተስማምተን ነበር። አንድ ሱቅ ውስጥ ከገባን በኋላ ጓደኞቻችን የዕቃ ዋጋ ላይ እየተከራከሩ እ'ንዳሉ ከሱቁ ወጥተን ሁኔታውን መገምገሙ'ን ተያያዝነው። አንድ አካባቢ በመኳዝ ላይ እንዳለን አንዲት ሴት ሳንቲም ስለወደቀባት አንስቼ ስሰጠት እንደማመስገን ፈንታ ግልምጫና የስድብ ጋጋታ አወረደችብኝ። እኔና አቶ ግርማ ተያየንና ብንመለስ እንደሚሻል ተግባብተን ከጓደኞቻችን ጋር ተቀላቀልን። የመሪዎቹ ስብሰባ ስለተጠናቀቀ በማግስቱ በሰላም ወደ ሀገራችን ተመለስን።

ፈታኝ የስራ ምደባ

ከጊዜ በኋላ አየር ሀይሉ እጅግ በጣም የተቸገረበት ክፍል ቢኖር በመጀመርያ ደረጃ የሚቀመጠው የአየር ማጓጓዣ ስኳድሮን ነበር። በዚህ ክፍል፣ የጥገና መኮንን ሆኜ እንድሰራ ተጠይቄ ፈቃደኛ በመሆኔ ተመደብኩ። በወቅቱ የቅርብ አለቃዬ የአየር ማጓጓዣ ስኳድሮን አዛዥ የነበሩት ኮ/ሩንታ በላይ ነበሩ። የመጓጓዣ አውሮፕላኖቹ ዳኮታ /ሲ-47/፣ ዱቭ እና ሲ-119 ሲሆኑ የሚሰጡት አገልግሎት ለአየር ሀይል ብቻ ሳይሆን ለመላው የመከላከያ ሚኒስቴር ሰራዊት ስለነበር የስራ ውጥረት የበዛበት ስኳድሮን ነበር።

እንቅስቃሴው በየአየር ሀይሉ ጣቢያዎችና ክፍለ ጦሮቹ በየሚገኙበት ቦታ ሆኖ፣ ተግባሩም ሰራዊትና ስንቅ ማመላለስ፣ አየር ወለድን ከአየር ማዘለል፣ በሀገሪቱ የልማት ተግባራት ሆነ ችግሮች መሳተፍና የእራሱን ተተኪ ፓይለቶች ማሰልጠን ዋንኞቹ ናቸው። እነዚህን ተግባራቱን በብቃት ለማከናወን በተለይ በጥገናው አኳያ በበረራውን ሰዓታት ከጥገና አቅሙ ጋር አዋህዶ በዕቅድ መስራትን ይጠይቃል። አውሮፕላኖቹ በአሜሪካን አየር ሀይልም ሆነ በሌሎች ሀገሮች ሲሰሩ የነበሩ ከሁለተኛው ዓለም ጦርነት ጊዜ ጀምረው ለረዥም ዓመታት ያገለገሉ በመሆናቸው በየጊዜው ስለሚበላሹ፣ አየር ሀይሉ የተጣለበትን ሀላፊነት መቶ በመቶ ሊተገብር እንደማይችል ግልጽ ነው። ያም ሆነ ይህ የሰለጠኑና በቂ ልምድ ያላቸው ቴክኒሻኖችና የጥገና መኮንኖች ስለነበሩ አቅም የፈቀደውን ያህል እየሰሩ አየር ላይ ያውልዋቸዋል።

የችግሩን መንስኤና ሁኔታውን በማላውቀው ምክንያት በ1962 እና በ1963 ዓ.ም ላይ ዳኮታና ሲ-119 አውሮፕላኖች በብዛት ለተከታታይ ቀናት እየተበላሹ የበረራ ፕሮግራሙ በተደጋጋሚ በመሰረዙ ተገልጋዩ ይጉላላና ይቸገር ነበር። ሁሉም አውሮፕላኖች እየተበላሹም የሚበር አውሮፕላን የታጣበት ጊዜ ብዙ ነው። ይህ ችግር መፍትሔ ሊገኝለት ባለመቻሉ እኔ የዚህ ስኳድሮን የጥገና መኮንን ሆኜ እንድሰራ ስለተጠየቅሁ ጥያቄውን ተቀብዬ እሰራበት የነበረውን የአውሮፕላኖች የከባድ ጥገና ክፍል ለተተኪዬ አስረክቤ በ1963 መጨረሻ ላይ ስራዮን ጀመርኩ። የመጀመርያው ስራዬ የሁለቱ አውሮፕላኖች የጥገና መኮንኖች የነበሩትን ማ/ዋ/አ በቀለ ጋሻውንና ማ/ዋ/አ ስዩም ምራጭን እንዲሁም በሀላፊነት ደረጃ ላይ የነበሩትን ቴክኒሻኖችና የጥገና ተቆጣጣሪውን ሰብስቤ እራሴን በማስተዋወቅ ስለ ክፍሉ ችግር እንዲገልጹልኝ ጠየኩ። ያልተጠበቀ ብልሽት እየበዛ በመምጣቱ የጥገናው አቅጣጫ ወደዚሁ በማተኮሩ በየተወሰነ ጊዜ መከናወን የነበረበት የጥገና ሰዓታቸው እየተደራረበ በረራውን ለመደገፍ እንዳልተቻለ፣ የመለዋወጫ ዕቃ ችግርም እንዳለባቸው ተረዳሁ። በመፍትሔው አኳያ ውይይት አኪያሂደን በሳልና ብቃት ያላችሁ ቴክኒሻኖች ስለአላችሁ ይህንን ችግር ፈትተን በቅርብ ጊዜ ውስጥ በረራውን የምንደግፍበት ጊዜ እሩቅ አይሆንም በማለት አሰናበትኳቸው። በእኔ በኩል ችግሩን ከተረዳሁ ዘንድ ተግባራዊ የሚሆን ዕቅድ አውጥቼ መተግበር ስለሆነ የእያንዳንዱን አውሮፕላን የበረራ ሰዓትና በ100 ሰዓት ፍተሻ የተደራረቡትንና ለፍተሻ የተቃረቡትን ዝርዝር ወሰድኩ፤ በብልሽት ምክንያት የቆሙትን ደግሞ ብልሽታቸውንና የሚያስፈልጋቸውን የመለዋወጫ ዕቃ፣ ለአቅርቦት የተጠየቁትንና ያልተጠየቁትን መዘገብኩ። የሙያቸውን ደረጃና የተመደቡበትን ንዑስ ክፍል ያካተተ የቴክኒሻኖችን ስም ዝርዝር ወሰድኩ። የወሩንና የሳምንቱን የበረራ ፕሮግራም ተረከብኩ። የተደራረበውን የፍተሻ ስራ በስንት ቡድንና መቼ ሊከናወን እንደሚችል፣ የብልሽቱን ክብደትና ቅለት

በመለየት የስራ ቅደም ተከተል በማውጣት፣ ዕቃ ከየትኛው አውሮፕላን ማውለቅና (ካኒበላይዝ) ተቆጣጥሮ መተካት እንደሚሻል፣ የታዘዙትን ዕቃዎችንም ሆነ የሚታዘዙትን የአስቸኳይ አቅርቦት ደረጃቸውን በመወሰን የማዘዝና ያላሰለሰ ክትትል የማድረግ፣ አቋርጦ የማያውቀውን የትርፍ ጊዜ ስራ መቸና እስከ ስንት ሰዓት ድረስ መስራት እንደሚሻል፣ በትርፍ ሰዓት ስራ ጊዜ ለሰራተኛው የቁርስ አቅርቦትና የመጓጓዣ አገልግሎት የማመቻቸት ሁኔታዎችን አጥንቼ የአንድ ወር የአጭር ጊዜና የረዥም ጊዜ ዕቅዴን አወጣሁ። በወሩ ውስጥ ልደግፈው የምችለውን የበረራ ሰዓት በመወሰንና አለቃየን በማሳመን ዘመቻ ክፍሉ ዕቅዱን እንድያስተካክል በደብዳቤ አሳውቄ ስራዬን ተያያዝኩት።

የፍተሻ ስራው በሁለት ቡድን፣ የብልሽት ጥገናው ደግሞ በየትኞቹ አውሮፕላኖች ላይ እነማን እንደሚሰማሩ በማሳወቅ፣ ደንቡን ተከትሎ ቅጹን በማሟላት ምን ዓይነት ዕቃ ከየትኛው አውሮፕላን ላይ እንደሚወሰድና የአስቸኳይ አቅርቦት ደረጃውን በመወሰን ወድያውኑ የማዘዝና ከእኔ ጋር በመገናኘት ማን አዞ እንደሚከታተል ሰብስቤ አስረዳሁ። አየር ሀይሉ በአሜሪካ የጥገና አሰራር ስርዓት የሚሰራ በመሆኑ ዕቃ በሚታዘዝበት ጊዜ 3 ዓይነት የአቅርቦት ደረጃዎችን ይከተላል። የሚታዘዘው በእንግሊዝኛ እየተጻፈ ሲሆን 1ኛው ተራ "R" ይጻፍበታል 'routin' ለማለት፤ 2ኛው ለወደፊት አውሮፕላኑ በዚህ ዕቃ ምክንያት ይቆማል በማለት ደግሞ "NORSA" አንቲሲፔትድ ኖት ኦፐሬሽናል ሬዲ ዱ ቱ ሰፐላይ የሚል ይጻፍበታል። 3ኛውና ከፍተኛው ደረጃ ደግሞ በዚህ ዕቃ ምክንያት አውሮፕላኑ ቆሟል በማለት "NORSG" ይጻፍበታል። ትርጉሙ እንደሁለተኛው ሆኖ "G" የሚለው ቆሟል (ግራውንድድ) ማለት ነው። በዚህ በ3ኛው ደረጃ የሚታዘዘው ዕቃ ልዩ ችግር ካላጋጠመ በስተቀር በአውሮፕላን ተልኮ በአንድ ሳምንት ጊዜ ውስጥ ነው የሚደርሰው።

ይህንን ዕቅዴን ተግባራዊ ለማድረግ ቀንም ሆነ ሌሊት ከቴክኒሻኖቹ ሳልለይ የቸገራቸውን ስራ መመርያውን አብሬ እያነበብኩና ሀሳብ እየሰጠሁ እስከ ሌሊቱ 8 ሰዓት ድረስ እሰራ ነበር። በዚህም የተነሳ እራሴን ለማሻሻል ማታ ማታ እማረው የነበረውን የሂሳብ (አካውንቲንግ) ትምህርት በመስዋዕትነት ለማቋረጥ ተገድጃለሁ። ሲ-119 የተባለው አውሮፕላን ብዙ ብልሽት እያመጣ በመለዋወጫ እጥረት የተነሳ ችግር ስለፈጠረብን አንድ ብዙ ብልሽት ያለበትንና ዕቃ ቢመጣለትም ለመጠገን ጊዜ የሚወስደውን አውሮፕላን የአወሳሰድ ስርዓቱን በመከተል ማውለቁ ወሳኝነት ስለነበረው ይህንኑ በመጠቀም 4 አውሮፕላኖችን በአንድ ወር ጊዜ ውስጥ ለበረራ ብቁ ስናደርግ ዳኮታን ደግሞ በጥገና መመርያው መሰረት የፍተሻ መደራረብን ለማቃለል ሲባል 10% የበረራ ሰዓት እየታከለበት የሚፈተሹት እየተፈተሹ በዚሁ በአጭር ጊዜ ዕቅድ መሰረት ተከናውኖ 3 አውሮፕላኖች ተዘጋጁ። የቀጣዩን የአንድ ወር ዕቅድ በማውጣትም ልንደግፈው የምንችለውን የበረራ ሰዓት በእጥፍ በመጨመር ለዘመቻ ክፍሉ እንዲተላለፍ አደረግሁ። የመሻሻሉ ሁኔታ በግልጽ ቢታይም የስራ ባልደረቦቼ ውጥረትና ዕረፍት ማጣት ግን ገና አልተሻሻለም። በቀጣዩ አንድና ሁለት ወራት ጊዜ ውስጥ እንደሚሻሻል ባውቅም እንደ አመቺነቱ ዕረፍት እየሰጠሁ ትንፋሽ እንድያገኙ ማድረጌ አልቀረም። በረራ ላይ ከተሰማሩት ሲ-119 አውሮፕላኖች መካከል ግማሾቹ ሌላ ብልሽት ሲያመጡ ዕቃቸው እየታዘዘ ከዝያ ከተፈረደበት አውሮፕላን በማውጣት ሲጠገኑ ለዚሁ ለቆመው አውሮፕላን የታዘዙት ዕቃዎች ሲመጡ አውሮፕላኑ ላይ እንዳይገጠም በማዘዝ

ቤንች ስቶክ እየተቀመጡ ያለኔ ትዕዛዝ እንዳይነሡ ይደረግ ነበር። አውሮፕላኑ ላይ እንዳይገጠም ያደረግሁበት ምክንያት በአንድ በኩል ዕቃው ቢገጠምለት ሌላ ጉድለት ስለአለው ሊበር ስለማይችል የሰው ሀይላችንን ሌላ ስራ ላይ ለማሰማራት እንድያመቸኝ ሲሆን በሌላ በኩል ደግሞ ቢገጠምና ይህንን ዕቃ የሚፈልግ ብልሽት ቢመጣ በመግጠምና በማውለቅ የሚጠፋው ጊዜ ከንቱ ስለሚሆን ነው። በአጋጣሚም የተቀመጠውን ዕቃ የሚጠይቅ ብልሽት እያጋጠመን ተጠቅመንበታል። በዚህ በ2ኛው የአጭር ጊዜ ዕቅዴ መሰረት ከ8ቱ ሲ-119 መካከል 7ቱን አየር ላይ አውለናቸዋል ይሁንና በብልሽት ምክንያት ሳይበሩ በመቆየታቸው የፍተሻ ሰዓታቸው ገና ቢሆንም በቅደም ተከተል የመፈተሹ ተግባር ገና ይቀራል። በዳኮታዎቹም በኩል የሚበሩት ቁጥር ጨምሯል። ዕቃ ለማዘዝ ጥንቃቄ ስለሚፈልግና ስሙን፣ የዕቃውን መለያ ቁጥርና የአሜሪካንን ስቶክ ቁጥር መጻሕፍት አገላብጦ ማረጋገጥ ስለሚያሻ ለማዘዝና ለመከታተል በየቀኑ ከ2ና ከ3 ሰዓት ያላነሰ ጊዜ እሰዋ ነበር።

ይህ የመሻሻል ሁኔታ ሁለት ችግሮችን አስከትሎብኝ ነበር፤ እነዚህን ችግሮች መጥቀሱ አስፈላጊ ይመስለኛል። በሀላፊነት ላይ የሚሰማሩ ሰዎች እማያውቁት ሙያ ውስጥ ገብተው ትዕዛዝ እንዳይሰጡ ትምህርት ስለሚሰጥና በወቅቱ ኮሎኔል ሆነው የቅርብ አለቃዬ የነበሩትን የጀነራል ፋንታ በላይን ታላቅነትና አርቆ አስተዋይነት ለመግለጽ ስለፈለግሁ ነው። የቅርብ አለቃዬ የፓይለቶች ስልጠና ፕሮግራም እጅጉን ስለተሰናከለባቸው ይህንኑ ለማካካስ ፈልገው አንድ ቀን ጧት እቢሯቸው እንድገኝ ይጠሩኝና ስለችግሩ አስረድተው በዳኮታዎች ላይ ሰዓት እንድጨምርላቸው ይጠይቁኛል። መመርያው በሚያዘው መሰረት ቀደም ብዬ እንደጨመርኩላቸውና ሌላ የበረራ ሰዓት መጨመር እንደማይቻል አስረዳኋቸው። ግድ የለም ሌላ ሰዓት ጨምርላቸው ሲሉኝ ሌላ ሰዓት ለመጨመር የሚያስችል መመርያ የለም። እርስዎ አዘዙኝ ብዬ ብጨምር በሕይወትም ሆነ በንብረት ላይ አደጋ ሊያስከትል ስለሚችል ተጠያቂ ከመሆን ስለማያድነኝና የሙያዬ ዲሲፕሊን ስለማይፈቅድ መጨመር እንደማልችል ደግሜ አስረዳኋቸው። ጨምር ብዬሀለሁ ሲሉኝ በሙያዬ ላይ ያልሆነ ትዕዛዝ ማዘዝ ተገቢ እንዳልሆነ ገልጬ መጨመር ከፈለጉ እርስዎ እራስዎ ሊጨምሩላቸው ይችላሉ ስላቸው ተናደው እልክ ውስጥ ገቡ። ጨምር ብዬሀለሁ! ጨምር! አሉኝ፤ አልጨምርም አልኳቸው። ፊታቸው ይለዋወጥና ጠረጴዛውን በጡጫ መትተው ጨ...ምር ብዬሀለሁ! ሲሉኝ እኔም ንዴቴን ልቆጣጠር ባለመቻሌ ጠረጴዛውን ባለኝ ሀይል በጡጫ መትቼ አል...ጨምርም! ብያቸው ተነስቼ በሩን ገው አድርጌ በመዝጋት ወደ ቢሮዬ ሄድኩ። በንዴት የተነሳ ጧት ምንም ስራ ሳልሰራ ውዬ ወደ ምሳ ሄድኩ። ከምሳ ተመልሸም እንደዚሁ ምንም ስራ ልሰራ አልቻልኩም። ስለጧቱ ሁኔታ በማሰላሰል የተሳሳትኩት ነገር አለ ወይስ የለም ብዬ በማውጣት በማውረድ አንድ ስህተት እንደፈጸምኩ ታየኝ። በሩን በሀይል መዝጋቴ። በዚህ ጉዳይ ላይ የአለቃዬ ውሳኔ ምን ሊሆን ይችላል ብዬ እራሴን ጠየቅሁና አስተዋይ ከሆኑ ስለሁኔታው ተገንዝበው በምክር ያልፉኛል። አስተዋይ ካልሆኑ ደግሞ በአምባገነንነት ከባድ ቅጣት ሊቀጡኝ ይችላሉ በማለት ሁለት መልሶችን አስቀመጥኩ። ከአሁን አሁን ይጠሩኛል ብዬ ስጠባበቅ የመውጫ ሰዓት በመድረሱ ለማታው የትርፍ ጊዜ ስራ ማ/ዋ/አ በቀለን ወክዬ ወደ ቤቴ ሄድኩ።

በማግስቱ ስራ ገበታዬ ላይ እያለሁ አለቃዬ ስልክ ደውለው እንደምን አደርክ ብለው ሰላማዊ በሆነ አነጋገር አንዴ ስለምፈልግህ ብቅ በል አሉኝ። ሄጄ በወታደራዊ ስርዓት ሰላምታ ስሰጣቸው ከመቀመጫቸው ብድግ ብለው በመጠንቀቅ አጸፋውን መለሱልኝና ወደ ቆምኩበት በመምጣት ሞቅ ባለ ሁኔታ ጨብጠውኝ ወንበር ስበው አስቀመጡኝ። እርሳቸውም በፊት ለፊቴ ባለው የእንግዳ ወንበር ላይ ተቀምጠው አሰፋ፣ ዛሬ አንተን እንድትመጣ የፈለግሁበት ምክንያት በትናንትናው ዕለት ትልቅ ስሕተት በመስራቴ አንተ ትክክል መሆንህን ገልጬ ይቅርታ እንድታደርግልኝ ለመጠየቅ ነው። አትቀየመኝ፤ ይቅርታ አድርግልኝ ብለው ተነስተው ጨበጡኝ። ከዚህ ቀን ጀምሮ ከፍተኛ ከበሬታ እየሰጡኝ እቤታቸው ግብዣ ሲደረግ እየጋበዙ፣ ሲያመቻቸው ከነባለቤታቸው እቤቴ በመምጣት እየጠየቁ እኔም እንደዚሁ እየጠየቅኋቸው ብዙ ለመቀራረብ ችለናል። በድርጊቱ ታላቅነታቸውንና አስተዋይነታቸውን ተቀብዬ አከብራቸውና እስከ ዓረፉበት ጊዜ ድረስ እጠይቃቸው ነበር። ቸሩ ፈጣርያችን ነፍሳቸው ከጻድቃኖች ጐን ያኑራት።

ሌላው ችግር ተንኮል የተላበሰ ችግር ነበር። የሲ-119 አውሮፕላን አማካሪ ሆኖ ተመድቦ የነበረ አሜሪካዊ ወደ በላይ አካል በመሄድ፣ አሰፋ አንድ አውሮፕላን በመለዋወጫነት ፈርጆ ከጥቅም ውጭ አድርጐታል በማለት በወቅቱ የሎጅስቲክስ አዛዥ ለነበሩት ለብ/ጀነራል አፈወርቅ አጥላባቸው ነግሮ ኖሮ ይጠሩኛል። ሄጄ ሰላምታ ሰጥቼ ጌታዬ! ስለተጠራሁ ቀርቢያለሁ ብዬ አመለከትኩ። ተቀመጥ አሉኝና አንድ ሲ-119 አውሮፕላን ዕቃ እያወለቅህ ከጥቅም ውጭ አድርገሀል ተብሎ በአማካሪው ስለተነገረኝ ስለዚህ ጉዳይ አስረዳኝ ይሉኛል። የነበረውን ችግር፣ የሚበር አውሮፕላን መታጣቱን፣ የመለዋወጫ ዕቃ ከምችት ባለመኖሩ ከአሜሪካ ታዞ እስኪመጣ መጠበቁ ጊዜ እንደሚወስድና የነበርውን ተጨባጭ ሁኔታ ገልጬ በመመርያው መሰረት ስርዓቱን በመከተል ዕቃ እንዲወልቅ ማድረጌን፣ ይህ ደግሞ አውሮፕላኑን ከጥቅም ውጭ ማድረግ እንዳልሆነ አስረዳኋቸው። ለመሆኑ መመርያው ምን ይላል? ምን ያህል ዕቃስ እንዲወልቅ ተደረገ? ብለው ለጠየቁኝ፣ ዕቃ ማውለቅ እንደሚቻል፣ ግን የሚወጣው ዕቃ ብዛት ዝቅተኛ መሆን አለበት እንደሚልና ያስወለቅሁት ደግሞ 100 ዓይነት ዕቃ ነው አልኳቸው። ታድያ ይህ ቁጥር ዝቅተኛ ነው ወይ? ሲሉኝ በእኔ በኩል ይህ አውሮፕላን በብዙ መቶ ሺ ወይም በሚልዮን የሚቆጠር ዕቃ ስላለው ዝቅተኛ ነው ስላቸው ይህንን አልቀበልህም! ተሳስተሀል ስለአሉኝ፤ ጌታዬ ተሳስተሀል ካሉኝ ጉዳዩ ቀላል ስለሆነ በዛሬው ዕለት ከየአውሮፕላኖቹ አውልቄ እገጥመዋለሁ፤ ነገር ግን የሚበር አውሮፕላን እንዳይጠይቁኝ ብዬ ሰላምታ ሰጥቼ ልመለስ ስል አሰፋ! ና...ና...ና አሉኝና ይህማ ሊሆን አይችልም! ግድየለም ጥንቃቄ እያደረግህ ቀጥል ብለው አሰናበቱኝ።

ስራዬን በዕቅዴ መሰረት እየሰራሁ በሶስተኛው ወሩ ያ ይቦጠቦጥ የነበረው አውሮፕላን ጭምር ዕቃው ተሟልቶለት ሁለቱንም ዓይነት አውሮፕላኖች በሙሉ አየር ላይ እንዲውሉ አደረግን። ወድያውኑ ከሚጠገኑ ከአንዳንድ ጥቃቅን ብልሽቶች በስተቀር ችግር ሳያጋጥማቸው ሁሉም አውሮፕላኖች ለሶስትና ለአራት ወራት ያህል በዚሁ ሁኔታ ቀጠሉ። ቴክኒሻኖቹም ከትርፍ ጊዜ ስራ ነፃ ሆኑ። በዚህ ስራዬ ለ3 ዓመት ያህል ስሰራ የሰራተኞቹን ግዴታ ብቻ ሳይሆን መብታቸውንም እያስከበርኩ በተለይ የጥቂት ሰላማዊ ሰራተኞች ደሞዝ አነስተኛና ከሚሰሩት ስራ ጋር ተመጣጣኝ ስለአልነበረ እንዲስተካከል አስደረግሁ።

ያ የነበረው ችግር ተወግዶ አውሮፕላኖቹ አየር ላይ መዋላቸው ሲያስደስተኝ አየር ሀይሉ፣ አንድ ከተጨባጩ ሁኔታ ጋር ያልተገናዘበ ያልጠበቅሁት "ሹመት የሚሰጠው በአካዳሚያዊ የትምህርት ውጤት ነው" የሚል ማስታወቅያ አወጣ። ከዚህ ማስታወቅያ በኋላ አብዛኛው የሰራዊቱ አባል ማታ ማታ መማር በመጀመሩ አውሮፕላኖች ሲበላሹ በስራ ሰዓት መስራት የሚቻለውን እየሰሩ ወደ ትምህርታቸው ስለሚሄዱና የትርፍ ሰዓት ስራ ሊሰራ ባለመቻሉ የሚበር አውሮፕላን እየታጣ መጣ። ምነው? ምንድነው ችግሩ ተብሎ በስብሰባ ላይ ስጠየቅ በወጣው ማስታወቅያ መሰረት ለመሾም ሁሉም የማታ ትምህርት ስለጀመረ የትርፍ ሰዓት ስራ ሊሰራ ባለመቻሉ ነው ብዬ አስረዳሁ። ይህ ሁኔታ አደገኛ መሆኑን በመገንዘብ መስሪያ ቤቱ ሳይውል ሳያድር ያወጣውን ማስታወቅያ ሽሮ ሹመት በስራውና በሙያው ዕድገት ደረጃ መሆኑን አስታወቀ። ሁሉም ነገር ተስተካከለና ችግሩ ተወገደ። በሚያዝያ ወር 1966 ዓ.ም በድሬዳዋ የአየር ሀይል ጣቢያ የጥገና እና የንብረት አስተዳደር ስኳድሮን አዛዥ ሆኜ ስለተዛወርኩ አውራጃ አስተዳዳሪ ሆኜ እስከተመደብኩበት ጊዜ ድረስ አገለገልኩ።

ምዕራፍ ፩
የአብዮቱ ፍንዳታና ዳያሪዬ

የአብዮቱ ዋዜማና የመንግስት ለውጥ

በ1966 ዓ.ም በባለሌላ ማዕረግ የሰራዊቱ አባላት የተቀሰቀሰ አድማ፣ ያልተሟላ ጥቃቅን የማቴርያል ጉድለትና የመብት ጥያቄ በማንሳት ቦግ እልም እያለና አድማሱን እያሰፋ ስር በመስደድ ወደ ስራ ማቆም አድማ ተሸጋገረ። ሁኔታው ከአየር ሀይል ባለስልጣኖች ቁጥጥር ውጭ በመሆኑ ከመከላከያ ሚኒስቴር እነ ጄ/ወልደስላሴ በረካ መጥተውም አድማውን ማስቆም አልቻሉም። እንድያውም ሲኒማ አዳራሽ ተሰብስበው ላነሱት ጥያቄ መልስ በሚሰጥበት ግዜ በአዳራሹ በስከመጨረሻ በኩል አንገታቸውን ወደ ታች አቀርቅረው "ያ ጥቁር አንበሳ ደም ሸቶታል፣ ሽጉጥ መትረየሱን አንግቶታል" እያሉ የሚዘምሩ ስለነበሩ አዝማሚያው የጥቅም ጥያቄ እንዳልሆነ መረዳት አያዳግትም። የጥቅሙ ጥያቄ እንዲቀርብ የተደረገው ሰራዊቱን ለማነሳሳትና የአድማው ተሳታፊ ለማድረግ የተቀየሰ መሆኑን ይህ ይዘመር የነበረው የትኩረት አቅጣጫ መዝሙር ያስረዳል። አንዳንድ የአድማው ተሳታፊዎች የዚህ አድማ አዝማሚያ አላማረንም እያሉ መናገራቸውም ሁኔታውን ያስገነዝባል።

በዚህ አድማው በተቀሰቀሰበት ወቅት ከሁለት ዓመት በፊት ጀምሮ የአየር መጓጓዣ እስኳድሮን የጥገና መኮንን ሆኜ ተመድቤ እሰራ ነበር። ይህ እስኳድሮን ለመላው የመከላከለያ ሰራዊት ስንቅና ትጥቅ አቅራቢ በመሆኑና ሀገሪቱ ከሶማልያ ጋር የነበራት ግንኙነት እጅግ በጣም የሻከረና በየግዜው በድንበር አካባቢ ግጭቶች ይነሱ ስለነበር ይህ ሁኔታ እያሳሰበኝ በእኔ ስር ያሉትን ቴክኒሻኖች እየተጫንኩ አሰራቸው ነበር። በስከ መጨረሻ የአድማ ቅስቀሳው አይሎ ሰራተኞቹ ሙሉ ለሙሉ ወደ አድማው በመቀላቀላቸው ስራው ቀጥ አለ። እኔም የአድማው አዝማሚያ እየገባኝ በመሄዱ አስገድጄ ማሰራቱን ትቼ ሁኔታው ሲያመቸኝ ቴክኒሻኖቹን ሰብስቤ በሶማሌ በኩል ያለውን ስጋት ዘርዝሬ በማስረዳት፣ እነዚህ አውሮፕላኖች እንደተበላሹ ሳይጠገኑ ብንተዋቸውና የሶማሌ መንግስት ጦርነት ቢጀምር ድንበር ጠባቂውን ሰራዊት በስንቅና ትጥቅ እጥረት ሳቢያ ማስፈጀትና ድንበራችንን ማስደፈር ነው የሚሆነው። እንደዚህ ከሆነ ደግሞ በሕሊና ወቀሳ ብቻ የሚያልፍ ሳይሆን በታሪክም ተወቃሽ ስለሚያደርገን ብልሽቱን ጠግኑና ጊዜ የማይወስድና በቀላሉ ሊገጠም የሚችል አንድ ነገር አውልቃችሁ እንዳይበሩ አድርጓቸው የሚል ሀሳብ አቅርቤላቸው በዚሁ ተስማምተን ተፈጸመ።

ይህ በእንዲህ እንዳለ የሹመት ግዜአችን ያላፈብን መኮንንኖች ወደ ቤተመንግስት ሄደን ጃንሆይ ፊት እንድንቀርብ ተደረገና ሀገራችንና ንጉሰ ነገስተችንን በታማኝነት ማገልገል እንዳለብን የሚገልጽ ንግግር ተደርጎ መሾማችን በጃንሆይ ተነገረን። ጥቂት ቆየት በማለትም በማዕረግ ማደግ ትፈልጉ የለ? በማለት ጃንሆይ ሲጠይቁን የግቢው ባለሟሎች አዎ በሉ! አዎ በሉ! ስለአሉን አዎ ብለን ሻለቃ ሆኜ ተመለስኩ።

ይህንን እንቅስቃሴ አንዳንድ መኮንኖች ውስጥ ውስጡን ይደግፉት እንጂ የበታች ሹማምንቶች ነበር የሚመሩት። በየካቲት ወር ላይ አንድ ከሰዓት በኋላ ስራ ጨርሰን ወደ ቤታችን ለመሄድ አውቶቡስ እየጠበቅን እያለን የአየር ወለድ ወታደሮች ጠብመንጃ ይዘው መኮንኖችን ብቻ በመለየት ለስብሰባ ስለምትፈለጉ እዚህ አውቶቡስ ውስጥ ግቡ ብለው ቴክኒሻኖች ከበብ ወስደው በቁጥጥር ስር አዋሉን። ከምሽቱ ሶስት ሰዓት አካባቢ ላይ ማ/ቴክ ግርማ ዘለቀ ኡዚ ጠብመንጃ ይዞ ቦምብ፣ ሽጉጥና ዝናር ታጥቆ በጓዶቹ

ታጅቦ ስለ ሁኔታው መግለጫ ሰጠንና የጦር ሀይሉ በሙሉ፣ ለውጥ ፈላጊ መሆኑን አስረድቶ ይህንን እንቅስቃስያችንን የምትደግፉ ግለጹልን የሚል መልእክት አስተላለፈ።

አንዳንድ የመስመር መኮንንኖች (ጁንየር ኦፊሰርስ) ድጋፋቸውን ገለጹ። እኔ በበኩሌ በማላውቀውና ባልተከታተልኩት ሁኔታ መደገፍም መቃወምም ስላልፈለኩ ምንም አልተናገርኩም። በማግስቱ ከቤተ መንግስት፣ ጄንራል አሰፋ ደምሴና ሌሎች ከፍተኛ ሹማምንት አየር ሀይል መጥተው ከእንቅስቃሴ መሪዎች ጋር በመነጋገር እንድንለቀቅ በመደረጉ፣ ይኸው ጉዳይ ሊገለጽልን እንደተሰበሰብን አንድ ስሙን ልገልጸው የማልፈልገው የበታች ሹም ፊቱ ሲለዋወጥ በማየታችን እንዳይፈጀን እጅግ በጣም ሰጋን። ነገር ግን ሰው ያለ ቀኑ አይሞትምና በእግዜር ቸርነት ልንድን ቻልን። ከግቢ በቶሎ እንድንወጣ በማ/ቴክ ግርማ ዘለቀ ስለተነገረንም በተገኘው መጓጓዣ ወጣን። ከእኛ መውጣት በኋላ ግን ሰልፍ ሜዳ ተኩስ በተኩስ እንደነበር ሰማሁ።

ከጥቂት ቀናት በኋላ ስራ ገበታችን ላይ እንዳለን ስለ እንቅስቃሴው ሁኔታ እንወያይ ስለነበር ከመካከላችን አንዱ፣ መኮንኖች በታሰርንበት ዕለት ማታ ጃንሆይ ማ/ቴክ ግርማ ዘለቀን በስልክ እንዳነጋገሩትና ደብረዘይት የተያዙት ሰላዮች የሶማሌን ሁኔታ የሚከታተሉ መሆናቸውን ገልጸው እንዲለቃቸው እንደጠየቁት፣ አርፈህ ተቀመጥ አንተን የሚነካህ የለም! ስለአላቸው፣ ለመሆኑ ማን እንደሆንን አውቀኸናል? ብለው ሲጠይቁት፣ አዎን! አውቄሀለሁ! ያበላኸኝ፣ ያጠጣኸኝ፣ ያስተማርኸኝ አባቴ ነህ ብሎ እንደመለሰላቸው ነገረን።

ስራ ገበታችን ላይ እንገኝ እንጂ፣ ስራው እንደወትሮው አይካሄድም ነበር። ዲሲፕሊን የሚባል ነገር ስለጠፋም አዛዥና ታዛዥ ብሎ ነገር አልነበረም። ጥቂት ሰነባበተና በስራ ድክመት እየተባለ የመኮንኖች ስም በተከታታይ በማስታወቅያ እየወጣ ከስራ ተሰናብታችኋል በመባሉ ነገሩ ሁሉ ተመሰቃቀለ። ስሙ በማስታወቅያ ያልወጣው ጉድ ነው እያለ የሚወሰንበትን መጠባበቅ ያዘ። እኔና አንዳንድ መኮንኖች ምክንያቱ ሳይገለጽ በማስተንቀቅያ ታልፋችኋል የሚል ማስታወቅያ ወጣብን። ከጥቂት ቀናት በኋላ የዚህ ዓይነቱ ነገር እየተረጋጋ መጣ። ከስራ ተሰናብታችኋል ከተባሉት መካከል አንዳንዶቹ ይቅርታ እንዲደረግላቸው አቤቱታ ቢያቀርቡም እንደማይቻል ተነግሯቸው ተሰናበቱ። አቶ እንዳልካቸው መኮንን ጠቅላይ ሚኒስቴር በመሆን ተሾመው በውስጥ ለውስጥ የእንቅስቃሴው ግለት የተነሳ ሀገሪቱን ሊመሩ ባለመቻላቸው ፋታ እንዲሰጣቸው ሲጠይቁ “ጉልቻ ቢለዋወጥ ወጥ አያጣፍጥም”። “እባብ እንቁላልዋን ከመፈልፈልዋ በፊት ራስ ራስዋን ቀጥቅጠው ካልገደሏት አደገኛ ናት” የሚሉና ሰራዊቱን የሚገፋፉ በራሪ ጽሁፎች ይበተኑ ነበር። በደብረዘይት አካባቢ የእህል ክምር በእሳት መጋየት፣ በአዲስ አበባ አካባቢ የተማሪዎች እንቅስቃሴ እያየለ መሄድ፣ የመምህራን የሴክተር ሪቪው ጥያቄ፣ የታክሲ ነጅዎች አድማ ወዘተ. በሁሉም አኳያ ውጥረቱ ስለበዛ፣ ሲ፡አይ፡ ኤ እንዳያውቅ ግንኙነቱ በተወከሉ ሰዎች ብቻ እንዲከናወን ተደርጎ ሰኔ 21 ቀን 1966 ዓ.ም የጦር ሀይሎች አስተባባሪ ኮሚቴ ተቋቁሞ እንቅስቃሴው እየተጠናከረ ሄደ። በየሰራዊቱ ሰፈር ንዑስ ደርግ እየተፈጠረ ቅስቀሳው ተጧጧፈ። በአስተባባሪ ኮሚቴው በኩል ለሕዝቡ መግለጫ እየተሰጠና አዝማሚያው እየተገመገመ በመቆየት ጃንሆይ በቁጥጥር ስር እንዲውሉ ተደረጎ መስከረም 1 ቀን 1967 ዓ.ም ጊዝያዊ ወታደራዊ አስተዳደር ደርግ በሚል መጠርያ ወታደሩ የመንግስትን ስልጣን ጨበጠ።

ከዚህ ለውጥ በፊት የማ/ቴክ ግርማ ዘለቀን የለውጥ እንቅስቃሴ መሪ መሆን ሳየው ወደ ኋላ መለስ ብዬ አንዳንድ ነገሮችን አስታወስኩ። ከግርማ ጋር አየር ሀይል የገባነው አንድ ላይ ነው። ስለምንቀራረብም ከሁለት ዓመት በፊት የስራ ስንብት ጠይቆ ከአየር ሀይል ሲወጣ ለምን እንደሚወጣ ጠይቄው፣ "ኑሮ ከበድ ስለአለኝ እየነገድኩ ለመኖር ፈልጌ ነው የምወጣው፣ እንድያውም ባሌ ክፍለሀገር ሄጄ የቅቤ ንግድ ስለምጀምር ቅቤውን ላንተ እየላኩልህ ትሸጥልኛለህ ብሎ ነበር የሄደው"። በ1966 ዓ.ም ተመልሶ አየር ሀይል በመግባቱ ምነው ተመለስክ ብዬ ስጠይቀው፣ አሴ! ንግዱ አልተሳካልኝምና ነው የተመለስኩት በማለት ነበር የገለጸልኝ። አሁን እዚህ እንቅስቃሴ ላይ መግባቱን ሳይ፣ ባሌ ለንግድ እሄዳለሁ ያለኝ ለዚህ እንቅስቃሴ የሚረዳ ሁኔታ ለማመቻቸት እንደሆነና ከአየር ሀይል ወጥቶ መልሶ በቀላሉ መግባቱ ሁኔታን ያመቻቸለትና የእንቅስቃሴው አካል የሆነ ከፍተኛ ባለስልጣን እንደነበረ ገመትኩ። ያኔ እንቅስቃሴው ተገትቶ የእንዳልካቸው ካቢኔ እንደተቋቋመ የድሬዳዋ የጥገናና የንብረት ስኳድሮን አዛዥ ሆኜ ከደብረዘይት እንደተዘዋወርኩ ለስራ ጉዳይ ድሬዳዋ መጥቶ ስለነበር በወሬ ወሬ ተነሳና ብዙ ጥያቄዎችን ጠይቄው በተለይ ያኔ ያንገበገበኝን፣ ለመሆኑ አሰፋ ምን አደረገ ብላችሁ ነው በማስጠንቀቅያ ታልፈሀል ያላችሁኝ? ስለው ለመሆኑ ስንቱ የበላይ መኮንን የልጆች አባት ነኝ። የምበላው የለኝም። ይቅርታ ይደረግልኝ እያለ ደጅ ሲጠና አንተ ለምንድነው ደጅ ያልጠናኸው? ብሎ የቀልድ ጥያቄ ጠየቀኝና አንተና አንዳደንድ መኮንኖች በስራችሁ ጠበቅ ያላችሁ በመሆናችሁ የስነ ስርዓት እርምጃ የወሰዳችሁባቸው አንዳንድ ሰዎች ወደ ቂም በቀል አዝማሚያ በመሄዳቸው ነገሩን ለማርገብ ብለን ነው አለኝ። ከአየር ሀይል ስለመውጣቱና ስለመመለሱ ጉዳይ ጠይቄው ይህንን እንቅስቃሴ ለማመቻቸት መሆኑን፣ ስለጉዳዩ ለእኔ ሳይነግር በሚስጢር መያዙም እኔ በሀሳቡ እንደማልስማማ፣ ከአሁን በፊት ወደ አሜሽነትና ጨፋሪነት ሊለውጠኝ ሞክሮ ባለመቻሉ ግንዛቤ በመውሰዱ መሆኑን አብራርቶ ነገረኝ። እንደገለጸልኝ ከሆነ ይህንን እንቅስቃሴ ከማራመዱ በፊት፣ እርሱ ሻምበል ፍቅረስላሴ ወግደረስና ሌሎችም ከሰናይ ልኬ ጋራ በሚስጢር እየተገናኙ ማርክሲዝም ሌኒኒዝም ያጠኑ ነበር። የመንግስት ለውጥ ለማምጣት በማቀዳቸው የመንግስትን የስለላ መዋቅርና አባላቱን አንድ ባንድ አጥንተው ያውቋቸው ስለነበር ዓላማቸው ግቡን እንዲመታ ከፍተኛ ጥንቃቄ ያደርጉ ነበር። በተሰጠው ምደባ መሰረት ለእንቅስቃሴው ሂደት ይበጅ ዘንድ በስራ እያሳበበ ድሬዳዋና ጎዴ ይሄድ ስለነበር ውስጥ ለውስጥ የሰራዊቱ ድጋፍ እንዲሰምር ቅስቀሳ ያደርግም ነበር። ሁሉም ነገር ከተስተካከለ በኋላ በየግዜው ይደረግ የነበረው ዓድማ ወደ አመጽ ተለውጦ የመንግስትን መሰረት በማናጋት ለውጥ ለማምጣት ተቃርቦ ነበር። ይህን እንቅስቃሴ ሲመራ አስመራ ካለው ከ2ኛ ክፍለ ጦርና ሐረር ከነበረው 3ኛ ክፍለ ጦር ጋር ቀጥታ ግንኙነት ስለነበረው "የጠየቅነው ስለተሟላልን እንቅስቃሴአችንን አቁመናል" የሚል የቴለግራም መልእክት በተለይ ከሁለተኛ ክ/ጦር ለለደረሰው ሁኔታው ሊከሽፍ እንደቻለና እንዳዘነ፣ ለታሪክ መረጃ ይሆንም ዘንድ የቴሌግራም መልእክቶችን በጥንቃቄ እንደያዛቸው ገልጾልኛል።

ለአስተዳዳሪነት መመረጤ

እዚሁ ድሬዳዋ እንዳለሁ በጥቅምት ወር መጨረሻ ላይ ከአየር ሀይል መ/ቤት ውጭ የምመደብ መሆኔ ተገልጾ ደብረዘይት ሄጄ እንዳመለከት ተነገረኝና የስራ ርክክብ ፈጽሜ ቤተሰቦቼን እዝያው ድሬዳዋ ትቼና ተሰናብቼ ሄጄ አመለከትኩ። በማግስቱ እንድመለስ ቀጠሮ ተሰጠኝና በቀጠሮዬ መሰረት ተገኘሁ። ሌሎች አባላት፣ የያኔው ሻለቃ ነጋሽ

ተክለማርያም፣ ሻለቃ ታምራት ቢቂላ፣ መቶ አለቃ መስፍን የኔንህ፣ የመቶ አለቃ ታምሩ ጉልላት፣ የመቶ አለቃ ሲሳይ በላቸው፣ ማ/ቴክ አስፋ ሊካሳ፣ ማ/ቴክ ወርቅነህ ወልደየስ እና ጁ/ቴክ ሀይሉ ይላላ ነበሩ። ፐርሰኔል ስለዝውውራችን ሁኔታ አብራራልን። ወሎ በድርቅ የተጎዳ ክ/ሀገር በመሆኑ ከአየር ሀይል፣ ከባሕር ሀይል፣ ከምድር ጦርና ከፖሊስ ሰራዊት በተውጣጡ አባላት እንዲተዳደር ተወስኗል። ከአየር ሀይል የሚመረጡትን አባላት ለመምረጥ ለተሰጠን ኮታ የመምረጫ ክራይቴርያ ተዘጋጅቶ ስለተላከልን ጥራት ያላቸውን አባላት ለመምረጥ አንድ ኮሚቴ ተቋቁሞ ውጤቱን አቀርቦልናል። እዚህ የተሰበሰባችሁት ጓዶች ለአስተዳዳሪነት ስለተመረጣችሁ በነገው ዕለት ዕርዳታ ማስተባበርያና ማቋቋሚያ ኮምሽን (ዕማማኮ) ሄዳችሁ እንድታመለክቱ የሚል ትዕዛዝና መሸኛ ደብዳቤ ተሰጠን።

ሁላችንም በተባለው ቀንና ሰዓት ዕማማኮ ሄደን አመለከትን። በዚሁ ቀን ከምድር ጦር፣ ከባሕር ሀይልና ከፖሊስ ሰራዊት ከመጡት ጋር ስብሰባ አዳራሽ እንድንገባ ተደረገና በወቅቱ የዕማማኮ ምክትል ኮምሽነር የነበሩት ኮ/ተሰማ አባደራሽ የሚከተለውን መግለጫ ሰጡን።

ወሎ በድርቅ የተጠቃና በመቶ ሽዎች ህዝብ በረሀብ ያለቀበት ክ/ሀገር ነበር። ክ/ሀገሩ እንደ ሞዴል ተወስዶ በልዩ ሁኔታ እንዲለማ ታስቧል። ለዚህም በዕማማኮ ስር እንዲተዳደር በነጋሪት ጋዜጣ ቁጥር 335/66 ተደንግጓል። ከወረዳ እስከ ክ/ሀገር ድረስ እናንተ ተመድባችሁ ልታስተዳድሩት ተመርጣችኋል። በሀገር አስተዳደር ሚኒስቴር የአንድ ሳምንት ሰሚናር ስለተዘጋጀላችሁ ከነገ ጀምሮ ትሳተፉና የምትመደቡበት አውራጃና ወረዳ ተነግሯችሁ በሚዘጋጅላችሁ አውቶቡስ ትሄዳላችሁ። አለባበሳችሁ የወታደር ዩኒፎርም ሲሆን ደሞዝም በአስተዳደሩ ስኬል መሰረት ይከፈላችኋል። በበኩሌ የማብራራላችሁ ነገር ቢኖር ወሎ፣ ሞዴል ክ/ሀገር እንደመሆኑ መጠን፣ የመንገዱ ስራ፣ የእርሻው ልማት፣ የትምህርት ቤቱ፣ የህክምና እና የሌሎች ህንፃዎች ግንባታ ወዘተ. የሚከናወንበት ይሆናል። በእናንተ ብቁ አመራር ለምቶ ሌሎችን ክፍላተ ሀገር በዚሁ መልኩ ለማልማት ምሳሌ መሆን አለበት በማለት ዘርዝረው በሰፊው አስረዱን። ይህ የስራ መስክ ለእናንተ አዲስና ልዩ በመሆኑ በየቀኑ የሚያጋጥማችሁን ሁኔታ በዳየሪ መልክ ብትመዘግቡት ይጠቅማችኋል ብለው ጠቃሚ ምክራቸውንም ለገሱን። በመግለጫው መዝግያ ላይ ደግሞ፣ የልማት እንቅስቃሴው በየአቅጣጫው ሲከናወን፣ ትራክተሩ፣ ግሬደሩ፣ ዶዘሩ በዚህም በዚያም ሲያጓራ የእናንተ ስራ እንደ እግር ኳስ ዳኛ ፊሽካችሁን ይዛችሁ ፊ.. ር.. ር.. ር.. ር.. ማድረግ ብቻ ነው በማለት በሳቅ አንከትክተውን ንግግራቸውን ደመደሙ።

ማን እንደገለጸልን ለግዜው ባላስታውስም ወሎ በወታደሮች እንዲተዳደር የተደረገው፣ አዲስ አበባ ከሚገኙት ወሎዬዎች መካከል፣ "የወሎ ሕዝብ በነበሩት አስተዳዳሪዎች አጥንቱ ተግጦ ያለቀ ሕዝብ በመሆኑ እነዚህ አስተዳዳሪዎች ተመልሰው ቢመደቡ የሚሰጠውን የእርዳታ እህል እየተቀራመቱ ለግል ጥቅማቸው ስለሚያውሉት ሕዝቡን ሌላ ችግርና ረሀብ ላይ ይከቱታልና በትምህርታቸው በታታሪነታቸውና በጠባያቸው የተመሰገኑ ሰዎች ከሰራዊቱ ተመርጠው እንዲያስተዳድሩ ይደረግልን" ብለው በመጠየቃቸው እንደሆነ ተነግሮናል።

ሀገር አስተዳደር ሚኒስቴር ሄደን በሀገር አስተዳደር ም/ሚኒስቴር በአቶ መሐረነ ምንዳና በሌሎች ባለስልጣኖች የአንድ ሳምንት ሰሚናር ተከታትለን እንደጨረስን ምድባችን ተነገረን። ኮሎኔል ጌታሁን እጅጉ ዋና አስተዳዳሪ፣ አቶ ዋለልኝ ሀይሉ ም/ዋና አስተዳዳሪ፣ ሻለቃ ነጋሽ ተክለማርያም የቃሉ አውራጃ አስተዳዳሪ፣ ሻለቃ ታምራት ቢቂላ የራያና ቆቦ አውራጃ አስተዳዳሪ፣ እኔ (ሻለቃ አሰፋ በርሄ) የቦረና አውራጃ አስተዳዳሪ፣ የሙቶ አለቃ መስፍን የኔነህ የዱብቲ ወረዳ አስተዳዳሪ፣ የሙቶ አለቃ ታምሩ ጉልላት የባቲ ወረዳ አስተዳዳሪ፣ የሙቶ አለቃ ሲሳይ በላቸው የዋድላ ደላንታ የወረዳ አስተዳዳሪ፣ ማ/ቴክ አሰፋ ሊካሳ የተንታ ወረዳ አስተዳዳሪ፣ ማ/ቴክ ወርቅነህ ወልደየስ የካቤ ወረዳ አስተዳዳሪ፣ ጁ/ቴክ ሀይሉ ይላላ የሳይንት ወረዳ ሌሎችም እንደዚሁ የአውራጃና የወረዳ አስተዳዳሪዎች በመሆን ተመደቡ። እኔም ምድቤን ካወቅሁ ዘንድ ስለ ቦረና አውራጃ ሕዝብ የሚያስረዳኝን ጓደኛዬን ማግኘት ስለነበረብኝ ወደ አቶ ፋሪስ ዳምጠው ሳልውል ሳላድር መሄድ ስለነበረብኝ ወደ እርሱ አመራሁ። አቶ ፋሪስ ዳምጠው ደሴ ንጉስ ሚካኤል ት/ቤት አብሮኝ የተማረ በጣም ደግና ርህሩህ በጣም ከማቀርባቸው ጓደኞቼ አንዱ ነበር። የቦረና ልጅ በመሆኑ አውራጃው ያልለማ፣ መንገድ የሌለውና ሽፍቶች የሚበዙበት መሆኑን ይገልጽልኝ ስለነበር ይሰራበት እነበረው ለገሀር ጉምሩክ ሄጄ ጉዳዩን ገልጬለት ስለአውራጃው አጠቃላይ ሁኔታ እንድያብራራልኝ ጠየቅሁት። እርሱም አንድ ነገር ሳያስቀር ዘርዝሮ ከገለጸልኝ በኋላ፣ መካነ ሰላም እንደገባህ እገሌ የተባለውን ዘመዴን ከሜታ አስጠርተህ ተዋወቀው። የሜታ ሕዝብ በጣም ሀይለኛ ሕዝብ በመሆኑ፣ ከዚህ ሕዝብ ጋር የሚኖርህ ቀረቤታ ለተልእኮህ መሳካት ወሳኝነት ያለው ነው። ለዚህ አባባሌና የሕዝቡን ሀይለኝነት የሚያስረዳ አንድ አባባል ልንገርህ፤ "ሜታ ያሰረው ነገር አይፈታ" ይባላል። ስለዚህ ይህን ህዝብ ከእጅህ እንዳያመልጥ አጥብቀህ ያዘው። ከእጅህ ካመለጠ አከተመልህ ማለት ነውና በጣም ተጠንቀቅ። ሌላ የምነግርህና አደራ የምልህ የለኝም፤ እግዚአብሔር ይርዳህ። መልካሙን ሁሉ እመኝልሀለሁ ብሎ የመከረኝን ምክር እንድተገብር የረዳኝ ምን ግዜም የማልረሳው ጓደኛዬ ነው።

ጉዞ ወደ ወሎ

ሁላችንም በአንድ በተዘጋጀልን አውቶቡስ ተሳፍረን፣ በብዙ ሀገር ወዳድ ወገኖች ታጅበን፣ ፊታውራሪ አመዴ ለማ አውቶቡሱ ውስጥ ገብተው ስለ ክ/ሀገሩ መግለጫዎች እየሰጡን እስከ ኮተቤ ድረስ በመሸኘት ጉዞአችንን ቀጠልን።

ወሎና ሸዋ ድንበር ላይ እንደደረስን የክፍለ ሀገሩ ባለስልጣኖች፤ ታዋቂ ሰዎችና ሽማግሎች ተሰብስበው ይጠብቁን ስለነበር ከአውቶቡሳችን ወርደን በእጅ ሰላምታ ከተዋወቅን በኋላ በእ'ንኳ'ን ደህና መጣችሁ ንግግር የአቀባበል ስነ ስርዓት ተደርጎልን ወደ አውቶቡሳችን ገብተን በተቀባዮቻችን ታጅበን ጉዞ ቀጠልን። ደሴ ከተማ እንደገባን ራት ተጋብዘን በየተዘጋጀልን ማረፍያ አደርን። በማግስቱ ስለ ክፍለ ሀገሩ አጠቃላይ ሁኔታ ሰፋ ባለ መልኩ የአንድ ሳምንት መግለጫ ተሰጠን። ወደየተመደብንበት አውራጃና ወረዳ ከመሄዳችን በፊት ዋናው አስተዳዳሪ ኮሎኔል ጌታሁን እጅጉ መኖርያ ቤት ተጋብዘን ስለሄድን ስለወደፊቱ ስራችን በግልም በቡድንም እየሆንን ተወያይተን እግዚአብሔር ሁኔታዎችን አመቻችቶልን ተልዕኳችንን ፈጽመን በሰላም እንድንገናኝ በመመኘት ተሳስመን ተለያየን።

ታህሳስ 25 ቀን 1967 ዓ.ም በ16:30 ሰዓት ከኮምቦልቻ በመነሳት በአውሮፕላን ከአውራጃው አስተዳዳሪ ከክቡር ፊታውራሪ አሊ ፋሪስና ከብሔራዊ ጦር (የቦረና) አዛዥ ከቀኝ አዝማች ቸሬ ደጀኔ ጋር መካነ ሰላም (ቦረና) በ17:00 ሰዓት ደረስን። አውሮፕላን ጣቢያውም ጠብመንጃ የያዙ ሶስት ፖሊሶችና አምስት የብሔራዊ ጦር ወታደሮች አጅበውን በበቅሎ ወደ ከተማው አመራን እግረመንገዳችንንም የኪዳነ ምሕረት ቤተክርስትያንን ተሳልመን ወደ ተዘጋጀልኝ ማረፍያ ሆቴል ሄድን፣ ሆቴሉም ውስጥ የከተማውን ባለስልጣኖች ተዋውቄ ታህሳስ 26 ቀን ስራ ጀመርኩ።

ስራ እንደጀመርኩ ጠረጴዛ ላይ ከ64 የበለጡ ፋይሎች በሁለት መስመር ወደ ላይ ተደራርበው ስለጠበቁኝ ስራውን ተጋተርኩት በመሀከሉም በአውራጃው ውስጥ የሚገኙትን መስርያ ቤቶች ለመጎብኘት ፕሮግራም አስወጥቼ ፋይሎቹን ዕሁድ ጭምር ገብቼ አገባደድኩ።

ሰኞ ጧት ጉብኝቱን ከፊታውራሪ አሊ ፋሪስ (የቀድሞው አስተዳዳሪ) ከአቶ አለማየሁ ሞላ (የአውራጃው ፍ/ቤት ፕሬዚደንት) ከ፻ አለቃ በለጠ አሰፋው (የፖሊስ አዛዥ) ከቀኝ አዝማች ቸረኝ ደጀኔ (የብሔራዊ ጦር አዛዥና) ከሌሎች የየመስርያ ቤት ሀላፊዎች ጋር በመሆን አስተዳደሩን፣ አውራጃና ወረዳ ፍርድ ቤቶችን፣ ብሔራዊ ጦር ጽሕፈት ቤትን፣ ናዒብን፣ ግምጃ ቤቱን፣ ፖሊስ ጣቢያውን፣ ቤተ ክህነትን፣ ጤና ጣቢያውን፣ ወህኒ ቤትን፣ ጎብኝቼ በ6:00 ሰዓት ጨረስኩ፣ ያለውን የአስተዳደር የቢሮና ልዩ ልዩ ችግር የአውራጃው መስርያ ቤቶች ሀላፊዎች በየተራ እኔ ዘንድ እየመጡ ተወያይተን መፍትሔ እንድንሰጥበት ቀጠርኳቸው።

ታህሳስ 30 ቀን የሀገር ሽማግሌዎችና የዕድር ዳኞችን በማስጠራት ተዋወኳቸው። ጥር 1 ቀን 1967 ዓ.ም ለከተማው ሕዝብ ንግግር እንዳደርግ ማስታወቅያ ከተላለፈ በኋላ ከሁለት መቶ ለማያንስ ሕዝብ ስለ ኢትዮጵያ ትቅደም ዓላማ ስለ ዕድገት በሕብረት እኛ ስለመጣንበት ዓላማ ነጋሪት ጋዜጣ ቁጥር 335/66ን በመጥቀስ አብራራሁ። እኛ የመጣነው የሕዝብ አገልጋይ እንድንሆን ምቾትንና ድሎትን ትተን ከእናንተ ከወገኖቻችን ጎን ተሰልፈን በሽታን ረሀብን ድንቁርናን ለማስወገድና ሕዝቡ የተሻለ ኑሮ እንዲኖር ለመምራት መሆኑን ገለጽኩ። እኔንና የወረዳ አስተዳዳሪዎችን በማስተዋወቅ ልዩ ልዩ መግለጫዎችን ሰጠሁ። ስለ ልማት ፕሮግራም በማስረዳት ሕዝቡ ተባባሪ እንዲሆን ገለጽኩ፣ ግብር መክፈል ለሀገር ለጋራ ጥቅም መሆኑን በማሳሰብ ነገር ትቶ ስራን እንዲሰሩ ፍርድ ቤት ከመሄድ አባቶች በሽምግልና እንዲቆርጡት አለበለዝያ ግን በነገር ቆርቁዘው ንብረታቸውን ሸጠው ቤተሰባቸውን በትነው በመቸገር ለማኝ የሆኑ ስላሉ እንደነርሱ ችግር ውስጥ እንዳይገቡ፣ በእነርሱ የደረሰው እንዳይደርስባቸው እንዲጠነቀቁ አስገነዘብኩ። የፈንጣጣ ክትባት፣ የከብት፣ የወባ ምርመራ ለጤና የሚበጅ መሆኑን አብራርቼ እንዳይቃወሙ አሳሰብኩ። ቀጥዬም አደራ ሰው አወራ ብላችሁ ሳታጣሩ በሰው ላይ እርምጃ አትውሰዱ በማለት መክሬ ዘማቾች መምጫቸው ስለደረሰና ምንም ዝግጅት ባለመደረጉ የመጻዳጃ ቤት ጉድጓድ ሄደን እንቆፍር በማለት ወድያው ስራ ጀመርን። መዋጮም ተደረገ። ወድያውኑም የዋጋ ቁጥጥር ኮሚቴ ተመርጦ ዋጋ እንዲወስኑ ምክር ሰጠሁ።

በአውራጃው በርካታ ችግሮች ነበሩ። በከተማው ፱ኛ ክፍል ሲከፈት መጽሐፍትና መምህራን ሳይኖሩ አንድ ሴሚስተር አልፎ ነበር። መገናኛ ሬድዮ በየግዜው በመበላሸቱ የግንኙነት ችግር ገጠመን። ፱ ፖሊሶች ያለ ለውጥ ወደ አስመራ ስለተዘዋወሩና ሀይል አንሶን ነበር። ደብረሲና ዳኞች ባለመኖራቸው ሕዝቡ ስለተቸገረ፣ እስረኞች ከስልጣን በላይ ምክንያት ወደ ደሴ መሄድ ሲገባቸው ከሁለት ወር በላይ እዚያው ተጉላልተው ነበር። የስራ ማስኬጃ ገንዘብ አልነበረም። ም/ወረዳ አስተዳዳሪዎች ቢሮ ስለሌላቸው ከተማ ውስጥ ይኖሩ ነበር። ይህም ስራውን በእጅጉ በድሎት ነበር። ስለእነዚህና ስለሌሎች ችግሮች ለማመልከት ደሴ መሄድ ነበረብኝ። እንዳጋጣሚ ባለቤቴ ልትጠይቀኝ መጥታ ስለነበር ተያይዘን ወደ ደሴ ተጓዝን። የ፱ኛ ክፍሎች ጉዳይ ሌላ መፍትሔ ስለጠፋ የክፍለ ሀገሩ ዋና አስተዳዳሪ፣ የወሎ ክ/ ሀገር የት/ቤቶች ጽ/ቤት አቶ ነጋሽና እኔ በተገኘንበት ለት/ስ/ጥበብ ሚኒስቴር ደብዳቤ እንዲጻፍ ተወሰነ። ስለ መገናኛው ሌላ ሬድዮ እስኪመጣ ተጠግኖ ተመልሷል። ስለ ፖሊሶች ምትክ ጉዳይ ዋና አስተዳዳሪው የፖሊስ አዛዡ፣ የንዑስ ደርግ ሊቀመንበሩና እኔ ባለንበት እንደሚተኩ ተገለጸልኝ። የደብረሲና ዳኞች ተመደቡ። ለእስረኞችና ለአጃቢዎቹ 116 ብር መጓጓዣ ይዤ ተመለስኩ። የም/ወረዳ አስተዳዳሪዎች ቤት መሰራት ስለአለበት ገንዘብ ይላካል ተባለ። ደሴ በቆየሁበት ወቅት ሲንየር ቺፍ አንበሴን ወክዬው ሲሰራ ከቆዬ በኋላ በ6/5/67 እንደተመለስኩ በ13/5/67 ለሕክምና ወደ ደሴ ሄደ።

የጥምቀት በዓል በባህሉ መሰረት ሲከበር ጥር 12 ቀን በኪዳነ ምሕረት ቤተክርስትያን በደባልነት የሚገኘውን የቅዱስ ሚካኤልን ታቦት ብዙ ሕዝብ የሚያጅበው መሆኑን ስለተገለጸልኝ ቢሮዬን በ5፡00 ሰዓት ዘግቼ ከአጀብኩ በኋላ ከ1,000 በላይ ለሆነ ሕዝብ ስለ ኢትዮጵያ ትቅደም፣ ስለ ዕድገት በሕብረት ዘመቻ፣ በሰፊው አስረዳሁ። ባርኔጣ በማውለቅ ድሮ ለዘልዓለም ይኑር እንደሚባለው "ኢትዮጵያ ስል ሕዝቡ ትቅደም" በማለት ሶስት ግዜ ካሳረግን በኋላ ቄሱ ባርከው ታቦቱ ገባ።

በ14/5/67 አንድ ሰው ምንም የማይጠቅመው ቀላጤ ከደሴ ይዞ በመምጣት ስለአቀረበልኝ፣ ይህ ያመጣኸው ቀላጤ ምን ይረዳሀል? አልኩት። ምንም አለኝ። ታድያ የአራት ቀን መንገድ ሄደህ ደክመህ ገንዘብህን በከንቱ ማባከንህን ታምንበታለህ ወይ? አዎ። ጥሩ ትምህርት ነው የተማርከውና ለወደፊቱ "ነገር ከስሩ ውሀ ከጥሩ" እንደሚባለው ከስሩ ጀምር። ውሳኔውን ካየህ በኋላ ወደሚቀጥለው ሂድ እንጂ ከላይ ወደ ታች አትምጣ። ጓደኞችህንም ምከር አልኩ። ለብዙ ሰዎችም ስለዚሁ ጉዳይ ምክር ሰጠሁ። ለክ/ሀገሩ አስተዳደር ጽ/ቤትም ይህንኑ የተመለከተ ዘርዘር ያለ ይዘት ያለው ደብዳቤ አዘጋጅቼ እንደዚህ አይነት ቀላጤ እንዳይጻፍ፣ የሚመጡ ባለጉዳዮች ቢኖሩ ምክር እንዲለገሳቸው በማለት አስተላለፍኩ።

በ16/5/67 የሳይንትን አጥቢያ ዳኛ ክስ ውሳኔ በጉባኤ ሰጠን። በዚሁም ዕለት በደብረሲና ወረዳ ስር ያሉትን ም/ወረዳዎች የወንጀል እስታቲስቲክስ የያየና ም/ወረዳ የንብረት ቃጠሎ ስለበዛ የም/ወረዳው ጭቆችና ሽማግሎች እንዲመጡ ቀጥሬ ነበር። ለአርባ አምስት ደቂቃ ያህል ሰበሰብኳዋቸው። ከም/ወርዳዎች ውስጥ ያየና ብቻ የወንጀል ማህደር ስትሆን አያሳዝናችሁም? በማለት ብዙ ጠቃሚ ምክር ከሰጠሁ በኋላ በሀሳቡ ተስማምተው ምንም ወንጀል እንደማይፈጽሙ ቃል ገብተው የተጣሉትን እና የተጋደሉትን በነገርኳቸው መሰረት ሊያስታርቁ ተስማምተን ተለያየን።

በ16/5/67 አቶ አሊ መሐመድ የተባሉት የወግሎ ድቤ የዘር ጭቅነት የላቸውምና ይነሱልን። በድለውናል፤ በማለት 80 ያህል ሰዎች ቢሮዬ ድረስ መጥተው አመለከቱ። በዚህ አጋጣሚ ስለ ኢትዮጵያ ትቅደም ዓላማ ስለ ዘማቾችና ስለ ልዩ ልዩ ሁኔታዎች መግለጫ ከሰጠሁ በኋላ የዘማቾችን ቤት በ18/5/67 40 ሰው ያህል መጥተው ሊሰሩ ተስማማን። ስለሚመለከታቸው ጉዳይ መዝገቡን መርምሬ መልስ ልሰጣቸው ስለወሰንኩ ሕዝቡ እንዳይጉላላ ሶስት ሰዎች እንዲመርጡ አድርጌ ነበር። በመዝገቡ መሰረት ከአሁን በፊት ከ1942 ዓ.ም ጀምረው ሲከራከሩበት ቆይተው ስለተረቱ ለ18/5/67 ድቤ መድህኔዓለም ቤተክርስትያን ሕዝቡ እንዲገኝና በሕዝቡ ምርጫ ውሳኔ ልሰጥ ቆረጥኩ። ምስለኔው አቶ አሊ መሐመድን፣ የወግሎ ፀሓፊ አቶ ተፈራ ወርቁን፣ የአውራጃውን ፖሊስ አዛዥ ከሁለት ወታደሮች ጋርና ም/ፀሓፊ አቶ ገበየሁ እንድሬን ይዤ ደረስኩ። የተሰበሰበው ሕዝብ ከ100 የማይበልጥ በመሆኑ የድቤ ሕዝብ ግምት 1,500 ሆኖ እያለ ማስመረጡ ትክክል አለመሆኑን አስረድቼ ለተሰበሰበው ሕዝብ ስለ ኢትዮጵያ ትቅደም፣ ስለ ዕድገት በሕብረትና ስለ ልዩ ልዩ ጉዳዮች ገልጬ ሰላምና ፀጥታ በመቆጣጠራቸው አመሰገንኩ። ለዕድገት በሕብረት ቤት ስራ እንዲያስቡበትና ዘማቾችን እንዴት እንደምንቀበላቸው ማሳሰቢያ ሰጠሁ።

በዚሁም ዕለት ማታ የሚከበረው ሰባርአጽም ተዋጊዮርጊስ እስከ 10,000 ሕዝብ ይገኝበታል ስለአሉኝ ከድቤ መድህኔዓለም በበቅሎ አንድ ሰዓት ከሩብ ተጉዘን ደረስን። የቤተ ክህነቱ ፀሓፊ አቶ ቸሩ ንግግር ለማድረግ የሚመችበትን ቦታ እንዲያዘጋጁ አድርጌ ነበር። አቶ ሽፈራው አንበሴ የተባሉ አንድ አዛውንት ጠላና ቁርስ ይዘውልን መጥተው ጋበዙን። እርሳቸውም ምነው ቀደም ብላችሁ መምጣታችሁን ብትነግሩን ሲሉ አለማስፈለጉን በመግለጽ ላደረጉልን ግብዣ አመሰገንኩ። ልክ በ7፡00 ሰዓት ታቦቱ ካረፈበት ቦታ ወደ ቤተክርስትያኑ መጓዝ ጀመረ። ጥቂት እንደሄድንም የቤትክርስትያኑ ክልል ጠባብ በመሆኑ ሕዝቡን ሜዳ ላይ በመሰብሰብ ስለ ኢትዮጵያ ትቅደም ዓላማ፣ ስለ ዕድገት በሕብረትና ስለ ልዩ ልዩ ጉዳዮች ከ3,000 ለማያንስ ሕዝብ ንግግር አደረኩ። ከዚያም ታቦቱን ለማጀብ ወደ ቤተክርስትያኑ አመራን። ታቦቱንም እንዳስገባን ጸበል ቅመሱ የሚል ሰው በዛብን። ሆኖም ወደ መሄጃችን አካባቢ ለሚገኙት ለአንድ አዛውንት እሺ ብለን ምሳ አበሉን። ስለዚሁም አመስግነን ልክ በ10፡00 ሰዓት ወደ መካነሰላም ጉዞ ጀምረን 12፡00 ሰዓት ደረስን። ቀደም ሲል አንድ ሰው እንኳን ይህን ሳላይ አልሞትኩ ብለው ስለተናገሩ ምነው ብላቸው ፊት ይቅር የአውራጃው የወረዳው አስተዳዳሪ እንኳን ሲመጡ እከሌ ቤት ይጎዝጎዝ ተብሎ ሙክት ተመርጦ ታርዶ ሶስትና አራት ቀን ሲቀለቡ ከቆዩ በኋላ አራት ጠገራ ብር ተሰብስቦ ሲሰጠው ገላምጦ ነበር የሚሄደው። አሁን ግን መምጣትዎን ሳያሳውቁ አብረውን በአንድ ገበታ እንብላ ብለው ሲበሉ ተዓምር ነው። ተመስገን አሉ።

በ21/5/67 በወግሎ ም/ወረዳ የድቤ ሕዝብ በ18/5/67 ለዘማቾች የተጀመረውን የመጸዳጃ ቤት ጉድጓድ ቁፋሮ ቀጥረው ቀርተው ነበር። ቅሬታውን ለመካስ በዛሬው ዕለት 70 ሰዎች ሆነው በቁፋሮ ሲረዱ ዋሉ። ለከዳን የሚሆን ሳር ጭምር ይዘው መጥተው ነበር።

ዕለቱ አስተርዮ ማርያም በመሆኑና ብዙ ሕዝብ ይሰበሰባል ስለተባለ መግለጫ ለመስጠት አደሬ ማርያም በተባለው የሜታ ምክትል ወረዳ በ11፡30 ሰዓት ከቢሮዬ በበቅሎ 45 ደቂቃ ጉዞ በመጓዝ የማርያምን ታቦት ከሕዝቡ ጋር ሸኝቼ ቤተክርስትያን ቅጥር ግቢ አስገባን። ልክ በ13፡30 ሰዓት ከ500 ለማያንስ ሕዝብ ኢትዮጵያ ትቅደም ስለሚለው ዓላማ በሰፊው አብራራሁ። ስለዕድገት በሕብረት ዘማቾች ሰፊ ገለጻ አደረኩ። የድቤ ሰዎች ለስራው ሕብረታቸውን ስለአሳዩ የሚመሰገኑ መሆናቸውን ገልጬ የሜታም ሕዝብ ለቤት የሚሆን ሳር በብዛት ይዞ ነገ ጧት እንዲመጣ አደራ አልኩ። ዘማቾች ሲመጡ ምን ዓይነት አቀባበልና መስተንግዶ ሊደረግ እንደሚችል ጠይቄ መልስ ስለሰጡኝ ዘማቾቹን እንደ ልጆቻቸው በማየት እንዲንከባከቧቸው አደራ በማለት በዘማቾች የሚሰጣቸውን ትምህርት ዘረዘርኩላቸው።

ስለ ፀጥታው ጉዳይ በሰፊው አነሳሁ። ምን ዓይነት አለመተማመን ቢኖርባችሁ ነው ቤተክርስትያን ድረስ መሳሪያ ይዛችሁ የምትመጡት በማለት ማብራርያ ሰጠሁ። በሕብረት ስለ ሰላም ከሰራንና ካሰብን ማንም ሰው ቦረና ውስጥ ያለስጋትና ያለፍርሐት ምንም ሳይሆን እንደሚዘዋወርና ሀገሪቱም በፀጥታዋ ተመስግና እንደምሳሌ የምትወሳበት ቀን እንደሚኖር ገለጽኩ። ባለእርስትም የመሬት ድልድል እስኪታወጅ ድረስ በድሮው ውለታቸው እየተካፈሉ እንዲበሉ ምክር ለገስኩ። ሌላም ልዩ ልዩ ገለጻ ካደረኩ በኋላ የፈንጣጣ ክትባት የወባ ምርመራ እንዲሁም የከብት ክትባት በሚኖርበት ግዜ እንዲተባበሩ ጥቅሙም የሕዝቡ መሆኑን በሰፊው በመግለጽ አስረድቻለሁ።

ጥር 23 ቀን 1967 ዓ.ም የድርቅ አስተባባሪ ኮሚቴና የዕድገት ማስተባበሪያ ኮሚቴ እንዲመረጥ ባዛዝነው መሰረት ሕዝቡ ሶያ ገበያ ተሰበሰበ። እንዳጋጣሚ የኳሳው ተመካካሪዎች ከሳይንት ጭምር ለዚሁ ቀን ስብሰባ እንደሚያደርጉ አሳውቀው ነበር። እቢሮዬ ድረስ አስጠርቼ ስለዕድገት በሕብረት ስለጀመሩት ፀጥታ ማስከበር ጥሩ ውጤት ማሳየትና ስለሕብረተሰብአዊነት ገለጻ በማድረግ አበረታታኋቸው። ከዚያም የተመካከሩበትን ጽሑፍ አነበቡልኝ። በደንብ አዘጋጅተው እንዲያቀርቡልኝ በመንገር አዲሲቱ ቦረና የሰላምና የደስታ ሀገር የማትሆንበት ምክንያት አለመኖሩን በመግለጽ ሲያበጣብጣቸው የኖረው አድሀሪ መንግስት መሆኑን አስረድቼ እንዲበረቱ መከርኩ።

ታህሳስ 11 ቀን 1967 የኢትዮጵያ ሶሻሊዝም ታወጀ። በአዋጁ መሰረት፣ ጥር 26 ቀን 1967 ዓ.ም ልዩ ልዩ ፋብሪካዎችና ድርጅቶች በመንግስት ቁጥጥር ስር ዋሉ። በሌሎችም፣ መንግስት ከፍተኛ የአክስዮን ድርሻ እንዲኖረው ታውጇል።

ጥር 27 ቀን 1967 ዓ.ም የጊዝያዊ ወታደራዊ መንግስት በዱር በገደል የተደበቁትን ልዩ ልዩ ወንጀል የፈጸሙትን እስከ ሚያዝያ 30 ቀን 1967 ዓ.ም ድረስ በቅርባቸው ወደሚገኙት ምስለኔዎች በመሄድ እየተመዘገቡ እንዲገቡ የምሕረት አዋጅ አወጣ። እኔም በአዋጁ መሰረት ያልሰሙት እንዲሰሙ ለየወረዳዎቹ በደብዳቤ ትዕዛዝ አስተላለፍኩ።

ጥር 28 ቀን 1967 ዓ.ም የጊዝያዊ ወታደራዊ መንግስት የምግብ ሽያጭ ዋጋ በመወሰን ሲያውጅ የንግድና ኢንዱስትሪ ሚኒስቴር ባለስልጣኖች ከአሁን በፊት ያስተላለፉት የዋጋ ተመን ሕዝቡን ለማናጋትና ንቅናቄውን ለማደናቀፍ በማሰብ እንደሆነ ተገልጾ ያወጁት ተይዘው ታሰሩ።

ጥር 29 ቀን 1967 ዓ.ም የመካነሰላም ነዋሪዎችን በመሰብሰብ ልዩ ልዩ ገለጻዎች ካደረኩላቸው በኋላ ለአውራጃው 5 የእርዳታ አስተባባሪ ኮሚቴ፣ 2 የዕድገት ኮሚቴ፣ 6 የዘማቾች አስተባባሪና የማይማን ጎልማሶች ኮሚቴ መረጥን። እዚያም እስከ 8 ሰዓት ከ20 ደቂቃ ድረስ ስለቆየን መርማሪ ኮሚሽን ለመምረጥ ለዕሑድ የካቲት 1 ቀን ቀጠሮ አድርገን ተለያየን።

ጥር 30 ቀን 1967 ዓ.ም የፈንጣጣ አጥፊ ጓድን በሄሊኮፕተር ይዤ አጅባር ከተማ በ15፡30 ሰዓት ደረስኩ። ቡድኑን ከተገኙት 5 ም/ወረዳ አስተዳዳሪዎችና ከሀገሩ ሽማግሌዎች ጋር አስተዋውቄ በፀጥታ በስራና በማንኛውም ጉዳይ ትብብራቸውን እንዲያደርጉላቸው ለሕዝቡ በማስረዳት ከባድ አደራ ጣልኩባቸው። አንዳንዶቹን ም/ወረዳዎች ከጁ/ቴክ ሀይሉ ይላላ ጋር ሆነው ጎብኝተው በነበረበት ግዜ የቆተት አስተዳዳሪ በሕዝቡ ላይ ቅሬታ እንዳደረባቸው ስለነገሩኝ የካቲት 5 ቀን ለቆተት ሕዝብ መግለጫ እንደማደርግ ቀጠሮ በመስጠት ሕዝቡን ሰብስበው እንዲቆዩኝ አዝዤ ወደ መካነሰላም ተመለስኩ።

የካቲት 4 ቀን 1967 ዓ.ም ከላላ ወረዳ በሄሊኮፐተር ሄጄ ሻም/ባሻ ሀይለማርያም ጋር ስለፈንጣጣና ስለ ልዩ ልዩ ጉዳይ ተወያየን። ለሚ ም/ወረዳ ውስጥ አንድ ቮልኬኖ እየፈነዳ የአራሾቹን መሬት ሸፍኖታል እየተባለ የሚወራለትን "ጎሮ" የተባለውን ቦታ ለማየት የምንችልበትን ቀን ወሰንንና አየነው። በዕውነቱ የእኛ ሰው ነገር ማጋነን ይወዳል እንጂ ሁኔታው መሬት በመሸሹ የተነሳ ወደ ቁልቁል እየተደረመሰ የሚወርድ በማንኛውም ቦታ ሊሆን የሚችል ሆኖ ስላገኘነው ለክ/ሀገሩ የተስተካከለ ሪፖርት ላክን።

የካቲት 5 ቀን 1967 ዓ.ም በአደረግነው ቀጠሮ መሰረት የቆተት ሕዝብ ስለለውጡ ገለጻ ያልተደረገለት በመሆኑ አንዳንድ አመጸኞች ስለአሉ ፈንጣጣ ለማጥፈት የሚሰማሩትን ፈረንጆች ይጻረሩ ይሆናልና ከመሄዳቸው በፊት ገለጻ ይደረግ ተባብለን ተማከርን። ከ1,500 ሕዝብ በላይ ለተገኙት ለቆተትና ለአሀዮ ሕዝብ ስለኢትዮጵያ ትቅደም፣ ስለዕድገት በሕብረትና ስለልዩ ልዩ ጉዳዮች መግለጫ ሰጠሁ። እንዲሁም የጊዝያዊ ወታደራዊ መንግስት ያወጀው ዓዋጅ ለሕዝቡ ደህንነት በመሆኑ ወንጀለኞች በየምስለኔዎቻቸው በኩል እየተመዘገቡ እንዲገቡና የሀገሩም ሽማግሌዎች እንዲያስታርቁ በማሳሰብ ሰፊ ገለጻ አደረኩ። በኋላም የፈንጣጣ አጥፊ ድርጅት ለእኛ ጥቅም መምጣታቸውን በማስረዳት ትብብርና ጥንቃቄ እንዲያደርጉላቸው አደራ አልኩ። የአባይን ወንዝ ለማጥናት ከመጡት ጀርመናውያን መሐከል አንዱ ስለተገደለ እንዲህ ያለ አደጋ ቢደርስባቸው የቦረና ስም የሚበከል መሆኑን በማስረዳት ንግግሬን ጨረስኩ። ጅ/ቴክ ሀይሉ ይላላም ሰፋ ያለ ንግግር አሰማ። በጋራም ጥያቄአቸውን ተቀበልን። ምሳም እዚያው ተጋበዝን። በጠቅላላው ከ4፡00 ሰዓት እስከ 9፡00 ሰዓት ድረስ በመቆየት የሰብል አጥፊ ኮሚቴ አስመርጠን የተለመደውን ስራዬን ከሰዓት በኋላ ጀመርኩ።

የካቲት 7 ቀን 1967 ዓ.ም ልክ ከጠዋቱ 3፡00 ሰዓት ሲሆን ከ፲ አለቃ በለጠ አሰፋው፣ ከ2 ፖሊሶች እንዲሁም 3 ብሔራዊ ጦር ጋር በመሆን ለሚ ወደምትባለው በከላላ ወረዳ ወደምትገኘው ም/ወረዳ ያልታሰበ ጉዞ አደረኩ። ልሄድ ያበቃኝ ምክንያት ምስለኔው ባላምባራስ አንተነህ አየለ የካቲት 6 ቀን በደብዳቤ ቁ. የው/ቁ/42/67 በብሔራዊ ጦር አዛዥ በቀኛ/ቸረኝ ደጀኔ ላይ የተፈጸመው የዘረፋ ወንጀል መፈጸሙንና ፀጥታው እጅግ

በጣም አስጊ ሁኔታ ላይ መድረሱን በመጥቀስ በአስቸኳይ ይምጡልን ብሎ በማሳወቁ ነበር። እኔም ሕዝቡን በመሰብሰብ ችግሩን በመጠየቅ ስለሕብረተሰብአዊነት ፍልስፍና በማስረዳት ሽማግሌዎች መርጠው ፀጥታቸውን እንዲጠብቁ ለማድረግ አስቤ ወደዚያው አመራሁ። ነገር ግን ለስብሰባው የመጡት ከ50 ያልበለጡ ሰዎች ብቻ ነበሩ። ለነዚሁ ሰዎች ጉዳዩን በማስረዳት ሽማግሌ መርጠው የሌላውን አካባቢም ሕዝብ ሰብስበው በመወያየት ፀጥታቸውን እንዲያስከብሩ አንድ ሽማግሌና ምስለኔውን ሀላፊ በማድረግ የወሰዱትን እርምጃ በየጊዜው እንዲገልጹልኝ ትዕዛዝ ሰጥቼ በማግስቱ የካቲት 8 ቀን ወደ ሰፈር ተመለስኩ። ለሁለት ቀን የሚበቃ የቆርቆሮ ምግብ፣ ብስኩት፣ ዳቦቆሎ፣ ሻይና ስኳር ይዤ ስለነበር ቀኛ/ቸረኝ ካቀረቡት ምግብ ጋር አብረን ተመገብን።

የከብት (ደስታ) በሽታ መከላከያ ክትባት ለመስጠት አቶ ደምሴ አሰፋ ቆተት በጥር ወር 1967 ዓ.ም እንዲሄድ በታዘዘው መሰረት ለ1,500 ከብቶች ክትባት አድርጎ ስራውን ለማጠናቀቁ ሊገልጽልኝ እቢሮዬ መጣ። ስለአደረገው የስራ አፈጻጸም ካመሰገንኩት በኋላ ስለቆተት የፀጥታ ሁኔታ እንዴት እንደሆነ ጠይኩት። ሰላም ነው። ግን እንደሚወራው ከሆነ አንድ መምህር አበበ ወ/ሚካኤል የተባሉ በወግሎ የሚገኘው ምስካቤ ቅዱሳን ገዳም አስተዳዳሪ የቀድሞው መንግስት እንዲመለስልን ጸልዩ እያሉ ይሰብካሉ እንጂ ሌላ ነገር የለም አለኝ። እኔ ስለእኚህ ቄስ አላውቅም ግን ከተማ ግዛው ስለተባለው ሰው እንዲነግረኝ ነበር የፈለኩት። ይሁንና የአውራጃው ቤተክህነት ሹም የሆኑትን መምሬ አከለን እኚህን ቄስ ለስራ ጉዳይ ብለው እንዲያስመጡልኝ ነገርኳቸው። እርሳቸውም በበኩላቸው የወሩን ሪፖርት ይዘውልኝ ይምጡ፤ ደምወዝዎንም መጥተው ይውሰዱ ብለው ደብዳቤ ቢልኩባቸው እኔ ልመጣ አልችልም ገንዘቡን በሰው ላክልኝ ብለው በጽሑፍ መልስ ሰጧቸው። ይህንን ጽሑፍ አቀረቡልኝ እኔም ገንዘቡን እንዳይልኩላቸው ትዕዛዝ ሰጥቼ ስለቄሱ መከታተል ጀመርኩ።

ቀደም ብሎ ከአንድ ወር በፊት ፖሊሶች ተሰብስበው አስጠርተውኝ ነበር። ከተማ ግዛው ከወግሎና ከሊጋምቦ ጋር በመጻጻፍ ከተማዋን፣ መካነሰላምን፣ እንዝረፍ እየተባባሉ መላላካቸውን ነገሩኝ። ስለዚህም ዝርፊያውን ለማስቆም ሀይል እንዲጨመርልን ይጠይቁልን ብለው ጠየቁኝ። በቂ መረጃ ካላችሁ እጠይቃለሁ። ከሌላችሁ ግን ምን የተጨበጠ ነገር አግኝቼ ልጠይቅ? እጅግ በጣም ከሰጋችሁ ሲቪል ልብስ በመልበስ ሄዳችሁ መረጃ ፈልጉ። በቂ መረጃ ካገኛችሁ ሀይል እንዲመጣልን እጠይቃለሁ ብያቸው ተለያየን። ከዚያም ወዲህ አቶ አሊ መሓመድ የተባሉት ጭቃ ሹም ስለ ከተማ ግዛው ጉዳይ ገለጹልኝ። ቆተት የሚገኙ ወንድማቸው አቶ ተሾመ ግዛውን (የአጥቢያ ዳኛ) በአስቸኳይ ለስራ ጉዳይ እንዲመጡ ስለአዘዝኳቸው "በትዕዛዙ መሰረት መጡ። እኔም ከተዋወቅኋቸው በኋላ ስለቆተት የፀጥታ ሁኔታ ስጠይቃአቸው ምንም አስጊ ነገር እንደሌለ ገለጹልኝ። ስለወንድማቸው ስለ ከተማ ግዛው ጠይቄአቸው ከእኔ ጋር ጠብ ነን። ግን ይዤው ልመጣ እችላለሁ። ምንም ችግር የለም አሉኝ።

የካቲት 9 ቀን 1967 ዓ.ም ዕሑድ ቢሮዬ ውስጥ እንዳለሁ ሁለት ሰዎች ማመልከቻ ይዘው ከወግሎ ፀሐፊ ጋር ሲነጋገሩ አይቼ ምን ሆናችሁ ብዬ ጠየኳቸው። ከፍ ያለ ጉዳይ አለን አሉኝና ቢሮዬ ውስጥ አስገባኋቸው። ማመልከቻቸውንም ተቀብዬ ሳነብ ስለቄሱ ስለመምህር አበበ ወ/ሚካኤል ጉዳይ መሆኑን ተረዳሁ። ቄሱ ለከተማ ግዛው የጻፉትን መልእክት ከመንገድ ጠልፈው ከማመልከቻው ጋር ተያይዞ ስለነበር የእርሳቸው

ጽሕፈት መሆኑን አረጋገጥኩ። ፍሬ ነገሩም የቆተት ሕዝብ ከድቶናልና ወዳጄ ሆይ ሰውን አትመን። እኔ እንዳልመጣ አሞኛል አንት የምትመጣበትን ቀን ላክብኝ ወይም በዚህ ቀን ና በለኝ። ይህችን ደብዳቤ ይዞ ለሚመጣው ያችን መጽሐፍ ላክልኝ፣ የሚል በመሆኑ ጥሩ መረጃ ሆነኝ። ቀኑን ሙሉ ምሳ ሳልበላ ውዬ በአስር ሰዓት ገደማ አስር አለቃ በለጠ አሰፋውንና አዲስ የመጣውን መርማሪ፣ ወ/ር ወርቁን አስፈልጌ ቢሮዬ አስመጣኋቸው። ጉዳዩን በሰፊው በመግለጽ አስረድቼ በሚስጢር ቃል እንዲቀበሉ አደርግሁ። በቂ ማስረጃም አገኘን። በተለይ ሁለተኛው ምስክር የኢየሱስን በዓል ለማክበር ቆተት ሄዶ ነበር። ከተማ ግዛው ታቦት እንደገባ ረዥም ጠይም የሆነውን ሰው እነዚያን ብረት የያዙትን ሁሉ ጠርተህ አምጣልኝ ብሎ አዞ እንደመጡ ከበውት ተቀመጡ። አያችሁ አፋቸውን እያጣፈጡ ሕዝቡን ከእጃቸው አስገቡት። ህዝቡ ወደነሱ እንዳይሆን መበርታት አለብን እያለ ሲያወራ ነበር በማለት ነገሩን። እኔም ከቄሱ ጋር ያላቸውን ግንኙነት አረጋገጥኩ። ምርመራው ልክ ከምሽቱ 1:00 ሰዓት ላይ አለቀ። አመልካቾቹ ወድያውኑ እንሂድ አሉ። ቦታው ሩቅ በመሆኑ አድረው እንዲሄዱ ወሰንን። በ፲ አለቃ ዘሩ መሪነት ሶስት ፖሊሶች መድበን ቄሱን ለመያዝ የካቲት 10 ቀን በጧት እንዲሄዱ አደረግን። ግን በሌሊት በባለብረቶች ታጅበው ስለሄዱ ሳይያዙ ቀሩ። ሀይል እንዳላሰማራ ያለን የፖሊስ ሀይል ጥቂት ነበር። ወደ አቃቢ ሕግ እንዳይመራም ምስጢሩ ይባክናል ብዬ ሰጋሁ። ስለዚህም ለክ/ሀገሩ አስተዳዳሪ፣ ለፖሊስና ለንዑስ ደርግ በቴሌግራም ወስላቶች ከመደርጀታቸው በፊት ዓላማቸውን ለማክሸፍ መርማሪና ሀይል እንዲላክልን የካቲት 13 ቀን 1967 ዓ.ም ጠየቅሁ።

የፈንጣጣ አጥፊ ጓድ ሀላፊ የሆኑት ዶክተር ኩቦኒን ለማስጠንቀቅ ጥር 12 ቀን ላስጠራቸው ስዘጋጅ ቀድመው ወደ ቢሮዬ መጡ። ከዚያም ቆተት ያለው ባልደረባችን አቶ ተዘራ በሬድዮ እንዳነጋገራቸውና 15 የሚሆኑ ሰዎች ብረት ይዘው የሄሊኮፕተሯን መምጣት ይጠባበቁ ነበር ስላለኝ ሁኔታው እንዴት ነው? አሉኝ። እኔም ቆተት እንዳትሄዱ ስትመላለሱም ሁልጊዜ በአንድ አቅጣጫ አትጠቀሙ። ከተቻለም ከፍ ብላችሁ ብረሩ። የትም ቦታ በምታርፉበት ጊዜም ማረፍያ ቦታችሁን ለዋውጡ። የቆተትም ስራ እጅግ በጣም አስፈላጊ ከሆነ ዙርያውን ተመልክታችሁ ካላረጋገጣችሁ አትረፉ። በምታርፉበትም ጊዜ ት/ቤት ሜዳ ሳይሆን ራቅ ያለ ቦታ ሰው የሌለበት ላይ ዕረፉ በማለት አስጠንቀኳቸው።

የካቲት 11 ቀን 1967 ዓ.ም ጓሜዳ ለሚገኘው ሕዝብ ስለለውጡ ለማስረዳት ዕቅድ አውጥተን ነበር። ከ2,000 ለማያንስ ሕዝብ እኔና ጁ/ቴክ ሀይሉ ይላላ ስለኢትዮጵያ ትቅደም ስለሕብርተሰብአዊነት አመራር ስለዕድገት በሕብረትና ስለልዩ ልዩ መግለጫዎች በሰፊው አስረዳን።

የካቲት 13 ቀን 1967 ዓ.ም ወግዲ በመሄድ ለተሰበሰበው ሕዝብ ተመሳሳይ ገለጻ አድርግያለሁ። ስለፈንጣጣ አጥፊ ጓድ አመጣጥ በማስረዳትም እንዲተባበሩ ገልጫለሁ። ከላላ የሚገኙት አቶ ተስፋዬ አራጋው የተባሉት ዳኛ በሕዝቡ ላይ ከፍ ያለ በደል ፈጽመዋል። እስካሁን ድረስ ጉቦ እየተቀበሉ ሕዝቡን አጉላልተዋል ተብሎ በተመለከተባቸው መሰረት የ፲ አለቃ በለጠንና ወ/ር ወርቁን ቢሮዬ ድረስ በማስመጣት ምርመራውን በምስጢር ፈጽመን ዳኛው ተይዘው ለፍርድ እንዲቀርቡ ወስነናል።

የካቲት 16 ቀን 1967 ዓ.ም በሄሊኮፕተር ከላላ ሄደን ወረዳው ጽ/ቤት ግቢ እንዲሰበሰቡ ቀጠሮ ለሰጠናቸው የወረዳው ምስለኔዎች ጭቃ ሹሞች ያጥቢያ ዳኞችና የሀገር ሽማግሌዎች ስለኢትዮጵያ ትቅደም ስለሕብረተሰብአዊነት አመራር፣ ስለዕድገት በሕብረትና ስለልዩ ልዩ መግለጫዎች አስረዳሁ። ፈንጣጣን ከምድረ ገጽ ለማጥፋት የመጡትን የቡድን መሪ አስተዋወኩ። ፈንጣጣ የሚያስከትለውን ጠንቅ በሰፊው በመግለጽ ይህን በሽታ ለማውደም መተባበር እንዳለብን አስረዳሁ። ሻም/ባሻ ሀይለማርያም ሀብቴም በመጀመርያ ከሕዝቡ ጋር አስተዋውቆኝ መግቢያ ንግግር አድርጓል። በዚሁ ዕለት ሄሊኮፕተሯ በመበላሸቷ ከላላ አደርን። ሌሊት በ12፡00 ሰዓት እኔና ዶክተር ኩቦኒ በበቅሎ ተጉዘን መካነሰላም ልክ በ11፡00 ሰዓት ደረስን። ፓይለቱ እንዳንሰጋ ብሎ ሰው በ10.00 ብር ተከራይቶ በመላክ ደህንነታቸውን መንገድ ላይ አብስሮን ውህና ምግብ አስረክቦናል። የካቲት 18 ቀን 1967 ዓ.ም ወደ ደሴ እንድመጣ በታዘዝኩት መሰረት ሄጄ በቅድሚያ ስለቆተት ፀጥታ ጉዳይ በሰፊው ተወያየን። ከዚያም ሌሎችንም በነጥብ የያዝኳቸውን ጉዳዮች ከሚመለከታቸው ሰዎች ጋር ተነጋግሬ ውሳኔ አሰጥቻለሁ።

በተለይ ስለፀጥታው ጉዳይ የወስላቶችን ሀይል በምስጢር እንድከታተል ሆኖ የሚያሰጋ ቢኖር ሀይል እንድጠይቅ ተወስኗል። ይህን በማደርግበት ግዜ የሰው ሕይወት ሊያልፍ ስለሚችል ጥንቃቄ የሚሻ ጉዳይ እንደሆነ ተረዳሁ።

የካቲት 21 ቀን 1967 ዓ.ም ከደሴ ተመልሼ የዕድገት በሕብረት ዘማቾች መጠለያ ስላልተሰራ ጭቃ ሹሞች እንዲሰበሰቡ ተደርጎ ነበር። በዚያም ላይ ሰፊ ገለጻና ወቀሳ በማድረግ የማይሰሩና ዘማቾችን የማይፈልጉ ከሆነ እንዳይመጡ፣ ካልመጡ ጥቅሙ የሚቀርባቸው መሆኑን በመግለጽ ተስፋ የቆረጡትን ተስፋ እንዲያደርጉ ለማድረግ ሞከርኩ። በእለቱም ሽፈራው ዶሪ የተባለውም ተማሪ ለሕዝቡ ጥሩ ግጥም በማሰማቱ አመስግኜ ልጃቸው ይህንን የመሰል ምክር ሲሰጥ መደሰት እንዳለባቸው ገለጽኩ። አቶ ወርቁ የተባሉት ሰው ወድያውኑ ተነስተው ለሽንት ቤቱ ርብራብ የሚሆን ዛፍ እለግሳለሁ ሲሉ ሁለት ሌሎች ሰዎችም 4 እና 3 ዛፍ በመለገሳቸው አመስግኜ ሕዝቡን ስራውን ራሱ ሊሰራ ምስለኔውም ቃል ገብተው ስብሰባው አበቃ።

ስለቆተቱ ፀጥታ ጉዳይ ከምሽቱ 12፡00 እስከ 1፡00 ሰዓት ድረስ የ፲ አለቃ በለጠን፣ ቀኛ/ቸረኘንና አቶ ጥላሁንን በመሰብሰብ 1ኛ. ሰላይ እንድናሰማራ፣ ቀኛ/ቸረኘም ወታደር እንዲመድቡ፣ 2ኛ. ከፖሊስ ጎን የሚሰለፍ በቂ ብሔራዊ ወታደር እንዲመደብ አደረግን። ጧት ሰላዩ ፖሊስ ተጉዞ ስለላው ቀጠለ።

የካቲት 22 ቀን 1967 ዓ.ም የአውራጃውና የወረዳው ፍ/ቤት ዳኞች ሲያሟግቱና ሲፈርዱ እየተዘዋወርኩ ተመልክቻለሁ። መስሪያ ቤቶችንም እየተዘዋወርኩ ስመለከት የቤተ ክሕነቱ መምሬ አከለና አቶ ቸሩ በቦታቸው ባለመገኘታቸው ተፈልገው እንዲመጡ አድርጌ ባለመኖራቸው የአቶ ቸሩ ጥፋት የተደጋገመ በመሆኑ 10.00 ብር፣ የመምሬ አከለ ጥፋት የመጀመሪያቸው በመሆኑ 5.00 ብር እንዲቀጡ ወስኛለሁ።

በዚሁ ዕለት የዓድዋ ድል በዓል በተለዬ ሁኔታ እንዲከበር ተብሎ በቴ/ም መልዕክት ታዞ ነበር። የአውራጃው ፖሊስ፣ ብሔራዊ ጦር፣ ምስለኔዎች ሰዎቻቸውን በማስተባበር

ሽለላም ሆነ ሌላ ዝግጅት በማዘጋጀት እንዲያስተባብሩ ለወረዳዎች በዓሉን እንዲያከብሩ ቴ/ምና መልእክት ተላልፎላቸው የበዓሉን አከባበር ፕሮግራም አዘጋጀን።

የካቲት 23 ቀን 1967 ዓ.ም ዕሁድ ፖሊስ በፕሮግራሙ መሰረት ተሰልፎ ቀረበ። ሕዝቡ በመዘግየቱ እንዲመጣ በድምጽ ማጉያ ወደ ከተማ ሄደው እንዲነግሩ አስደረግን። በጠቅላላው 300 ያህል ሰው በመገኘቱ በፕሮግራሙ መሰረት የበዓሉ አከባበር በብሔራዊ ጦር ወታደሮች ፉከራና ቀረርቶ ተጀምሮ የብዙውን ሰው ወኔ ቀሰቀሱበት። ፉከራው እስከ 6፡00 ሰዓት ድረስ ተሰምቶ በዓሉን ነክ የሆነ ንግግር አድርጌ የበዓሉ አከባበር ቀጠለ። ፎካሪዎቹንም ፎቶግራፍ አንስቼ የበዓሉ ፍጻሜ ሆነ።

የካቲት 25 ቀን 1967 ዓ.ም የወረዳ አስተዳዳሪዎች ለስብሰባ እንዲመጡ ባደረግሁት መሰረት ብሔራዊ ጦርን ሞቢላይዝ ስለማድረግ፣ ክፍት ለሆኑ ቦታዎች ብቁ የሆኑ ሰዎችን ስም ዝርዝር ለዕድገት ስለማቅረብ፣ ስለፀጥታ፣ ስለዕድገት በሕብረት፣ ደሴ ለሚደረገው ሰሚናር ያላቸውን ሀሳብ ለመቀበል፣ ስለባጀት ከአርእስት ወደ አርእስት ማዘዋወር፣ ስለአጅባር ቢሮ እደሳ፣ ስለሚቋቋሙት ልዩ ልዩ ኮሚቴዎች፣ በአዋጁ መሰረት ስለሚገቡት ወንጀለኞች ሰርቲፊኬት አሰጣጥ ጉዳይና በነርሱ በኩል ያላቸውን ችግር ሆነ ጥያቄ በመወያየት ለሁለት ቀናት ሰሚናር አድርገን ተለያይተናል።

የካቲት 25 ቀን 1967 ዓ.ም ስብሰባ ላይ እንዳለን ጧት በሬድዮ ስለመሬት ይዞታ ዓዋጅ ታወጀ። የቦረና ት/ቤት መምህራንና ተማሪዎች ልዩ ልዩ ጽሑፎች ራሳቸው ላይ፣ እጃቸው ላይ፣ ደረታቸው ላይ፣ እግራቸው ላይ በመለጠፍ ሰላማዊ ሰልፍ አድርገው እቢሮዬ ድረስ መጡ። ስብሰባችንን አቋርጠን ሰልፈኞችን እንኳን ደስ ያለን። ምኞታችን ተፈጸመልን። እናንተም በ2፡00 ሰዓት አዋጁን ሰምታችሁ በአጭር ግዜ ውስጥ ተዘጋጅታችሁ መምጣታችሁ እጅግ በጣም አስደስቶኛል። አስደንቆኛልም በማለት ንግግር አደረኩ። ሌላው ሕዝብ ስሜቱን እንዲገልጽ አድርጌ ሁላችንም ከተማዋን ዞረን ጽ/ቤት ተመለስን። እኛም አብረን ሆ ብለን የማሳረግያ ንግግር በማድረግ በዓሉ ሲፈጸም ዳኞች ስለመሬት ክርክር ምን እንሰራለን ብለው ጠየቁኝ። የፈንጣጣ ማጥፍያ ሄሊኮፕተር ወደ ደሴ እንደምትሄድ ተነግሮኝ ነበር። ክቡር ኮሎኔል ጌታሁንን በደብዳቤ ጠይኩ። የሰላማዊ ሰልፉንም ሁኔታ የሚገልጽ ጽሑፍ አብሬ ላኩ። ማታውኑ በሬድዮ አዋጁም ሲነገር ያኔውኑ ተላከልኝ። በማግስቱ ዳኞችን አስጠርቼ መሬት ነክ ክስ ትኩስ ሆነ ነባር የማያዩ መሆኑን ገልጬ አስረዳሁ።

የካቲት 26 ቀን 1967 ዓ.ም ጓሳ "ልም መስክ" ላይ የሚሰበሰቡት የሀገር ሽማግሌዎች ቀደም ሲል ስለቆተቱ ወስላቶች ጉዳይ ተወያይተው ነበር። ወስላቶቹን ለዚሁ ቀን አስጠርተው እንዲቀርቡ እንደሚያደርጉ ገልጸው ነበር። ባይቀርቡ ግን ሄደው እንደሚወሯቸው በመስማማታቸው የአውራጃው መ/ቤቶች ተወካዮች እንዲገኙልን ብለው እኔንም ጋብዘውኝ ነበር። የሚሄዱትን ተወካዮችና በዚህ አጋጣሚ የተገኙትን የወረዳ አስተዳዳሪዎች ሰብስቤ፣ እኛ ተጋባዦች ስለሆንን ውይይቱ በጠሪዎቹ መሪነት ይቀጥል። እልባት እንደተደረገበት አጠር ያለ መግለጫ እንሰጣለን። ስለዚህ የዚህን ውይይት ፍሬ ሀሳብ የሚያጠናቅር ፀሐፊ ምረጡ አልኩ። መምህር ሀይሉ ቁጬ ተመረጠ። ቃለጉባኤውን በጥንቃቄ እንዲመዘግብ ነግሬ ሽማግሌዎች ዘንድ ሄድን። በክብር ከተቀበሉን በኋላ መምህሩ እኛን አስተዋውቀው ውይይቱ እንዲቀጥል ተደረገ።

በሽማግሌዎቹም በኩል በስብሰባው የተጠሩት ሁሉም መገኘታቸውን ገልጸው ምንም የሚያሳስብ ነገር ስለሌለ አቶ ተሾመ ግዛው ንግግር ያደርጉልናል ተባለ። አጭር ገለጻ ተደርጎ እንዲበተን የታሰበ ሆኖ ስላገኘሁት ውይይቱን እኔው መምራት ጀመርኩ። ሕዝቡንም ምንም ነገር የለም የተባለው ልክ አይደለምና ሁለት ጥያቄዎች አሉኝ። እነዚህ ጥያቄዎች ከተመለሱልኝ ውይይቱ ይፈጸማል። ስለዚህ የመጀመርያው ጥያቄዬ የቆተትን ሕዝብ የሚመለከት ነው። ይኸውም የተወራው ነገር እውነት ነው ወይስ ውሸት? ብዬ ለጠየቅሁት ምንም መልስ አጣሁ። አቶ ከተማ ግዛው ለምን አልመጣም ብዬ ለጠየቅሁት ደግሞ ከጥቂት ቆይታ በኋላ አንድ ሽማግሌ ተነስተው እንዲመጣ ጠይቄው እኔ ምንም ያደረግሁት ነገር ስለሌለኝ ወደ ስብሰባው አልሄድም አለኝ አሉ። ጥሩ ፍንጭ ነው። ይሁንና እርስ በርስ ስለማይተማመኑና ስለሚፈራሩ ስለወስላቶች ብዙ ትክክለኛ ሁኔታዎች የምናውቅ መሆኑን በመግለጽ አንዳንዶቹን ነጥቦች ጣል ጣል ሳደርግባቸው ግዜ ሞኝ የኮረኮሩትን ያህል ይስቃል እንደሚባለው ሁሉ ፈገግታና ሹክሹክታ መገረምም አሳዩ። በዚህን ግዜ በሉ ንገሩኝ እውነት ነው ውሸት? ስላቸው ገለል እንበልና እንወያይ አሉኝ። እኔም ምስጢር የሚባል ነገር የለም። ይህንን ገለል ብለን እንመካከር የሚባለውን ሁኔታ እናስወግድ። ስለዚህ ንገሩኝ ስላቸው ጸጥ አሉ። በመሐከሉም ቀጠሮ ይሰጠንና በቀጠሮ ቀን ይዘነው እንምጣ አሉ። እኔም መጀመርያ ጥያቄዬን መልሱ። አሁን ዘመኑ የእውነት፣ የሀቅና የትክክለኛነት ዘመን ነው። ሐሜቱ እውነት ነው ውሸት? አይዟችሁ አትፍሩ። መንግስት በወስላቶች ላይ ምንም እርምጃ አይወስድም። እርምጃ ለመውሰድ ቢፈልግ ኖሮ በቂ መረጃ አለው። ሀይል አስመጥቶ በግድ ሊይዛቸው ይችል ነበር። ነገር ግን ሰላም ፈላጊ ስለሆነና ያልገባቸው እንዲገባቸው ስለሚፈልግ በሰላም እንዲመለሱ ነው የሚሻው። በንጽሕና ቃል እገባላችኋለሁ እርምጃ አይወስድም። ስለዚህ ጥያቄዬን መልሱ ብል አሁንም ዝምታ በዛ። መልካም! ሂዱና ተማከሩ አልኳቸው። ወድያው ሄደው ለ10 ደቂቃ ከተወያዩ በኋላ መጡ። እህ? ምን ትመልሳላችሁ አልኳቸው። ከመሀከላቸው አንዱ ሽማግሌ ብቻ ከቤቱ ከወጣ ሰንብቷል። ከሶስት ባለ ብረቶች ጋር ሆኖ ደንቆሮ ጫካ ላይ ነው ያለው አሉኝ። ቁጥሩን ዝቅ አድርጋችሁታል። እኔ ስለማውቀው እውነቱን ተናገሩ አልኳቸው። አንደኛቸው ስምንት ባለ ብረት ሰዎች ጋር ነው ያለው አሉ። አይደለም። ደብቃችኋል። እኔ ልንገራችሁ? 15 ባለ ብረት አሉት። በሄሊኮፕተሯ ላይ እርምጃ ለመውሰድ ማቀዱንም ገለጽኩ። ተንሾካሾኩም። ተያዩም። ስለሁኔታው ማብራርያና ገለጻም አደርግሁ። ግድየለም! እስከተማመንን ድረስ ወደ ሁለተኛው ጥያቄዬ ልራመድ፣ ወስላቶቹን መቼ ታመጣላችሁ? ቀጠሮ ስጡን አልኩ። ቀጠሮው ለሰኞ መጋቢት 1 ቀን 1967 ዓ.ም እንዲሆን ተወሰነ። እኔም ቃላችሁን ጠብቁ። ለሰላም መሆኑን አስረዱ። እርምጃ የማይወሰድባቸው መሆኑንም ግለጹና አግባብታችሁ አምጧቸው አልኩ። እነርሱም እምቢ ካለንስ አሉኝ። ወለም ዘለም ማለት የለም። መክራችሁ አምጡ። አልመጣም ቢሉ ፈቃደኛ አለመሆናቸውን ታስረዳላችሁ አልኳቸው። አንደኛውም አቶ ከተማን ብቻ እናመጣዋለን ሲሉ እኔም የለም ቁሱንም ጭምር አምጧቸው አልኩ። እነርሱም የት እናገኛቸዋለን አሉኝ። አብረው ስለሆኑ ይዛችኋቸው ኑ አልኳቸው። በዚሁ ተስማምተን ሁላችንም ለሰኞ ልክ በ5፡00 ሰዓት ውይይት የምንጀምር ስለሆነ ሰዓት አክብሩልን ልዩ ልዩ መግለጫዎች ስለምንሰጥም በተቻለ መጠን ብዙ ሰው እንዲገኝ አድርጉልን ብለን ልክ በ9፡00 ሰዓት ተለያየን። በሄሊኮፕተር ቢሮዬ መጥቼ ምሳዬን ወድያው በልቼ ቢሮ ገባሁ።

የካቲት 22 ቀን ደንቆሮ ጫካን አንድ ባንድ የሚያስስና የሚሰልል ሰው ልከን ነበር። ይህ ሰው በአራተኛው ቀኑ ስለተመለሰ የሚሰጠኝን መልስ በጉጉት ሰማሁ። ከተማ ግዛው መኖርያ ቤቱን ለቆ ሄዷል ወሬውም መሸፈቱን ያስተጋባል ግን ደንቆሮ ጫካ ውስጥ ምንም ሰው አላገኘሁም አካባቢው ሰላም ነው እያለ በሰፊው አስረዳኝ።

የካቲት 30 ቀን 1967 ዓ.ም ድቤ መድሐኔዓለም ከሲንየር ቺፍ አንበሴ ደናው ጋር ተገናኘሁ። ከአሁን ቀደም የድቤ ሕዝብ ጭቃ ሹም አቶ አሊ መሐመድ ይነሳልን። እርሱ የሚሰጠንን ትዕዛዝ አንቀበልም በማለት አመልክተው ነበር። ከመዝገቡ እንደተመለከትኩት ከ1942 ዓ.ም ጀምረው ሲከራከሩ ቆይተው ተረተው ነበር። ይሁንና አሁን እንዳዲስ አመለከቱ። ድንገተኛ ቀጠሮ አድርጌ ጥር 18 ቀን 1967 ዓ.ም ዕሁድ ጧት በ3፡00 ሰዓት የ፲አለቃ በለጠ አሰፋውንና ሁለት ፖሊሶችን፣ የወረዳው ፀሐፊ አቶ ተፈራንና ጭቃውን አቶ መሐመድን አስከትዬ ሄጄ ነበር። ይሁንና ከ50 የማይበልጥ ሰው ብቻ ተሰብስቦ ስለአገኘሁ ሌላ ግዜ ቀጠሮ ሰጥቼ የምመጣ መሆኔን ገልጬ ተለያየን።

በመሀሉ ተቃራኒ ወገኖች ጭቃው ይነሳ ብላችሁ ካልፈረማችሁ ከእድር ትወገዳላችሁ ብለው በማስፈራራት ሰውን ሁሉ ማስፈረም ይዘዋል በማለት 50 ሰዎች ያህል መጥተው በጽሑፍ አመለከቱ። ጥብቅ ማስጠንቀቅያ ጽፌ ተጠሪ የሆኑትን እነ ልጅ መኮንንን አስጠርቼ በመውቀስ በእነርሱ ማዘኔን ስገልጽ እኛ ይህንን ስራ አልሰራንም። ስማችንን ሊያጠፉን በመፈለግ ነው እንጂ ብለው ስለአስረዱ መከርያቸው ተለያየን። በሌላ ቀን ልጅ መኮንን መጥተው ቀጠሮ ስለጠየቁኝ ለመጋቢት 7 ቀን 1967 ዓ.ም ቀጥርያቸው ነበር። ነገር ግን ለብርቱ ጉዳይ ወደ አዲስ አበባ ስለምሄድ ለየካቲት 30 ቀን ዕሁድ እዝያው ቦታ ተሰብስበው እንዲጠብቁኝ አስቀድሜ ቀጠሮ ሰጥቼ ነበር። ስለኢትዮጵያ ትቅደም ስለሕብረተሰብአዊነት አመራር ስለዕድገት በሕብረትና ስለ ልዩ ልዩ መግለጫዎች ከሰጠሁ በኋላ ሲ/ቺ አንበሴን አስተዋውቄ ከመሬት ይዞታ አዋጅ ውስጥ ያልገባቸው ነገር ካለ እንዳብራራላቸው ጠይቄ ብዙ ልዩ ልዩ ጥያቄዎችን ጠይቀውኝ አብራራሁላቸው። ቡና ካልጠጣችሁ ብለው ስለአስገደዱንም ቅር እንዳይላቸው ብለን እቤታቸው ገብተን ምሳ ተጋብዘን ልክ በ9፡00 ሰዓት እቤታችን ገባን።

መጋቢት 1 ቀን 1967 ዓ.ም ጓሳ ልም መስክ ከተባለው ቦታ ቆተቶች እነ ከተማ ግዛውን ይዘው በሰላም ሊያቀርቧቸው የካቲት 26 ቀን ቃል ገብተው ነበር። እስከ 2,500 የሚገመት ሕዝብ በተሰበሰበበት ስብሰባውን ለመምራት በተመርጡት ሰዎች አማካኝነት ሽማግሌዎች ውጤቱን እንዲያስረዱ ተጠየቁ። ጊዜ ስላነሰንና ሰውዬውን ፈልገን ማግኘት ስላቃተን ልናቀርብ አልቻልንም የሚል መልስ ሰጡን። የት የት ቦታ ፈለጋችኋቸው ብዬ ጠየቅኋቸው። መኖርያ ቤቱ ሄደን ታሽጎ አገኘነው። ሰውም አጠያይቀን አጣነው አሉ። ከዚህ በኋላ የቆተት ሕዝብ ስለዚህ ጉዳይ አስተያየት ስጡኝ አልኩ። አቶ ተሾመ ግዛው የወስላታው ታላቅ ወንድም ተነስተው የተሰጠን ግዜ ስለአነሰን የ15 ቀን ግዜ ተሰጥቶን እቢሮዎ ድረስ እናቀርባቸው አሉ። ከሕዝቡ መካከል አንዱ ተነስተው፣ እኛ ግዜም አንጠይቅም። ዛሬውኑ ሄደን የሞትነው ሞተን እንይዘዋለን አሉ። ሌላው ወንድማቸው እኔ በበኩሌ ሕዝብ እንዲያልቅ አልፈልግም። ስለዚህ እኔው እራሴ ብቻዬን ሄጄ ተዋግቼ እይዘዋለሁ አሉ። ከዚህ በኋላ ለጥቂት ግዜ ፀጥታ ሰፈነ። እኔ ንግግር ቀጠልኩና የጊዝያዊ ወታደራዊ መንግስት ሰላም ፈላጊ በመሆኑና ደም እንዲፈስ ስለማይፈልግ፣ በጠየቃችሁት

መሰረት የሁለት ሳምንት ግዜ እፈቅድላችኋለሁ። ስለዚህ ከመጋቢት 23 ቀን በፊት እንድታቀርቧቸው አልኩ። በዚህ እጅግ በጣም ተደሰቱ። ደስታቸውን በጭብጨባ ገለጹ። እኔም ስለመሬት ይዞታ አዋጅ አንድ ባንድ እያነበብኩ አስረዳኋቸው። በኋላ ያቀረቡልኝን ጥያቄዎች አብራርቼ የደንቆሮ ጫካ ለቦረና ኢንዱስትሪ መቋቋም ከፍተኛ ድርሻ ያለው በመሆኑ እንዳይቆረጥ ጥብቅ ቁጥጥር እንድያደርጉ አሳሰብኩ። ከዚያም ሲ/ቺ አንበሴና ከየመ/ቤቱ ተወክለው የመጡት ሁሉ ተራ በተራ ንግግር አድርገው ተለያየን።

መጋቢት 2 ቀን 1967 ዓ.ም በአጋጠመኝ ችግር ማለት መኪናዬን እንዲሸጥልኝ ጓደኛዬን ወክዬ በመምጣቴ ገንዘቡን ለባለቤቴ ስለአልሰጠልኝና ሶስት ወር ሙሉ ዕቁብ አለመከፈሉ ከባለቤቴና ከሲ/ቴክ አለነ ተክሉ ደብዳቤ ተጻፈልኝ። ይህንን ችግር ለማቃለል የ15 ቀን ፈቃድ ተቀብዬ አዲስ አበባ ሄድኩ። ወድያውኑ እንደገባሁ አቶ ተክሌ ገ/ሚካኤልን እመስርያ ቤቱ ሆኜ ስጠብቀው ከቆየሁ በኋላ እዝያው እንዳለሁ 3ኛ ፖሊስ ጣቢያ መታሰሩ በስልክ ተነገረኝ። እጅግ አዘንኩ። በዕድሌም ተበሳጨሁ። ወድያው ጣቢያው ብሄድ ሊያስገቡና ሊያገናኙኝ እንደማይችሉ ተገለጠልኝ። በማግስቱም እንደገና ሄጄ ኮሎኔል ደበበን ችግሬን በመግለጽ አስረዳኋቸው። ብዙ ረዱኝና ሌላ ሀላፊ ጋር አስተዋውቀውኝ አግኝቼ ላነጋግረው በቃሁ። ባንክ ሄደንም እንድናወጣ ቢፈቅዱልኝም እኪሱ የነበረውን ብር 1434.00 ከጣቢያው ተረከብኩ። የምርመራው ውጤት ግዜ የሚወስድ ስለሆነና ለመገናኘት የማይቻል በመሆኑ ወደ ድሬዳዋ ሄድኩ። እዝያም እንዳለሁ የላስታውን አደጋና የአውሮፕላን መቃጠል ሰማሁ። ደሴ ስልክ ለመደወል ሞክሬ መስመር በመበላሸቱ ወዲያው ባላገኝም ሰኞ መጋቢት 8 ቀን ከሰዓት በኋላ መስመር አገኘሁ። ኮሎኔል ጌታሁን እጅጉን ሳነጋግራቸው በተቻለ ፍጥነት ና። በተገኘው ማመላለሻ ተሳፍረህ ተገኝ ብለው አዘዙኝ። አየር መንገድ ደውዬ በ10፡00 ሰዓት ወደ አዲስ አበባ የሚሄድ አውሮፕላን አለ አሉኝ። ልጆቼን ሳልሰናበት የታጠበውን ልብሴን በላስቲክ ጠቅልዬ የተቀረውን ልብሴን ከላውንድሪ አስወጥቼ በጥድፍያ ሄድኩ።

ኤርፖርት እንደደረስኩም ቦታ የለም አሉኝ። ችግሬን አስረድቼ አንድ ሰው በማስወረድ ብር 77.05 ከፍዬ የማክሰኞን ጧት በረራ በመያዝ አዲስ አበባ ገባሁ። ስልክ ደውዬ ቦታ እንዲይዙልኝ ብነግር አውሮፕላን ስላጣን የነገውን በረራ ሰርዘናል አሉኝ። እጅግ በጣም ተናደድኩ። ሁኔታውንም ለክ/ሀገሩ አስተዳዳሪ አመልክቼ አድራሻዬን ነገርኩ። የዕቁቡንም ገንዘብ እስከ ሰኔ 30 ቀን 1967 ዓ.ም ድረስ ያለውን ሁሉ ከፈልኩ። ረቡዕ ማታ ኮሎኔል ጌታሁን ስልክ ደውለው በፖሊስ አውሮፕላን ደሴ ድረስ እንድመጣ አዘዙኝ። ተሳፍሬ ደሴ ገባሁ። በማግስቱም በአየር መንገድ አውሮፕላን እቦታዬ ደረስኩ። አዲስ አበባ በሄድኩበት ወቅት ብር 182.00 ስለሚከፈላቸው መምህራን ጉዳይ፣ ስለ መሀንዲስ መላክና፣ ስለ 9ኛ ክፍል ተማሪዎች መምህራን ከት/ሚኒስቴር ረዳት ሚኒስቴር ከአቶ አማረ ጋር በመነጋገር በቂ መረጃ አገኘሁ። ስለቢሮ ዕቃዎች ተዘዋውሬ ፕሮፎርማ አምጥቻለሁ። ስራ ያቆሙትን መምህራን በታዬ እንደደረስኩ ያመጣሁትን ውጤት በማስረዳት ስራቸውን እንዲጀምሩ ለሶስተኛ ግዜ መክሬ ከመጋቢት 15 ቀን ጀምረው ስራ ሊገቡ ተስማምተናል።

መጋቢት 9 ቀን 1967 ዓ.ም በመጋቢት 4 ቀን የተያዙት እነ ኮሎኔል ሀይሉ ረጋሳና ጀነራል ታደሰ ብሩ ፍርድ ቀርበው ሀይሉ ረጋሳ በሞት ሲቀጣ ቦምብ ያፈነዱት እነ

ታደሰ፣ አሉላ በቀለ፣ ረዘነ እድሜ ልክ እስራት ተፈረደባቸው። በርእሰ ብሔሩ ውሳኔ ሁሉም በሞት ቅጣት ተቀጥተዋል።

መጋቢት 5 ቀን እነ ደጃዝማች ሀይለመስቀል ሶስት መቶ ሰው በማስከተል የቡግናን አስተዳዳሪ ይዘው ወደ ላሊበላ ካመሩ በኋላ ከተማውን ዘርፈው የአየር መንገድ አውሮፕላን አቃጥለው ብዙ አመጽ ሰሩ። ካሁን በፊት አመጽ ለመስራት አቅደው ማረፍያ ሜዳውን በመቆፈራቸው ሀይል ሄዶ ምንም የለም ብሎ ሲመለስ ዝም ብለው በመፍራት ያደከሙናል የተባለው የበላይ አካላት ትችት እኔንም ሊረዱኝ ባለመቻላቸው ተስፋ ቆርጬ ነበር። ይሁንና ፍርሀት ያለመሆኑን በአሁኑ ወረራ ሳይረዱት የቀሩ አይመስለኝም።

የካቲት 12 ቀን 1967 ዓ.ም ልዑል መርዕድ አዝማች አስፋወሰን ከንጉስነታቸው መሻራቸውንና የቤተ መንግስት ሹመት "ልዑል ልዕልት" የሚለውም በአዋጅ ተሻረ።

መጋቢት 13 ቀን ቢሮዬ ላይ እንዳለሁ ባለፈው ሰኞ ድቤ መድህኔዓለም ላይ የ4ቱ ምስለኔዎች ተወካዮች በመዶለት የመሬት አዋጅ ያጋድለናልና እኛው እንስማማ በማለት ለመግባባት ለመጋቢት 14 ቀን ቀጠሮ አደረጉ። ምክር ካልተሰጠ ሁኔታው አደገኛ ስብሰባ ሊሆን ይችላል ብለው አስረዱኝ። ሁለት ፖሊሶች የ፲አለቃ በለጠንና አቶ ታሪኩ ዘውዴን ይዤ በ4፡00 ሰዓት ላይ ቦታው ሄድኩ። ለ8፡00 ሰዓት ስብሰባ ደርሰን ስለመሬት ይዞታ አዋጅ፣ ስለዕድገት በሕብረትና ስለፀጥታው ሁኔታ ለተሰበሰበው የጎበዝ አለቃና ለተወካይ ሽማግሌዎች ሰፊ ገለጻ በማድረግ አስረድቼ በሰላም ተመልሻለሁ።

መጋቢት 15 ቀን የደንቢ ም/ወረዳ የተመደበላቸውን የዘማቾች ቤት እስከ ዛሬ ድረስ አላገባደዱም። ችግር አለብን ብለው ስላመለከቱም ለዛሬው ቀን የጎበዝ አለቆችን፣ የዕድር ዳኞችንና ምስለኔዎችን ሰብስቤ የዘማቾችን መምጣት ጥቅም በማስረዳት ከግማሽ ሰዓት በላይ ገልጬላቸው ለ16/7/67 ሰርተው ሁሉን ሊያስረክቡ ቃል ገብተዋል። ይሁንና የዚህ አካባቢ ሕዝብ በአፉ እንጂ ልቡ ሌላ ነው የሚያስበውና ሰርተው የሚያስረክቡ አይመስለኝም። ይህችን ትንሽ ስራ ለማጠናቀቅ ሶስት ወር መፍጀት ቀርቶ በሁለት ሳምንት ሊያልቅ ይችል ነበር። ግን ሁልጊዜ "እሺ" ማለት እንጂ አይሰሩም።

መጋቢት 16 ቀን 1967 ዓ.ም ከተማው ሊወረር ነው። ከሶያ ሁለት ባለርስቶች ደመቀ መርዕድና ጋሻው አባተ እንዲሁም ባላምባራስ ጌታቸው አሉበት እነዚህ ሰዎች ከነከተማ ግዛው ጋር በመስማማት ወረራ ሊያደርጉ ነው የሚል ወሬ በሰፊው ስለተነሳ ምንም እንኳን ማረጋገጫ ባይገኝበትም ዝግጅት ስላስፈለገ የፖሊስ ሀይላችንን በግቢያችን አካባቢ አጠናክረን ሌሊቱን በሙሉ ስንጠብቅ አድረናል። ከከተማው ሕዝብ እንደዚሁ በግል ፈቃደኝነት የከተማውን ዙርያ ሲጠብቁ አድረዋል። እኔም የከተማውን ሕዝብ ሰብስቤ እንዲተባበሩና የሰዓት እላፊና ልዩ ልዩ አዋጆችን ለማስተላለፍ አቅጄ ሳለሁ የከተማው ሕዝብ በቅድሚያ ተሰበሰበና የጥበቃውን ሁኔታ በመግለጽ የተስማሙበትን ጽሁፍ አቀረቡልኝ። ሕዝቡንም ብዙ ገለጻና ምክር ከሰጠሁ በኋላ ዕቃ የሚያሸሹ ሰዎች በብዛት ስለነበሩ ዕቃን ከመጠበቅ ሕይወትን መጠበቅ የተሻለ መሆኑን በማስረዳት ትብብራቸውን አመስግኜ 3 ሽማግሎች እንዲሰጡኝና እቢሮ ሆነን ደንቦችን እንድናረቅ መሳርያ ያላቸውንና የሌላቸውን ለየን። ተራ በተራ ከተማውን የሚጠብቁትን አውጥተን

መጠበቅ ያለባቸውን ቀዳዳዎች ከተማውን ተዘዋውረን በመመልከት ሰው እንዲመደብባቸው እናድርግ አልኳቸው። በዚሁ መሰረት አቶ አባተ አሰፋ፣ አቶ መንገሻ ለማና አቶ ይማም ባሕሩ ተመረጡ። የ፲አለቃ በለጠን በማስጠራት ከላይ የተጠቀሰውን ስራ አጠናቀን 44 ሰዎችና 7 ፖሊሶች ጣልቃ ጣልቃ በማስገባት በየቦታው ተዘዋውረን መደብን። ጠላት ሲመጣ ተኩስ እንዲያሰሙና ያካባቢው ሕዝብ ወደ ተተኮሰበት አቅጣጫ ሄዶ እንዲረዳ፣ የሌላው አካባቢ ደግሞ ተዘጋጅቶ በየቤቱ እንዲጠብቅ መመርያ ሰጥተን በጥሩ ሁኔታ ተጠብቆ አደረ። መጋቢት 16 ቀን የወረዳው ፀጥታ አስከባሪዎችና ሽማግሎች መጋቢት 13 ቀን ባስተላለፉት ትዕዛዝ መሰረት የደንቢን ሕዝብ የያየና፣ የወግሎ ተወካዬችና የሜታም ተወካዬች በተገኙበት ከ1,000 በላይ ሕዝብ ተሰብስቦ ስለፀጥታው በይበልጥም ስለከተማዋ፣ ደንቢዎችን ወጥረው በመያዝ መግባባት ደረጃ ደረሱ። ሶየዎችም ተጠርተው ስለነበር ስለፀጥታው ተጠይቀው ምንም ጉድለት የለብንም አሉ። እኔም ጣልቃ በመግባት መስቀለኛ ጥያቄ ሰንዝሬ የሚወራውንና የሰሙትን ሳይደብቁ እንዲገልጹ በማድረጌ እውነቱን ተናገሩ። ታድያ ምን እርምጃ ወሰዳችሁ በማለት ስጠይቃቸው፣ 2ቱ ወንድማማቾች ድሮ ጀምሮ ከሕዝብ የማይቀላቀሉ ናቸው እንጂ የፈጸሙት በደል የለም። እንዲያውም አንዳንድ ተንኮለኞች ልትያዙ ነው እያሉ ያሸብሯቸዋል እንጂ ሰላማዊ ናቸው በማለት ገለጹ። ወድያውኑ ሰው ምረጡና አስመጧቸው ብዬ ትዕዛዝ ሰጥቼ 4 ሰዎች ለማምጣት ሄዱ። ሕዝቡም ምሕረት ያድርጉላቸው እናመጣቸዋለን በማለት ሲጠይቁኝ ምን በደል ፈጽመዋልና ነው ምሕረት የሚደረገው ንፁሕ ከሆኑ ይምጡ ካልሆነም አይመጡም። ያጠፉትን እስኪ ንገሩኝ ብያቸው ምንም ሊነግሩኝ አልቻሉም። ግን ምሕረት መጠየቅ ብቻ ሆነ። ከቃላችሁ አልወጣም። እንድታውቁልኝ የምፈልገው እኔ ሰው ነገረኝ ብዬ በማንም ሰው ላይ እርምጃ አልወስድም። የማንም ሰው መብቱ የተጠበቀ ነው። ያለመረጃ በጥርጣሬ አይያዝም። እኔም ሆዴ ሰፊ ነው። የሰማሁትን በሙሉ እችለዋለሁ። የነገሩኝን ሁሉ እሰማቸዋለሁ። በቂ መረጃ ካልሰጡኝ ግን ምንም ዓይነት እርምጃ አልወስድም። ስለዚህ ማንም ሰው ነገር ሲያመጣልኝ ከተጨበጠ መረጃ ጋር ይሁን። እንዲያውም ራሳችሁ መክራችሁ ወደ ሰላማዊ ኑሮ መልሱት። ቢያስቸግራችሁ ነው ወደ ሕግ የምታቀርቡት። ስለዚህ ይህ አባባሌ ለሰላም ምን ያህል ደጋፊ እንደሆንኩ ያስረዳችኋል ብያቸው ተግባብተናል።

የተላኩት ሰዎች መምጣታቸው ተጠይቆ ልዩ ልዩ ምክንያት በመስጠት እቤታቸው አልተገኙም ስላሉን ሕዝቡ ነገ ጧት በ3፡00 ሰዓት እናቀርባቸዋለን በማለቱ በእነ ያየና በእነ ወግሎ በኩል ስለሰላም ሁኔታ ማረጋገጫ እንዲሰጡ ተጠይቀው ሰላም መሆኑንና እኛ በሕይወት እያለን ማንም ወስላታ የእኛን ሀገር ረግጦ አያልፍም በማለት አረጋገጡ። እኔም ብዙ ምክር ከሰጠሁ በኋላ የከተማውን ጥበቃ ሁኔታ ለማዘጋጀት ግዜ ስላነሰኝ ለተሰበሰበው ከ1,000 ለማያንስ ሕዝብ ስለመሬት ይዞታ አዋጅ አንድ ባንድ በማንበብ ካስረዳሁ በኋላ ተሰነባብተን ተለያየን። የጥበቃውን ድልድል ጨርሼ ከመደብኳቸው በኋላ ስራ በጣም ስለተወዘፈብኝ ማሾ ቢሮዬ ድረስ በመውሰድ እስከ ለሊቱ 6፡00 ሰዓት ድረስ ሰርቼ አጠናቀቅሁ።

መጋቢት 19 ቀን ጧት ስራ እንደጀመርኩ አቶ አሳምነው ከተማ፣ ሙሄ ሽፋው እና አራት ሌሎች የሜታ ሽማግሌዎች መጥተው ስለሰላም ጉዳይ ሰፊ ውይይት ካደረግን በኋላ ደመቀ መርዕድንና ጋሻው አባተን አቅርበናልና ምሕረት ያድርጉልን አሉኝ። እኔም ምንም

ስላላጠፉ ምሕረት የሚያስፈልጋቸው አይደሉም ይሁንና መልካም ይቅረቡ አልኩ። እነርሱም ኪዳነምሕረት ከሶዬ ሕዝብ ጋር ተሰብስበዋልና እዚያ እንሂድ አሉኝ። ሕዝቡ መሰብሰቡን አረጋግጡና ጥሩኝ ብዬ አሰናበትኳቸው። እስኪያረጋግጡም ድረስ የለሚን አቤት ባዩች ተቀብዬ ሳነጋግር የከላላው አስተዳዳሪ እህል አትሸጡ ብለው ገበያችንን ስለዘጉት ተቸግረናል አሉኝ። እንዲህ አይሉም ምናልባት ወሬኞች በጎተራ ያለው እህላችሁ ሊወረስ ነው ብለው በማውራት ተሸብራችሁ ብትሸጡት ረሀብ በሀገሪቱ ይመጣባችኋል በማለት ስለገለጹላችሁ ይሆናልና እውነቱን ንገሩኝ አልኳቸው። ሁኔታው ይህ ነው። ግን አቶ አንተነህ ምስለኔው ድሮም በዝብዞን አሁንም የሚያስቸግረን እሱ ነው። ነጋዴዎችንም ያባርራልና ይነሳልን ሲሉ ጠየቁ። በጣም የደነቀኝ ተማሪዎችም አብረዋቸው በመምጣታቸውና በመወናበዳቸው ነው። በጠቅላላ አመልካቾቹን የሆነ ችግራችሁን የምታቀርቡበት ይህ ስላልሆነ ከላላ ውረዱና አመልክቱ። አስተዳደሩ ከአቅሙ በላይ ሲሆን ወደ እኔ ይልካችኋል። እናንተም እኔ ዘንድ ልትመጡ የሚገባችሁ ሲያጉላላችሁ ወይም አላግባብ ሲፈርድባችሁ ብቻ ነው። ለወደፊት በከንቱ አትድከሙ። “ነገር ከስሩ ውሀ ከጥሩ” እንደሚባለው ጉዳይ ከታች ተጣርቶ ነው መቅረብ ያለበት። ስለዚህ ሁላችሁም ከምትሄዱ ሁለት ሰዎች ምረጡና ላኳቸው በማለት ተግባብተን ተለያየን።

የሜታ ሽማግሌዎች መጥተው ሕዝቡ መሰብሰቡን ስለነገሩኝ ውይይቱን እንዲመዘግብ ጸሐፊውን አቶ ገበየሁን አስከትዬ ተያይዘን ሄድን። በስብሰባው ላይ ከፍ ያለ ምክርና ገለጻ አድርጌ ሰዎችን ተዋውቄ ተስማምተን ተመልሻለሁ። ይህንን ካደረግን በኋላ ሽማግሌዎች እንደገና መጡ። ምን መጣ ደግሞ? ስላቸው አሁን ሌላ ነገር ነግሮናል፣ ሻም/ጌታቸውም ተጠርጥሮ ስለተደበቀ ምሕረት ይሰጠው አሉኝ። ትክክለኛውን ሁኔታ ከተወያየን በኋላ የመንግስት ሰራተኛ ስለሆኑ እኔው እራሴ እንዲመጡ በማድረግ የት እንደጠፉ ጠይቄ ለቀሩበት እቀጣቸዋለሁ። ስለመጠርጠራቸው ጉዳይ የተረጋገጠ ነገር ስለሌለባቸው የራሴ ጉዳይ ነው። እዚህ ውስጥ አትግቡብኝ ብዬ ስላስረዳኋቸው ተግባብተን ተለያየን።

ከሰዓት በኋላ ሽማግሌዎችን አነጋገርኳቸው። መምህር ሀይሉ ቁጩ መጋቢት 1 ቀን 1967 ዓ.ም ልም መስክ በተሰበሰብንበት ግዜ ድሮ ሽፍታ የነበረው አያሌው ዘገየ እኔን ሊገድል ፈልጎ በጓደኞቹና በሽማግሌዎች ተለምኖና ተገላግሎ መተውን የ፲አለቃ አለባቸው ካሳ ለአቶ ሙሄ ሽፋው ነገረው። ለምን ታድያ ፖሊስ ጣቢያ ሄደህ ቃልህን አትሰጥም ብሎ ስለመከረው ፖሊስ ጣቢያ ሄዶ ለ፲አለቃ በለጠ አሰፋው በሚስጥር ቃሉን ሰጠ። መጥርያ ይዘህ ሂድ ሲለው ያስጠረጥረኛልና በሌላ ሰው ላኩ ማለቱን ገለጹልኝ። አቶ ሙሄ ሽፈውን አስጠርቼ ትክክል መሆኑን አረጋግጫለሁ። አቶ ሙሄ እንደተናገረውም “ይህንን እንደሰማሁ የሰውዬው ሁኔታ የመቅበዝበዝና ፊቱ የመለዋወጥ መልክ አይቸበት ከባለደሙ ጋር ምን ሆኖ ይሆን ብዬ ነበር ለካስ ለዚህ ነበር አለ”። አቶ ጋሻው ዓለሙ የተባለው ሽፍታ የነበር ከስብሰባው በኋላ ወደ ሰፈራችን ልንመለስ ስንል ጉዳይ አለኝ ብሎ ለብቻዬ ገለል አድርጎ ይህ የእርቅ ሁኔታ ከተሳካ ጥሩ ነው። ግን የሚሳካ አይመስለኝም። ያልተሳካ እንደሆነ እነ ከተማ ግዛው እርስዎን ለመግደል ያስባሉና ሌላ ግዜ እቢሮዎ ድረስ መጥቼ እገልጽሎታለሁ በማለት ነገረኝ። አመስግኜ፣ እኔ የያዝኩት አንድ ሕይወት ነው። ለሞት አልፈራም። ነገር ግን ይህ ሁኔታ ቢፈጸም የቦረና ስም ይበከላል። ከዚህም ሌላ ማንም ምሁር በሕዝቡ ዘንድ እምነት በማጣቱ ወደ ቦረና

ስለማይመጣ ቦረና በጨለማ ተውጣ ብርሀን ሳታይ ትቀራለችና አስቡበት ብዬ ተለያየን። ያን ግዜ በስብሰባው ላይ ለሕዝቡ ሀይል ማምጣት አያቅተኝም። አሁን ዘመኑ የስልጣኔ ዘመን ስለሆነ ሀይል ይምጣልኝ ብዬ ብጠይቅ እዚሁ አለንበት ቦታ በጃንጥላ ዱብ ብለው እርምጃ ሊወስዱ ይችላሉ። ነገር ግን ይህንን ባደርግ ሰላማዊው ሕዝብም በአንድነት ሊያልቅ ይችላል። ጊዝያዊ ወታደራዊ መንግስት ሰላም ፈላጊ ነው። ያልገባው ሰው እንዲገባው የሚፈልግ በመሆኑ ነው በሰላም አምጧቸው እያልኩ የምነግራችሁ ብያቸው ነበር። ምናልባት አያሌው ዘገየ ከመጥፎ ተግባሩ ሊቆጠብ የቻለው በዚህ ምክንያት ሳይሆን አይቀርም። መጋቢት 20 ቀን 1967 ዓ.ም የ፲አለቃ በለጠ አሰፋውን ስለዚህ ጉዳይ አነጋግሬው ነበር። ቃል መቀበሉንና ተጨማሪ ሰው ለማግኘት በመጠባበቅ ላይ መሆኑን ገልጾልኛል። ስለዚህ ጉዳይ ለብቻዎ አነጋግሮታለሁ። ጊዜ በማጣትዎ ነው ያልነገርኮት አለኝ።

መጋቢት 20 ቀን 1967 ዓ.ም የደርግ አባሎች ሳናውቀው በድንገት በኦተር አውሮፕላን መጥተው ሶዬ ገበያ ላይ ተገኙ። ከሕዝቡ ጋር ካስተዋወቅኋቸው በኋላ ሰፊ ገለጻ አድርገው ተመልሰው ሄዱ። አባሎቹ በመጡበት ግዜ እኛ በአጋጠመን የፀጥታ ጉድለት ከሶስት ቀንና ሌሊት በላይ ተራ በተራ ከሕዝቡ ጋር ከተማውን ነቅተን በመጠበቅ ላይ ነበርን። ይህች ደርጎችን የያዘች አውሮፕላን ከተማውን ስትዞር ፖሊሶች መሳርያቸውን ይዘው ወደማረፍያው በመሮጥ ላይ ነበሩ። ሰዓቱም 7:30 ነበረ። እኔም ምናልባት ደርጎቹ ይሆኑ ብዬ ከቢሮዬ ወጥቼ ሰው ስጠይቅ አንዲት አረንጓዴ አውሮፕላን ነች ዞራ አረፈች አሉኝ። ጉዞዬን ወደ ማረፍያ ሳመራ የ፲አለቃ መስፍን መሳርያውን ይዞ ሲሄድ ቶሎ ብለህ ድረስና የደርግ አባሎች ከሆኑ ምልክት ስጠኝ ብዬው መንገድ ላይ ቆምኩ። ወድያውኑም አውሮፕላኗ ተነስታ ስትሄድ ግራ ገባኝ። ተጠራጠርኩም። ምናልባት ሽፍቶች አስገድደው አሳርፈዋት ይሆን አልኩ። ጥቂት እንደቆየሁ መለዮ የለበሱ ወደ ሶዬ ሲሯሯጡ በሩቅ አየሁ። ፊሽካም ይነፋል። ቁም የሚል ድምጽም ሰማሁ። ሁኔታው አላምርህ አለኝ። ሽፍቶች የወታደር ልብስ ለብሰው አደጋ ሊጥሉ ይሆን አልኩ። መሯሯጡም ቀጠለ። በዚህ ግዜ በአቋራጭ ደርሼ ለማየት በበቅሎ ገሰገስኩ። የደርግ አባሎች መሆናቸውን ስላረጋገጥኩ እንዲቆዩኝ ምልክት ሰጠሁ። እኔን በማየት ይሁን በሌላ አላውቅም ጠበቁኝ። እኔም እንኳን ደህና መጣችሁ ብዬ ጨበጥኳቸው። የአየር ወለዱ ባልደረባ በደንብ ሲቀበለኝ አንደኛው ደስ አላለውም። ከመድረሴ በፊት ምልክት ስሰጥ እርሱ በበቅሎ ሲሄድ አሽከር ነን የምንከተለው ና እንሂድ እባክህን የሚል ንግግር ሰምቼ ነበር። አንድ ላይ እንደቆምን ፖሊሶች እየተሯሯጡና ፊሽካ እየነፉ ደረሱ። የ፲አለቃ በየነ ረዳም እያለከለከ ቁም ሲሉህ አትቆምም ብሎ ተናገረ። ደስ ያላለው ወታደርም ለምንድነው የምቆመው ሲል ከማን ትበልጣለህ መሰለህ አለው። ነገር እየከፋ ሄደ። ሻምበሉም በበቅሎ ደረሰ። ሁለቱም መሳሪያቸውን ለመደገን ሲሞክሩ ተው በማለት ስሜታቸውን አበረድን። ጭቅጭቁ በመቀጠሉ እኔ ብናገር ሻምበሉም ቢናገር ሰሚ ታጣ። ሰላማዊ ሰዎች ተከትለውን ስለነበር ትዝብት ይወስዱብናል ብዬ አዘንኩ። የአየር ወለዱን ፶አለቃና ሻምበሉን እንዲያደምጡኝ ወደ እኔ መልሼ በጸጥታ ችግር ምክንያት ሰሞኑን ለሊትና ቀን በመጠበቅ ላይ ነን። ሁኔታው ይህ ስለሆነና እናንተ ስትመጡ ስላልተነገረን ጠላት መስላችኋቸው ነውና የመጣችሁበትን ጉዳይ ፈጽሙ። ወደ ገበያው እንሂድ ብዬ ነገሩን አበረድኩት። ቁም ሲሏችሁ ለምን አትቆሙም ብዬ ሻምበሉን ብጠይቀው እኔ ቆምኩ። ደግሞም ሽፍቶች ይሆናሉ ብዬ ተጠራጠርኩ። መለዮአቸውን ሳይ ቆሜ ጠበቅሁ። ወታደሮቹንም ቁሙ ቆዩ ብዬ ብላቸው ዝም ብለው

ሄዱ አለኝ። እንደገባኝ በዚህን ግዜ መሆን አለበት፣ እርሱ በበቅሎ ሲሄድ አሽከር ነን የምንከተለው ያሉት። እንደገመገምኳቸው ትምክህትና እርስ በርስ መናናቅ አለባቸው። ይህ ሁኔታ በተለይ በአንዱ ወታደር ላይ በግልጽ ይታያል። በ11፡00 ሰዓት ገደማ አውሮፕላኗ ስለመጣች ተሳፍረው ለመነሳት ስታኮበኩብ መነሳት አቅቷት ገደል ገብተው ነበር። የእግዜአብሄር ፍቃድ ሆነና ዳኑ። አውሮፕላኗም ተመልሳ 2 በርሜል ጀፒ 4 ነዳጅ አውርዳ እንደገና ተነስታ ሄደች። ለኮሎኔል ጌታሁንም ሁኔታውን በግል ደብዳቤ መልክ አመልክቻለሁ።

መጋቢት 21 ቀን ለሊት ተይዘው ፖሊስ ጣቢያ ያደሩትን 35 ሰዎች፣ የከተማውን ሴተኛ አዳሪዎችና የቅሬ ባልደረቦች ስለ ፀጥታቸው ጉዳይ የሚከተሉትን 5 አዋጆች በሰፊው አስረዳሁ፤

1. ሰዓት እላፊ በሁለት ሰዓት ስለሆነ ማንም ሰው ሊነቃነቅ እንደማይችል፣
2. ባለሆቴሎች አልጋ የሚያከራይዋቸውን እንግዶች በደንብ እየመዘገቡ ዝርዝሩን ለፖሊስ እንድያስረክቡ፣
3. ሕዝቡ እንግዳ ሲመጣበት ለፖሊስ እንዲያሳውቅ፣
4. ያለእኔ እውቅና ስብሰባ እንዳይደረግ፣
5. መረጃ ሳይኖረው የሚያወራ እንደሚቀጣ፣

ከተያዙት 34 ሰዎች ለቀን አንዱን ለምርመራ አስቀረን።

በዚሁ ዕለት አውሮፕላን ማረፊያው አካባቢ የሚገኙት ነዋሪዎች ማረፍያውን ለሊትና ቀን ስለጠበቁ በ9፡00 ሰዓት ላይ እንዲሰበሰቡ አደረኩ። ምክርና ሰፊ ገለጻም ሰጠሁ። ይህ የአውሮፕላን ማረፍያ ለቦረና አይን ስለሆነ በርትታችሁ ጠብቁ ብዬ ወደ ቤቴ ስመለስ አቶ መኮንን ግዛው የከተማ ግዛው ወንድም እኔን ሲጠብቁ ቆይተው ተገናኘን። ሰላም በማለት ስለጤንነታቸው ጠየቅኋቸው። ሊያነጋግሩኝ እንደፈለጉ በማወቅ ቢሮ እንዲሰሩ ያዘዝኳቸው ሰዎች በመኖራቸው ወደ መኖርያ ቤቴ ይዣቸው ሄድኩ። አንድ ጠርሙዝ ቪኖ ገዝቼ ጋበዝኳቸውና ወሬ ቀጠልን። እርሳቸውም ሽማግሌዎቹ በደንብ ሳይፈልጉ አጣነው ሊሉዎት ነገ ይመጣሉ። መምህር አበበ መጋቢት 17 ቀን ከቆተት ወደ አህዮ ም/ወረዳ ሰጠቃ ጨርቆስ አድረው በማግስቱ ተነስተው ጓሜዳ ባለወሰት ገብሬል ወይም ቸርተከል ማርያም ደርሰዋል። የሸኞአቸውም ግብረአበሮቻቸው መልካሙ ጎሹ፣ አበበ መሸሻ፣ አቤ አበራ ናቸው። መጋቢት 19 ቀን ቆተት ተመልሰዋል። ወንድሜ አቶ ከተማ ግን እንዴ አህዮ እንዴ አባይ ዳር ቆላው ደርሶ ይመለሳል እንጂ ቆተት አልመጣም። ከየካቲት 26 ቀን በፊት ድሮ ሽፍታ ከነበሩት ከእነ ፍላቴ ለጋስ፣ አያሌው ዘገየ፣ ተገኝ ብሬ ጋር በመሆን ቀይጓሳ ዶልተዋል። አሁን ግን አስተዳዳሪው ጋር በመስማማት ገብተዋል ስለተባለ እንዴት መሀላ ያፈርሳሉ ብሎ በመናደድ እስከ አሁን ድረስ አልተገናኙም። ግብረአበሮቹም ጌታነህ ለገሰ፣ ምትኩ ለገሰ፣ አየለ ካሳ፣ አቢ መኮንን፣ ታረቀው መኮንን፣ ዋለልኝ ደመቀና ከበበው አበበ ናቸው። ጌታነህ ለገሰና ምትኩ ለገሰ ሄሊኮፕተሯን ሊያወድሙ የተመደቡ ነበሩ ብለውም አጫወቱኝ።

መጋቢት 22 ቀን መምህር ሀይሉ ቁጬ እቢሮዬ ድረስ መጥቶ ስለተፈጸመበት በደል አስረድቶ ውሳኔ ከሰጠሁለት በኋላ ስለ ልዩ ልዩ ጉዳይ ሀሳብ አቀረበ። እኔም

ለማንኛውም ዓይነት ስራ ኮሚቴ አቋቁመናል። ለምሳሌ ያህል አንተ ለዕድገት በሕብረትና ለማይማን ጎልማሶች ኮሚቴ ተመርጠህ በተለይ ስለዘማቾች ቤት ስራ ጉዳይ ጀምረህ እንደጭራ ወደ ኋላ ተመልሰሀል። እኔ ብቻዬን ሁሉንም ልሰራ ባለመቻሌ ነው ኮሚቴ የተቋቋመው። ሁሉንም ነገር እኔ እንድሰራው ከተፈለገ ወደፊት በመራመድ ፋንታ ወደ ኋላ ነው የምንጎተተው። ያም ሆነ ይህ ሰላምና ፀጥታ ካልሰፈነ ደግሞ ምንም ነገር ሊሰራ ስለማይችል ለግዜው ወደዚሁ አተኩርያለሁና የኮሚቴዎችን ስራ ለመከታተል ትንሽ አዳግቶኛል። ሰላም እስኪሰፍን ድረስ አንተ ስለዘማቾች ቤት ስራ ጉዳይ ብትበረታልኝ ጥሩ ነው። ለማንኛውም ነገር ሲቸግርህ ንገረኝ አልኩት። ችግሬ ፈቃድ አለማግኘቴ ነው እንጂ የ8 እና የ15 ቀን ፈቃድ ባገኝ ሁሉንም አስተባብሬ ቤቱን ላስፈጽመው እችላለሁ ስለአለኝ አስፈላጊ ከሆነ ይህን ያህል ቀን ቀርቶ ወርም ቢሆን እንዲፈቀድልህ አደርጋለሁና በስራው በርታበት ብዬው ተስማምተን ተለያየን።

መጋቢት 23 ቀን 1967 ዓ.ም ስለነከተማ ግዛው ጉዳይ የቆተት ሕዝብ መጥቶ መልሱን የሚሰጥበት የመጨረሻ የገደብ ቀን ቢሆንም ማንም ሰው ሳይመጣ ቀርቷል። በዚሁ ቀን ዳሳ ላይ ስብሰባ ስላለ የሜታ ሰዎች እኔ የምሄድ መስሏቸው ሁሉም መሳርያቸውን በመያዝ አጅበውኝ ለመሄድ መምጣታቸውን ጧት መምህር ሀይሉ ቁጬ አስረዳኝ። እኔን እዚሁ እናመጣዋለን ስላሉኝ ዳሳ ቀጠሮ የለኝምና የማልሄድ መሆኔን ንገርልኝ ብዬ አስረዳሁት። ቢሮ ገብቼ ስወጣ የሜታ ጎበዝ አለቃ ስለዚሁ ጉዳይ አስረድቶኝ መለስኩለት። ከዚህ በኋላ አሁንም ሀይል ማስመጣት ቅር ስላለኝ ለምን በሜታዎች በኩል አልሞከርም ብዬ ለአቶ አሳምነው ከተማ (የጎበዝ አለቃ) ዘርዝሬ ገለጽኩለት። ለመሆኑ ይህንን ሁኔታ ታውቃለህን? ብለው አላውቅም አለኝ። እንግድያውስ እኔ ስለማውቀውና እርግጠኛ ስለሆንኩ ሀይል አስመጥቼ የሰላማዊ ሕዝብ ደም ከማፍሰስ የሜታ ሽማግሌዎችን ይዘህ መጋቢት 25 የቆተት ሽማግሌዎች፣ የጎበዝ አለቆች፣ የቅሬ ዳኞችና አስፈላጊ የሆኑት ሰዎች አስጠርተህ ስለዚህ ጉዳይ በመግለጽ ተወያዩ። ከዚያ እነዚህ ያስመዘገብኩህን ሰዎች ይዘህ ለ28 እሑድ እንዲቀርቡ አድርገህ የመጨረሻ ስብሰባችሁን ውጤት ለመጋቢት 29 እንድታቀርብልኝ አልኩት። በጉዳዩ ተስማማን። የማያውቀውን በማወቁ ተደንቆ ተሰነባበትን።

መጋቢት 27 ቀን 1967 ዓ.ም የዓመቱ መድሀኔዓለም የሚከበርበት ቀን በመሆኑ የድቤ ሕዝብ ጋበዙኝ። እዝያው በመገኘት በዓሉን አክብረን ስለዘማቾች መጠለያ ጉዳይ መምህር ሀይሉ ለሕዝቡ በሰፊው አስረድቷል። ከዚህ በኋላ በየቤቱ ድግስ ስለተደገሰ በጥርያችን መሰረት እሁለት ሰዎች ቤት ተጋብዘን በሰላም ተመልሰናል።

መጋቢት 28 ቀን ለመጀመርያ ግዜ ትክክለኛው የነፃነት በዓል የሚከበርበት ዕለት ነበር። ለየት ባለና በደመቀ አኳኋን እንዲከበር ተፈለገ። ለመስሪያ ቤቶችና ለት/ቤቶች እንዲዘጋጁ ትዕዛዝና ፕሮግራሙ በቅድሚያ ተላለፈ። በዚሁ መሰረት አደባባዩ ላይ በመሰብሰብ በዓሉን የሚመለከት ንግግር አደረኩ። ሌሎች 4 ሰዎችና አንድ የሶዬ ተማሪ ተራ በተራ ንግግር አደርጉ። ቀጥሎም ሽለላውና ፉከራው በብሔ/ጦር ወታደሮች ተጀምሮ የነሸጠው ሕዝብ ተራ በተራ ገባ። በመሀከሉ የሶዬ ት/ቤት ተማሪዎች 2ቱ በፈረስ ሌላው ለምድ በመልበስ መጥተው ለበዓሉ ከፍ ያለ ድምቀት በመስጠት የቀኑ ኮከብ ሆነው ውለዋል።

ከበዓሉ ፍጻሜ በኋላ የመንግስት ሰራተኞች በሙሉ አዳራሹ ውስጥ እንዲገኙ ቀደም ተብሎ በጽሑፍ በታዘዙት መሰረት ስፍራው ላይ ተገኙ። ሲከነክነኝና ሲያብሰለስለኝ የነበረውን የዘማቾች መጠለያ ቤት አለመጠናቀቅ በአእምሮዬ የፀነሰውን በማስረዳት 6X33 የሆነ ቤት እኛው ራሳችን ገንዘብ አዋጥተን እንድንሰራ አሳሰብኳቸው። ሕዝቡ ብዙ ተነግሮት ይኸውና 3 ወር ሙሉ ያልታጠናቀቀውን ማጠናቀቅ ስላቃተው እኛ ይህንን ብንሰራ ለሕዝቡ መልካም አርአያ እንሆናለን። ሌላ ዘማቾች በጊዜው መጥተው ሕዝቡን ሊያስተምሩልን መቻላቸውን ገለጻና ማብራርያ እንደሰጠሁ ተስማሙ። የመዋጮውን ሁኔታና ልዩ ኮሚቴ ለመምረጥ ለ29/7/67 በ11፡00 ሰዓት ቀጠሮ አድርገን ተለያየን።

በ29/7/67 ልክ በ11፡00 ሰዓት ውይይት ሲጀመር መምህር ገደፋው 10% ለመክፈል አንችልም። የምንችለውን ራሳችን አስበን መስጠት አለብን ብሎ የሕዝቡን ሀሳብ በተነው። ብዙ ገለጻ አድርጌ ቋሚ መዋጮው 5% ሆኖ በፈቃደኝነትና በልገሳ የሚሰጡትን መቀበል በሚል የብዙሀን ስምምነት ሲወሰን መምህር ገዳፋውና 11 ጓደኞቹ ተቃወሙ። እነሱን ከማሕበሩ እንዲወገዱ አድርገን የተስማማነው ኮሚቴ መረጣ ጀመረን። የቤት አሰሪ ኮሚቴና የባሕር ዛፍ አቅራቢ ኮሚቴ መርጠን ካበቃን በኋላ ዛፍ ለመስጠት ቃል የገቡትን ሰዎች ስም በመመዝገብ ተመራጮች ለ30/7/67 ቢሮ ድረስ እንዲመጡ ተደርጎ ሰፊ ገለጻና ማብራርያ ሰጠሁ። ቻይ ታጋሽና ተስፋ የማይቆርጡ እንዲሆኑ በመምከር ወደ ስራው ዕቅድ በማተኮር ውይይት ጀመርን። የቤቱንም ፕላን ካሳየኋቸው በኋላ 5 መኝታና አንድ የዕቃ ቤት መሰራት እንዳለበት አምነን፣ ቤቱ እሚሰራበት ቦታ ተገኝተን እንድንወያይበት ተደረገ። "ኤል" ቅርፅና ቆርቆሮ ለመቆጠብም ዛኒጋባ እንዲሆን ወሰንን። ለ1/8/67 ጧት በ2፡00 ሰዓት ተገናኝተን ቅየሳውና ጉድጓድ ቁፋሮውን ለመጀመር ተስማምተን ተለያየን።

በቀጠሯችን መሰረት በሰዓቱ ተገኝተን የኤሉን አንድ ክፋይ ቀይሰን ለቁፋሮው በእስረኞች ጉልበት ተጠቅመን ስለተጠናቀቀ ሁላችንም ደስታ ተሰማን። የባሕር ዛፍ አቅራቢ ኮሚቴም ለ2/8/67 ዛፉን ለማምጣት ወሰኑ። እኛም ጧት በ2፡00 ሰዓት ተገናኝተን የተረፈውን ስራ ለማጠናቀቅ ተስማምተን በዕለቱ ቀይሰንና አስቆፍረን ጨረስን። ዛፉም በዕቅዱ መሰረት ስለመጣ ባሳየነው ሕብረት ሕዝቡ የመንፈስ ቅናት አደረበት። የያየና ሕዝብ 365.00 ብር እናዋጣለን ስላለ ምስለኔዎች፣ የጎበዝ አለቆችና ጭቃ ሹሞች ስራውን እንዲጎበኙ በመደረጉ የመተባበር ስሜታቸው ስለተነሳ የፈለኩት ዓላማ ግቡን እንደሚመታ ተማመንኩ።

እኔ ቀደም ሲል ለማዋጣት ቃል የገባሁትን 70.00 ብር በቅድሚያ በመክፈል እስረኞች ለቆፈሩበት የጉልበት ዋጋ ሲከፈልበት የፈንጣጣ ማጥፍያ ድርጅት ባልደርቦች እነ ዶክተር ኩቦኒ በሄሊኮፕተር መጡ። ከግዜ ጋር ለመሽቀዳደም ሲባል 10 ፓኮ ልዩ ልዩ መጠን ያለው ምስማር እንዲገዙልንና በዓርቡ የአየር መንገድ አውሮፕላን እንዲልኩልን ጠይቀናቸው ስለተስማሙ ገንዘብ እንዳያንስ 50.00 ብር ከእራሴ ጨምሬ ሰጠኋቸው። የስራችንንም ውጤት ስላሳየኋቸው በጣም ተደሰቱ። እኛን ለማበረታታት ብለው ደሴ ሄደው ምስማሩን ገዝተው ወድያውኑ ስላመጡልን ስራችን የተቃና እንዲሆን አድርጎልናል። በ3/8/67 ዓርብ ምንም ስራ ሳይሰራ በመዋሉ ቅር ተሰኘሁ። ጸሐፊውንና ሊቀመንበሩን ስብሰባ እንድናደርግ አሳስቤ በ11፡00 ሰዓት ተሰብስበን እስከ ምሽቱ 2፡00

ሰዓት ድረስ ማሾ አብርተን ተወያየን። የገንዘብ ማናስ እንደሚደርስብን ስለተገነዘብን ያናጢነት ሙያ ያላቸውን ሁሉ ሰብስበን ስለሁኔታው በማስረዳት ዕርዳታ እንዲለግሱልን ለመጠየቅ ተስማማን።

በማግስቱ ቅዳሜ ሁሉንም ጽ/ቤት አዳራሽ ውስጥ በመሰብሰብ ስለለውጡ አመጣጥ፣ ስለ ኢትዮጵያ ትቅደም ፍልስፍና እና ስለ ማሕበራዊ ኑሮ በሰፊው አብራራሁ። ለዘማቾች ቤት ስራ አቶ አቢ መሐመድ ስለረዱና ወደፊትም ስለሚረዱን የእናንተንም ዕርዳታ እንጠይቃለን ብዬ እንደገለጽኩ በስሜት ተነሳስተው የሚሰጡትን ዕርዳታ ተራ በተራ በመናገራቸው ደስ አለኝ። የማስታወሻ ፎቶግራፍም አነሳኋቸው። ስለ ጉዳዩ በጣም ስላሰቡበት ስራው ከ3 ቀን በላይ ስለማይፈጅብን ረቡዕ፣ ሐሙስና ዓርብ ሁላችንም ተስማምተን ስለምናጠናቅቀው ስራ እንዳንፈታ አቅርቦቱ እስከ ማክሰኞ ማታ ድረስ ይጠናቀቅልን አሉ። ኮሚቴው ወድያው ተሰብስቦ በመነጋገር ለ5/8/67 ዛፍ ለመቁረጥ ወስኖ ቀጠሮ በመያዝ ተለያየን።

ሚያዝያ 5 ቀን 1967 ዓ.ም ከተዋ ጊዮርጊስ ራቅ ብሎ ሐሙስ ገበያ በተባለው ስፍራ ሜታ ም/ወረዳ ውስጥ ከፍ ያለ ስብሰባ መኖሩንና እኔም እንድገኝላቸው ጋብዘውኝ ነበር። የምፈልገውን በማድረጋቸው በስብሰባው ላይ ለመገኘት ተጓዝኩ። እስብሰባው ተገኝቼ ውይይቱን እንደተከተልኩት የስብሰባው ዓላማ ሜታዎች ለሕብረት ስራ ታታሪዎች ኀበዞች መሆናቸውን ቀደም ብዬ ስለማውቅ የሰላም ኮሚቴ እንዲያቋቁሙ ብዙ ግዜ አበረታታቸው ነበር። የጫቀታ ሕዝብ በተለይ ጅሩ በተባለው ቀበሌ ከፍ ያለ ውንብድናና ዝርፍያ በመፈጸሙ የቦረናን ፀጥታ የሚያናጋ፣ ነጋዴዎችን እንዳይነግዱ የሚያደርግ ነበር። በዚህ ስብሰባ ላይ የጫቀታ ሕዝብ ተገኝተው ስለጉዳዩ ሊጠየቁና መልስ ሊሰጡ በመጋበዛቸው ተገኙ። ለተጠየቁት ጥያቄ ፀጥታቸውን በመጠበቅ ላይ መሆናቸውንና ያለፈውን ሁኔታ በማስታረቅ ሰላም ማስፈናቸውን በመግለጽ አስረዱ። አሁን የተቸገሩበት ጉዳይ ቢኖር ከአባይ ማዶ ከጎጃም ወስላቶች እየመጡ ማስቸገራቸው ነበር። ለዚህም የተቻለውን ሞክረው ቢያቅታቸው ሜታን ዕርዳታ ሊጠይቁ ቃል ገብተው በመስማማት የተወያዩበት ስብሰባ አከሂደዋል። እኔም በዚህ ግዜ ስለሕብረተሰብአዊነት ፍልስፍናና ኢትዮጵያ ትቅደም ስለሚለው ዓላማ ባጭሩ አስረዳሁ። አንዳንድ ምክሮችን ለግሼ የዘመኑን ግብር እንዲያስገቡ መከርኩ። የዕድገት በሕብረት ዘማቾች መጠለያ ቤት ወደ ኋላ መጎተትን በመረዳት የመንግስት ሰራተኞች ገንዘብ በማዋጣት ለ60 ዘማቾች የሚያገለግል ቤት ሊሰራ ተስማምተው ስራው መጀመሩን በመግለጽ መንፈሳዊ ቅናት እንድያድርባቸው አድርግያለሁ። ከዚህም ሌላ ስለመሬት ይዞታ አዋጅ፣ ስለገበሬዎች ማሕበር በሰፊው አብራራሁ። አንዳንድ የተቸገሩባቸውን ጉዳዬች ገልጬላቸው ልክ በ10፡00 ሰዓት ስብሰባው አልቆ የምሳ ግብዣ አደረጉልን። ስለግብዣውና ስላደረጉት የሰላም ጥረት እጅግ በጣም አመስግኛቸው ስለቦነያም ገልጬላቸው ለሚያዝያ 19 ቀን ተቀጥሮ ከ3፡00 ሰዓት ጉዞ በኋላ ከምሽቱ በአንድ ሰዓት ተኩል እቤት ገባሁ።

ሚያዝያ 6 ቀን 1967 ዓ.ም ጧት እቢሮዬ እንደገባሁ ተማሪ ሽፈራው ዶሪ መጥቶ ለብቻህ የማነጋግርህ አስቸኳይ ጉዳይ አለኝ አለ። ለትንሽ ግዜ እውጭ ቆየኝ ብዬ የነበሩትን እንግዶች አስወጣሁ። ወድያውኑ ከአቶ ዘለቀ ጋር ገብቶ እግዚአብሔር ነፍሴን አተረፋት። ይኼውልህ ስለ2ኛ ደረጃ ት/ቤት መሰራት ጉዳይ ገንዘብ ለማዋጣት

እንዲያመች ተማሪዎች ሕዝቡን ሊመዘግቡ ሄደው እምቢ ብለዋቸው ሳይመዘግቡ ስለተመለሱ እኛ አግባብተን እንመዘግባቸዋለንና ለጭቃው ማስታወሻ ጻፍልን ብዬህ በጻፍክልን መሰረት ሌሎች ፈርተው ስለቀሩ እኔ ብቻዬን ልመዘግብ ሄድኩ። ምስከቤ ቅዱሳን አካባቢ እንደደረስኩ የሰፈሩን ጭቃ አቶ ዘለቀ ወርቁን አግኝቼ ስለሁኔታው አስረድቼው ብቻህን አትሄድም። አብሬህ ነው የምሄደው ብሎ አብሮኝ ቤተክርስትያኑ ድረስ ሄደ። በአጋጣሚ ብዙ ሕዝብ ለማሕበር ተሰብስቦ ስለነበር ሰፌ ገለጻ ካደረኩለት በኋላ እጅግ በጣም ተደስቶ ምዝገባውን ቀጠለ። ከዚያም አፋፍ ላይ ያለውን ሰው ለመመዝገብ ስንሄድ 6 ሰዎች እመንገድ ላይ በአንድ ላይ ሆነው አገኘናቸው። እኛን ሲያዩ በተለይ አንደኛው በለበሰው ጋቢ ሽፍንፍን አለ። እኔም አትመዘገቡም ወይ ብላቸው ጧት ትጠይቁናላችሁ ብለውን ወደ ፊታችን ስናመራ 6ቱ ሰዎች ከነበሩበት በ50 ሜትር ርቀት ላይ ብዙ የኮሽታ ድምጽ ሰማን። ምንድነው ስንባባል ቁም አሉን። ከስድስቶቹ መሀከል መኮንን ካሳ የተባለው ገበሬ ሂዱ ሂዱ። ዘለቀ ሂዱ አለን። ንጉሴ ወልዴ የተባለው የከተማ ግዛው ግብረአበር ደግሞ ቁም ሲለን እኛ ነን። እኔ ዘለቀ ነኝ ሲለው ቁም በማለቱ ምንድነው ብዬ ስጠይቀው የኛ እንግዶች እነ ከተማ ግዛው ናቸውና እንሸሽ ብሎኝ ከምሽቱ 1፡00 ሰዓት ገደማ ላይ በጫካው ውስጥ ሸሸን። እነርሱም ተከተሉን። እንደዕድል ሆኖ በመጨለሙ ልናመልጣቸው በቃን። ከዚያም አቶ ዘለቀ ወርቁ ቤት አጠገብ ስንደርስ የእናቱን ልጅ ሳይንት ጅራፍ ጎትት የሚኖረውን ወንድሙን አቶ እምቢያለ ዓለሙን አገኘነው። ምንሆናችሁ ሲለን እነከተማ ግዛው አሳደዱንና ነው ሲለው እነርሱማ አንድ 37 ያህሎቹ እዚሁ ሲዶልቱ ነው የዋሉት አለን። እኔ ለመሄድ ስዘጋጅ አቶ ዘለቀ አንተ ብቻህን አትሄድም። እኔም እዚህ ባድር አይለቁኝም። አብሬህ ነው የምሄደው ብሎኝ ወደ መካነሰላም በማምራት ከለሊቱ 7፡00 ሰዓት ገደማ እኔ ዘመድ ቤት ገብተን አደርን ብሎ አጫወተኝ። የእርሱንና የጭቃውን ቃል በምስጢር እንዲሰጡ አድርጌ የከተማውን ጥበቃ አጠናከርኩ። ሳይደረጁ እርምጃ መውሰድ የሚሻል መሆኑን ለክ/ሀገሩም ደብዳቤ ጻፍኩ። ተማሪ ሽፈራው ከሰዓት በኋላ እኔ ቢሮ መጥቶ መሳርያ ባገኝ ሌሊቱን ሄጄ ወሬ አጣርቼ እመጣ ነበር። ማግኘት ይቻል እንደሆን እንዴት ነው አለኝ። እኔም ባትሄድ ጥሩ ነው። ባይሆን ትንሽ ሰንበት በል አልኩት። እርሱም ምንም አንሆንም። ዘለቀ ቤት ሄደን ማጣራት አለብን ስላለኝ በል እንግዲያውስ በጣም ተጠንቀቁ። እቤት ዘው ብላችሁ ከመግባታችሁ በፊት አጣሩ። አንደኛችሁ እውጭ ሲጠብቅ አንደኛችሁ እቤቱ በመጠጋት ሰልላችሁ ሰላም መሆኑን ስታረጋግጡ ግቡ ብዬ መከርኩት። ለስራ ጥቂት አምሽተን ስለነበረ የ፲አለቃ በለጠ ስለመጣ ጠርቼ ምስጢሩን በመንገር መሳርያ መስጠት ይቻል እንደሆነ ጠየቅሁት። አሁን አይቻልም ስላለኝና እኔም በማጣራቱ በጣም ስላሰብኩበት እንግድያውስ ወ/ር ዑመር መሳርያ ይዞ አብሯቸው በመሄድ ሁኔታውን በደንብ አጣርቶ ይግለጽልን ብዬ አዝዤ ራት ሳይበሉ ከምሽቱ ለሁለት ሰዓት ሩብ ጉዳይ ላይ ጉዞ ጀመሩ።

ይመሬ አበጋዝ የመስካቤ ቅዱሳን አካባቢ የጎበዝ አለቃ ሰኞ ጧት፣ አቶ ከተማ ግዛው፣ አቶ ቸሩ ሽበሺ ቤት አድሮ ከ30 ሰዎች ጋር በሩቅ አየኋቸው። ከተማ የእጅ መትረየስ፣ ንጉሴ ወልዴና ጣሰው ወልዴ የእህቱ ልጆች ዳንዴ ይዘዋል። አቤ መሸሻ ውጅግራ ይዟል። ሌሎች የሳይንት ሰዎች ስለሆኑ አላውቃቸውም። ይሁንና ከ30-40 ባለመሳርያ ይዞ ወደ ጉራንድ አግድም አስከትቶ ሲሄድ ወደ ማታ ገደማ ከ19 ሰዎች ጋር በመሆን ቆተት ሄደዋል። የካቲት 10 ቀን መምህሩም ከታቦቷ ሀብት ጋር ለቃቅሞ ሄድዋል።

ወንድይፍራው አስፋው የተባለው በወንጀል የገባ፣ ከተማ ግዛውና መምህር አበበ አንድ ላይ ሆነው ይህንን ተንኮል እንደጀመሩ፣ መምህር አበበ ቤት ምግብ በልተው እኛን አትመስልም አሉኝ። ምኑን ነው የምመስለው ስላቸው እኛ ለደርግ አንገዛም ማለታችን ነው አሉኝ። እኔም "እናቴን ያገባ አባቴ ነው" ለመጣው መንግስት ነው የምገዛው። የልጆች አባት ስለሆንኩ ልጆቼን አሳድጋለሁ አልኳቸው። ከተማም ሌላውን ተወውና አውሮፕላኗ ነገ ቆተት ትመጣለችና ከእነ ንጉሴ ጋር አትሄድም ወይ አለኝ። አልሄድም ብዬው ተለያየን። አሁን ከተማ የራሱን መኖርያ ቤት ለቆ መልካሙ ጎሹ እተባለው ቤት ነው የሚኖረው በማለት ገለጸልኝ። አቶ ዳኜ በ8/8/67 ያቀረባቸውን ሰዎች አነጋግሬ፤ አቶ ተፈራ ያለው የይልማ ቡኮ ጭቃ ሹም ወሬ ነው የሰማሁት እንጂ ምንም አላየሁም ብለዋል።

አቶ መኮንን ካሳ የጥንቱ የፀጥታ ሀላፊ የነበሩት መኖርያቸው ምስካቤ የሆኑ ሚያዝያ 5 ቀን ዕሁድ ላይን ያዝ ባደረገበት ወቅት ከጉራንዳ ስመጣ 3 ሰዎች ሲፈልጉኝ ውለው አገኙኝና ከተማ ግዛው እንገናኝ ብሎሀል አሉኝ። ምን ይሰራልኛል? አልገናኝም እንዳልኳቸው ተማሪ ሽፈራውና ዘለቀ እኛ አለንበት መጥተው አትመዘገቡም ወይ አሉን። አይ ነገ ጧት ነው የምንመዘገበው ብለናቸው መሄድ ሲጀምሩ ከሌላው አቅጣጫ እነ ከተማ ግዛው መጥተው ንጉሴ የተባለው ቁም ሲል ምን ይሰሩልሀል? አንተም ሂድ እናንተም ሂዱ አልኳቸው። ወደ ኋላቸው ተመልሰው ሄዱ። ያሳደዳቸው የለም አለ። (እዚህ ላይ ሳይዋሽ የቀረ አልመሰለኝም) ከዚህ በኋላ ከተማ፣ አዲሱ መንግስት አይጠቅምምና ከእኔ ጋር ሁን። ደርጉ ምንም አያደርግልህም አሉኝ። ለእኔ ያደርግልኛል። አልፈልግም አልኩት። ከዚያም እቤትህ አታሳድረኝም ሲለኝ አይሆንልኝም ልጅ ታሞብኛል ብዬው ተለያየን። በማግስቱም የት እንዳደረ አላውቅም እንጂ 15 ያህል ባለብረት ሰዎች ይዞ ወደ ጉራንዳ ሄደ። ካጀቡት መሀል የእህቱን ልጆች እነ ንጉሴን ነው የማውቃቸው። ሌሎቹን አላውቃቸውም። ከዚያ በኋላ የት እንደደረሱ አላየሁም በማለት ገለጸ።

ወርቅነህ አሰፋ የጉንድ ባይ የጎበዝ አለቃ በሰጠው ቃል የሚከተለውን ብሏል፤ የምብሬ አበጋዝ ዛሬ በምሽት እንገናኝ ብለውሀል ብለው ነገሩኝ። እኔም በምሽት አልሄድም አልኳቸው። ጌቶቹ እኮ ናቸው የፈለጉህ አሉኝ። እኔ ጌታ የለኝም ብያቸው ተለያይተናል።

በዚሁ ዕለት በ8/8/67 የዕድገት በሕብረት ዘማቾች ቤት ስራ የማገርና ፍልጥ እንጨት ማስገባት ተጀምሯል። በዚሁም ግዜ ከ8 አናጢዎች እንጨት ለሐሙስ ቀን ቀርቦላቸው ለዓርብ ስራቸውን ሊጀምሩ ተስማምተን ተለያይተናል።

በ9/8/67 የወረሂመኑ አውራጃ ፊጣና አባቦራ የተባሉት 2 ም/ወረዳዎች በቦረና ዳርቻ በለጋምቦ ወረዳ ስር ነበሩ። ረዘም ካለ ግዜ ጀምሮ ሕዝቡ ማለት ኗሪው ለአውራጃ ጽ/ቤት ለሕክምናና ለልዩ ልዩ ጉዳዮች ወደ ተንታ ለመሄድ የሁለት ቀን መንገድ ስለሚፈጅበት በጣም ይቸገር ነበር። በዚህም ምክንያት ከቦረና አውራጃ ጋር ብንቀላቀል ችግሩ ይቃለልልናል ብለው ሲያመለክቱ ነበር። ሆኖም ጉዳዩ ምንም ዓይነት እርምጃ ሳይወሰድበት ለረዥም ግዜ ቆየ። በኋላ ከወሎ ክ/ሀገር ጽ/ቤት በደብዳቤ ለቦረና አውራጃ ቅጅ በማድረግ ለወረሂመኑ አውራጃ ተጻፈ። ደብዳቤውም ጉዳዩ በጉባኤ ታይቶ እንዲወሰን የሚያሳስብ ነበር። እኛም በጉባኤ መልክ አይተን ሪፖርቱን ከማጠቃለላችን

በፊት ከወረሂመኑ አውራጃ አስተዳዳሪ ጋር ፊጣ ም/ወረዳ ሐሙስ ገበያ ላይ ተገናኝተን እንድንወያይ ተስማማን። የሕዝቡን ችግርና ሀሳብ ለማወቅ እንድንችል አዋቂ የሀገር ሽማግሌዎችን ይዘው እቀጠሮው ቦታ እንድንገናኝ በማለት ለአውራጃው አስተዳዳሪ ደብዳቤ ጽፈን ላክን። በቀጠሯችን ቀን እተባለው ቦታ የግ/ቤት ወኪል፣ የቤ/ክ ወኪል፣ ፖሊስ፣ ብሔ/ጦር፣ ሽማግሌዎች፣ የት/ቤቶች ጽ/ቤት ሀላፊና ጥቂት መምህራን ጭምር ሆነን ደረስን። አውራጃ አስተዳዳሪውን ብንጠብቅ ሳይመጡ ቀሩ። ባጋጣሚ የፊጣ ም/ወረዳ አስተዳዳሪ ገበያው ላይ የመሬት ይዞታ አዋጅ ለመግለጽ ስለመጡ ተገናኘን። አመጣጣችንን አስረዳናቸው። ለእኔ የተነገረኝ ነገር የለም አሉኝ። እንግድያውስ በከንቱ ለፍተን እንዳንመለስ ሕዝቡን አንዳንድ መግለጫዎች አሰምተን ስለመቀላቀሉ ጉዳይ ሀሳቡን እንዲሰጠን ያገር ሽማግሌዎችንና ጭቃ ሹሞችን አንድ ቦታ ይሰብሰቡልን በማለት ጠይቅናቸው። አዋጁን ለሕዝቡ በማይሰማ ሁኔታ ካነበቡለት በኋላ እኔን ከሕዝቡ ጋር አስተዋውቀውኝ ስለለውጡ፣ ስለኢትዮጵያ ትቅደም ፍልስፍና፣ ስለሕብረተሰብአዊነት አመራር በቅድሚያ አስረዳሁ። ከዚያም የአዋጁን መንፈስ ዋና ዋናውን ገለጽኩ። ለጠየቁኝ ጥያቄዎችም በቂ ማብራርያ ሰጠኋቸው። መምህር ተፈራ ዓለሙና አንድ ሌላ መምህርም ንግግር አደረጉ። ሽማግሎችና ጭቃ ሹሞች አንድ ላይ እንደተሰበሰቡ ስለመጣንበት ዓላማ አብራርቼ በእኛ በኩል የተገኙትን የግ/ቤት፣ የቤ/ክህነት፣ የፖሊስ፣ የት/ቤቶችና የብሔ/ጦር ተወካዮችንና ሽማግሌዎችን ከሕዝቡ ጋር አስተዋወኩ። የተሰበሰበው ህዝብም ስለመቀላቀሉ ጉዳይ ያለውን ችግር እንወያይ ተብለው ለተጠየቁት ገለል ብለው መክረው መጡና እኛ እንደ ቦረና ግብር አይጣልብንም ብለው ጠየቁ። የግ/ቤት ወኪል አቶ ታሪኩ፣ ባለው ስርዓት መሰረት የሚከፍሉ መሆናቸውን አስረዷቸው። እንግድያውስ ከብዙ ግዜ ጀምረን መቀላቀሉን ስለፈለግን አቤት ብለን ሰሚ አጥተን ነውና አሁንም ያለማወላወል ሙሉ ፈቃደኞች ነንና ግብራችንንም ቦረና እንገብራለን አሉ። አቶ ታሪኩም የአሁኑን ግብር አቀስታ ነው የምትገብሩት። ምክንያቱም መዝገቡ ትዕዛዝ ተሰጥቶበት ወደ ቦረና እስኪዛወር ድረስ ረዥም ግዜ የሚፈጅ በመሆኑ አላቸው። እነሱ ግን እምቢ አንገብርም ቴሌግራም አድርጉልንና መካነሰላም ሄደን እንገብር አሉ። ቴሌግራም አደርጋለሁ ግን በአስተዳዳሪያችሁ በኩል እናንተም አመልክቱ። ግብሩንም አቀስታ መገበሩ ይሻላችኋል ብዬ መከርኳቸው። በእኛ ጥናት መሰረት ፊጣ፣ አባቦራና ከለሜ 3 ጭቃዎች በአንድነት አንድ ወረዳ ተብለው ርእሰ ከተማው ሆጤ ት/ቤት ይሆናል ብለን ስለም/ወረዳዎቹ መታጠፍ አስረዳናቸው። በጣም ተደሰቱ።

አቶ ጋሻው ዓለሙ የተባለው ጓሳ የሚኖረውና ድሮ ሽፍታ የነበረውን ስለአያሌው ዘገየ አስተሳሰብ እንዲነግረኝ አስጠርቸው ነበር። በ11/8/67 መጥቶ ከከተማ ጋር መቀላቀሉንና እነ ከተማን በጠቅላላው የቆተት 11 ጭቃ የደገፉቸው መሆኑን ስላስረዳኝ ቃሉን ወታደር ወርቁ ተቀብሎታል።

ሚያዝያ 11 ቀን 1967 ዓ.ም ልክ ለ8 ሰዓት ሩብ ጉዳይ ሲሆን አቶ መላኩ ዘገየ የቆተት ጸሐፊ ቢሮዬ መጥቶ 3 ሽማግሎች ይዞ መጣ። አስጠርቻቸው የመጡበትን ጉዳይ ስጠይቅ የሸሹት መምህራን ይምጡልን የጨስ ቤት ሰርተንላቸዋል አሉኝ። ሰዎቹ አቶ ዳምጠው መኮንን፣ አቶ አየለ ካሳ፣ አቶ ታደሰ ከበደ ሲሆኑ እኔም ይህንኑ ልትነግሩኝ ነው የመጣችሁት? ስላቸው አዎን አሉኝ። ትልቁ የፀጥታ ጉዳይ እምን ደርሶ ነው ስለ ት/ቤት ጉዳይ የምትጠይቁኝ ብላቸው አይ ሀገር የላከን ስለዚህ ጉዳይ በመሆኑ ነው አሉኝ

ለመሆኑ ስለከተማ ግዛው ጉዳይ ሲከታተሉ የነበሩት 10 ሽማግሌዎች ለምን በቀጠሯቸው አልመጡም? ስላቸው ያን ሰሞን አቶ ተሾመ ግዛው ታመው ስለነበር ለመምጣት ባለመቻላቸው ነው አሉኝ። አሁንስ አልተሻላቸውም ወይ ብላቸው አሁን ደህና ናቸው አሉ። የቀጠሮው የመጨረሻ ቀን ማለት መጋቢት 23 ቀን ካለፈ እንኳን 18 ቀን ሆኖታል። በዚህን ግዜ ውስጥ መጥተው በቀጠሮው ቀን ያልተገኙበትን ምክንያት ገልጸው ስለሁኔታው ለምን አላስረዱኝም? ለምን እንደሆነ አናውቅም እኛ የመጣነው መምህራን እንዲመጡልን ለመጠይቅ ነው አሉኝ። ባለፈው ግዜ ጓሳው ላይ ስብሰባ ነበራችሁ። ባደረግነው የሰላም ስምምነት መሰረት ከተማ ሳይመጣ ሲቀር ወይም ደግሞ ሽማግሎች ባለማስረዳታቸው በስብሰባችሁ ላይ ለምን አላወሳችሁትም? ስላቸው ባለማስተዋላችንና ደንቆሮ በመሆናችን ነው አሉኝ። እኔም ስብሰባውን ለምን አደረጋችሁ ላልኳቸው በ6/8/67 ከተማ ወንድሙን ለመግደል የኔን ቤት እንደዘጋው እኔም የእርሱን ቤት እዘጋዋለሁ እያለ ሶስት ጥይት በመተኮሱ ሽብር ስለተነሳ ነው አሉኝ። እስኪ ውጤቱን ግለጹልኝ ላልኳቸው ከተማ ግዛው ሀገሬውን አስጠርቶ ስብሰባው ውስጥ ከቀላቀለው በኋላ ለምን ይህን እንዳደረገ ስንጠይቀው ከወንድሜ ጋር አልተግባባሁም። እኔ ኑሮዬን በሰላም ልጀምር ስፈልግ ደርጉን ነግሬው መጥቻለሁ። ጦር ሰራዊት አስመጥቶ ሊከብህ ነው እያለ ስላስቸገረኝ ነው ብሎ ነገረን። እኔም የወንድምህን ነገር እርሳውና ያከማቸህቸውን ሰዎች አሰናብተህ በሰላም ተቀመጥ ብለነው እሺ ብሎን ተስማምተናል። አሁን አንድም ሽፍታ አያስከትልም አሉኝ። ለመሆኑ ወደእኔ አምጡልኝና በሰላም ይግባ ብዬ የጓሳው ስብሰባ ዕለት ብጠይቃችሁ አጣነው፤ የት እንዳለ አናውቅም ብላችሁ መለሳችሁልኝ። አሁን ለእናንት ግዜ ስብሰባችሁ ላይ ስታመጡት በእኔና በእናንተ መካከል ያለን መተማመን ምን ያህል ነው? በምንም ዓይነት መንገድ አላምናችሁም። ይህን ያልኩበት ምክንያት፣

1. ከተማን በሰላም እንዲገባ አድርጉት ብያችሁ እሺ በማለት በቀጠሮ ቀን አጣነው በማለታችሁ፣
2. በድጋሜ እስከ መጋቢት 30 ቀን ልታቀርቡ ረዘም ያለ ቀጠሮ ሰጥቻችሁ መጥታችሁ ማስረዳታችሁ ቀርቶ ቀጠሮውን በማፍረሳችሁ፣
3. ቀጠሮው ካለፈ አሁን 18ኛ ቀኑ ሲሆን እስከአሁን ድረስ አንድ ሽማግሌ እንኳን ባለመቅረቡ፣
4. እኔ ጋ ለማቅረብ ግዜ አጣነው ስትሉ ለእናንተ ግዜ ስብሰባችሁ ላይ መገኘቱ፣
5. አሁን ስትመጡ ስለፀጥታው ጉዳይ ችላ ብላችሁ ለት/ቤት መምህራን ጉዳይ ብቻ ብላችሁ ስትመጡ፣

በእናንተ ላይ ዕምነት አሳጥቶኛል። ከተማን ለመያዝ ወይም ደግሞ ለመግደል የሚያቅተን ነገር የለም። ግን ስላልገባው በሰላም እንዲገባ ለማድረግና ወታደር ቢመጣ ለርሱ ሲባል ብዙ ሰላማዊ ሰው (ህፃን ሽማግሌ አሮጊት ሳይል) አብሮ ስለሚሞት ደም እንዳይፈስ ተብሎ ነው። ከተፈለገ ግን አሁኑኑ በጃንጥላ ወታደሮች ዱብ ዱብ ብለው ሊከቡና ሊይዙት ይችሉ ነበር። እኔም ወታደር ይላክ ያላልኩት በሰላም እንዲመለስ በመፈለጌ ነው። ስለዚህ መምህራኑን አልከላችሁም። ይልቁንስ በአጭር ግዜ ውስጥ ሀገሬው ዶልቱና ይዛችሁት እኔ ዘንድ ኑ። እስከ ማክሰኞ ድረስ ግዜ ሰጥቻችኋለሁ በዚሁ ግዜ ውስጥ ባታመጡት የመጨረሻ እርምጃ የምወስድ መሆኔን እንድታውቁት ስላቸው በጣም በመደንገጥ ባይሆን ረቡዕ ሕዝቡን በአሪታ ሰብስበነው ሐሙስ ወደ እርስዎ እናምጣው ብለው ለመኑኝ። መልካም ይሁንላችሁ ሐሙስ ከመልካሙ ጋር ሆናችሁ

ይዛችሁት ኑ። እምቢ ቢላችሁ እንኳን መጥታችሁ መልሱን ንገሩኝ። አንተም መላኩ ከ1-5 ተራ ቁጥር የጠቀስኳቸውን ነገሮች በሰፊው አብራርተህ ለሕዝቡ ግለጽላቸው ብዬ አቶ መኮንን ስለማንኛውም ነገር በሚስጢር ተከታትሎ እንዲገልጽልኝ ነገርኩት። ምሳዬን ሳልበላ እቢሮዬ እንዳለሁ የጉባኤ ቀጠሮ ሰዓት ደረሰ። በዝያው እስከ ምሽቱ 2፡00 ሰዓት በማምሸት ስራዬን ጨረስኩ። ዕሁድ ሚያዝያ 12 ቀን የቦረናን መምህራን ልክ በ3፡30 ለማነጋገር ቀጠሮ ሰጥቻቸው ነበር። በቀጠሮው መሰረት መጥተው ስለተማሪዎች ዲሲፕሊን መበላሸት ሊደበድቧቸው ማሰባቸውና ለሰኞ ረብሻ ለማስነሳት በርዝራዦች ገፋፊነት ያሰቡ መሆናቸውን፣ ስለ አውራጃ ት/ቤቶች ጽ/ቤት ጉድለት በሰፊው አስረዱኝ። ችግራቸውን አድምጬ ቀጠሮ በመያዝ ትምህርት ቤት ሄጄ ተማሪዎችን ስለለውጡ ፍልስፍና ስለዲሲፕሊን፣ ጩቤ እና ዱላ ይዘው እንዳይመጡ፣ ወላጆቻቸውን አምጥተው በደንቡ መሰረት እንድያስመዘግቡ በሰፊው አስረድቼ ተመልሻለሁ።

ከቆተት ሽማግሌዎች መጋቢት 1 ቀን ዳሳው ላይ ባደረግነው ስምምነት መሰረት ከተማ ግዛውን እስከ መጋቢት 23 ቀን 1967 ዓ.ም ድረስ ሊያቀርቡ ተስማምተን ነበር። መጋቢት 23 ቀን ሌላ ስብሰባ ዳሳው ላይ ተቀጥሮ ነበር። የሜታ ሕዝብ እኔ በዚሁ ዕለት የምሄድ መስሏቸው መሳርያ አስይዘው ልያጅቡኝ በሌሊት መጡ። ከነዚያም ውስጥ አቶ አሳምነው ከተማ (የኀበዝ አለቃ) ነበሩበት። እኔ የማልገኝበት ቀጠሮ ስለሆነና እንደማልሄድ ስለገለጽኩላቸው ወደየቤታቸው ተመልሰው ሄደው ነበር። ሚያዝያ 15/67 ዓ.ም አቶ አሳምነው ከተማ ያለፈቃድ ዱለታ በማድረጋቸው የከተማ አማች አቶ መኮንን ሰንቤ፣ አቶ አበጋዝ አሰፋ እና አቶ ደመቀ ዶሪ የተባሉት ጭምር ሕግ ተላልፈዋል። በተጨማሪም የአውራጃውን አስተዳዳሪ አጅበው ሳይንትን፣ ከተማ ግዛውን ለመውጋት መሳርያ አስይዘው አቶ አሳምነው ከተማና አቶ አበበ ዶዩ የሜታን ሕዝብ አስከትለው አደጋ ሊጥሉ አስበው ነበር። እነርሱ ወንድሞቻችን ሲሞቱ ዝም ብለን አናይም ብለው ሲናገሩ (ሚያዝያ 3 ቀን) ሰምተናል የሚሉ ምስክሮች መስክረዋል።

ሚያዝያ 15 ቀን 1967 ዓ.ም አቶ ምሕረቴ የግ/ቤቱ ገንዘብ ያዥ የአቶ አማረ ተቀዳጁ ሞዴል 6 ላይ የተሞላውን ብር 696.26 አላካካሰም በማለት ከአቶ አማረ አበራ ጋር ተወነጃጀሉ። ዕሁድ ሚያዝያ 12 ቀን ጉዳያቸውን ማየት ጀመርን። በዛሬውም ቀን ከምሽቱ 1፡00 ሰዓት ጀምሮ እስከ 4፡15 ድረስ አይተን ለ16/8/67 በ10፡00 ሰዓት ቀጠሮ አድርገናል።

የቆተት 13 ሽማግሌዎች በ16/8/67 ከሰዓት በኋላ ስለመጡ የተደረገውን የጉባኤ ቀጠሮ በመሰረዝ የእነርሱን ጉዳይ መከታተል ጀመርኩ። እቢሮዬ እንደገቡ የእጅ ሰላምታ ከሰጠኋቸው በኋላ ከተማ ግዛውን አመጣችሁት ወይ ብዬ ጠየኳቸው። አላመጣነውም አሉኝ። ለምን ብላቸው፥ ሰው ልከንበት በስብሰባው ላይ አልተገኘልንም በማለት እየተፈራሩ መለሱ። እያንዳንዱን ሽማግሌ ተራ በተራ ምክንያቱን እንዲነግሩኝ አደረኩ። አንደኛውን ሽማግሌ ምን ዓላማ አለው? ስለው ምንም ዓላማ የለውም አለኝ። የት ነው ያለው? ጥቂት ሰዎች ተከትለውት እዚያው ቆተት ነው ያለው። ለምን ተከተሉት ምን ዓላማ ቢኖረው ነው የተከተሉት? ስለው እንዲያው ተከተሉት፣ እንጂ ምንም ዓላማ የለውም። ዝም ብለው ነው የተከተሉት አለኝ። ለምን አትከተሉኝ አይላቸውም? ስለው በመደንገጥ እኔ እንጃ አለኝ። እኔም ምንም የሚያስፈራ ነገር የለም። ሊያደርግ ያሰበውንና ለምን በሰላም አልገባም እንዳለ ግለጹልኝ በማለት ሰፊ ምክር ከሰጠሁ በኋላ አንደኛው

ተነስቶ ምን ያደባብቀናል እኔ ለደርጉ አልገዛም። አልገባም ብሏል ሲል፣ ሌሎቹም ፍርጥርጡን አወጡት። ከዚህ በኋላ መርማሪ ፖሊስ አስመጥቼ የእያንዳንዱን ሽማግሌ ቃል በመቀበል እስከ ምሽቱ 2፡30 ሰዓት ድረስ አምሽተን ራታቸውን ጋብዘን ተለያየን። ለክፍለ ሀገሩም ስለጉዳዩ ገልጬ የመጨረሻ እርምጃ እንዲወሰድበት በደብዳቤ ቁጥርም/29/67 አሳስቢያለሁ። የመጡት ሽማግሌዎች ስም አቶ ታደሰ ከበደ፣ አቶ ቸኩል አባተው፣ አቶ ዘለቀ ዳኘው፣ አቶ ታዬ ግዛው፣ አቶ ለገሰ ዘውዴ፣ አቶ አየለ ፋሪስ፣ አቶ ገላግሌ ደስታ፣ አቶ አሰፋ አዳል፣ አቶ ከበደ አረዳ፣ አቶ ታደሰ መኮንን፣ አቶ ዳምጠው መኮንን፣ የታላቅ እህቱ ልጅ አቶ አያሌው ታረቀኝ፣ አቶ መኮንን ግዛው ናቸው።

ሚያዝያ 19 ቀን 1967 ዓ.ም የከተማው ሕዝብ በተለይ ወላጆች እንዲገኙልን አሳስበን ስለነበር በ4፡30 ሰዓት ገደማ ስለተማሪዎች የጠባይ መበላሸትና እንዴት ልናርመው እንደሚገባ ለተሰበሰበው ሕዝብ በሰፊው አስረዳሁ። የወላጆች ሀላፊነት ልጆቻቸው ወደ ት/ቤት መሄዳቸውን፣ የትምህርት ውጤታቸውንና ጠባያቸውን፣ በየግዜው ወደ ት/ቤት እየሄዱ መምህራንን በተለይ ዳይሬክተሩን መጠየቅ እንዳለባቸው አስረዳሁ። ይህንን ለማድረግ የሚቻለው በቅድሚያ የት/ቤቱን ፎርም መሙላት ስለሚኖርባቸው ከነገ ጀምራችሁ እንድትሞሉ አልኩ። አቶ ስብሀት ከበደ የት/ቤቶች ጽ/ቤት ዳይሬክተር፣ አቶ አንዱዓለም የቦረና ት/ቤት ስራ መሪ ለሕዝቡ ንግግር ካደረጉ በኋላ ያላቸውን ቅሬታ በመግለጽ በየጊዜው እየተሰበሰብን ልጆቻቸው ጥሩ ኢትዮጵያውያን ሊሆኑ የሚችሉበትን መንገድ እንደምንወያይ ተስማምተን ተለያይተናል። በውይይቱ ወቅት እንደታዘብኩት የቦረና መምህራን በስብሰባው ላይ እንዲገኙ ተነግሯቸው አብዛኛዎቹ አልተገኙም ይህም ሁኔታ ስለደነቀኝና ስላሳሰበኝ የቀሩበትን ምክንያት አቶ ስብሀቱ እንዲገልጹልኝ ደብዳቤ ጽፌላቸዋለሁ።

ሚያዝያ 23 ቀን አቶ መኮንን አሰን የጨርቆስ ጭቃ ሹም 17 ባለብረት ልጅ እግር የሆኑና መርያቸው ጠንከር ያለ ፀጉረልውጥ ሰዎች አዳፋ ልብስ ለብሰው ሳይገላመጡ መጠነኛ በሆነ ፍጥነት ጓሳውን አቋርጠው በቁልቢጥ ወንዝ አድርገው ትናንት ከሰዓት በኋላ ስለሄዱ ይህንን አይቼ ዝም ከምል ዛሬ ልናገር መጣሁ ብለው ከባለ/ጌታቸው ጋር መጥተው ነገሩኝ። ቀኑ ስላለፈና ወዴት እንደሄዱ ስላልታወቀ ምንም ለማድረግ ባለመቻሌ በግምት የት የሚሄዱ ይመስሎታል ብዬ ብጠይቃቸው ምናልባት በፋሲካው ውስጥ የሚያጠቁት ሰው ይኖር ይሆናል እንጂ ወደ ቦረና አይገቡም ተቃውሞ ስለሚገጥማቸው አሉኝ። ታድያ እናንተ ለምን አልተቃወማችኋቸውም ለተባሉት እኛማ ጥቂቶች ነን ስላሉኝ ነገሩን ትቼዋለሁ።

ሚያዝያ 28 ቀን 67 ዓ.ም ስለከተማ ግዛው ለደርግ አልገዛም ማለትና ዕርምጃ እንዲወሰድበት ለማድረግ፣ የመንገድ ማሰራት ጉዳይ ቅድሚያ እንድናገኝ ለማድረግ፣ የ2ኛ ደረጃ ት/ቤት ጉዳይ ለማስፈጸም፣ የጽ/መሳርያዎች፣ የቢሮ ጠራጴዛዎችና ልዩ ልዩ ጉዳዮች ለማስፈጸም ደሴ ሄድኩ። አብዛኛዎቹን ጉዳይ የሚፈጽሙልኝ ዋና አስተዳዳሪ ኮ/ጌታሁን እጅጉ ቀደም ብለው አዲስ አበባ በመሄዳቸው እዝያው አሉበት ለማስረዳት እኔም ወደ አዲስ አበባ ሄድኩ። በአጋጣሚ በቅርብ ቀናት ውስጥ እንደሚያገቡ ስለገለጹልኝ ቤተሰቤን በማስመጣት ሰርጋቸው ላይ ተገኝቼ ወደ ስራዬ ተመልስኩ።

ግንቦት 6 ቀን የከተማውን ፀጥታ በይበልጥ ማጠናከር አስቤ ነበር። የከተማው ሕዝብ እኔ ዘንድ መጥቶ ትናንት የድረሱልኝ የዕርዳት ጥይት ተተኩሶ ለመርዳት የወጣ ሰው አልነበረም። ይህ ሁኔታ እጃችንን የሚያሲዘን ሆኖ አግኝተነዋል ይህንን ልናሳስቦት መጥተናል በማለታቸው የከተማው ሕዝብ በሙሉ ሴተኛ አዳሪዎች ጭምር እንዲመጡ ተደርጎ መጋቢት 17 ቀን ያወጅኩትን አዋጅ ለሕዝቡ አሰምቼ ተፈጻሚ እንዲሆን አሳሰብኩ። ሴተኛአዳሪዎች ለፀጥታው ተግባር ከማንም ይበልጥ እንደሚመለከታቸው ደንቡን (አዋጅ) ካልጠበቁ የጠላት ጉሮኖ ሊሆኑ እንደሚችሉና ከተማችንን በእነርሱ ምክንያት ፀጥታዋ ሊደፈርስ እንደሚችል፣ ከማንም ሰው በላይ ተባባሪ መሆን እንደሚገባቸው ሰፊ ገለጻ በማድረግ ብዙ ምክር ሰጠሁ። በተለይ በአሁን ግዜ የሴቶች መብት የተጠበቀና እኩልነት ያገኙ ስለሆነ እኩልነታቸውን በተግባር እንድያሳዩ ገለጽኩ። ስብሰባ አለ ሲባልም እንዲገኙልን አሳስቤ ጥያቄና መልስ ከተለዋወጥን በኋላ ሰዓት እላፊው የጸና መሆኑን በማስገንዘብ ሰላምና ፀጥታ ከሰፈነ እኛ ወደ ልማት ጎዳና ልንሰማራ ስለምንችል እንድንበረታ መከርኩ። በተጨማሪም የከተማችን ንጽሕና እጅግ በጣም የተበላሼ በመሆኑ ኮሚቴ ይመረጥና አማካኝ በሆኑ ቦታዎች ላይ የሕዝብ መጸዳጃ እንሰራለን ስላልኳቸው በአቶ ጉበዝ ሊቀመንበርነት 4 ወንዶችና 2 ሴቶች ተመርጠው የጥናታቸውን ውጤት እስከ ሰኞ ግንቦት 11 ቀን ድረስ እንድያቀርቡልኝ በማሳሰብ የስብሰባው ፍጻሜ ሆነ።

ግንቦት 8 ቀን የ4ቱ ም/ወረዳ ጭቃ ሹሞች፣ የጎበዝ አለቆች፣ ከየምስለኔው ሁለት ሁለት ሽማግሌዎች፣ ጭቃ ሹሞችና የአጥቢያ ዳኞች አውራጃው ርእስ ከተማ ድረስ ስለመሬት ይዞታ የወጣው አዋጅ በተለይ ስለወለድ አገድ ጉዳይ ማብራርያ ለማድመጥ እንዲችሉ ስለተጠሩና ስለመጡ በብዙ ሺህ ለሚቆጠር ሕዝብ አስረዳሁ። ሆኖም ብዙ ታደጋጋሚ ጥያቄዎች በመጠየቅ ግዜ ስላጠፉብኝ የተጠሩትን ብቻ አዳራሽ ውስጥ በማስገባት ግልጽ በሆነ አማርኛ ደግሜ አስረዳሁ። ያልገባቸው ሰዎች ቢኖሩ እንዲጠይቁ ፈቀድኩ። ማንኛውንም ዓይነት የመሬት ጭቅጭቅ በተገለጸላችሁ መሰረት ሕዝቡን እያስረዳችሁ በሰላም እርሻውን እንድያርስ አድርጉ አልኩዋቸው። ከዚያም ስለፀጥታ ጉዳይ በተለይ ስለቆተት ከተማ ግዛው አነሳሁ። ከሶስት ወር በላይ በሰላም እንዲገባ ብዙ ጥሬ ለደርግ አልገዛም ስላለ እኔ ሀይል ለማስመጣት ወስኛለሁ ነገር ግን አሁንም ቢሆን ለሐጥአን የተባለ ለጻድቃን ይተርፋል እንደሚባለው የሰላማዊው ሕዝብ ደም እንዳይፈስ ስላሳሰበኝ ምን ታስባላችሁ አስተያየታችሁን ስጡኝ አልኳቸው። ብዙ ልዩ ልዩ ሀሳቦች አቅርበው በሰላም ለማስገባት እንድንሞክር ግዜ ይስጡን አሉ። ከእያንዳንዱ ም/ወረዳዎች አራት አራት ሽማግሌዎች ይመረጥና በ15 ቀን ግዜ ውስጥ ሰውዬውን በሰላም ይዛችሁት እንድትመጡ አልኩ። ከሜታ አቶ ጥላሁን ዳኜ፣ አቶ ረታ አልዩና ሌሎች ሶስት ሰዎች፣ ከወግሎ አስር ሰዎች፣ ከያየና አራት ሰዎች፣ ከደንቢ አቶ አሊ በላቸው የሚገኙበት ሶስት ሰዎች ተመርጠው ምስጢሩን በሙሉ ያካተተ መግለጫ ሰጠሁ። በአጭር ግዜ ውስጥ ቆተቶችን ቀጥረው መልስ እንድያገኙ አስረዳሁ። ወድያውኑ አቶ ጥላሁን ደብዳቤ አርቅቀው ተፈራርመው በወግሎ መልእክተኞች እንዲላክና ዳቦ ግራር እንዲገናኙ ተቃጠሩ።

ስለዘማቾች መጠለያም የመንግስት ሰራተኞች የወሰዱትን እርምጃ በመግለጽ የተሰራውን ጎብኙልን አልኩ። በጋሻ ብር የማዋጣት ተግባር በወግሎችና በያየኖች ስለተጀመረ ሜቶችና ደንቢዎች እስከ 12/8/67 ድረስ ገቢ እንድያደርጉና ቤቱ እንዲታደስ

እንዲተባበሩ እስረዳሁ። የአምባሰል ዘማች መኮንን እንዳጋጣሚ መጥቶ ነበር። ዘማቾች ለሕዝቡ የሚሰጡትን ጥቅም እንዲገልጽ አድርጌ በሰፊው አስረዳቸው። ይህንን ዕድል እንዳያጡ መከርኩ። ስለ 2ኛ ደረጃ ት/ቤት አሰራር ጉዳይ በሰፊው አስረዳሁ። ክረምት ከመግባቱ በፊት መሀንዲስ የሚመጣ መሆኑን ነግሬያለሁ። የት/ቤቱ ስራ በሁለት ዓመት ሊደርስ ስለማይችል 9ኞች ወደ አስረኛ ሲተላለፉ የክፍል ጥበት ስለሚኖር ለዘማቾች እንደሰራነው ዓይነት ቤት መስራት አስፈላጊ መሆኑንም አስረዳሁ። ለማንኛውም ነገር በሰፊው ለመወያየት ለረቡዕ ቀጠሮ ያዝን። ያለፈው ኮሚቴ የተመረጠው በተማሪዎች በመሆኑ ገንዘብ ለማዋጣት ችግር ከመፍጠሩም ሌላ ሕዝቡ ያልመረጠበትን የልማት ካርኔ ለማግኘት አዳጋች በመሆኑ ነው በድጋሚ ለመምረጥ የተገደድኩት።

ስለ አውሮፕላን ጣቢያ ጥበቃም ጉዳይ ለሕዝቡ አሳስቤ በተለይ ለፀጥታው የተመረጡት ኮሚቴዎች በተደራቢ እንዲሰሩ ታዘዋል።

ስለግብር አሰባሰብ ጉዳይም በፈቃደኝነት ሳይገደዱ አምነውበት እንዲከፍሉ ነበር። አሁንም ማክሰኞና ረቡዕ ባይከፍሉ የምናስገድድ መሆናችንን አስታውቄያለሁ።

ሰላም ከሰፈነና የወለድ አገድ ሆነ ማንኛውም የመሬት ክርክር እዚያው በያሉበት ከጨረሱልን ወደ ልማቱ የምናዘነብል መሆኑን አስረድቼ ተለያይተናል።

ግንቦት 13 ቀን ስለ 2ኛ ደረጃ ት/ቤት ስራ አስፈጻሚ ኮሚቴ ለመምረጥ ሕዝቡ እንዲሰበሰብ ተደርጎ ስለነበር በዚሁ መሰረት በ12/9/67 ልዩ ኮሚቴ ተቋቁሞ ተወያየንበት። መላውን አውራጃ የሚወክሉ ሰዎች ካልመጡና ከተመራጮች ጋር አብረው ካልፈረሙ ሕዝባዊ ኑሮ ዕድገት ሚኒስቴር ምርጫውን ልያጸድቀው ስለማይችል ከ3ቱ ወረዳዎች ተወካዮች እንዲመጡ መደረግ ነበረበት። ስለዚህም የተሰበሰበውን ሕዝብ ለግንቦት 20 ቀን መቅጠራችንን አሳውቀን በዚሁ ዕለት ስፍር ቁጥር የሌለው ሰው እንዲገኝ አደራ አልን። በዚያውም ልዩ ልዩ ገለጻዎች ሰጠን። በተለይም ዛፎች እየተጨፈጨፉ በመሆናቸው ለሚቀጥለው ዓመት ሕዝቡ ማገዶ ስለሚቸገር እንዲያስቡበትና እንዲከላከሉ አስገነዘብኩ። በዚሁም ዕለት የጎበዝ አለቆች፣ ጭቃ ሹሞች፣ አጥቢያ ዳኞችና ቅሬ ዳኞች የመሬትን አዋጅ ሳይተላለፉ ሕዝቡን የሚያስተዳድሩበትን መመርያ አስወጥቻለሁ።

ግንቦት 16 ቀን ሁለት የመሬት ይዞታ ወኪሎች መጡ። ምድባቸው ሳይንት በመሆኑ ከመሄዳቸው በፊት ከሚመጡት የከለላና የደብረሲና ወረዳ ወኪሎች ጋር አንድ ላይ በመሆን የገበሬዎችን ማሕበር ቢያቋቁሙ የሚሻል መሆኑን ስላመንኩበት ለመሬት ይዞታ ወኪል መስርያ ቤት ደሴ ጻፍኩ። የአሰራሩን ሁኔታ የሚያጋጥመ'ነነ ችግርና ልዩ ልዩ ጉዳዮች ለመወያየት ጉባኤ ተቀመጥን። በ9፡30 ሰዓት ውይይት ጀምርን ስለመሸ ለዕሁድ 17/9/67 በ4፡00 ሰዓት ቀጠሮ አድርገን ተለያይተናል። በጉባኤ እንድንወያይ ያደረኩበት ዋናው ምክንያት ማሕበሩን ስናቋቁም ተቃውሞ እንዳይገጥመን ነው።

በዚሁም ዕለት ነጋዴዎች የቤት ቆርቆሮ ባለፈው ሳምንት ከሸጡበት ዋጋ አንድ ብር ጨምረው በመሸጣቸው የዋጋ ቁጥጥር ለማድረግ አቅጄ ስለነበርና ለሕዝቡም ገልጬ ስለነበር አስበልጠው ሲሸጡ የተገኙትን የገዙበትን ዋጋ ከገለጹልኝ በኋላ ዳግመኛ

እንደዚህ እንዳያደርጉ መክሬና ስለኢትዮጵያ ትቅደም ፍልስፍና ሰፊ ገለጻ አድርጌላቸው ሳይቀጡ በምሕረት ለቅቅያቸዋለሁ። ገዥዎቹንም እንደዚሁ በማስረዳትና በመግለጽ ያለ ዋጋው ሲገዙ ቢገኙ የሚቀጡ መሆናቸውን መክሬ አሰናብቻቸዋለሁ። የፖሊስ አዛዥ ሻምበል ታፈሰ ጥበቡ የቆርቆሮ ነጋዴዎችን ሳነጋግር አብሮኝ ስለነበር ስለገበሬዎች ማሕበር መቋቋም በምናደርገው ስብሰባ ለይ እንዲገኝ ነግሬው ምሳየን በልቼ ልመለስ በማለቱ ፈቅጀለት ከሄደ በኋላ ለስብሰባው ሳይመጣ በመቅረቱ ያው ውሀ ወስዶት ይሆናል ብዬ በመገረም ዝም አልኩ።

ከዚህም ቀደም ብሎ የአውራጃውና የወረዳው ዳኞች አቶ ተፈራና አቶ መንገሻን ስለ አቶ አድማሴና ስለ ሻምበል ታፈሰ የክስ ጉዳይ እንድያብራሩልኝ ለዛሬ ጧት ቀጥርያቸው ስለነበር መጡ። ሻምበሉንም እንዲመጣ ብልክበት እቢሮው የለም አሉኝ። እርሱ ባለበት ስለጉዳዩ እንድታስረዱኝ ነበር የፈለኩትና ለሚቀጥለው ሳምንት እጠራችኋለሁ አልኩዋቸው። እርሱማ ለስራ ጉዳይ ስለተፈለኩ ማክሰኞ እሄዳለሁ ብሏል አሉኝ። በውስጤ እኔ ሳላውቀውና እኔን ሳይነግረኝ እንዴት ይሄዳል? ደግሞም የገበሬዎች ማሕበር ስናቋቁም እኔም እርሱም የግድ መገኘት አለብን። እስኪ አየዋለሁ ብዬ በሀሳቤ ደመደምኩ። እነርሱንም ለመሆኑ ጉዳዩ እንዴት ነው ብዬ ስጠይቃቸው አቶ አድማሴ ልጃቸውን ድረውለት ነበር። ተጣሉና ፍች ሳይመሰርት የትም ስለጣላት ከሰሰውት ነበር። በዚህም በሌለበት ተፈርዶበት ነበር። እዚሁ ከመጣ በኋላ ግን ለፍ/ቤቱ ስላመለከቱ ውሳኔውን አንስተን ክርክሩን እንዲቀጥል ፈቅደንለት በመከራከር ላይ ነው። ዛሬም ቀጠሮ ስለነበረውና ሶስተኛው ዳኛ አቶ ዘሪሁን ስለሌሉ ለሰኔ 5 ቀን ብንቀጥረው አልገኝምና ለሰኔ 18 ይሁንልኝ አለን። ለማግባባት ሞክረን አይሆንም ስላለ ባለው ቀን ቀጠረነው ስላሉኝ አመስግኜ አሰናበትኳቸው። ትንሽ ቆይቶም ሻምበል ታፈሰ መጣ። እኔም ደሴ ምን ልትሰራ ነው የምትሄደው አልኩት። መሳርያ ይዤ እንድመጣ ስለታዘዝኩ ነው የምሄደው። ከታዘዝኩ መሄድ ነው እንጂ ምን አደርጋለሁ አለኝ። አየህ በደንቡ መሰረት እንዲህ ዓይነት ትዕዛዝ ሲሰጥህ በጽሁፍ ለእኔ ትገልጽና እንድሄድ ይፈቀድልኝ ብለህ ታመለክትና ሲፈቀድልህ ነው የምትሄደው። ምክንያቱም የጉዳዩ አስቸኳይነትና የእኛ ስራ ሁኔታ ተመዛዝኖ እንዳመችነቱ ነው የምትሄደው ስለዚህ አሁንም የታዘዝክበትን ደብዳቤ ቁጥር በመጥቀስ ጻፍልኝና መልስ እሰጥበታለሁ ብዬው እሺ ብሎ ሄደ። ደሴ እንድሄድ ስለታዘዝኩ በ19/9/67 የምሄድ መሆኔን እየገለጽኩ በእኔ ምትክ የምመድበውን የበታች ሹም በጽሑፍ የምገልጽ መሆኔን አሳስባለሁ የሚል እኔ ከሰጠሁት ትዕዛዝ ውጭ የሆነ ደብዳቤ ጻፈልኝ። አስተሳሰቡ የንቀት ወይ ደግሞ አንድ ዓይነት ተንኮል ያለበት ጽሑፍ ስለመሰለኝ እንዲመጣና እንዲያነጋግረኝ ዘበኛ ብልክበት እቢሮው አለመኖሩ ተገለጸልኝ። በዚህን ግዜ የ፲አለቃ ዘሩን ስለ ሽምበሉ ደሴ መሄድ የሚገልጹትን ደብዳቤዎች ይዞ እንድያናግረኝ ዘበኛ ልኬበት መጣ። ሻምበል ታፈሰ የት ሄደ ብለው ወጣ ብሏል፤ የት እንደሄደ አላውቅም አለኝ። ቴ/ሙንና ደብዳቤውን ስመለከት እንድትመጣ የሚል ሳይሆን መሳርያዎቹን ላክልን የሚል ሆኖ አገኘሁት። የ፲አለቃ ዘሩን ስራ ስላለብን በግ/ቤት ሀላፊው እንዳያስልከው ንገረው ብዬ ከተለያየን በኋላ ይህንኑ ትዕዛዝ በጽሑፍ እንዲደርሰው አድርጌ በ13/9/67 ተልኳል።

በዚሁ ቀን ማታ በአንድ ሰዓት ከሩብ ላይ ከቢሮዬ ወጥቼ ወደ ቤቴ ሳመራ ጣቢያው ፊት ለፊት ከሁለት ፖሊስ ወታደሮች ጋር ሆኖ ጠብመንጃ ይዞ ቁም አለኝ። ሻለቃ አሰፋ ነኝ ብዬ ስሄድ ወደ እኔ አቅጣጫ በመምጣቱና መሳርያ አንግቶ በማየቴ የሮንዱን ስራ ጥሩ

አድርጎ ይዞልኛል ብዬ ገመትኩ። ሲቀርበኝ የመጠጡ ሽታ አወደኝ። አፉም ትንሽ ይኮላተፍ ነበር። ንግግርም ጀመረ። እኔም ከመለስኩለት በኋላ ስብሰባው ላይ ለምን ሳትገኝ ቀረህ አልኩት። እርሱም ስራ በዝቶብኛል። እርስዎም ይህንን አድርግ ያንን አድርግ ይሉኛል ግዜ አጣሁ አለኝ። እንዴ! የታዘዝከውን ሆነ ሌላ ስራ ለወታደሮችህ አከፋፍለህ መቆጣጠር ነው እንጂ አንተ እራስህ ለምን ትሰራለህ ብለው እርስዎን ሆነ እኔን ሳያሳውቁ ሶስት ወታደሮች ቀየሩብን ማን ይስራው አለኝ። ማንና ማን ናቸው የተዛዋወሩት ብለው ሶስት የማላውቃቸውን ስም ጠራልኝ። እንዴት እኔ ወይም አንተ ሳናውቅ ያነሷቸዋል ብለው እኔ ምን አውቄ አለኝ ለመሆኑ በምትካቸው ሰው መድበዋል ወይ ብለው አልመደቡም አለኝ። በመሀከሉም እኔ ማክሰኞ እሄዳለሁ አለኝ። የገበሬዎች ማሕበር ስለምናቋቁምና ቁርጡን ማየት ስለሚኖርብን አትሄድም አልኩት። እርሱም እርስዎ ለዳኞቹ አድልተው ነው። የሚያዘኝ መስሪያ ቤቴ ነው አለ። ለምኑ ነው የማደላው ባመለከትከው መሰረት አንተ ባለህበት እንዲያስረዱኝ ቀጥሬያቸው ጧት ቢሮዬ ድረስ ስለመጡ አንተን ባስጠራህ ቢሮህ ውስጥ ሳትገኝ ቀረህ እንዳልኩት የእኔ መገኘት ምን ይሰራል አለኝ። አነጋገሩ ደስ ስላላለኝ አይ ነገ ጧት ቢሮዬ ውስጥ ስለምገባ እዚያው እንነጋገርበታለን ብለው በሀይለ ቃል አልመጣም! እርስዎም ሊያዙኝ አይችሉም! ማክሰኞ እሄዳለሁ እያለ ሲጮህ ሁለቱ ወታደሮች መጥተው ገፋፍተው ወሰዱት። እንደዚህ እየለፈለፈ፣ "እርስዎ አያዙኝም! እርስዎ ለዳኞቹ ያዳላሉ!" እያለ ሌላ መጥፎ ሁኔታ ላይ ሊደርስ ወይም ሊያደርስ አስቦ ነበር። እኔም ጥዬው ወደ ቤቴ ሄድኩ።

ግንቦት 18 ቀን የለሚን ሕዝብ እርሻውን እንዳያርስ እያወናበዷቸው ነው፤ መካነሰላም የሚሰራው ጎተራ እናንተ ያመረታችሁትን ነጭ ጤፍ አጠራቅመው፣ ለእናንተ ጓያ ሊያበሏችሁ ነው እያሉ ስላስቸገሯቸው ማስተባበያ ለመስጠትና ስለመሬት ይዞታ አዋጅ፣ ስለገበሬ ማሕበር ጥቅም፣ ስለሕብረተሰብአዊነትና ስለ ልዩ ልዩ መግለጫዎች ለመስጠት ባቀድኩት መሰረት ሄጄ ገልጫለሁ። ከሕዝቡም የተጠየቅሁትን ጥያቄዎች መልሼ ሰፈሬ ተመልሻለሁ።

በዚሁ ዕለት (18/9/67) ብዙ የሚጠናቀቁ ስራዎች ስለነበሩኝ እቢሮዬ ገብቼ እስከ ለሊቱ 9፡00 ሰዓት ድረስ ሰርቼ ወደ ቤቴ ገብቻለሁ። ማክሰኞ ጧት እንቅልፍ ሳልጠግብ ተነስቼ የዘማቾችን መጠለያ ቤት ቆርቆሮ ከደሴ ለማስገዛት አቶ ተፈራ ይጭንልን እንደሆን ለመጠየቅ ወርጄ ጠይቄው ስለተስማማን አቶ ጎበዜ ዓወቀ ለዓርብ 22/9/67 እንዲሄድ ተደርጓል። በ19/9/67 እዚሁ አየር ማረፍያ ላይ እንዳለሁ ሻምበል ታፈሰ ለመሄድ ሲዘጋጅ ስላየሁት አስጠርቼ አትሂድ እያልኩህ ለምን ትሄዳለህ ብለው የግድ መሄድ አለብኝ ደሞዛቸውን አመጣለሁ አለኝ። እኔ እንዳልፈቀድኩልህ እያወክ ትዕዛዜን ጥሰህ መሄድህን እወቅ ብዬ ስለጦር መሳርያዎች ጉዳይ በተለይ ካርባይን ጠብመንጃዎቹን ለምን ትወስዳቸዋለህ ብለው ከሀይል በላይ የሆኑትን መሳርያዎች ሁሉ ላክ ስላሉኝ ነው አለኝ። እንዴ! የላስታው ዓይነት ነገር ቢፈጸም ተራማጅና ታማኝ ለሆኑት የመንግስት ሰራተኞች ምን ልናስታጥቃቸው ነው ብለው አያስፈልግም! ስላለኝ ምንም ላደርግ ባለመቻሌ በደብዳቤ ጽፌ ማመልከት ይሻለኛል ብዬ ተውኩት። ከሰዓት በኋላ በ10፡45 ሰዓት ላይ የሰራተኛ ደሞዝ ላመጣ ስለሄድኩ የ፲አለቃ ዘሩን የተካሁ መሆኔን እገልጻለሁ ብሎ የጻፈልኝን ደብዳቤ በማንበቤ በጣም ደነቀኝ። ሻምበሉ ተንኮለኛና ራሱን ሊያድን ይሞክራል።

በ 20/9/67 ስለ 2ኛ ደረጃ ት/ቤት አስፈጻሚ ኮሚቴ ለመምረጥ ቀጠሮ ተሰጥቶ ነበር። ከ3,000 የማያንስ ሕዝብና ከሳይንት ከከለላና ከወጊዴ ተወካዮች በተገኙበት ምርጫው ተከናውኗል። በዚሁም ዕለት መርማሪ ኮሚሽን እቀስታ ያለውን የተባይ መከላከያ መድሀኒት ለመስጠት ከአራት ም/ወረዳዎች ሶስት፣ ሶስት ስራ አስፈጻሚ ኮሚቴ ከማስመረጥ ሌላ በአዋጁ መሰረት የገቡትን ወንጀለኞች የምስክር ወረቀት ሰጥቼ የመጡትን የመሬት ይዞታ ወኪሎችን አስተዋወኩ። ምዝገባ ለነገ በሶያ ገበያ ላይ በአቶ ጥላሁን ዳኜ አጥቢያ ዳኝነት ውስጥ የሚገኙትን የጭቃ ሀገር ሰብስበን የምንሰራ መሆኑን ገልጫለሁ። ትዕዛዝም ተላልፏል። ስብሰባው ከ4፡30 እስከ 10፡00 ሰዓት ድረስ ሲፈጅ ከዚህ ስብሰባ በኋላ አጥቢያ ዳኞችን፣ ምስለኔዎችን፣ ጭቃ ሹሞችን፣ የጎበዝ አለቆችን፣ የቅሬ ዳኞችንና ሽማግሌዎችን በተለይ ሰብስቤ የስራ መመርያና በጉባኤ ያጠናነውን የፀጥታ የስራ መመርያ አንበን በማግስቱ መጥተው እንዲወስዱ አድረገናል። ከሳይንት፣ ከከለላና ከወጊዲ የመጡትም ተወካዬች ብቻቸውን ሰብስቤ 2ኛ ደረጃ ት/ቤት በምንም ዓይነት መንገድ በየወረዳው ሊሰራ አለመቻሉን የሚገልጽ የት/ሚኒስቴር መመርያ አንብቤላቸው እዚህ መካነሰላም በቅድሚያ መሰራት እንዳለበት ገልጬ ለሕዝቡ እንዲያስረዱና እንዲተባበሩ መክሬ አሰናብቻቸዋለሁ።

ግንቦት 21 ቀን 67 ዓ.ም ሌሊት ቢሮዬ ገብቼ በማሾ ስሰራ አንድ ፖሊስ (የወረዳው ዓቃቢ ሕግ) እኔ ቢሮ ድረስ በመምጣት መጠጥ ቤት ለአዝማሪ ግጥም እየነገሩ ያወካሉና ደስ አላለኝም ብሎ ግጥሙንም ነገረኝ። አዝማሪውንም አስጠርቼ እውነቱን ካረጋገጥኩ በኋላ የመጠጥ ቤቱ ሀላፊ አቶ ይማም ባሕርንም አስጠርቼ ስለአዝማሪው ካጣራሁ በኋላ በም/40/67 ግጥሞችን ጭምር በመጥቀስ ለኮ/ ጌታሁን ደብዳቤ ጽፌ ላኩ።

<u>ግጥሞቹም፣</u>

ከዚህ ቤት ከዚህ ቤት ከዚህ ቤት ያለነው
መልካችን ነው እንጂ ልባችን አንድ ነው።
እኛስ ብለን ነበር ደህና ቀን የመጣ
ምነው በስከኋላ ምስቅልቅሉ ወጣ
ተው እንመካከር እንተዳደር
ሜታ መች ይወዳል እናፍርሰው ሲሉት ያባቱን ድንበር
አሁን ከዚህ ያለው አንደኛው ሜታ ነው
አንደኛው ወግሎ ነው አንደኛው አህዮ
አንደኛው ደንቢ ነው
ባያውቀው ነው እንጂ ልባችን አንድ ነው።

የሚል ሲሆን ሀይል እንዲመጣልኝና አየር ወለዶች በጃንጥላ እየወረዱ ትርዒት እንድያሳዩ ጠየኩ።

ግንቦት 22 ቀን የገበሬዎች ማሕበር ለማቋቋም ባወጣነው ዕቅድ መሰረት ሜታ ሄደን ሰው ፍቃደኛ ባለመሆኑና ስብሰባው ላይ ባለመገኘቱ በሚቀጥለው ቀን ተማሪ ሽፈራው ዶሪንና አቶ ደሳለው አዳልን ተዋ ጊዮርጊስ ያለውን ሕዝብ መክረው ስብሰባ እንዲገኝ እንድያደርጉ ላክሁ። በማግስቱ ሄደን 300 ያህል ሰዎች ስለመጡልን እንዲመዘገቡ ብንጠይቃቸው አቅማሙ። መከረን እንመለስ ብለው ሄደው ከዶለቱ በኋላ ለሌላ ግዜ ቀጠሮ ይሰጠን እንጂ ዛሬ አንመዘገብም አሉ። ምክንያቱን ብጠይቅ ሊመልሱ

ባለመፍቀዳቸው፣ ለመሆኑ በጭቆች በኩል ያስተላለፍንላችሁ የመሬት (የወለድ አገድ) ማብራርያ አልተነገራችሁም ወይ? በማለት ስላጋለጥኳቸው ምንም ነገር አልነገሩንም። ሁልግዜ እንደጨቆኑን ነው በማለት ሁሉም ጮሁ። ማብራርያውን ገልጬ በአሁኑ ግዜ እናንተን ድህ ገበሬዎችን አወናብደው ቀን እንዳይወጣላችሁ ለማድረግ በማሰብ እንዳትመዘገቡ ማድረጋቸው ነው እንጂ የማሕበሩ ጥቅም ለእናንተው ነው በማለት ስላብራራሁላቸው ተደሰቱ። ሕዝቡን የሚያወናብዱ ነገሮች ካሉ ንገሩን በማለት ስለጠየኳቸው የማሕበሩ መቋቋም ሰነፉን ይጠቅመዋል እንዴትስ እኩል እንካፈላለን ሲሉ ጠየቁ። ሁኔታው ይህ አለመሆኑን በማስረዳት ማንም ሰው የማሕበሩ አባል ቢሆንም ራሱ የራሱን እርሻ አርሶ ሰብሉን ራሱ ሰብስቦ እራሱ ጎተራ ላይ ማስቀመጡንና ሌላም ሰፊ ገለጻ አድርጌ ስለተረዱ ምዝገባ ጀመርን። 200 ያህሎቹን መዝግበን ተለያየን። በሶስተኛው ቀን አባላት ለማስመረጥ እዚሁ ቦታ ስንሄድ እመንገድ ላይ በቀደም የተመዘገቡትን እነ ሸፈራው አንበሴንና ይመር የተባሉትን ለምን ተመዘገባችሁ ብሎ አገሬው ቀጣቸው ብሎ የወህኔ ፖሊስ ወ/ር ሲሳይ በምስጢር ነገረኝ። አቶ ሸፈራውን ስለሁኔታው ለብቻቸው ጠርቼ አነጋገርኳቸው። እኔ አገር ለቅቄ ወደ ደሴ መሄዴ ነው። ነፃነት አጣሁ አሉኝ። እነ ማናቸው ብላቸው ሊነግሩኝ አልፈቀዱም። ሰውም አልተሰበሰበም። እስከ 9፡00 ሰዓት ድረስ ጠብቀን በመጨረሻም የመጡትን ጥቂት ሰዎች ሌሎች ለምን እንዳልመጡ ጠይቀናቸው እንጃ አናውቅም አሉን። ምን የተፈጠረ ነገር አለ ግለጹልን ብንልም ምንም የለም ስላሉን ለሌላ ግዜ ቀጠሮ የምንሰጥ መሆናችንን ነግረን አሰናበትናቸውና እንደ አሞራ ሲያንዣብቡብን የነበሩትን ሰዎች አስጠርቼ ሰፊ ገለጻ አደረኩላቸው። ቅሬታ እንዳላቸው እንዲነግሩኝ ጠይቄያቸው እነ አሳምነው ከተማ እኛን ለምዝገባ የመጀመርያ ስላደርጉን አዝነንና ተቀይመን ነው አሉኝ። እኔም ደስ ሊላችሁ ይገባል እንጂ ምን ያሳዝናችኋል ብዬ ጠይቅኋቸውና የልጅ መልስ ስለሰጡኝ እኔ ሜታን በመጀመርያ እንዲመዘገብ ያደረኩት ከሌላው ሕዝብ የበለጠ ሰፊ ገለጻና ማብራርያ ያደርኩለት ሕዝብ በመሆኑና ብዙ ግዜም መግባባትን የሚያሳይ ቶሎ የሚገባው በመሆኑ እንጂ ለክፋት አለመሆኑን አስረዳኋቸው። እንዲህ ከሆነማ ዓርብ ሕዝቡን ሰብስበን እናስረዳውና ለምዝገባም ሆነ ለሌላ ጉዳይ መጥተን እንገልጽሎታለን ብለውኝ ተለያየን። በዚህን ግዜ አቶ ደሳለው ዓዳል ሕዝቡ ምዝገባውን በአሁን ግዜ እንዲደረግ አልወደደም። ልክ ንጉሡን እንዳወረዳችሁት በመስከረም ወር ማሕበር ብታቋቁሙ ይሻላል። አሁን ማቋቋሙ ይቅርባችሁ። ከሁነኛ ሽማግሌዎች ነው የሰማሁት አለኝ። ምክንያቱ ምንድነው ብለው ምንም ምክንያት የለኝም አለኝና በነገሩ ተገርሜ ተለያየን።

ግንቦት 23 ቀን ፕሮግራሙ የያየና በመሆኑ ባላ/ጌታቸው ሕዝቡ ተሰብስቧልና እንሄዳለን በማለት የመሬት ይዞታ ወኪሎች ስለጠየቁኝ መሄድ ዋጋ የለውም እንሂድ ካላችሁ ግን ሂዱ ቢያቸው ሄደው አዝነው ተመለሱ።

ግንቦት 25 ቀን የቆተት ሽማግሌዎች በ4ቱ ም/ወረዳ ሽማግሌዎች አማካኝነት የከተማ ግዛውን መልስ የሚሰሙበት ቀን በመሆኑ የሁለቱም ወገን ሽማግሌዎች ቀርበው መምጣታቸውን አመለከቱ። የቆተት ሽማግሌዎች የተፈራረሙበትን ደብዳቤም አቀረቡልኝ። ከተማ ግዛውን ለምን አላማጣችሁትም ብላቸው አገር ውስጥ የለም አሉኝና ያቀረቡትን ጽሑፍ ዋና ፀሐፊው እንድያነቡት አደርኩ። ከተነበበ በኋላ ይዛችሁት የመጣችሁት ውጤት ይኸው ነው? ብዬ ጠየኳቸው አዎን ስናጣው ግዜ እርሱ አንድ

ነገር ቢፈጽም በሀላፊነት እንጠየቅ ብለን ተፈራረምን አሉኝ። ከ4ቱ ም/ወረዳ የተመረጡት ሽማግሌዎች ከአሁን በፊት በነገርኳቸው መሰረት ሰውየውን ስላላመጣችሁት ልወስደው የሚገባኝን እርምጃ ከአስተያየታችሁ ጭምር በጽሁፍ ስጡኝ አልኳቸው። እነርሱም በቅሬታ መንፈስ እሺ ብለው ከቆተት ሽማግሌዎች ጋር ከአዳራሹ ወጡ። ከግማሽ ሰዓት በኋላ ተመልሰው መጡና አነጋገሩኝ። መልስ ጻፋችሁ? አልኳቸው። የለም የቆተት ሽማግሌዎች ሌላ ሀሳብ ስላመጡ እርሱን ልንገልጽሎት ነው አሉኝ። ምንድነው አዲሱ ሀሳብ አልኳቸው። የከተማ ግዛውን መኖርያ ቤት ሄደን እናፈርሳለን። ቤቱ መፍረሱን ሲሰማ ካለበት ቦታ ስለሚመጣ ያን ግዜ እጁን ቢሰጥ ሰጠ። ባይሰጥ ደግሞ ተታኩሰን ሞተንም ቢሆን እንይዘዋለን አሉኝ። እኔም የምትሉትን በሙሉ በጥሞና አድምጫለሁ በዛሬው ቀን በጽሑፍ ያቀረባችሁትን መልስ ልትሰጡኝ መመካከራችሁን ቀደም ብዬ ሰምቸዋለሁ። እርግጥም ወሬ ሲመጣ ውሸትም እውነትም ተደባልቆ ይመጣል። ከተማ ግዛው ከሀገር መውጣት ቀርቶ ከቤቱም አልወጣም። ግን በጣም አድርጌ ታዘብኳችሁ።

አስተያየታችሁን ስጡኝ ያልኩት ዋናው ምክንያት ልገምታችሁ ፈልጌ ነው። ያም ሆነ ይህ አሁን ባቀረባችሁልኝ ሀሳብ መሰረት እንድትሰሩ አልፈልግም። ሌላ ሀሳብ ካላችሁ አቅርቡልኝ አልኳቸው። ቆተቶችም እንግድያው እሪ ብለን ሕዝብ እንሰብስብና ሄደን እንይዘዋለን አሉኝ። ለመሆኑ ከቆተት ሕዝብ ውስጥ ምን ያህሉ ይደግፋችኋል? አልኳቸው። አይ አናውቅም አሉኝ። ታድያ እናንተን የሚረዳ ባይኖር እናንተ ብትገድሉት ከሕዝቡ ጋር ደም አቃባኋችሁ ማለት አይደለም ወይ? አዲሱ መንግስት ደም እንዲፈስ አይፈልግም። ይልቁንስ ሂዱና የቆተትን ሕዝብ ሰብስቡ። ጉዳዩን በይፋ ገልጻችሁ አስረዱ። ሕዝቡን ከተማን በሰላም እንዲገባ ለማድረግ ካልፈለገ የሚደግፋችሁን ለይታችሁ በጽሁፍ አቅርቡልኝ አልኳቸው። እዚህ ሁሉ ሀሳብ መለዋወጥ የደረስነው ግዜ ይሰጠን ብለው ስለጠየቁ ነው። እናንተ ግዜ ግዜ የምትሉት አንድ የምትፈልጉት ነገር እስኪደርስላችሁ ድረስ ለማጓተት እንዲመቻችሁ ነው። ሀሳባችሁ ይገባኛል። ክረምት እስኪ ገባ ድረስ ነው የምትጠብቁት። ይህንን ልል የበቃሁበት ዋናው ምክንያት ከጥር ወር ጀምሬ ጓሳው ድረስ በመሄድ በሰላም የሚገባበትን ሁኔታ ከሕዝቡ ጋር ተወያይተን በቀጠሮ ብዛት ሶስት ወር ያህል ከጉተተው በኋላ እልባት ሳያበጅለት ትቶታል። አሁንም እናንተ እንደዚሁ ለማድረግ ነው ሀሳባችሁ በሚል ነበር። ይህን ሁሉ ንግግር ሳደርግ ነቃብን ብለው ገሚሶቹ አቀርቅረው ነበር። ይሁንና በጠየቁት ቀጠሮ መሰረት ተፈቅዶላቸው ከተማን ሊያመጡ ወይም ደግሞ የማይደግፉቸውንና ከተማን የሚደግፉትን ስም ዝርዝር ሊያቀርቡ ተስማምተው ቀጠሮው ለሰኔ ተቀጠረ። በዚህን ግዜ እኔ ስለማልገኝ እኔ ባለመኖሬ ችላ እንዳይሉት እኔ ባልኖር ለዋናው ፀሐፊ መልሱን እንዲሰጡ ነግሬ ተለያየን።

ግንቦት 26 ቀን ቤተሰቦቼን ከድሬዳዋ ለማነቃነቅ የ11 ቀን ፈቃድ ተቀብዬ በመሄድ አዲስ አበባ ስለ 2ኛ ደረጃ ሕንፃ አሰራር ጉዳይና የልማት ካርኔ ለመጠየቅ ሕዝባዊ ኑሮ ዕድገት ሄጄ ያለብንን ችግር በሰፊው አስረዳኋቸው። ከደንብ ውጪ እንዴት እንደሚፈቅዱ ግራ ገብቷቸው እንመካከርበታለን ሆኖም ት/ሚኒስቴር ጋር ሄደው እንዲረዷችሁ ቢነጋገሩ ይሻላል እንጂ ሕዝቡ አዋጥቶ ለመስራት አይችልም አሉኝ። እኔም ይህንኑ ልጠይቅ ማሰቤን ገልጬላቸው የዚህን ውጤት ካመጣሁ በኋላ ልንገናኝ ተስማምተን ሄድኩ። ት/ሚኒስቴርም ሄጄ ረዳት ሚኒስትሩን ላገኝ ስላልቻልኩ ከፀሐፊው ቀጠሮ ወስጄ

በማግስቱ ተመለስኩ። ተገናኘተን ስለማንኛውም ጉዳይ አስረዳኋቸው። ከሰዓት በኋላ ዋና መሀንዲስ ባለበት እንድንወያይ ቀጠሩኝና ሄድኩ። በዚህን ግዜ ስልክ ለሕዝባዊ ኑሮ ዕድገት ደውዬ አቶ ተስፋይ በውይይቱ ግዜ እንዲገኙልን ቀጠርኳቸውና በቀጠሮው ሰዓት ት/ሚ ተገናኘን። እንዳጋጣሚ ሆነና መሀንዲሱ ባለመገኘታቸው ለማግስቱ ቀጠሮ ወስጄ ሄድኩ በማግስቱም ብቻዬን ሄጄ ውይይቱን ቀጠልን መሀንዲሱም በአዲስ አበባ ውስጥ 2ኛ ደረጃ ት/ቤት ለመስራት ብር 400,000.00 ይፈጃል። ቦረና ከሆነ ግን ብር 600,000.00 ድረስ ይፈጃል ሕዝቡ ያዋጣና ማንኛውንም ወጭ ይቻል። እኛ የተገዙትን ዕቃ በማጓጓዝ እንረዳለን አሉኝ። እኔም እንዲህ ከሆነ ምኑን ረዳችሁን ሕዝቡ በጠቅላላ ያዋጣል ብዬ አልገምትም። ግን እመዋጮው ውስጥ ያስገባኝ መጀመርያ በተሰበሰበው ገንዘብ የሚቻለውን የክፍል ብዛት ማሰራትና ደግሞ ቀስ በቀስ እንዲሟላ ለማድረግ በማሰብ ነው ስለዚህ እርዳታችሁን በርከት አድርጉልን አልኳቸው። መልካም ብር 150,000.00 አዋጡ ሌላውን ት/ሚ ይችላል። ከዚህ በላይ ልንረዳችሁ አንችልም አሉኝ። አመስግኜ የቤቱን አሰራር ሁኔታ ተወያይተን በአዲሱ ፍልስፍና መሰረት ት/ቤት ለሁሉም ለማድረስ እንዲችል አገር ውስጥ በሚገኘው ዕቃ ይሰራና ለወደፊቱ ይሻሻላል።

ስለዚህ ቦረና በጭቃ ተሰርቶ በሲሚንቶ ይገረፋል ወለሉ ስሚንቶ ይሆናል ብለውኝ ተለያየን በሚቀጥለው ቀን ሕዝባዊ ኑሮ ዕድገት ሄጄ ት/ሚ የረዳንን ሁሉ አጫውታቸው በእነርሱ በኩል እንዲያጣሩልኝ አድርጌ ከሶስት ቀን በኋላ ተመለስ ስላሉኝ ወደ ድሬዳዋ ሄድኩ። ይህንን ስራ ለማስፈጸም ለታክሲ ብቻ 25.00 ብር ወጭ አድርግያለሁ። ከድሬዳዋ ቤተሰቦቼን እንዳመጣሁ አዲስ አበባ ስለቦረና ፀጥታ ጉዳይ ከደርግ ጽ/ቤት፣ ከአገር አስተዳደር ሚኒስቴርና ከፖሊስ አዛዥ ጋር ተነጋግሬና በሰፊው አስረድቼ ተመልሼ ወደ ደሴ ሄድኩ። ይህንን ጉዳይ በቃልም በጽሑፍም ለአቶ ዋለልኝ (ም/አስተዳዳሪ) አስረዳሁ። ብዙ ጉዳይ ከተወያየን በኋላ ወደ ቦረና ሄድኩ በዚህን ግዜ ቺፍ አንበሴ የሀኪም መረጃ አለኝ በማለት ሌላ ወረዳ እንዲዛወር ጠይቆ ከዋናው አስተዳዳሪ በተጻፈለት መሰረት ወደ ባሕር ሀይል ስለሚመለስ ርክክቡን እንዲፈጽም ተደርጎ ካረካከበ በኋላ በአይሮፕላን እጦት ምክንያት መካነሰላም ሰነበተ። መካነሰላም እንደደረስኩ ብዙ መጥፎ ወሬ ስለሰማሁ መከታተል ጀመርኩ። ለገበሬ ማሕበር ሰዎች ግንቦት 29 ቀን ሜቶች ባደረጉት ስብሰባ ለይ ብር 50.00 እና ልዩ ልዩ ቅጣቶች የወሰኑባቸውን ቀስ በቀስ አገኘሁ። ሰዎቹም ሙሄ ሽፋው፣ አሳምነው ከተማ፣ ጥላሁን ዳኘ፣ ደሳለው ዓደል፣ ለጋስ ክብረት፣ ካሳ ወርቁ፣ መኮንን በላቸው፣ ተምትም ምትኩ፣ መሆናቸውን ደረስኩበት። ይህንኑ ማስረጃ ሊሰጡ የሚችሉ ገረመው ግዛው፣ አበበ ዶየ፣ ብሩ እንድሬ፣ አበበ አገኘሁ፣ በግዛው ወርቁ ጭቅነት የሚገኙት መሰከሩ። ግፍና በደል የደረሰበትና ድንጋይ ተሸክሞ ይቅርታ እንዲጠይቅ የተደረገው ከተማ ወርቁም በማስረጃነት ሊቀርብ እንደሚችል አወኩ። በተጨማሪም ካሳ ገበየሁ፣ ሽፈራው አራጋው፣ ከበደ አብተው፡ መኮኒ በላቸውና ዳምጠው ንጉሴ በከበደ አብተው ጭቅነት የሚገኙት መረጃዎች ሊሆኑ እንደሚችሉና ጌታሁን አቤ (አበበ) የተባለው የቅሬ ዳኛ ሀገር ክፈሉ ያላችሁን ክፈሉ እያለ በመለፈፉ ተጠያቂ እንደሆነ በማያወላውል ሁኔታ አረጋገጥኩ።

ለ2ኛ ደረጃ ሕንፃ ጉዳይ ከደሴ መሀንዲስ ይዤ በመምጣት 78,000.00 ካሬ ሜትር መሬት በመቀየስ ስራውን ጨርሷል። ሊቀመንበሩን አቶ ካሳ ለጋስን የካርኔ መግዣ ብር 3,000.00 ከሕዝቡ ሰብስብ ባልኩት መሰረት ለ16/10/67 ሕዝቡን አስጠርቶ

እንዲያዋጡ ሲጠይቅ የተማሪዎች ወላጆች ያዋጡ እኛ ካርኔው ሲመጣ እናዋጣለን በማለታቸው አዝኜ ይህንን የት/ቤት ፈቃድ ለማውጣት ያጋጠመኝን ችግር በሙሉ አስረድቼ ከወቀስኳቸው በኋላ ለሐሙስ 19/10/67 ተቀጠረ።

እንደመጣሁ አወናባጆቹ ስለ ገበሬዎች ማሕበር ጉዳይ ለሕዝቡ የተሳሳተ መልእክትና ትርጉም የሰጧቸው መሆኑን በመረዳት የሜታም ሕዝብ ተወካይ ነን ባዮች እነ ደሳለው ዓደል የማሕበሩ መቋቋም ከመስከረም በኋላ ይሁንልን ብለው ደብዳቤ በመጻፋቸው እጅግ በጣም ስላናደደኝ በገበያ ቀን ለድሀው ሕዝብ እንዲገባው በማሰብ በሆስፒታሉ ስፒከር ለማስረዳት በሆዴ አስቤ እያለሁ በመሀከሉ የአወናባጆቹን ስም በማግኘቴ ወደ ደሴ ሄጄ ለማስረዳትና ሀይል ይዤ ለመምጣት ቆረጥኩና በዓርቡ በረራ ልሄድ ሳስብ አውሮፕላኑ በመቅረቱ ሀሳቤ ተሰናከለብኝ። ጭቃም በመሆኑ ተስፋ ቆረጥኩ በማግስቱም በድንገት ቅዳሜ ገበያ ተገኝቼ ለሕዝቡ ገለጻ እንደማደርግ ሻምበሉን እንዲነግሩትና ከሁለት ፖሊሶች ጋር ከእኔ ጋር እንዲሄድ ብዩ ተናግሬ ላውድ ስፒከሩን ከጤና ጣቢያው ሄጄ አመጣሁ። እግረመንገዴንም የፈንጣጣ ክትባት ባልደረባ የሆነውን ሚስተር ካርልን ሄሊኮፕተሯ ትመጣ እንደሆን እኔም አብሬው እንድሄድ ጠይቄው አዎን ትመጣለች አለኝ። በኤስቡ ሬድዮ እንድትመጣ ለማድረግ ተያይዘን ስንመጣ ፖሊሶች ተሰብስበው አገኘኋቸው ምነው ምን ሆናችሁ ስላቸው ጌታዬ እርስዎ ወደ ገበያ ሄጄ ገለጻ አደርጋለሁ ስላሉና የእርስዎ መሄድ አደገኛ ስለሆነ ቅሩ ልንልዎት ነው አሉኝ። እኔም አይ የፈለገውን ያህል አደገኛ ቢሆንም ሕዝቡ ተወናብዶ እያየሁ ዝም ማለት አልችልምና ሄጄ አስረዳዋለሁ አልኩ። አንደኛው፣ ቀጠል አደረገና ብቻ እርሱ ይሁን ሌላ ወታደር አላረጋገጥኩም እንጂ ሕዝቡ ፖሊሶች አይምጡብን የመጡ እንደሆን ረብሻ ይነሳል ስላሉኝ እኛ አንሄድም አለኝ። እኔም ግድ የለም እንደዚህ ከሆነ እናንተ ቅሩ እኔ ብቻዬን እሄዳለሁ ስላቸው አቀረቀሩ። በድጋሜ ቅር አትሰኙ አደጋ ላይ እንድትወድቁ ስለማልፈልግ ነው ቅሩ ያልኳችሁ ስላቸው የለም ጌታዬ ሕዝቡ አድሞብናልና አለመሄዱ ይሻላል አሉኝ። አይምሰላችሁ የሚያወናብዱትን አንድ ባንድ አውቂያቸዋለሁ። መረጃም ይዤባቸዋለሁ። ደግሞም አወናባጆችን እርስ በርስ ወይም ደግሞ ከሕዝቡ በማጋጨት ማለት አሁን ገበያ ላይ ሄጄ ለሕዝቡ ላስረዳ እንዳሰብኩት ነገራቸውን በእውነተኛ ነገር ብናፈርስባቸው ያሰቡት ይከሽፍባቸዋል። ስለዚህ ግዜዬን አታጥፉብኝ። እኔ የመጣሁት ስለለውጡ ለሕዝቡ ለማስረዳት ሕይወቴን ለማሳለፍ ስለሆነ ከመሄድ አልቆጠብም ብዩ ጥያቸው ሄድኩ። ሰዓቱ እስኪደርስ ድረስ እቢሮዬ ስለሄድኩ ሻምበሉ መጥቶ አብረንዎት ልንሄድ ወስነናል አለኝ። አይ ለእኔ ብላችሁ አትሂዱ። ግድየለም ብለው ቆርጠናል አለኝ። መልካም እንግድያውስ ልክ በ5፡00 ሰዓት ከዚህ እንነሳለን አልኩትና በሰዓቱ ለመጓዝ ተዘጋጀን ወ/ር በቀለ ግዛውም ከእርስዎ በፊት እኛ እንሞታለን እንጂ ማንም አይነካዎትም ብሎ አብሮኝ ሄደ። ገበያው ላይ ደርሰን ከ6,000 በላይ ሕዝብ ከቦን ልያዳምጥ ተዘጋጀ። እንዳጋጣሚ ላውድ ስፒከሩ በደንብ ሊያሰማ ባለመቻሉ ጉሮሮዬ እስኪሰነጠቅ ድረስ በድምጼ መግለጽ ቀጠልኩ። ፍሬነገሩ ስለገበሬዎች ማሕበር መቋቋም የሚሰጠው ጥቅምና አወናባጆች ባንድነት እርሳችሁ አንድ ጎተራ ላይ በመክተት በቀን አንዳንድ እንጀራ እየተጣለላችሁ ነው የምትኖሩት የተባለውንና ሌላውን ጭምር በመጥቀስ በማስተባበል በሰፊው አስረዳሁ። ምርጫው የእናንተው ነው። ይጠቅመናል ካላችሁ ተመዝገቡ። አይጠቅመንም ካላችሁ ተውት። እኔ ዛሬ ገለጻ ያደረኩላችሁ እውነተኛውን ትርጉም ላስረዳችሁ በማሰብ ነው። ከአሁን ወድያ ብትወናበዱ ዓውቃችሁ ያደረጋችሁት መሆኑን ዕወቁ ብዩ እነ ደሳለው ዓደል ከሕዝብ ተወክለናል

በማለት የገበሬዎችን ማሕበር እንዳይቋቋም ደብዳቤ መጻፋቸውን ስገልጽላቸው እኛ አልወከልናቸውም። ልንመዘገብ እንፈልጋለን አሉ። በሉ እንግዲህ በየጭቃችሁ ተሰብስባችሁ ኑና ተመዝገቡ አልኩ። አንዳንድ ጥያቄዎቻቸውን መልሼ አቶ አሊ የመሬት ይዞታ ወኪል በበኩሉ ገለጻ አደረገ። በተጨማሪ በመላ ኢትዮጵያ የገበሬዎች ማሕበር ሲቋቋምና በወሎም ውስጥ ከቦረና በስተቀር ሁሉም አውራጃዎች ሲመዘገቡ ልያፍሩ እንደሚገባቸውና የቦረና አውራጃ ብቻ "መቃወም" ለውጡን የማያደናቅፈው መሆኑን በሰፊው መከርኩ። የፀረ ሰብል ማጥፍያ መድሀኒት ከየወረዳው በተመረጡ ኮሚቴዎች አማካኝነት ከአቀስታ እንዲያመጡ ባያመጡ ሀላፊነቱ የእነርሱ መሆኑን አስረዳሁ። ንግግሬን ጨርሼ ስመለስ ጓሳው ላይ ከተዘረፉት መምህራን ውስጥ መንገድ ላይ አግኝተውኝ፤ ጌታዬ የተዘረፍነውን ዕቃ ለማስመለስ የተላኩት ሽማግሌዎች መጥተው የደረሰባቸውን በደል ሲገልጹ ቃላቸውን ተቀበሉ ብንላቸው ዋና ፀሐፊው እምቢ ስላሉ ሰዎቹ ሊሄዱብን ነው አሉኝ። እኔም ሂዱና ቆዩ በኋቸው ብዬ መንገዴን ስቀጥል አቶ ሙሄንና አንደኛው ሽማግሌ ወደ ሶዬ ሲሄዱ አገኘኋቸው። አንደኛው መምህር እነዚህ ሁለቱ ቃላቸውን ይስጡልኝ ስላሉ በ8:00 ሰዓት እንዲመጡ ቀጠርኳቸው። ሌሎቹን ሶስቱን ደግሞ ከተማው መሀል ስላገኘናቸው እነርሱንም ቀጥረን ምሳ የሚበሉበት ዘመድ እንደሌላቸው ስላወኩ ምሳ እንዲበሉበት ብር 10.00 ሰጥቻቸው ሄድኩ።

ከምሳ በኋላ 5ቱንም ሽማግሌዎችና የ፲አለቃ ዘሩን እቢሮዬ በማስጠራት ቃል እንዲቀበል አድርጌ የተቀበለበትን አንዱን ኮፒ በሸኚ ደብዳቤ ለኮሎኔል ጌታሁን እጅጉ ከሌሎች 5 አባሪና ሴረኞቹን ከሚገልጽ ዝርዝር ጋር ላኩ። ፍሬ ነገሩ ሽማግሌዎቹ እነ ፍላቴ ጋር ቀጠሮ ባደረጉት መሰረት እንደሄዱ 20 ባለብረቶች አነጋገርዋቸው ፍላቴ 5 በቅሎዎች አስመልሼላችኋለሁ ሲል፣ ሽማግሌዎቹ ሌላውስ ዕቃ ብለው ሲጠይቁ ከሽፍቶቹ መካከል

መሳርያ ደገነባቸው። ፍላቴም አስረከበኸኝ ነበር ብሎ አፈጠጠባቸው። አንደኛውን ሽማግሌ እሪ ብለህ ሰው የሰበሰብክ አንተ ስለሆንክ በሞት ትቀጣለህ ብለው ሲፈርዱበት እርሱም እኔ እሪ አላልኩም ብለህል ካላችሁ ማስረጃ አቅርቡብኝ ስላላቸውና ፍላቴም እሪ አለማለቱ ያስታውቃልና ተውት ብሎ እንዳዳነው ሰማሁ። ሌሎቹም ሽማግሌዎች ግልምጫና ስድብ ደርሶባቸዋል። የሀይላቸው ብዛት ካህያዎቹ ሌላ በየጋራው ላይ ስፍር ቁጥር የሌለው ሰው ማየታቸው እንድያውም ወታደር ይዘው ይመጣሉ ብለው ጠርጥረው እነዚህ ሰላዮች ናቸው ከኋላቸው ወታደር አስከትለዋልና ጠበቅ አድርገን እንመርምር ብለው እንዳበሳጭዋቸው የሚገልጽ ነበር።

ከብቶችንም መምህራኑ እንዲረከቧቸው ቢጠይቁ እኛ ለራሳችን መጠግያ አጥተን በቅሎዎችን የት ልናሳድራቸው ነው በተጨማሪም ወንበዴዎች በቅሎቹን የመለሱት የወገኖቻቸው ስለሆኑ ነው። ከእኛ ንብረት ውስጥ አንዷት ዕቃ ለምን አልመለሱም? አሉ። ይህ ብዙ ነገር ሊያስረዳ ይችላል በማለት ሽማግሌዎቹን ይህ አባባል እውነት ነው? ለመኖርያቸው ለምነው እንደገና ደግሞ ለበቅሏቸው ሊለምኑ ነው ወይ? ባደረጋችሁት ጥረት በጣም አመሰግናችኋለሁ። በቅሎዎቹን እናንተ ዘንድ አቆይዋቸው። ለእናንተ ደብዳቤ ይጻፍላችኋል። ለሳይንትም ሁኔታው ተገልጾ እስከ ሰኔ 26 ቀን ድረስ መጥተው ባይወስዱ ከዚህ ቀን በኋላ በኪራይ መልክ በቀን 1.00 ብር እንዲከፍሉ ወይም ደግሞ በቅሎዎቹን እያከራያችሁ ቀለባቸውን እንዲችሉ ለማድረግ መብት ይሰጣችኋል አልኳዋቸው። ተስማምተው በቅሎዎቹን ይዘው ሄዱ።

ከ16/10/67 ጀምሮ ብዙ የሽብር ወሬ በመነዛቱ ማታ ማታ ቢሮ ገብተው አይስሩ የሚል ጉትጎታ በዛ። ምክንያቱንም ስላወኩትና ብዙ ስራም ስለሌለኝ ከዛሬ ጀምሮ ማታ ማታ አልሰራም አልኳቸው። ብዙ አወናባጆችንም ማወቅ ቻልኩ። እኔ ቀደም ብዬ የምጠረጥራቸው ሰዎች ሊገድሉኝ ማሰባቸው በብዙ ሰው ዘንድ መወራት ተጀመረ። ቀስ በቀስም ስማቸው ተገለጸ እነርሱም ሻምበል ታፈሰ ጥበቡና ባለ/ ጌታቸው ሽፍቶችን በማስተባበር ብዙ መዶለታቸው ተገለጸ። ግን እርምጃ እንዳልወስድ ትዕዛዜን የሚፈጽም እንደማላገኝና ባስራቸው ሌላ የፀጥታ ጣጣ ውስጥ ሊያስገባኝ ይችል ይሆናል ብዬ በማሰብ ተውኩት። በተለይ ሻምበሉን እንዳላስረው አባሎቹ በሙሉ ላይስማሙ ስለሚችሉ ሌላ አደጋና ብጥብጥ እንዳይፈጠር ብዬ ችላ አልኩትና እራሴን በእራሴ መጠበቅ ጀመርኩ።

በ17/10/67 ጧት አውሮፕላኑ ስላልመጣ በድንገት ከሰዓት በኋላ ዓረፈ በዚህን ግዜ ሽብር ያጠቃቸው መምህራን በሩጫ ደርሰው በሽሚያ አውሮፕላኑን ስለሞሉት አንድ ሽምገል ያለ ሰው እንዴት ጥሎኝ ይሄዳል በማለት በነበረው የስካር መንፈስ ተገፋፍቶ ጠብመንጃ በአውሮፕላኑ ላይ ደገነ። ፓይለቶቹም ተደናገጡ በኋላም የ፲አለቃ በየነ ረዳ በካራቴ ተጠቅሞ ብረቱን ቀማው አውሮፕላኑም በቶሎ ተነስቶ ሄደ። ወድያውኑም ሻምበል ታፈሰ ሽጉጥ ወደ ሰማይ ተኩሶ የ፲አለቃ በየነን ጭንቅላት ለጥቂት ሳተው እኔም በዚህ ግዜ እቦታው ስለደረስኩ ሻምበል ታፈሰ ሽጉጥ ባልተኩስ ኖሮ ሰውዬውን ከቦ ሕዝቡ ያስቸግረን ነበር አለኝ። በሁኔታው ተደንቄ ዝም አልኩ። ሰውዬውን እኔ ልውሰደውና ጣቢያ ልሰረው አለኝ። እኔም የለም ሁላችንም ስንሄድ እንወስደዋለን አልኩት። ትንሽ ቆይቶም ዝም ብሎ ሰውዬውን ይዞት ሄደ አሉኝ። ፖሊሶች ተውት

ይውሰደው እኛ የአውሮፕላኑን መመለስ እንጠብቅ አልኳቸው። አውሮፕላኑም ሳይመለስ ቀረ ከዚህ ቀን በኋላ በዝናቡ ምክንያት ልያርፍ ስላልቻለ መገናኛው ተቋረጠ።

መምህራን እጅግ በጣም ተጨነቁ። አዋጥተን ሄሊኮፕተር እንከራይ ይጠየቅልን። እያንዳንዳችን እስከ ብር 100.00 ድረስ እንከፍላለን በማለት መግቢያ መውጫ አሳጡኝ። እውነት ነው ሊጨነቁ ይገባቸዋል። ምክንያቱም ብዙ የሽብር ወሬ በመነዛቱና መምህራንን ከመለዮ ለባሹ ቀጥለን እናጠፋቸዋለን በመባሉ ነው። ስለሁኔታው ጠቅሼ ለአስተዳዳሪውና ለፖሊስ መምሪያው በመምህራኑ ላይ አደጋ ከመድረሱ በፊት ሁለት አውሮፕላን ተልኮ ይጓጓዙልኝ ብዬ በቴሌግራም ጠየኩ። በዚህም መሰረት ተሞከረ ግን በጭቃ ምክንያት ሊያርፍ ባለመቻሉ በረራው ተጨናገፈ። መምህራኑም ተስፋ ቆረጡ በብዛት እየሆኑ በእግር ወደ ደሴ ተጓዙ። ጭንቀታቸው በጣም የሚያሳዝን ነበር።

ቀደም ብዬ ኮ/ጌታሁን እጅጉንና ኮ/ተስፋዬ አበበን በሄሊኮፕተር መጥተው እንዲያነጋግሩኝ አለበለዝያም ሄሊኮፕተር ተልኮልኝ እኔ ስለፀጥታው ጉዳይ እንዳስረዳ ጠይቄ እያለሁ በ19/10/67 ጧት በቃፊሮች በኩል አንድ የፀጥታ ችግር በሚስጢር ተነገረኝ። ይኸውም ቀደም ሲል በሻምበል ታፈሰ ጥበቡ አማካኝነትና በሻምበል (ባላምባራስ) ጌታቸው ተባባሪነት ጥይት ለሽፍቶች እንደተሰጠ በዛሬው ዕለት ማታ ልክ ከምሽቱ 1:00 ሰዓት የምልክት ጥይት እንደሚተኮስና በከተማይቱ የዝርፍያ ወንጀል እንደሚፈጸም የሚጠቁም ነበር። ይህንን እንደሰማሁ ወህኒ ቤት በመደወል አዛዡ እንዲመጣ በማድረግ ስለሁኔታው ገልጬ ወህኒ ቤቱን አጥቅተው መሳርያ ለመውሰድና እስረኞቹን ለማስፈታት ስላቀዱ አባላቱ በሙሉ እዝያው አድረው ምሽግ በመስራት ጥበቃውን እንዲያጠናክሩ እኛም በያለንበት ጥበቃ ስለምናደርግ ዕርዳታ ልናደርግለት እንደምንችል አስረዳሁ።

የፖሊስ አባላቱን ሰብስቤ ስለጉዳዩ በማስረዳት ከአሁን ጀምረው በተጠንቀቅ ላይ እንዲሆኑና በተለይ ከ12:00 ሰዓት በኋላ ማንም ወታደር ከፖሊስ ጣቢያው ሳይቀር የተመደበለትን ቦታ ይዞ እንዲጠብቅና መትረየስም እንዲወጣ አዘዝኩ። በ12:00 ሰዓት ላይ እኔና ቺፍ አንበሴ መሳርያችንን ይዘን አንድ ምሽግ ያዝን። ፖሊሶቹም ቦታ ቦታቸውን ይዘዋል። መትረየሱ ወጣ ወይ ብዬ ብጠይቃቸው አልወጣም አሉኝ። ለምን ብላቸው የግ/ቤቱ ሀላፊ ያዘዘኝ ስለሌለ ነው አለ። በል እኔ አዝዤሀለሁ አውጣ አልኩትና ወደ ግ/ቤቱ ስንሄድ ሻምበል ታፈሰ ስለመጣ ምንድነው ብሎ ጠየቀ። መጠጥ በመጠጣቱ ትንፋሹ ፈጽሞ አያስጠጋም ነበር። እኔም ለጠየቀው ጥያቄ መትረየስ እስካሁን ድረስ ለምን አልወጣም ስለው፣ ምንም ነገር የለም መትረየስም ያለ ትዕዛዜ አይወጣም አለኝ። ለመሆኑ እስከ ዛሬ ድረስ እንዴት ነበር ሲወጣ የሰነበተው? ስለው ወጥቶም አያውቅ ብሎ ካደኝ። በል አሁን እኔ ትዕዛዝ ሰጥቻለሁ መትረየሱ ይውጣ ብዬ ስለው የግ/ቤቱን ሀላፊ በሻለቃው ሀላፊነት ወጥቷል ብለህ መዝግብና እፈርማለሁ እርሳቸውም ይፈርማሉ አለው። የግ/ቤቱ ሀላፊ ግን በሻምበሉ ፊርማ ብቻ እንዲወጣ አደረገ። ሻምበሉ ጠብመንጃውን ይዞ የጠብመንጃውን አፈሙዝ ፊት ለፊቴ ላይ አድርጎ እንደቆመ አፈሙዙን ይዤ ወደ ጎን ገፋሁት ሁለት ፖሊሶች መጥተውም ይዘው ከእኔ አራቁት።

ወድያውኑ ቃፊሮች በጠቆሙኝ መሰረት ልክ ከምሽቱ በ1:00 ሰዓት አራዳ አካባቢ ያ የምልክት ጥይት ተተኮሰና በርካታ ቶክስ ተከፈተ። እኔም ፖሊሶቹን ቦታ ቦታችሁን ያዙ

ብዬ ሁላችንም ተዘጋጀን። ሻምበሉ ግን እዝያው ፖሊስ ጣቢያው በረንዳ ላይ ዝም ብሎ ቆመ። ሁኔታው ደስ ስላላለኝና ከወንበዴዎቹ ጋር ሆኖ እኔን ለመግደልና ለማስገደል መሀላ መማማሉን ስለደረስኩበት ወታደር ኑርዬን ሂድና ሻምበሉን ተከታተለው ብዬ ላኩት።

በዚህን ግዜ እኔና ቺፍ አንበሴ አንድ ምሽግ ይዘን ስለነበር የተኛ መስሎ ጠብመንጃውን አቀባብሎ ወደኛ አቅጣጫ ሲያዞር፣ ወታደር መለስ ዘገየ ወታደር በየነ ወ/አገኝና ወታደር አደም ሙሐመድ ሄደው ጠብመንጃውን አዞሩት። እርሱም ዘላበደና ሳይሳካለት ቀርቶ ለሊቱ ነጋ።

ማታ የተተኮሰው ጥይት በወህኒ ዘበኞች ላይ መሆኑና ጥሩ መከላከል በማድረጋቸው ሴረኞቹ ሳይሳካላቸው ሸሽተው ሄዱ።

በ20/10/67 በቴሌግራም በጠየኩት መሰረት ኮሎኔል ጌታሁን እጅጉና የክፍለ ሀገሩ ፖሊስ አዛዥ ኮሎኔል ተስፋዬ አበበ መሳርያ፣ ቦምብና ነዳጅ ይዘውልን በሄሊኮፕተር መጡ። የአውራጃውን ሁኔታ ስለፀጥታው ጉድለትና ስለሻምበሉ ጉዳይ በሰፊው አስረድቼ ዛሬውኑ ሻምበሉን ይዘውት ካልሄዱ ሴራው አይከሸፍም አልኳቸው። ፖሊሶቹ በጽሁፍ ገልጸው ስላስረደኳቸውና ተሰብስቦ የነበረውን የከተማውን ሕዝብ ባነጋገሩበት ግዜ መምህራኑ ይህንኑ የሚደግፍ ሁኔታ በምሬት ስለገለጹላቸው ሻምበል ታፈሰ በአጣዳፊ ሁኔታ ተወስዶ፣ ዓላማው ከሸፈ። በድርጊቱ መገለል አይበቃውም ፍርድ ቤት ቀርቦ ፍርዱን መቀበል ይኖርበታል። ምን እንደሚያደርጉት ወደፊት የምሰማው ይሆናል።

ባላምባራስ ጌታቸውም ከ20/10/67 ጀምሮ በስራ መደቡ አልተገኘም። ወስላቶቹን አግባብቶ ስለነበር እነርሱን ይዞ ሸፍቷል። ቤቱም ባዶ ሆኗል። ሀጢያተኛ ሳያሳድዱት ይሸሻል ይባል የለ። ቀደም ሲል ሊሸፍት ነው ተብሎ እንደተጠቆመኝ እቢሮዬ አስጠርቼ እቅጩን በመንገር እንዲጠነቀቅ አድርጌ ነበር ነገር ግን ሀሳቡን ስላልለወጠ ይኸውና በዚህ ሴራ ውስጥ ቀንደኛ ተሳታፊ ሆነ። የሆነ ሆኖ ሴራው ከሸፈበት።

የከተማው መወረር ሽብር እጅግ በጣም ስለበዛና ሌት ተቀን ከተማዋን በመጠበቅ ዕረፍት ጠፍቶ ናላችን ስለዞረ፣ ፖሊሶች እቢሮዬ መጥተው ትንሽ ተንፈስ እንድንል ፈንጂ በሄሊኮፕተሯ መጣልን ብለን በማስወራት እየቆፈርን ቆርቆሮ እንቅበር ብለው በመጠያቃቸው ሀሳባቸውን ደግፌ የከተማውን ዙርያ እየቆፈሩ በመቅበር ጠላት ሲመጣ ፖሊስ ጣቢያው ውስጥ ምልክት ስለሚሰጥ ፈንድቶ ይፈጃቸዋል የሚል ወሬ አስወሩ። ወሬው ወደ ገጠሩ በማስተጋባቱ ወደ ከተማ ዝር የሚል ገጠሬ ጠፋ። ለ8 ቀናት ያህልም ፍጹም የሆነ ዕረፍት ተገኘ። ፖሊሶች በዚህ ድርጊታቸው ይመሰገናሉ። ይሁንና በዚህ ድርጊት አንድ አሳሳቢ ሁኔታ ታየኝ። ከሕዝቡ በመገለላችን የወስላቶቹን እንቅስቃሴ የሚጠቁም ሰው ባለመኖሩ ባልተጠበቀ ሁኔታ ተበራክተው ለጥቃት ሊዘጋጁ ይችላሉ የሚል ሀሳብ። ስለዚህ ፖሊሶች የቀበሩትን እንድያነሱና መነሳቱንም እንዲያስወሩ ነግሬ በመፈጸማቸው ገጠሬው ወደ ከተማ በመጉረፉ ብዙ መረጃዎችን አገኘሁ።

በ22/10/67 የከተማውን ሕዝብ እንዲሰበሰብ ቀደም ብዬ ነግሬ ስለነበርና እነ መምህር ሀይሉ ቁጩ በስብሰባው ያልተገኘ ወንድ ወይም ሴት ቅጣት የሚደርስበት መሆኑን ጥሩምባ እያስነፉ ስላስለፈፉ ታይቶ የማይታወቅ ሕዝብ ከ300 በላይ ሰው ተሰበሰበ። ስም ተመዝገቡ። ያልተመዘገበ ይቀጣል ተባለና እኔን አልመዘገባችሁኝም ማለት መጣ። ይህ ሁሉ እንደተፈጸመ የስብሰባው ዓላማ ተጀመረ። ሰው እንዳይሸሽ ከስብሰባው በኋላ ስም ይጠራል ስለተባለ ሁሉም አድቦ ተቀመጠ። በዚህን ግዜ ልሰበስባቸው የፈለግሁበትን ምክንያት በማስረዳት ጥፋት ከመምጣቱ በፊት ሕዝቡ እራሱ ሰላሙን ጠብቆ አወናባጁን ለሕግ እንድያቀርብ አለበለዝያ የክ/ሀገሩ ዋና አስተዳዳሪ በሰጡት ማስጠንቀቅያ መሰረት ጥፋትን የሚጋብዙ መሆናቸውን በማስረዳት የከተማዋን ፀጥታ ለመጠበቅ አወናባጁንና ወሬኛውን ለማደንና እርምጃ እንዲወሰድበት ለማድረግ ሰባት አባላት ያሉበት ኮሚቴ እንዲቋቋም፣ ተራማጅ የሆኑትን የማያዳሉትን ዘመዴ ብለው እውነትን የማይደብቁትን ሰዎች እንዲመርጡ ምክር ሰጥቼ አንዲት ሴትና 6 ወንዶች ተመርጠዋል። በዚህም ወቅት እያንዳንዱ ተመራጭ ለሕዝቡ የሰጠውን መግለጫና ለተመረጠበት የሚሰራውን ስራ ገለጻ አድርጌ ክርስትያኑ መጽሐፍ ቅዱስ እስላሙ ቁርዓን በመያዝ ቃለ መሀላ ፈጽመዋል። ሕዝቡም እንደዚህ በአንድነት ቃለ ማሕላ ፈጸመ። ወድያውኑ ተመራጮቹን በ11፡30 ሰዓት ሰብስቤ ምክርና ገለጻ አድርጌ ስራቸውን ጀምረዋል። በተመረጡ ማግስት ሰኞ ዕለት ተጠርጣሪዎችን እያስጠሩ የገንዘብ ቅጣት ወሰኑ እኔም ማክሰኞ ዕለት የመስሪያ ቤት ወኪሎችን ሰብስቤ መመርያ በማዘጋጀት ለኮሚቴው ተሰጠ። ፀጥታውና ወሬው ሽብሩ ተረጋጋ ማንም ሰው በተለይ የወሬኛው አፍ ተለጎመ እንደዚህ ከቀጠለ ሰላም እንደሚሰፍን ተማመንኩ።

በ30/10/67 አጥቢያ ዳኞች፣ የጎበዝ አለቆች፣ ጭቃ ሹሞች፣ የቅሬ ዳኞች፣ ከየጭቃው ሁለት ሁለት ሽማግሌዎችና የተባይ ማጥፍያ መድሀኒት ከአቀስታ ለማስመጣት የተመረጡትን ሽማግሌዎች ስለፀጥታው አጠባበቅና ስለግብር አሰባሰብ እንነጋገራለን በማለት እንዲሰበሰቡ ጠየኩ። የመሬት ይዞታን አዋጅ በመቃወም ለገበሬዎች ማሕበር የተመዘገቡትን ድሀ ገበሬዎች ሀገር ሳይመክርበት ለምን ተመዘገባችሁ በማለት የቀጡትን ሰዎች በፖሊስ ለማስያዝ አስቤ ተፈላጊዎቹ ባለመምጣታቸው እጅግ በጣም ተናድጄ ነበር። ንዴቴ ሳይታወቅብኝ ሳይመጡ የቀሩትን በሙሉ መዝግቡ ብዬ ምዝገባው ተደረገ። በኋላ ምክንያት ስለሰጠሁበት ጉዳይ በሰፊው አስረድቼ ወደ ፀጥታው መለስ በማለት ስለእያንዳንዱ ም/ወረዳ የፀጥታ ሁኔታ የም/ወረዳው የፀጥታ ሀላፊዎች እንድያስረዱ በማድረግ ሁሉም እንዳስረዱ ወደ ሜታ አተኩሬ ውይይቱ እንዲቀጥል ሆነ። እኔ የቦረናን ሰው ምን ግዜም ቢሆን እንደማላምናቸው ባሳለፍኩት የስድስት ወር ግዜ ልምድ ተረድቼዋለሁ። ማንኛውም ነገር ከፍጻሜ ላይ ሲደርስ ካላየሁ በስተቀር አላምናችሁም። ለሀገራችሁ ታስቡ እንደሆነ ሀይል መጥቶ እርምጃ ከመውሰዱ በፊት የለውጡ ተቃራኒ የሆኑትን አወናባጆች ሁሉ እየያዛችሁ አምጡልኝ። ይህን ለማድረግ ባትችሉ ግን አሁኑኑ ለቀበሌዎች ማሕበር ለምን ተመዘገባችሁ ብለው ቅጣት የወሰኑባቸውን ሰዎች ንገሩኝ። ዛሬ ፍርጥርጡን አውጡት እኔ እርምጃ ባልወሰድ ታዘቡኝ በማለት አግባባኋቸው። በኋላም አቶ መንግስቱ የተባሉት ሰው ስሜት ፈንቅሏቸው እነ ሙሄ ሽፋው፣ አሳምነው ከተማ፣ ለጋስ ክብረት ናቸው በማለት ዘከዘኩት። ሕዝቡ እልክ ይዞት ብዙዎች መናገር ጀመሩ። አቶ ጥላሁን ዳኘና አቶ አበጋዝ አሰፋ ይህ ውሳኔ ሲሰጥ በቦታው ስለነበሩ ያስረዱ ተብሎ እንዲያስረዱ ሆነ። አቶ ጥላሁንም ተው ብዬ ብመክር አልሰማ አሉኝ እንጂ አሁን የተነገረባቸው ልክ ነው

በማለት አስረዱ። በፍርዱ ላይ ባይሳተፉም ሁለቱ ሰዎች ሀላፊነታቸውን ዘንግተው ስለሁኔታው ለመንግስት ባለማመልከታቸው ተጠያቂዎች ናቸውና ቃላቸውን ፖሊስ ጣቢያ ሄደው እንዲሰጡ አደረግሁ። ማሕበሩ ለሌላ ግዜ ይተላለፍልን በማለት ካመለከቱት 6 ሰዎች ውስጥ አንዱ አቶ አለባቸው ፖሊስ ጣቢያ ሄደው ቃል እንዲሰጡ ሳደርግ እነ ሙሄ ሽፋውን ሁለቱ አጥቢያዎች (አቶ ጥላሁንና አቶ አበጋዝ) እንድያመጧቸው ትዕዛዝ በመስጠት ልክ በ10:00 ሰዓት ለምሳ ሄድኩ።

እናቴ በጠና መታመማቸውን አቶ ዋለልኝ በቴሌግራም ስለገለጹልኝ የፈንጣጣውን ሄሊኮፕተር እንዲነግሩልኝ አድርጌ ሐምሌ 5 ቀን 1967 ዓ.ም ስለመጣችልኝ ደሴ ደረስኩ። እናቴ የተኙት ወልድያ ሆስፒታል ነበር። በተፈቀደልኝ መኪና ወድያውኑ ኮምቦልቻ ሄጄ ቤንዚን ሞልቼ ማታውኑ ተጉዤ ወልድያ ከምሽቱ በ3:00 ሰዓት ገባሁ። እናቴ ኦፐራስዮን ሆነው አገኘኋቸው። በጣም ደነገጥኩ፤ ገጠር ውስጥ ኦፐራስዮን የሚያደርግ ሀኪም ያለ ስላልመሰለኝ። ወልድያ ውዬ አደርኩ ለባለቤቴም መቀሌ ስልክ በመደወል ገለጽኩላት። ለሀኪም ቤት የሚሆን ገንዘብ ለመውሰድ ደሴ ተመለስኩ። ገንዘቡን ወሰድኩ ደሴ ቤንዚን ባለመኖሩ እንደገና ኮምቦልቻ ሄጄ ሞላሁ በማግስቱ ልሄድ አስቤ ነበር። ግን ባለቤቴ ወልድያ ለመምጣት በአውቶቡስ መሳፈሯን ስለነገሩኝ ማታውኑ ሄድኩ። ባለቤቴንና አባባ እምባዬን አገኘኋቸውና ስንጫወት አመሸን። በማግስቱም እናቴን ጠይቀን ከዋልን በኋላ አስፈላጊውን ገንዘብ ሰጥቼ ተመልሰን ደሴ መጣን። አድረን ከዋልን በኋላ እነ አባባ ወደ መቀሌ ሄዱ። ከሐምሌ 9 ጀምሮ ሀይል እንዲሰጠኝ ለመጠየቅ በደብዳቤ የመንገድ ቁጥር 12/67 አሳውቄ ሰነበትኩ። ቅዳሜ ዕለት ዕልባት ስላገኘሁበት ሰኞ ሐምሌ 14 ቀን የፖሊስን የሬድዮ ሞተርና ባትሪ በሄሊኮፕተር ጭኜ አጅባር አስረክቤ በ11:30 መካነሰላም ገባሁ።

በ14/11/67 ሜታ ውስጥ ወሎ የተባሉትን በተለይ የዳምጠው ተካልኝን ቤተሰብና የዩሱፍ ሶብር ልጆች 5 ከብቶች፣ 7 በጎች፣ 2 ጎተራ እህል፣ የቤት ዕቃ እየደበደቡ ዘረፏቸው የሚል ወሬ ደረሰኝ። እጅግ በጣም ተናደድኩ ተበዳዮቹ መጥተው ለፖሊስ ቃላቸውን ሰጥተው ሄዱ ይህ አላንስ ብሎ ሐምሌ 15 ቀን ማታ መንግስቱ ግዛው አወናባጆቹን በስብሰባ ላይ በመናገሩ የተቆጬት ሌሊት ቤቱን ከበው ሲታኮሱ አደሩ። በማግስቱ መጥቶ አመለከተ ቃሉንም ለፖሊስ ሰጠ። ተመልሼ አገር አለኝ ብዬ አልሄድም ብሎ አመለከተ። እኔም እዚሁ እደር ሕዝቡ ሊተባበር ካልቻለ ወታደር አስመጥቶ እርምጃ እወስዳለሁ አልኩት። ይህ ሁሉ ሁኔታ ሲፈጸም አቶ ደሳለው ዓዳል እዚሁ ከተማ ውስጥ ስለነበሩ ወሬውን በቅድሚያ ነግረውኛል። በድሮ ግዜ ለትክክልና ለሕዝብ መብት ሲከራከሩ ኖረው ከለውጡ ወዲህ ግን ድምጻቸውን በማጥፋታቸውና ያ ሁሉ ጉድ በሜታ ሲፈጸም ዝም ብለው በማየታቸውና ከአስተዳደሩ በመራቃቸው ብዙም ወቀሳና ግሳጼ ጥዬባቸዋለሁ። ትዕዛዝ ይሰጠንና እንዝመት አሉኝ። በድሮ ግዜ ወስላታ ሕዝቡ ታዞ ነው ወይስ ለሕብረተሰቡ ጠንቅ ነው በማለት ነው ሲይዝ የነበረው? ትዕዛዝ ሳይሰጠው አንገቱን አንቆ ነው ይዞ ሲያቀርብ የነበረው አሉ። ታድያ ይህንን ለማድረግ ምን ችግር ተፈጠረ? ለውጡ ለሕብረተሰቡ የማይጠቅም ሆኖ ነው ወይ? አልኳቸው። የለም ደንቆሮ በመሆኑ ነው አሉኝና በጣም ተቆጣሁ። የቦረና ሕዝብ ደንቆሮ አይደለም እንዲያውም አስተሳሰቡ ዲግሪ ካለው ምሁር ሰው የማያንስ ነው። ደንቆሮ ነው የሚለውን አስተሳሰብ አልቀበለውም ምክንያቱም አብዛኛውን ግዜ እንደተመለከትኩት የሆዱን በሆዱ ይዞ በአፉ ለመደለል የሚሞክርና አሸናፊ ወደ ሆነው ወገን ለመጠጋት

የሚሻ ሰው ነው። ይህንን ልል የበቃሁበት አንዱን ነጥብ ብቻ እንኳን ልግለጽ፤ የከተማ ግዛውን ጉዳይ በሰላም እንዲያልቅ ስንት ግዜ ስብሰባ ተደርጎ ስንት ግዜ የመደለል መልስ እንደተሰጠበት ማንም ሰው የሚያውቀው ነው ይልቁንስ ይሂዱና ሕዝቡን አስተባብረው ወስላቶቹን አስይዘው ይምጡ ስላቸው፣ እኔ ብቻዬን ምን ዓይነት ስራ እሰራለሁ ብሔ/ጦርና ፖሊስ ተሰጥቶኝ ላስፈጽም። አለበለዝያም ሕዝቡን ለማዘዝ የሚያስተባብሩ ይታዘዙልኝ አሉ። መልካም! በደል ደረሰብን የሚሉት ሰዎች መጥተው ያመልክቱና ውሳኔውን እሰጣለሁ ቢያቸው ተለያየን። በማግስቱም በደል የደረሰባቸው ሰዎች ከላይ እንደተተነተነው አመለከቱ። በዚህም ግዜ አቶ አባት አሰፋ አጥቢያ ዳኛ ስለመጡ ብዙ ውይይት ተደረገ። በመጨረሻም የሜታ ም/ወረዳ ፀሐፊ አቶ አራጌ ወልዴን አስጠርቼ ከዚህ የሚከተለውን ውሳኔ ሰጠሁ። የሜታንና የአቶ አባተ አሰፋን አጥቢያ ሕዝብ በአሪታ እንዲሰበሰብና የመጨረሻ ማስጠንቀቅያና ምርጫ እንዲሰጧቸውና ውጤቱን ለማግስቱ ለ18/11/67 ልክ በ12፡30 ሰዓት መልስ እንዲሰጡኝ ጥብቅ ውሳኔዬን አስተላለፍኩ። ምርጫውም ሀይል እንዲመጣ ስለተወሰነ ንፁሕና ወስላታው ሽማግሌና አሮጊት ሕፃንና ጎልማሳ በአንድነት ከመጥፋቱ በፊት ሕዝቡ 1ኛ ወስላቶችን ይዞ ለመንግስት እንዲያቀርብ፣ 2ኛ ይህን ለማድረግ አቅም ያንሰኛል ቢል (ግምት ላይ እንዳይወድቅ እንጂ) ወስላቶቹ እነ እገሌ ናቸው ብሎ ዝርዝራቸውን እንዲያቀርብና (ጥፋታቸውን ጨምሮ በመግለጽ) መንግስት እንዲረዳው እንዲጠይቅ፣ 3ኛ ከሁለቱ አንዱን መልስ ለመስጠት ባይፈቅድ ወስላቶቹን የሚደግፍ ለመሆኑ ታምኖበት ወታደር ዘምቶ እርምጃ ስለሚወስድበት፣ አቤት ቢል ሰሚ የሌለው መሆኑን በግልጽ እንድታስረዱት የሚል ነበር።

በዚህ ላይ ሰሞኑን የጎጃም ሕዝብ ፀጥታውን ስላልጠበቀ ወታደር የፈፀመበትን እንሸሻለን ሲሉ በአባይ ጎርፍ የተወሰደውን ሰው ብዛት ማስታወስ ያስፈልጋል አልኳቸው ተኩሱን ሰምተነዋል ስቃዩንም አይተነዋልና ይህን ሁሉ መልዕክት እናደርሳለን በማለት በ17/11/67 በ16፡00 ሰዓት አሰናበትኳቸው። ወድያውኑም የገበሬ ማሕበር የሚያቋቁሙት ተማሪዎችና የመሬት ይዞታ ወኪሎች እቢሮዬ በመምጣት በዚሁ ዕለት ጧት በመሬት ጭቅጭቅ የተነሳ የተፈናከቱትን ሰዎች በመጥቀስ ይህንን አድራጎት በፈጸሙት ላይ ምንም የተወሰደ እርምጃ የለም። የገበሬዎች ማሕበር ይበትኑብናል። በሜታም በኩል ከፍ ያለ ዓመጽ እየተሰራ መንግስት ዝም ብሎ ተመለከተ እያሉ በሞቀና ንዴት በተቀላቀለበት አነጋገር ተናገሩ። እኔም ጉዳዩን አንድ ባንድ እንነጋገርበት፣ ማንኛውም ነገር በንዴት አይሰራም ሁሉንም በትዕግስት ነው መፈጸም የሚገባው ስለተፈነከቱት ሰዎች ጉዳይ በፖሊስ እየተጣራ ነው። እስከ 9፡30 ሰዓት ድረስ ባማጣራት ላይ መሆኑን እኔው እራሴ አይቻለሁ ሳይጣራ እርምጃ አይወሰድም። በመሰረቱ የገበሬዎች ማሕበር የተቋቋመበት ቦታ በመሆኑ ማሕበሩ አብሮ ይዞ ጥፋተኛው እገሌ ነው ማለት ነበረበት። ይህ ቢሆን ኖሮ ግዜ አይወስድም ነበር። አሁንም የገበሬ ማሕበር አባላትን ሰብስባችሁ ሕዝቡን በማስተባበር ሊወስዱ የሚገባቸውን እርምጃ አስረዷቸው። የማሕበር መቋቋም ጥቅም ፀጥታንም ጭምር ለማስከበር ነው በማለት አስረድቻቸው ተስማምተው ለማግስቱ ሊፈጽሙ ወሰኑ። ስለ ሜታ ም/ወረዳ ጉዳይም ሀይል ጠይቅያለሁ ይመጣል። ሀይል መጥቶ ባገኘው ሰው ላይ እርምጃ ከመውሰዱ በፊት የአቶ አባተ አሰፋና ሜታ (2ጭቃ ሀገር) በአሪታ ሰብስበው ከላይ የጠከስኳቸውን 3 አማራጭ ሀሳቦችና የመጨረሻ ማስጠንቀቅያ ለሕዝቡ እንዲገልጹ አድርጌያለሁኝ። ሕዝቡ ወስላቶቹን ይዞ ለመንግስት ካቀረበ ጥሩ። ካላቀረበ ደግሞ እርምጃ ይወሰድበታል ብዬ ገለጽኩላቸው። በጉዳዩ

በጣም ተደሰቱ። ተማሪ ሽፈራው ዶሪና ሌሎች አራት ሰዎች እቦታው ተገኝተን ይህንን ገለጻ እኛም እናሰማለንና ለመሄድ ይፈቀድልን አሉ። ልትሄዱ ትችላላችሁ ነገር ግን ከዚህ መልዕክት ሌላ የምትገልጹት ወይም ደግሞ ከሕዝብ የምትቀበሉት ነገር የሌለ መሆኑን እንድታውቁ ብዬ አስጠንቀቅኳቸው።

በማግስቱ ውጤቱን ለመስማት አልቻልኩም ቦታው በመራቁና ሊደርሱ ባለመቻላቸው እነ ተማሪ ሽፈራው ዶሪ በ18/11/67 ማታ ሲገሰግሱ አምሽተው ሰዓት ስላለፈባቸው ኪዳነምሕረት ቤተክርስትያን አደሩ። በ19/11/67 ሕዝቡ ወስላታውን ይዞ ሊያቀርብ ስለተስማማ በአጭር ግዜ ውስጥ ይመጣሉ በማለት ጧት ሁኔታውን ገለጹልኝ። ፀሐፊውም በጽሑፍ አቀረበልኝ። ስለ አሳምነው ከተማም ምሕረት ይደረግልኝ የፈጸምኩት በደል የለም፣ ያንግዜ ስለ ገበሬዎች ማሕበር ተቃውሞ በስብሰባ ላይ እንዳነብ ሕዝቡ አስገድዶኝና ወደ አስተዳዳሪው ዘንድ ብሄድ ቤቴ የሚቃጠል ንብረቴ የሚዘረፍና በእኔም ላይ እርምጃ የሚወሰድብኝ መሆኑ ስለተነገረኝ ፈርቼ ነው እንጂ በአድራጎቱ አምኜበት አይደለም። ይህንን አድራጎት ያውጠነጠኑትን ሰዎች አጋልጬ እሰጣለሁ ብሏል ብለው ነገሩኝ። በጽሑፍ ሳይደብቅ አድራጎቱን በመግለጽ እንድያቀርብ ሆኖ ሌላ ሀጥያት ከሌለበት ለዕድገት በሕብረት የሚውል የገንዘብ ቅጣት ተቀጥቶ ከወንጀል ነፃ እንዲሆን ይደረጋል። ለ20/11/67 ስብሰባ ይቅረብ በማለት መልስ ሰጥቼ አሰናበትኳቸው። እነ ሙሄ ሽፋውም በዚሁ መልክ እንዲቀርቡ ሲገለጽ፣ አቶ ለጋስ ክብረትና አቶ ረታ አልዮም መጥተው ስለጠየቁ ስብሰባው ላይ እንዲቀርቡ ተነግሯቸዋል።

በ19/11/67 ቀደም ብዬ ቀኛ/ቸረኝ ደጀኔ የብሔ/ጦር አዛዥ ባሉበት የበታ አጥቢያ ዳኛ አቶ ታፈሰ አበበን የበታን ሕዝብ እሪ አሰኝተው ወሎ የሚባሉትን የዘረፉ እነ ገቢ ባሕርን አስይዘው እንድያመጡ አዝዤ ነበር ውጤቱን ሳይነግሩኝ ጭልጥ ብለው ስለቀሩና እኔም በእናቴ ሕመም ምክንያት በድንገት ደሴ በመሄዴ ስመለስ የተያዘ ሰው አለመኖሩ ተነግሮኝ ስለነበር ሕዝቡ ቃሉን በማጠፉ አሳዝኖኝ ነበር ግን በዛሬው ዕለት ከአቶ ተመስገን ሰማ ጭቅነት አቶ ታመነው ወዲኒ የተባሉት አዛውንት እቢሮዬ ድረስ መጥተው አቶ ታፈሰ አበበ 16 ጭቃ ሀገር እሪ አሰኝተው የእነ አቢ ባሕርን ቤት ከበን 2ቱን ከያዝን በኋላ ከየጭቃው አንድ ሰው እርሳቸውን የሚረዳ ሰጥተን ለመንግስት እንድያስረክቡልን ነግረናቸው ባለማስረከባቸው ለ21/11/67 ቀርበው እንዲጠየቁ ወስነናል። ይህንን እንዲያውቁልን ብለው በአቶ ደሳለው አዳል አቅራቢነት ገለጹልኝ። በአቶ ደምሴ ዘለቀ ጭቅነት የጎበዝ አለቃ የሆኑትን አቶ በለው መኮንንን አየኋቸው። አቶ ደሳለው ስለነገሩኝ ሁለቱንም አስጠራኋቸው። ለእነ አቶ ደሳለው ዓደል በገጽ 153 የተሰጠውን የመጨረሻ ማስጠንቀቅያና ውሳኔ ለሕዝቡ እንዲገልጹለትና አወናባጆቹን ይዘው ለመንግስት እንድያስረክቡ መከሬ አሰናበትኳቸው። በዚሁ ዕለት ሐምሌ 19 ቀን 1967 ዓ.ም የከተማ ቦታና ትርፍ ቤት የመንግስት መሆኑ ታወጀ።

በ20/11/67 የከተማ ቦታና ትርፍ ቤት ለሕዝብ መሆኑ በመታወጁ ክብረ በዕል ተደረገ። በዚሁ ዕለት የ2ኛ ደረጃ ት/ቤት ኮሚቴ ገንዘብ ያዥ መምረጥ የማይማን ጎልማሶች ትምህርት ውጤት ተነግሮ ሰርቲፊኬት ለመስጠት ታቅዶ ነበር። ይኸው ተከናወነ። ገንዘብ ያዥ አቶ ወርቅነህ ተመረጠ። የመምህር ሀይሉ ቁጩ በወንጀል መከሰስ አላግባብ ስለነበር ይህንኑ ለተሰበሰበው ከ3000 ለማያንስ ሕዝብ በሰፊው አስረዳሁ። ነቀፌታዬ

በፖሊስ ወይም ደግሞ በፍ/ቤት ላይ ሳይሆን በከሳሾቹ ላይ ሆነ። በዋጋው ተመን ላይ ባይስማሙ አላግባብ የተተመነው ስራ ላይ አይዋልብን በማለት ለአስተዳደሩ እንደማመልከት ፋንታ ክስ መመስረታቸው ተንኮል የተመረኮዘ አድራጎት በመሆኑ ሊያዝኑና ሀፍረት ሊሰማቸው ይገባል አልኩ። ከዚያም ኮሚቴ አስመርጬ ስራ እንዲሰራ ሳደርግ እኔ ማየት አለብኝ፣ በእኔ በኩል መጽደቅ አለበት፣ እያልኩ ከተቆጣጠርኩኝ የጠርሙዝ አንገት መሆኔ ነው። ወደፊት ለመራመድ አይቻልም። ለምሳሌ ያህል፣ እዚህ ጠርሙዝ ውስጥ የሞላ ውሀ አለበት። እዚህ ጣሳም ውስጥ አለበት። ጠርሙዝ ከስር ሰፊ ሆኖ አንገቱ ጠባብ ስለሆነ ውሀው በአንድ ግዜ ሊፈስ አይችልም ተመልከቱ ውሀው ፈሶ ለማለቅ ምን ያህል ግዜ ፈጀ? የጣሳውን ውሀ መገልበጤ ነው። ለማፍሰስ ምን ያህል አጭር ግዜ እንደወሰደ ተመልከቱ። የኮሚቴውን የስራ ውጤት በጣሳው ብንመስለው ቶሎ ይራመዳል። በጠርሙዙ ብንመስለው ግን ወደ ኋላ ይቀራል። ስለዚህ የኮሚቴውን ስራ ሁሉ ልቆጣጠር ካልኩ በቂ ግዜ ስለማይኖረኝ የኮሚቴውን ስራ ወደ ኋላ መጎተቴ ነው። ስለዚህ ቦረና በቶሎ ወደፊት እንድትራመድ ከፈለግን ነፃነት ኖሯቸው ራሳቸውን ችለው መስራት አለባቸው። ከዛሬ ጀምሮ የኮሚቴ አባል የሆኑት ሁሉ የየተመረጡበትን ስራ ሲሰሩ ቢሳሳቱ ክስ አይመሰረትባቸውም። ማንም ሰው ቢከስ የአውራጃው ፖሊስ እንዳይቀበል በዚሁ አጋጣሚ ትዕዛዜን አስተላልፋለሁ። ጥፋት ቢገኝባቸው ጥፋታቸው ለአስተዳደሩ ይቀርብና ወንጀል ቢሆንና ሆነ ብሎ የተፈጸመ ከሆነ ወደ ፖሊስ ይመራ። በስህተት የተፈጸመ ከሆነ ደግሞ ስህተቱ እንዲታረም ይደረጋል። ይህ ካልሆነ ማንም ሰው ሊመረጥ አይፈልግም ኮሚቴ ካልተመረጠም ቦረና ወደ ፊት አትራመድም በማለት ሰፊ ገለጻ በማድረግ አስረዳኋቸው። ከልብ የተቀበሉት ይመስላል። ከዚህም ሌላ ሜታ ለምን ተመዘገባችሁ እያሉ ቅጣት የበየኑባቸው ሰዎች ይቅርታ ይደረግልን በማለት ሽማግሌ ስለላኩብኝ ከዚህ ሌላ ሀጥያት ካልሰሩ በትክክል ጥፋታቸውን አምነው ሊሳሳቱ የበቁበትን ምክንያት ለሕዝቡ በመግለጽ ይቅርታ እንዲጠይቁ። ያሳሳቷቸውንም ሰዎች እንዲጠቁሙ ሆኖ በቅጣት መልክ ለዕድገት በሕብረት ዘማቾች መጠለያ ቤት ማሰርያ ይቀጣሉ አልኩ። በዚሁ ዕለት የቀረቡት ፲ኛ አቶ ለጋስ ክብረት ምንም በደል ስላልፈጸሙ አልተቀጡም ሙሄ ሽፋው ግን በማወላወል ስላመነ ብዙ መጠይቅ ተደርጎ ካበቃ በኋላ ብር 100.00 ተቀጥቶ ከወንጀል ነፃ ሆኗል። ትንሽ ቅጣት የተወሰነበት ከአሁን በፊት ለሰላም ስራ ብዙ በመጣሩ ይኸው ታይቶለት ነው አሳምነው ከተማ ግን ሳይመጣ በመቅረቱ ብዙ ይጠብቀውና ጥያቄ ሊያቀርብበት የነበረ ሕዝብ ተበሳጭቶ ስብሰባው ልክ በ10፡00 ሰዓት ተፈጸመ።

ሰኞ ሐምሌ 21 ቀን 67 ዓ.ም አሳምነው ከተማን ይዘነው ቀርበናል በማለት እነ አቶ ሸፈራው አንበሴ፣ አቶ ቆለጭና ሌሎች በ6፡00 ሰዓት ገደማ አመለከቱ። ልክ በ9፡00 ሰዓት ላይ አቅርቡት ብዬ የከተማዋን የፀጥታ ኮሚቴ በማስጠራት ልክ በ9፡00 ሰዓት አቶ አሳምነው ከተማ በምሕረት ሊገባ ስለመጣ ሕዝቡን ሰብስቡት በማለት አዘዝኳቸው።

ሕዝቡ እንደተሰበሰበ የስብሰባውን ምክንያት ገልጬ አቶ አሳምነው ሀጥያቱን ሳይደብቅ ለሕዝቡ በመግለጽ ላጠፋው ጥፋት ይቅርታ እንዲጠይቅና ያሳሳቱትን ወይም ደግሞ ያስገደዱትን ሰዎች ስም እንዲገልጽ ተነግሮት ለሕዝቡ አስረዳ። አንድ አስር የሚሆኑ ጥያቄዎች በሕዝቡ ተጠየቀ። በጥያቄና መልስ እንደተጣራው የአቶ አሳምነው ጥፋት፣ ፲ኛ ለገበሬ ማሕበር የተመዘገቡትን የስም ዝርዝር ሲያቀርብ ለምንድነው የማቀርበው ብሎ

ባለመጠየቁ፣ 2ኛ ቅጣት ሲቀጡ ለመንግስት መጥቶ ባለማመልከቱና 3ኛ ለመንግስት ብትነግር እርምጃ እንወስድብሀለን ሲሉት ተራማጅነቱን ትቶ በመስማማቱ ነበር። የቅጣት ውሳኔ አስተያየት ስጡ ብዬ ሽማግሌዎቹን ጠየኩ። አቶ ቆልጭ ከአሁን በፊት ብዙ የሰላም ስራ የሰራ ስለሆነ ምሕረት ይገባዋል አሉ። ሌላም አዛውንት ደገፉት። አንድ ሰው በጥፋቱ ብር 50.00 መቀጣት አለበት አለ። ሌሎቹም ደገፉት። አቶ አንበሴም ደገፉት። ተቃዋሚው ወገን፣ ሀገር የአዳራሽ ቅጣት ስለቀጣው በሁለት በኩል እንዴት ይቀጣል አለ። ሌላ አስተያየት ስለጠፋ እኔ ውሳኔ ለመስጠት ንግግር ስጀምር ሕዝቡ ፀጥ አለ። አቶ አሳምነው ቀደም ብሎ ሰላምን የመሰረተ ሀገርን ፀጥ ያደረገ ስለሆነ አሁን በፈጸመው ጥፋት አስተያየት ተደርጎለት ለዕድገት በሕብረት ብር 50.00 ይከፍላል ብዬ ወሰንኩ ሕዝቡ ተደስቶ በሰላም ተለያየ። የሜታ ሕዝብ አወናባጆቹንና የሚዘርፉትን እየያዘ እንዲመጣ ተነግሮት ስለነበር አንድ ሽማግሌ ምሕረት ከጀመሩ ሁሉንም ይማሩልን ብለው ስለጠየቁ እናስብበታለን አስቀድማችሁ ይዛችሁ አምጧቸው አልኩ። ምሕረት እንዳደርግ ከመጠን በላይ ስለፈለጉ ወድያውኑ ሕዝቡ እንደተበተነ ዳኞችን፣ የስራ ሀላፊዎችንና የፖሊስ አዛዡን እንዲሁም የብሔ/ጦር አዛዡን ሰብስቤ የከተማውን የፀጥታ ኮሚቴ በማከል፣ የሰበሰብኳችሁን ምክንያት ከመግለጼ በፊት የተነጋገርንበትን ወደ ውጭ ማውጣት እንደሌለብን በማስረዳት የመናገር አመል ያለበት ወይም ደግሞ ሲጠጣ ነገር የሚያመልጠው ሰው ካለ አሁኑኑ ይውጣልን በማለት ገለጽኩ። አሁን እናንተን የሰበሰብኩበት ዋናው ምክንያት ጸጥታው የሚደፈርሰው የሜታ ሕዝብ ወስላቶችን ይዘህ ና ቢባል እዝያው እያስታረቀ አግበስብሶ ለመተው ስለፈለገና በጠቅላላው የቦረናን ሕዝብ ወደ ውንብድና የሚጎትተው፣ አንድ ሰው ሲያጠፋ ወደ ሕግ በማቅረብ ፋንታ ስለሚያስታርቀው እንደገና ደግሞ ወንጀል ፈጽሞ በዚህ ዓይነት መልክ ስለሚገላገል፣ ወስላታው ሁሉ ገንዘብ ካለኝ የፈለኩትን ፈጽሜ እታረቃለሁ የሚል ትምክህት ስላደረበት ነው። ቅድም በስብሰባው መጨረሻ ላይ በሰላም እንዲገቡ ሕዝቡ ስለጠየቀ ወስላቶቹን ሕጋዊ እርምጃ እንውሰድባቸው ወይስ በሰላም እንዲገቡ እናድርግ? በሰላም ቢገቡስ ቅር የሚሰኝ ሕብረተሰብ ይኖራል ወይ? ይህንን እንድንወያይበት ነው የጠራኋችሁ አልኩ። ሀሳብ ለሀሳብ ተለዋውጠን በአጭር ግዜ ውስጥ ወስላቶቹ የዘረፉትን ዕቃ ለባለንብረቱ እንዲመልሱ በሽማግሌ ታርቀው ካሳ እንዲከፍሉና እስከ ሐምሌ 28 ቀን ድረስ በሰላም እንዲገቡና ለዕድገት በሕብረት መጠለያ ቤት ማሰርያ የሚሆን ገንዘብ እንዲቀጡ፣ ሁለት የታወቁ ዋሶች እንዲጠሩ ተደረገ። ከሐምሌ 22 ቀን በኋላ ለሚፈጸሙት ወንጀሎች ሕዝቡ ያለርህራሄ እየያዘ ለመንግስት እንድያቀርብ ቃል እንዲገባ፣ ይህ ከሆነ በኋላ ወንጀል የሰራው ካሳ ባይከስ የተበዳዩ መብት ተጠብቆ በፍ/ቤት ተከሶ በአስገዳጅነት እንዲከፍለው በሚሉት ላይ ተስማምተን ማስታውቅያ በተን። በሰላም እንዲገቡ የፈለኩበት ዋናው ምክንያት ሀይል ይምጣልኝ እያልኩ ጠይቄ ተስፋ ስላጣሁ ሕዝቡ በተለይ ወሎ የሚባሉት በአሰቃቂ ሁኔታ እንዳያልቁ በማሰብ ነው።

በዛሬው ዕለት (22/11/67) ከሳይንት ወረዳ አስተዳዳሪና ከፖሊስ አዛዥ ቴሌግራም ተልኮ እነ ፍላቴ ለጋስ ወደ አጅባር በማምራት ላይ ናቸው "ደንደዋ" እተባለው ወንዝ ደርሰው በዛሬው ቀን ሀይል ይላክልን ብለው ስለጠየቁ ይህንን ጉዳይ ለክፍለ ሀገሩ አስተላልፍያለሁ። በሌላ አቅጣጫ ደግሞ ብዛታቸው 1500 ደርሰዋል። አሁን ወግሎ ም/ወረዳ ቢሊ ከተባለው ቀበሌ ውስጥ ይገኛሉ ይባላል አለኝ።

በ23/11/67 ወደ አጅባር ሳይንት ልከነው የነበረው የብሔ/ጦር ወታደር ፖስተኛ አያሌው ለጋስ በ18፡15 ሰዓት ላይ እቢሮዬ ገብቶ ይኸውሎት ተገፈፍኩ ተዘረፍኩ አለኝ። ማን ገፈፈህ ብለው ዳሳው ላይ ሁለት ግዜ በድንጋይ ወርውረው ሳቱኝ። ፈረሴን እየሳብኩ ልሸሽ ስሞክር ከፊት ለፊቴ አጭር ምንሽር ደግኖብኝ ነጠላየን፣ ኮቴን፣ ፈረሴን እስከኮርቻው፣ ያጠለኩትን ቦት የጭቃ ጫማ፣ በቁልፍ የተቆለፈ የአስተዳደሩ ባለሸራ የፖስታ መላኪያ ደብዳቤዎች፣ የግ/ቤት ደብዳቤ፣ ለእኔ የተጻፈ የግል ደብዳቤ፣ በሙሉ ዘረፉኝ። የመንግስትን ፖስታ እንኳን ተውልኝ ብለው የምን አባክ መንግስት አንተን ብሎ ፖስታ አመላላሽ ይህን ጥይት ከነመረቁ ነው የማጠጣህ። ሱሬህን ሳላስወልቅህ ሂድ አለኝ ከዕቃህ ከሕይወትህ አለኝ። መንግስት እርምጃ መውሰድ አለበት።

ሐምሌ 25 ቀን 67 ዓ.ም በጭምጭምታ የሰማሁትን በደብዳቤ አረጋገጥኩ፤ የከተማ ግዛው እህት ልጆች እርስ በርስ ተጋድለው ተቀበሩ። የገሰሶች ግዛው ልጆች ዳምጠው መኮንን እና እሸቱ አምባው ሲሆኑ ዳምጠው ደርሶ የሚባለውን ልጁን እርሻ እያረስክ ቤት ጠብቅ ብሎ እኔ ዘንድ በግንቦት ወር መጥቶ ሀገራችን ለጥፋት የተዘጋጀች በመሆኗ በማላምነው ሁኔታ ለከተማ ግዛው ገብሬ አብሬ ልጠፋ ስለማልፈልግ ክረምቱን ወግሎ ዘመዶቼ ዘንድ ሄጄ አሳልፋለሁና እንድያውቁልኝ ብሎ ባመለከተው መሰረት ወግሎ እንዳለ ልጁ ደርሶ እና ወንድሙ እሸቱ በእርሻ ምክንያት ተጣልተው ሲደባደቡ እሸቱ ሞተ። ይህንን ሁኔታ ከተማ ግዛው በመስማቱ በማግስቱ ግብረ አበሮቹን ይዞ ደርጉ እየገደለ ስላሳመነው እኔም የማይታዘዘኝን መግደል አለብኝ፣ በማለት ደርሶ እቤቱ ሄዶ ጣሰው ወልዴ እንዲገድለው አደረገ። በባላምባራስ ጌታቸው ገፋፊነት በዚህ ሳምንት ውስጥ መካነሰላምን ለመውረር አስቦ በዚህ ሞት ምክንያት ሀሳባቸው ተሰናከለ። አሁንም ነሐሴ እንደገባ እስከ ነሐሴ 15 ቀን ድረስ ለመውረር የተዘጋጁ ለመሆናቸው በትክክል ተገልጾልኛል።

ከተማ ግዛው መላክ ደፈር (እየሱስ ታቦት አለበት) ከተባለችው አንድ ጭቃ ሀገር በስተቀርና በኸር ሜዳ ከተባለው ጭቃ ሀገር ውስጥ አንዷ መንደር ብቻ በስተቀር ሌላው ማለት፣ ውረደብ፣ ዘቃ መፍለቅያና (ቸኩል ያላብ) ቀርነማርያም የተባሉት የጭቃ ሀገር ሕዝብ በሙሉ በሽምግልና ተስማምተው የነበሩት እነ ታደሰ ከበደ፣ አያሌው ታረቀ ሳይቀሩ የጎበዝ አለቆችና ጭቃ ሹሞች በሙሉ ከእርሱ ጋር ለመሆናቸው በፊርማ አረጋግጠውለታል። እርሱም ሹመት እየሸመ ሕዝቡን ከማታለሉም ሌላ የቆተትን አስተዳዳሪ ለመሾም ሰው እየመረጠ ነው። የቆተትን ት/ቤት ዘበኛ አስገድዶ ክፍል በማስከፈት ከ20 ግብረ አበሮቹ ጋር በመሆን ገብቶ ብዙ ውይይት ካደረገ በኋላ ሀብታችን ነው። በደንብ ጠብቅ ብሎ ዘበኛውን ስለአዘዘው ዘበኛው ይህንን ሁኔታ በጽሁፍ አሳውቋል።

ይህንን ሁኔታ በደብዳቤ ይዘው በመምጣት የገለጹልን ታማኝ የሆኑት ሰው አፋምቦ ናቸው። ከዚህ ከተማ ውስጥ ለባላምባራስ ጌታቸው ወሬ የሚያቀብል መኖሩ ተረጋግጧል። ለምሳሌ በእኔ ቤት በስተጀርባ በኩል ያለው የጥበቃ ሁኔታ የላላ ነውና በዝያ በኩል በመግባት ልታጠቁ ትችላላችሁ ብሎ ቆተት (ጅራፍ ጎትት) ድረስ በመሄድ የነገረ ሰው አለ።

ሐምሌ 25 ቀን 67 ዓ.ም ይህንን የእነ ከተማ ግዛውን ነገር እንደሰማሁኝ፣ እራሱ ከተማ ግዛው እቤቱ እንዳደረ ስላረጋገጥኩኝ የ፲አለቃ ዘሩን አስጠርቼ ውጭ በመሆን ተወያይተን ለምን ሄደን ከተማን አናጠቃም። ሀይል ይምጣ አይምጣ ልናውቅ አልቻልንም። ሌሊት አንድ ጓድ ያህል አስልከን ለምን አናጠፋውም? መጥቶ እስኪያጠቃን ለምን እንጠብቃለን? እስከ አሁን እግዜብሔር ተከላክሎልናል መጥተው ከማጥቃት እንደማይቆጠቡ የተረጋገጠ ነው። እስኪ ፈቃደኛ ሰው እንዳለ ስሜታቸውን እወቅ ብዬው ተለያየን። በማግስቱ ጉዳዩን ተመካክረውበት ሀገሬው ስለማይደግፈን እንጠቃለንና እዚሁ ሆነን እንከላከል ብለዋል በማለት ከሶስት አባለት ጋር መጥቶ ገለጸልኝ። ለማዘዝ እችላለሁ ግን ሙሉ ፈቃደኛ የሆነ ሰው ከሌለ ትዕዛዙን ለማክበር ሲል ብቻ ሄዶ አጣነው ሊል ስለሚችል ነው ፈቃደኛ እንዳለ ብዬ የጠየኩት። እነዚህን አባላት ስለሰውየው አስተሳሰብና ሁኔታ አስረድቻቸው፣ የእኛም መከላከያ አመች ባለመሆኑ ማጥቃቱን መርጬ እንደነበር በመግለጽ ለወደፊት እናየዋለን ቢያቸው ተለያየን።

ሐምሌ 27 ቀን 67 ዓ.ም በደል ዓመጽና ዘረፋ የፈጸሙትን ሰዎች በአቅራቢዎቻቸው አገናኝነት ከሜታ አቶ ደሳለው ዓዳል በበታ ውስጥ ሲዘርፉ የነበሩት ሰዎች ማለት የገቢ ባሕርን ልጆች እና ገቢ ባሕርን ይዘው መጡ። አቶ ሽፈራው አንበሴ ደግሞ በወቦ ውስጥ ዓመጽ ሲፈጽሙ የነበሩትን ሰዎች ይዘው ቀረቡ። በቅድሚያ በእነ ቸሬ ታረቀኝ ቤተሰብ ላይ ዘረፋ የፈጸሙትን፣ መከተ ገቢ፣ ጥላሁን ነጋሽ፣ ጥላሁን ዘለቀ፣ እጅጉ ካሳ፣ በቀለ ሺበሺ፣ መከተ አንበሴ፣ መኮንን አንበሴ፣ በላይ ከበበው፣ መንሹ ጥሩነህ፣ የመጨረሻዎቹን 4 ሰዎች (ሌሎች ቢመሰክሩባቸው ጥፋት የፈጸሙት ሰዎች የሉበትም ስላሉ) በተለይ አምስቱ የተሰመረባቸውን አቶ ደሳለው ዓዳል አንድ ባንድ እየጠሩ አቀረቡ። መከተ ገቢ ተጠርቶ እርምጃ እንደማይወሰድበትና ዕውነት ቢናገር ምሕረት የሚሰጠው መሆኑን አስረዳነው። የፈጸምከውን ሁሉ ሳትደብቅ ተናገር ብትደብቅ ግን መረጃ ስላለን በመካድህ ፖሊስ ጣቢያ ታስረህ ተፈርዶብህ ጥብቅ እርምጃ ይወሰድብሀል ብለውም በጭራሽ የፈጸምኩት በደል የለም ብሎ ካደ። እኔም የተመሰከረበትን መዝገብ ከወታደር በየነ ላይ ተቀብዬ የፈጸመውን በደል ባነበለት አንገቴን ቁረጡኝ እንጂ አልሰራሁትም። ያልሰራሁትን እንዴት እመን ትሉኛላችሁ አለን። ኮሚቴው ቢለው ቢያባብለው ካደ። እንግዲህ እኛ ለክርክር አልጠራንህም። ዕውነት ተናግረህ ምሕረት እንዲሰጥህ ነው። ከካድከ ፖሊስ ጣቢያ ታስረህ ወደ ፍ/ቤት ትቀርባለህ። አቶ ደሳለውም መንግስት ቃሉን አለማጠፉን አውቀው ሁኔታውን ሄደው ለሕዝቡ ይግለጹ። አሁን ውሰዱት በማለት ቁርጥ ያለ ንግግር ተናገርኩ። ይህንን ሲሰማ ዕውነቱን ማውጣት ጀመረ። ግበረ አበሮቹንም አንድ ባንድ ገለጻቸውና ወደ ፖሊስ ከመሄድ ዳነ። ጥላሁን ዘለቀ፣ ጥላሁን ነጋሽ፣ እጅጉ ካሳና በቀለ ሺበሺ በዚሁ ዓይነት ማንገራገር አምነው ሳለ ውሳኔ ከመስጠቴ በፊት 15፡45 ሰዓት በመሆኑና ቁርስ ሳይበላ የመጣ ሰው በመኖሩ ለግማሽ ሰዓት የምሳ ግዜ ተሰጥቶ ወደ ምሳ ሄድን።

እንደተመለስን አንድ ቃልቻ እቢሮዬ ከመግባቴ በፊት ጥላሁን ዘለቀ ብር 60.00 የቀጨማ ገንዘብ በልቶኛል ይመልስልኝ ብለው አመለከቱ። እነ መከት ገቢ በደል የፈጸሙበት ቸሬ ታረቀ መጥቶ ነበር። እኔ ከእነዚህ ሰዎች ጋር የታረኩት ልጄ ሞታብኝ ካልታረክ አናስቀብርህም ስላሉኝ ቸግሮኝ ነው እንጂ አምኜበት አይደለም። አልታረኩም

በማለቱ ምርመራው ቀጠለ። ይህንን አላምንም ስላለን መረጃ አለን ስላሉ ዋስ አስጠርተን ለሐምሌ 29 ቀን 67 ዓ.ም ተቀጠረ።

የወቦን ጉዳይ ለመመልከት እንደጀመርን ግዜው በመምሸቱ ለ28/11/67 ቀጥረን ተለያየን።

በ28/11/67 እነ ዳምጠውን፣ አበበ የሱፍንና ሌሎችን የዘረፉት የእነ እጅጉ ተሰማ፣ ዓድማሱ መኮንን፣ መርገጫው ክብረት፣ አቢ በላቸውና የሌሎች ስምንት ሰዎች ምርመራ ቀጠልን። እጅጉ ተሰማ ለምን ዘረፉችኋቸው ብንለው ጌታዬ በጥጋብ መልክ ነው። እነ አሳምነው ከተማ ጸበል ጠርተውን ሄደን ስለሰከርን በል በል ብሎን ነው ብሎ ተናገረ። ዓድማሱም እንዲሁ ሲገልጽ ሌሎች ለማድበስበስ ሞክረው በመጨረሻ ዕውነቱን ተናገሩ። ተበዳዮቹንም አስጠርተን ስንጠይቅ ተኩስ ተከፍቶ አበበ ጠብመንጃዬ ሲነከስብኝ ሸሽቼ እንደሄድኩ ዘረፉን አሉ። የጠብመንጃ ተኩስ ልውውጥ መደረጉ ላይ በተዘዋዋሪ መንገድ በዳዮቹ ቢናገሩም ምርመራውን በቀላሉ በመተው እርቅ አድርገው እንደሆነ ጠየቅን። አበበ ይቅርታ አድርግያለሁ ሲል፣ ዳምጠው 10.00 ጠገራ ብር ካሳ አልሰጡኝም። በሬዬም በተመለሰ በ4ተኛው ቀን ስለሞተና ስላልተካስኩ አልታረኩም በማለቱ አስሩ ጠገራ ብር እንዲሰጠው አድርገን ስለበሬው ጉዳይ የመክሰስ መብቱ እንዲጠበቅለት ወሰነን። ቢታረቅ መልካም ባይታረቅ ግን ሊከስ እንደሚችል ነግረነው እያንዳንዳቸው ለዕድገት በሕብረት ብር 10.00 እንዲከፍሉ በመወሰን አሰናብተናቸዋል። የእነ ጅሩን ልጆች ጉዳይ ለማየት ግዜ ስላነሰን ስለመሼ ለ29/11/67 ቀጥረን እኔ አዳራሹ ውስጥ ለተሰበሰቡት ከ200 ለማያንሱ ሰዎች ስለኢትዮጵያ ትቅደም ፍልስፍና ስለሕብረተሰባዊነት አመራር ስለዕድገት በሕብረት ዘማቾች ጥቅም መግለጫ ሰጥቼ ተለያየን።

ለምሳ በ9፡30 ሰዓት ገደማ ስወጣ የገበሬዎች ማሕበር እንዲቋቋም ጥረት ያደረጉት 12 ተማሪዎች እመንገድ አስቁመው፣ እኛ ከቤተሰቦቻችን ተለይተን፣ አንተ ተስፋ የቆረጥክበትን ስራ ተሰማርተን በመስራት 40 ማሕበራት አቋቁመናል። አበል የማይታሰብልን ከሆነ ወደ ቤተሰቦቻችን ሄደን በማገልገል ለሚቀጥለው ዓመት ልብስና የደብተር መግዣ የሚሆን ገንዘብ እንድናገኝ ስራውን ከነገ ጀምረን እናቆማለን። ቃል ካልገባህልን አሉኝ። እኔም የሰራችሁት ስራ ለወገናችሁ ጥቅም ሲሆን እናንተም የመንፈስ ኩራትና ደስታ ይሰማችኋል። የጀመራችሁትን በተለይ የደብረሲና ወረዳን ብታጠናቅቁ ጥሩ ነው። እኔ ቃል ለመግባት በመብቴ ልፈጽመው የማልችል ስለሆነ ይህን ችግር እወቁልኝ። ግን በተቻለኝ መጠን እታገልላችኋለሁ። በተለይም ሄሊኮፕተሯ ከመጣች እና በአንድ ሳምንት ግዜ ውስጥ ሊመልሱኝ ከቻሉ ሄጄ የተጨበጠ ነገር አመጣላችኋለሁ። ችግራችን የመገናኛ እጦት ነው። ከአሁን በፊት ደሴ ሄጄ በነበረበት ግዜ በዘመቻ ክልል ውስጥ ያሉትን 25 ዘማቾች በደሞዝ መልክ 30.00 እየተከፈላቸው ቦረና እንዲመደቡ ስለተፈቀደ ስለዚህ ጉዳይ አስተያየትህን ስጠኝ በማለት አቶ ሽዋንዳኝ በለጠ ጠየቀውኝ ነበር። ሀሳቡ ጥሩ ነው። ግን በፈቃደኝነት ማሕበር እንዲቋቋም የረዱን 6 ተማሪዎች አሉ። ለነዚህ ልጆች ምን ይደረግላቸዋል ብዬ ጠየኳቸው። እሳቸውም ከመሬት ይዞታ ባጀት ልንከፍላቸው እንሞክራለን ብለውኛል። አሁንም ከማሳሰብ በስተቀር ሌላ የማደርገው ነገር የለኝም። ተስፋ ሳትቆርጡ የጀመራችሁትን ስራ ቀጥሉ በማለት አበረታትቼ ለጧት ልንወያይ ተቃጥረን ተለያየን። እኔ በበኩሌ የገበሬዎች

ማሕበር እንዲቋቋም ያደረኩትንና የማደርገውን ተጋድሎ በተስፋ መቁረጥ ሲተረጉሙት በጣም ደነቀኝ። ማሕበር እንዳይቋቋም የሚያወናብዱትን ሴረኞች በሚስጢር ፈልጌ በማወቅ በፖሊስ ስላስመሰከርኩ ገበያም ላይ ከ6000 ለማያንስ ሕዝብ ስለመወናበዳቸው ተናገርኩ። የማሕበሩን ጥቅም በሰፊው ከገለጽኩና ካብራራሁ በኋላ ብትመዘገቡ ተመዝገቡ። ባትመዘገቡ ደግሞ ከዛሬ ጀምሬ ስለመሬት ክርክር የማላይላቸሁ መሆኑን እንድታውቁት አልኳቸው። እንመዘገባለን ሀብታሞቹ አታለውን ነው አሉ። ከዚያም ለመመዝገብ ሕዝቡ መጉረፍ ጀመሩ። በሚስጢርም ድሆቹ ገበሬዎች ቡና ሲጠጡ ሆነ በየጠበሉ ሲገናኙ ይህንኑ ጉዳይ እየተወያዩ ሀይላቸውን እንዲያጠናክሩ መከርኩ። ብዙ ጥረት ማድረጌን ስለማያውቁ በመናገራቸው ቅር አልተሰኘሁባቸውም። ይህንኑም በምክር መልክ ጧት ላስረዳቸው አስቤ ነው የተለያየነው።

ጧት በቀጠሯቸው ስላልመጡ አልነገርኳቸውም ይሁንና በስብሰባ የቀጠርናቸውን ሰዎች ጉዳይ ጨርሰን በዚሁ በ29/11/67 ልክ በ5፡30 ሰዓት ላይ የገበሬ ማሕበራት ተመራጮች ሲመጡ ላነጋግራቸው ብዬ የመሬት ይዞታ ወኪል የሆነውን አቶ አሊን ቀደም ብዬ ነግሬው ስለነበር በዚሁ ሰዓት ተመራጮቹ መጥተዋልና እርስዎን እየጠበቅን ነው አሉኝ። በፀጥታው ረገድ ላጠናክራቸው በማሰብ ስብሰባውን ጨርሼ እመጣለሁ አልኩት። በ6፡00 ሰዓት ላይ ሄድኩ። የመሬት ይዞታ ወኪሎችና መዝጋቢ የሆኑት የቦረና ተማሪዎች ለተማራጮች ልዩ ልዩ ገለጻ ካደረጉ በኋላ እነ አቶ ይመርና ደሳለው ዓዳል ስብሰባ ላይ እንዳለን ስለወስላቶቹ በሰጧቸው ምክር መሰረት ለተሰበሰበው ሕዝብ በሰፊው ገለጻ በማድረግ ስሜቱን ቀሰቀሱት። ከሕዝቡ መሀከል እየተነሳ ስሜቱን በመግለጽ ማን አባቱንስ ነው እኛን አልፎ ከተማዋን የሚወር አሉ። አንድ አዛውንት በርትተን ውሳኔ እንስጥበት አሉ። ቀጠል አድርጌ እውነታቸውን ነው ጠበቅ አድርገን መያዝ አለብን። ዛሬውኑ ውሳኔ ይሰጥበት ብዬ የቦረና ሕዝብ የሳይንትን ሕዝብ አግኝቶ ማወያየት አለበት። ይህንንም ጉዳይ ለማስፈጸም ሽማግሎች መምረጥ አለባችሁ። ውይይቱ በሀገር ደረጃ ስለሚፈጸም የመንግስት ተጽዕኖ የለውም። ማንኛውንም ነገር መፈጸም አለባችሁ በማለት አስረዳሁ። ከያየና 5፣ ከደንቢ 5፣ ከወግሎ 5፣ ከሜታ 5፣ በጠቅላላ 20 ሽማግሎች ተመርጠው ሳይንት አማካይ ቦታ ሕዝቡን አግኝተው የቦረና ሕዝብ ሀገራችን በጥቂት ወስላቶች በተለይ በእነ ከተማ ግዛው፣ ጌታቸው ዓሊ፣ ፍላቴ ለጋስ የተነሳ ስትጠፋ ልናይ ስለማንፈልግ የምንወስደውን እርምጃ ለመወያየት ነው የመጣነው። በአጭር ግዜ ውስጥ እርምጃ ባትወስዱ እኛ እንወስድባቸዋለን። ይህንኑም በጣም አጭር በሆነ ግዜ ውስጥ መፈጸም አለብን ብለው እንድያስረዱ ገልጽኩ። መልዕክቱን ወድያውኑ ጽፈው እንዲልኩና ቀጠሮውም በአጭር ግዜ ውስጥ እንዲሆን ተደረገ። መልዕክቱ ለሳይንት ሽማግሌዎች ተጽፎ ቀጠሮው ለዕሁድ ነሐሴ 4 ቀን ኮምቦልቻ ኪሮሴ (ሳይንት) እንዲሆን ተወሰነ።

በ30/11/67 የፀጥታው ሁኔታ በተለይ ወስላቶቹ እርምጃውን እስከ ነሐሴ 15 ቀን ድረስ ሊወስዱ ማሰባቸውን ስላረጋገጥን በ20/11/67 ላይ የተወሰነውን የሽማግሎችን ተልዕኮ ሊያከሽፈው ያልቻለ እንደሆነ እርምጃ ከመውሰድ የማይቆጠቡ መሆናቸውን አረጋገጥኩ። አስቸኳይ ምስጢራዊ ጉባኤ በማድረግ የሚገኙ ከሆነ ታማኝ የማያወላውል 100 የብሔራዊ ወታደሮች በአስቸኳይ ተጠርተው በመምጣት ከተማዋን እንዲጠብቁና ደሞዝ እንዲከፈላቸው ወስነናል።

በ3/12/67 15 የሚሆኑ ብሔ/ጦር ወታደሮች ትዕዛዝ አክብረው ስለመጡ እቢሮዬ ድረስ አስጠርቼ ስለሕብረተሰባዊነት አመራርና ስለ ኢትዮጵያ ትቅደም ፍልስፍና አስረዳሁ። የተጠሩበት ምክንያት ወስላቶች ለመፈጸም ያቀዱትን እንዳይፈጽሙ ለማከሸፍ ሕዝቡ ጋር ተባብረው ከተማዋን እንዲጠብቁ መሆኑን ገልጨላቸዋለሁ። ስለሚያገኙት አበል ጠይቀው ስለዚህ ጉዳይ ለበላይ መስርያ ቤት ያመለከትን ስለሆነ ውጤቱን እንደምንጠባበቅ ተረድተው ሰፊ ውይይትና ምክር ከሰጠሁ በኋላ ቀኛ/ቸረኝ ደጀኔ የብሔ/ጦር አዛዥም ምክርና ገለጻ ሰጥተው እንዲበረቱና እንዲጠነክሩ አሳሰቡ። በዚሁ ዕለት ጊዜያዊ ወታደራዊ መንግስት ወድቀው ተጥለው የነበሩትን ጀግኖች አካላ ስንኩላን የንጉሡ ቤተ መንግስት ተፈቅዶላቸው በእንክብካቤ እንዲያዙ ማድረጉን አውስቼ አሁን ጊዜው የዕውነተኞችና ለሀገር የሰሩ ሰዎች ስማቸው በወርቅ ቀለም የሚመዘገብበት ጊዜ መሆኑን አስረድቼና ለሀገራቸው በቆራጥነት እንዲሰሩ አበረታትቼ አሰናብቻቸዋለሁ።

በዚሁም ዕለት የከተማ ትርፍ ቦታና ትርፍ ቤት የሕዝብ ያደረገውን አዋጅ ስራ ላይ ለማዋል እንዲመች በ2/12/67 በጉባኤ በመወሰን መምህር ከበደ መሐመድ፣ መምህር ገደፋው፣ አቶ አማረ አበራ፣ አቶ ታሪኩ ዘውዴ፣ አቶ ጎበዜ ዓወቀንና አቶ እንዳሻውን በመምረጥ በከተማው እየተዘዋወሩ በማጥናት እንዲመዘግቡ ተወስኖ ነበር። እነዚህን ተመራጮች አስጠርቼ መመርያውን ከሰጠሁ በኋላ በጥንቃቄና ያለአድልዎ ስራቸውን አከናውነው ውጤቱን በሶስት ቀን ግዜ ውስጥ እንዲያቀርቡልኝ አድርግያለሁ።

በ5/12/67 የፀጥታ ኮሚቴ አባሎች እቢሮዬ ድረስ በመምጣት በ4/12/67 ስድስት ጸጉረልውጥ የሆኑ ባለብረቶች በጤና ጣቢያው አካባቢ ሲመላለሱ አደሩ። የጤና ጣቢያ ዘበኞች ቁም ማነህ ብለው ቢጠይቋቸው ዝምበል ምን አባክ አገባህ በማለት መሳርያ ስለአንቀጫቀጨባቸው ፈርተው ተደበቁ። ስለዚህ እኛና ፖሊሶች በሕብረት ደፈጣ ብናደርግ ይሻላል ብለው ጠየቁኝ። ሁኔታውን ብዙ ጥያቄ በመጠየቅ ካመንኩበት በኋላ የ፲አለቃ ዘሩ ሽፈራው እንዲመጣ ልኬበት ስላጣሁት ጉዳዩን ለከሰዓት በኋላ ልናይ ቀጥረን በዚሁ ሰዓት የ፲አለቃው ስለመጣ ጉዳዩን ገልጬለት ከዛሬ ማታ ጀምሮ በደፈጣ የሚሰማሩ ፖሊሶች አዘጋጅቶ እንዲያሰማራ ትዕዛዝ ሰጠሁት።

ልክ ከምሽቱ በ1፡30 ሰዓት ላይ በቦታው እንዲገኙ አዝዤ በ2፡30 ሰዓት ወደ ፖሊስ ጣቢያው ወታደሮቹን ለማነቃቃት ስሄድ ቁጭ ብለው አገኘኋቸው። ምነው እስካሁን ሳትሄዱ ብል፣ ዕለት ሁኔታ ላይ ካልተመዘገበ በስተቀር ችግር ስለሚፈጥርብን የእርስዎን ትዕዛዝ እንዲያሰፍሩልን እየተጠባበቅን ነው አሉኝ። ታድያ ምን የሚያስቸግር ነገር አለ አሁን የፀጥታ ጉድለት የበዛበትና ከአሁን አሁን ተኩስ ይከፈታል ብለን የተዘጋጀን ነን። እንደዚህ ከሆነ ማድፈጥ ቀርቶ ማጥቃት ይገባን ነበረ። ግን ሁኔታው ስላልፈቀደ ልናጠቃ አልቻልንም። ጠላት ከተማችን ድንበር መግባቱ ዕውነት ስለሆነ በስነ ስርዓቱ ቁም ብላችሁ የማይቆምና መሳርያ የሚያዞርባችሁ ሆኖ ከተገኜ ዕርምጃ ውሰዱበት በማለት ዕለት ሁኔታ ላይ መዝግቤ በመፈረም በም/የ፲አለቃ መስፍን ታረቀኝና በም/የ፲አለቃ በየነ ረዳ የሚመራ በሁለት ክፍል የተከፈለ በጠቅላላው 8 ፖሊሶችና የፀጥታ ኮሚቴ አባል ተወካይ አቶ ሙሐመድ ዓደም ተሰማሩ። ም/የ፲ አለቃ መስፍን በጤና ጣቢያው በር በኩል፣ ም/የ፲አለቃ በየነ ደግሞ በጎተራው በኩል እንዲሆኑ ተወሰነና ሄዱ፤ እንደሄዱ በ10 ደቂቃ ውስጥ ተኩስ ተከፈተ። እኛም እዚሁ እግቢ ውስጥ መትረየስ በመደገን ተጠናከርን፤ ተኩስ በየአቅጣጫው ተከፈተ። የመደንገጥ ይሁን

በየቦታው ላይ መኖራቸውን ለማሳወቅ አልገባኝም እዚሁ ግቢ ውስጥ ካሉትም ፖሊሶች ተተኮሰና ተኩስ አትተኩሱ፣ ቦታችሁን ይዛችሁ አይናችሁን አፍጥጣችሁ ተመልከቱ ብዬ ትዕዛዝ ሰጠሁ። ትዕዛዙም ተከበረ ወሬ የሚያጣራ ወደ ተላኩት ፖሊሶች ሰው ለመላክ ሞከርኩ ነገር ግን የመመለሻ ሰዓታቸው እኩለ ለሊት ስለተቃረበ ሰዓቱን መጠበቁን መረጥኩ። ወድያው መምህር ተፈራ ዓለሙ ሁሉም ደህና መሆናቸውንና ያልታወቁት ሰዎች ማምለጣቸውን መጥቶ ገለጸልኝ። እነርሱም ትንሽ ቆይተው በቀጠሮው ሰዓት ላይ (6፡15) መጡ። ሳይቀናቸው በመመለሳቸው አዘኑ፤ እንደታየኝ ሳይቀናቸው የቀረበት ምክንያት 1ኛ በአዘዝኩት መሰረት ቀደም ብለው በቦታው ባለመገኘታቸውና ወስላቶቹ አስቀድመው በመግባታቸው፣ 2ኛ ያን ሁሉ ምክር ሰጥቼና ምንም ዓይነት ድምፅ አታሰሙ ቢያቸው ሳበቃ ድምፅ በማሰማታቸው እንድያውም ጨርሰዋቸው ነበር።

ወስላቶቹ ቀደም ብለው ተኮሱባቸው፤ እነርሱም አጸፋውን መለሱ በጨለማው ምክንያት ማንንም ሳይመቱ ከፖሊሶች ወገን 42 ጥይት ተተኮሰ። ሁኔታው አቶ ዘውዱ የተባሉትን ሰው ቤት ክፈት በማለት ሲያስቸግሯቸው ሴትየዋ እሪ በማለቷ ደርሰንልሻል አይዞሽ ስትባል ተኩስ ተከፈተ። አቶ ዘውዴ ቃላቸውን በሰጡበት ግዜ ምንም ጠላት እንደሌላቸው ገልጸዋል። ይሁንና ከአቶ ጌታነህ ተሰማ ጋር በዘፍ የተነሳ መካሰሳቸውን ሲጠቁሙ ሰውዬው በዛፍ ምክንያት 6 ብረት ይዞ እንደማይመጣ እርግጠኛ ነኝ። የእኔ ትክክለኛ ግምትና የማምንበት ሁኔታ ወስላቶች በከተማዋ አካባቢ በሚገኙት መንደሮች ሊደበቁና በቀጠሯቸው ቀን ሁሉም በየአቅጣጫቸው ለማጥቃትና ከተማዋን ለመውረር ወይም ደግሞ እያደቡ የዘብ ተረኛ የሆኑትን የከተማ ሕዝብ በመግደል ጥበቃውን አላልተው በቀላሉ የፖሊሱን ሀይል ለማጥቃት ነው እንጂ ሌላ ዕቅድ የለውም። በማግስቱ ጧት የጠቆረ ጋቢ ቢጤ የለበሱና እስከ ደረታቸው ድረስ ብዙ ዙር ዝናር የታጠቁ 4 ሰዎች በኪዳነ ምሕረት አካባቢ አድርገው በወህኒ ቤቱ በኩል ባለው የባሕር ዛፍ ጫካ ጫካውን ፈጠን ባለ አካሄድ መሳርያቸውን እንዳነገቱ ሲሄዱ ቤ/ክርስትያን የሚሳለሙ ሴቶች ማየታቸው ስለተሰማ ወ/ሮ በቀሉ በምስጢር ሴቶቹን እንዲከታተሉና እንድያጣሩ አድርግያለሁ።

በ7/12/67 የከተማው የአካባቢ ኗሪ ሕዝብ በተለይ በለንቂሳ፣ በኪዳነ ምሕረትና በአሮጌው ከተማ በኩል የሚገኙትን እንዲመጡ ትዕዛዝ ሰጥቼ ስለነበር ከ150 የሚበልጡ ስለመጡ ስኞ ማታ የመጡትን ወስላቶች መጠለያ በመስጠት ያሳደራቸውን ሰው እንዲያወጡ አዝገቼ ብዙ ሰዓት ከተወያዩ በኋላ የከተማውን ሕዝብ ስለምንጠረጥር እነርሱ ባሉበት እናውጣ ብለው ስለጠየቁ ለ9/12/67 አንድ ሰው ሳይቀር እንዲገኝ በማስጠንቀቅ የቀረ ብር 2.00 መቀጫ የሚከፍል መሆኑ ተገልጾ ተለያይተዋል።

በዚሁ ዕለት ወደ ሳይንት ከተላኩት የቦረና ሽማግሎች አንዱ አቶ ረታ አልዩ ለግል ጉዳያቸው ስለመጡ እቢሮዬ አስገብቼ ሽማግሎቹ ማክሰኞ መጥተው ለምን አላመለከቱም? እንዴትስ ተሳካላችሁ ብዬ ጠየኳቸው። እርሳቸውም ሁሉም ነገር ተሳክቶልናል ከ200 የማያንስ የሳይንት ሕዝብ እቦታው ተገኝቶ ጠበቀን፤ በሰፊውም ተወያይተን ሀገሬው ወስላቶቹን የማይደግፋቸው መሆኑን ገልጾልን ብዙ ከተወያየን በኋላ ለሐሙስ 8/12/67 እንመጣለን በማለቱ የእኛም ሽማግሎች በዚሁ ቀን አንድነት ለመገኘት በማሰብ ነው ማክሰኞ ያልመጣነው አሉኝ። ለመሆኑ ምን መልስ ሊሰጡ ነው ስላቸው በሰላም ከሕብረተሰቡ ጋር እንዲቀላቀሉ ለመለመን ነው አሉኝ። የተገኙት

ሽማግሎችስ ከየት ከየት ነው? ከአጅባር መጥተዋል ወይ? ሀይለኛ ዝናብ በመኖሩ ሊመጡ አልቻሉም አሉኝ። ሽማግሎቹ እንደመጡ በሰፊው እንወያይበታለን። ለ6/12/67 መካነሰላምን ሊወሩ አቅደው ለምን እንደተውት አላውቅም። እኔ ይህን ያህል ይደረጋል ብዬ አላመንኩም ነበር መጠንቀቅ አለብን ብለው በመገረም ተሰናበቱኝ።

ወድያውኑ ምናልባት ከእኔ የተለዩ ሀሳብ እንዳላቸው ለማወቅ፣ ዳኞቹን አቶ አድማሱን፣ አቶ ዘሪሁንንና አቶ መንገሻን እንዲሁም አቶ አሰፋ ዓለማየሁን፣ አቶ ስብሀትን፣ አቶ ጥላሁንን፣ ቀኛ/ቸረኝንና የፒአለቃ ዘሩን አስጠርቼ በመሰብሰብ ነገ ሳይንቶች ይመጣሉ። የሚመጡበትም ምክንያት የቦረና ሽማግሎች በ4/12/67 ሄደው ስለጉዳዩ ከተወያዩበት በኋላ ወስላቶቹን በሰላም እንዲገቡ ለመጠየቅ መሆን አለበት ብዬ አምናለሁ። ሌላም ሀሳብ ሊኖራቸው ይችላል። ይሁንና በሰላም እንዲገቡ ሲጠይቁ ምን መልስ መስጠት ይኖርብናል? እኔ በበኩሌ በተለይ ፍላቴ ለጋስ በመምህራኑ ላይ የፈጸመው በደል ርህራሄ ቢስ የሆነ፣ መንግስትን የሚጻረር በመሆኑ በእኔ ደረጃ በሰላም ይግባ አልልም። ባላ/ጌታቸው ግን ከወንጀሉ ነፃ ሆኖ ስለስራው በጉባኤ ታይቶ ይወሰንበታል። ከተማ ግዛው ደግሞ ከአንድ ሶስት ግዜ፣ ከሶስት ግዜም አራት ግዜ በሰላም እንዲገባ ተጠይቆ "እምቢ እኔ ለደርጉ አልገዛም" በማለቱና የእህቱ ልጆች እርስ በርስ በመጋደላቸው ጉዳዩን ጣሰው ግዛው የተባለውን ቤቱን በማስከበብ እንዲገደል በማዘዙ ተገድሏል። ይህ ከፍ ያለ ወንጀል ስለሆነ ይህም በእኔ ደረጃ አይወሰንም በማለት የሁሉንም አድራጎት ዘርዝሬ አስረዳሁ። በጉዳዩ ለ1፡30 ሰዓት ያህል ተወያይተን በዚሁ ሀሳብ ፀንቷል።

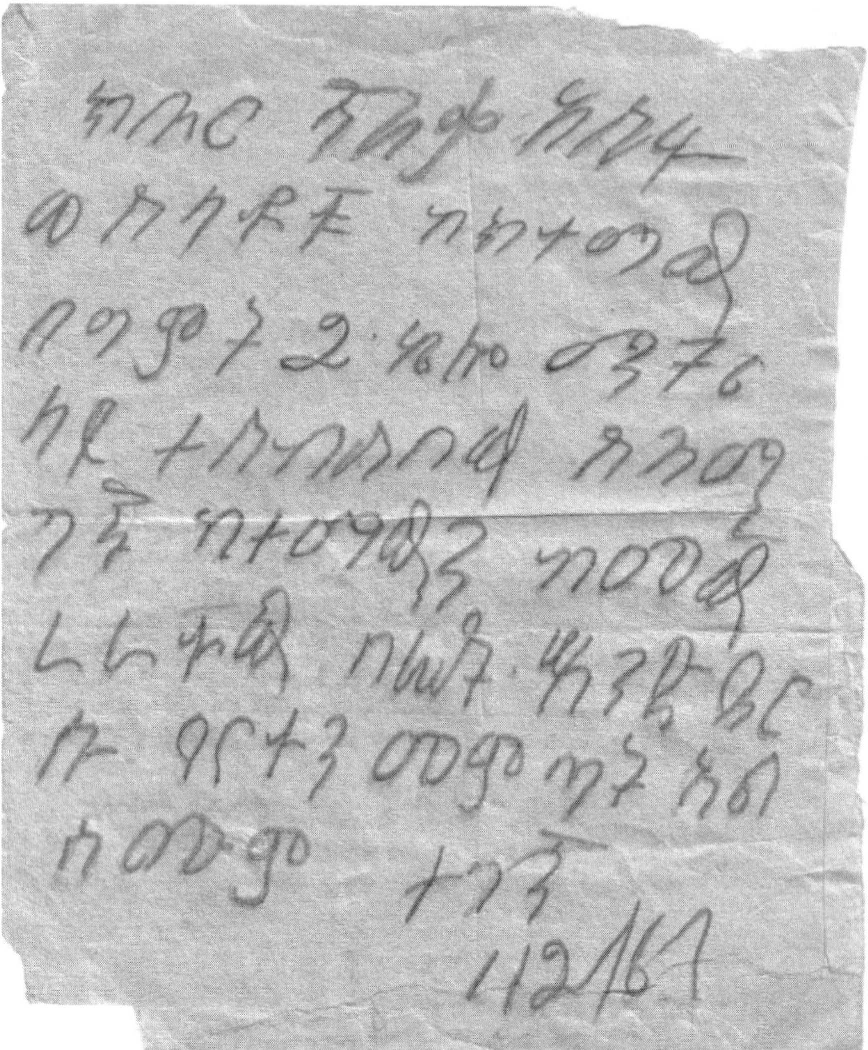

በ8/12/67 ጧት፣ ሽማግሌዎች መጥተናል አሉና ነገሩኝ። ጥሩ አስገቧቸው አልኩ። በትናንትናው ቀን የተሰበሰቡትና የጸጥታ ኮሚቴዎች ተጠርተው መጡ። ሁላችንም መቀመጫ ይዘን ዝም ዝም ተባባልን። እንዴ ለምንድነው የፈለጋችሁን ስለጠራችሁን እኮ ነው የተቀመጥነው አልኩ፤ ሳይንቶች መጥተዋል ለጠየቅናቸው መልሱን እንዲነግሩን ነው አሉን፤ ታድያ እኛ ከውጤቱ እንጂ ከሀገር ሽምግልናው ጋር ምን አለን። እንግድያውስ እናንተው ጨርሱና መልሱን በ9፡00 ሰዓት ንገሩን ቢያቸው ሊሽመጋገሉ ወጡ። እኔም ከበታ ለመጡት 14 የገበሬ ማሕበር አባላት ገለጻ ለማድረግ ወደ መሬት ይዞታ ሄድኩ። ሰፊ ገለጻና ማብራርያ ሰጥቼ ልክ በ9፡00 ሰዓት ስመለስ የስብሰባቸው ውጤት ገና በመሆኑ ወደ ቤቴ ሄጄ ምሳ በልቼ ተመልስኩ። ሽማግሌዎቹ ስለጨረሱ አዳራሽ ውስጥ

እንዲገቡ ተደርጎ ተሰበሰብን። ቀጥሉ አልኳቸው። ሽምግልና ጀመሩ። ንግግሩም ከእኔ ጋር እንዲሆንና ከእኔ ሀሳብ ለማግኘት መሞከራቸው ገባኝ። ውጤት ለመስማት እንጂ የሀገር ሽምግልና መሀል ጣልቃ መግባት አልፈልግም። እልባት ካላበጃችሁለት እኛ አድማጭ እንሆናለን። እናንተ እርስ በርስ ውይይታችሁን ቀጥሉ አልኳቸው። በየንግግራቸው የእኔን አስተሳሰብ ለመውሰድ ሊያነጋግሩኝ ሲሞክሩ እዝያው ጨርሱ እያልኩ ብዙ ግዜ መለስኳቸው። በንግግራቸው ላይ አንዳንድ ውሸት ሲጨምሩ፣ በተለይ ቆተቶች ለመደበቅ ሲሞክሩ፣ ጣልቃ ገብቼ እነርሱን እያሳመንኩ ዕውነቱን (ከተማን የሚደግፉትን ስም እንድያቀርቡ ተጠይቀው አለማቅረባቸውን) ገለጽኩላቸው። እንድያውም ሹመት ያዳብር አላልንም እንጂ ከተማ ግዛው የሾማቸው ፺ አለቆች እዚህ ሽማግሎች መሀል ውስጥ ይታዩኛል። ይህንን ሁሉ ታውቃላችሁ። ስትሸመጋገሉ ዕውነቱን ፍርጥርጥ እያደረጋችሁ ካልሆነ በስተቀር ብትሸፋፍኑት ዋጋ የለውም። ጣልቃ የገባሁት ዕውነታውን ለመግለጽ ነው እንጂ እናንተ ንግግር መሀከል መግባት የለብኝም ነበር። አሁንም እናንተው ቀጥሉ። ከፈለጋችሁም እንሂድላችሁ አልኳቸው። አይ አትሂዱብን አሉንና ማድመጥ ጀመርን።

ንግግራቸው መሀል እነ አሳምነው ከተማ ሲናገሩ እንደተገነዘብኩት ከሽማግሌዎች ተገንጥሎ ብቻውን ፍላቴ ዘንድ ሄዶ ያደረገውን መናዘዝ ጀመረ። ፍላቴ አስታርቁኝ የመምህራኖቹን ሀብት በሙሉ እመልሳለሁ። በመጀመርያ ከመምህራኑ ጋር ልታረቅ ከዝያ በኋላ ከመንግስት ጋር ታስታርቁኛላችሁ ስላለኝ መምህራኑን ለ19/12/67 ይዤ በመሄድ አስታርቃለሁ አለ። ሽማግሌዎቹ የማያውቁት ጉዳይ ሆነባቸውና እንዲህ ከሆነ ደግ በምታውቀው በር ታስገባናለህ አሉት። በመሰረቱ ሁሉም ተገኝተውና ተወያይተውበት መወሰን ነበረባቸው። ግን እንደነ አሳምነው ያሉት እየተሽሎከሎኩ ይህንን መፈጸም ጉዳዩን ለማግበስበስ የታቀደ መስሎ ታይቶኛል። ጥፋተኛው ሰው ሽማግሌ በመላክ ይቅርታ ሲጠይቅ እንጂ ሕዝቡ አግባብቶ እርቅ መመስረት ለወስላቶች የልብ ልብ ከመስጠቱም በላይ ከጥፋት የማይመልሳቸው መሆኑ የተረጋገጠ ነው። ደግሞስ መምህራኑን ወስደን እናስተርቃለን ማለቱ የትኞቹን መምህራን ነው? ከሙቶ ዘጠናው ሄደው የለም እንዴ? እኔ ሁሉንም ዝም ብዬ እመለከታለሁ አልኩ። ጌታችንም ሽምግልናውን (እርቁን) ይረዱን ይሆናል አለ። እኔም ሽማግሌ እንደጀመረው ሽማግሌ ይጨርሰው። እኔ የመጨረሻው ውጤት ሲመጣልኝ ተመልክቼ ውሳኔ መስጠት ብቻ ነው። እናንተ እንደጀመራችሁት ቀጥሉ ስላቸው አይ እኛ ጋ ግቡልን ማለታችን አይደለም አሉና ሸፋፈኑት። ቀጠሉና ስለ ባላ/ጌታቸው ጅራፍ ጉትትና መሀል ሳይንት ሀላፊነቱን ወስደው ለ23/12/67 ውጤት እንድያመጡ ታዘዙ። ቆተቶችም የጠፋውን ፖስታና ከአሁን በፊት የከተማ ደጋፊ ናቸው የተባሉትን ዝርዝር እንዲያቀርቡ ተደረገ። በዚህን ግዜ እኛ ብቻችንን እንዴት እናደርጋለን ሀገር የሌለበት መባባል ተጀመረ ሽማግሌዎቹም እየሾለኩ መጥፋት ያዙ 60% የሚሆኑት እንደሄዱ በሉ ስሙን፣ እኛን እዚህ እስቀምጣችሁ ከሄዳችሁ የእኛ እዚህ መቀመጥ ዋጋ የለውምና ይቅርታ አድርጉልን በማለት ከእኔ ጋር የነበሩትን ይዣቸው ቢሮ ገባሁና ከውይይታቸው ምን ተገነዘባችሁ አልኳቸው። አይ ምንም የተጨበጠ የለውም። ግዜ ለማራዘምና ለእርስዎ ይህንን ሞከሩ የሚል የጽሑፍ መረጃ ይሆንዎት እንደሆን እንጂ ፍሬ የለውም አሉ። ግማሾቹም ከእኛ ሀሳብ ላማግኘት ነው ሲሉ፣ ሌሎቹም እርስ በርሳቸው እንኳን የሚያደርጉትንና ያደረጉትን አያውቁም። ግማሹ በዝምድና መልክ ብቻውን ተነጥሎ እንደዚህ አደረኩ ይላል። ጌታዬ አይምሰሎት ሁሉም ከወስላቶቹ ጋር የተዋለደ በመሆኑ ለመሸፋፈን ነው

የሚፈልገው አሉ። እኔም እንኳን ሁኔታውን እናንተ አያችሁት የማታውቁትን እንድታውቁት የሚረዳችሁ መሆኑን እተማመናለሁ። የሆነ ሆኖ እኛ ጥበቃችንን አናላላም እንድያውም ጠበቅ ባለ ሁኔታ ነቅተን መጠበቅ አለብን። ኮሚቴዎችም ሕዝቡን አበረታቱ ብዬ መክሬአቸው ተለያየን።

በ11/12/67 የመጀመርያው ዓመት የአብዮት በዓል በከፍተኛ ደረጃ እንዲከበር ስለተወሰነ አዲስ አበባ የሚሄዱትን የገበሬ ማሕበር ተመራጭ አባላት ለመምረጥ በማሰባችን የገበሬ ማሕበር ሹማምንት በሙሉ እንዲገኙ በተወሰነው መሰረት ተገኙ። ስለ ኢትዮጵያ ትቅደም ፍልስፍና ስለ ሕብረተሰባዊነት አመራር የገበሬዎች ማሕበር ስራና ተግባር በዝርዝር ስለግብር አሰባሰብ ጉዳይና የግብርን ጥቅም በማስረዳት በውድድር መልክ በቶሎ እንዲያስገቡ ድሆችንና ችግረኞችን በሕብረት መርዳት እንዳለባቸው፣ የግጦሽ (በኒ) መሬት እንዳይታረስና ለከብቶቻቸው በበጋ ግዜ ችግር እንዳይገጥማቸው እንዲቆጣጠሩ፤ የዘማቾችን መጠለያ ቤት ለመስራት እንዲሽቀዳደሙ ሰፊ ገለጻ ሰጠሁ። የመሬት ይዞታና ማሻሻያ ወኪሎችም ልዩ ልዩ ገለጻ አደረጉ። አዲስ አበባ የሚሄዱትን በመጀመርያ ከእያንዳንዱ የቀበሌ የገበሬዎች ማሕበር አንዳንድ ሰው ከተመረጡ በኋላ እነዚህን ተመራጮች ደግሞ አንድ ላይ ሆነው በመመካከር 6 ሰዎች መርጠው እንዲሰጡን አደረግን። እነዚህን 6 ሰዎች እኔና የመሬት ይዞታ ወኪሎች የምንገኝበት 5 መራጭ ኮሚቴዎች በመሆን፣

1. ከቦረና አውራጃ የገበሬዎች ማሕበር በቶሎ ሊቋቋም ያልቻለበትን ምክንያት፣
2. የገበሬዎች ማሕበር ጥቅም መግለጽ፣
3. የመሬት አዋጅ በምን ምክንያት እንደታወጀ

ለሕዝቡ ገለጻ እንዲያደርጉና እኛ ነጥብ ይዘን ብንመርጥ ይሻላል አልኳቸው። በዚሁ ተስማምተን 1ኛ አቶ ተስፋው አደራ፣ 2ኛ አቶ አህመድ እሸቱ፣ 3ኛ አቶ በለው ተሰማ ተመረጡ። ለነሐሴ 19 ገደማ ወደ ደሴ ለመሄድ እንዲዘጋጁ አድርገን ተለያየን።

በዚሁ ዕለት (11/12/67) ባለፈው ቀን ፖሊሶቹን አሰማርቼ የተኩስ ልውውጥ ከተደረገ በኋላ አውጫጭኝ እንዲደረግ አዝዤ ስለነበር ዛሬ 3ኛ ቀጠሮ በመሆኑ የሚጠረጠሩትን ሰዎች የከተማው ሕዝብ አራዳ በመሰብሰብ ስላወጧቸው ለረቡዕ (14/12/67) የመጨረሻ ቀጠሮ አድርገው ተለያዩ።

በ12/12/67 ቀደም ብዬ ፖሊሶች በመጣላቸው ማስ ጠብመንጃ ልምምድ እንዲያደርጉ ጥይት አስፈቅጄ ስለነበር በዚሁ ዕለት ትምህርት እየሰጠሁ አስተኩሻቸው ነበር። ከመቶ ሰማንያዎቹ ብዙ ልምምድ የሚስፈልጋቸው ነበሩ።

በ13/12/67 የፀጥታው ሁኔታ እየተባባሰ በመሄዱና ሀይል ሳይላክልን በመቅረቱ ግራ የሚያጋባ ሁኔታ ገጠመኝ። ፖሊሶችም መንግስት ብናልቅም እርዳታ የሚልክልን አይመስለንም በማለት እያማረሩ ስለተናገሩ የጥበቃቸውም ሁኔታ እርስ በርስ ባለመግባባት ከፍ ያለ ችግር ስለፈጠረ ከመጠን በላይ አሳሰቦኝ ነበር። እንዳጋጣሚ የፈንጣጣ ማጥፍያ ሄሊኮፕተር ስለመጣች በአንድ ሳምንት ግዜ ውስጥ እንደሚመልሱኝ ቃል ስለገቡልኝ ስለ ሀይል ጥየቃ ጉዳይ ለመነጋገር ወደ ደሴ ሄድኩ። እዝያም

እንደደረስኩ እንደአጋጣሚ ሄሊኮፐተር ስለተገኘ ወታደር መላኩ ተነገረኝና በማግስቱ ለመመለስ ስዘጋጅ ሄሊኮፐተሯ የወታደሮቹን ስንቅና አዲሱን የፖሊስ አዛዥ ይዛ መካነ ሰላም ልታርፍ ባለመቻሏ (በደመናና ጉም የተነሳ) ስላስቸገረው ተመልሶ ወደ ደሴ መጣ። እኔም አብሬ ለመሄድ ተዘጋጅቼ በችግሩ ምክንያት ባለመሳካቱ ለጧት ቀጠሮ እንዳደረግን ሄሊኮፐተሯ ላስቸኳይ ጉዳይ ወደ ጎጃም ስለተፈለገች ጥላን በመሄዷ ሳይሳካልን ቀረ።

የፈንጣጣዋ ሄሊኮፐተር በቴል ሮተር ቤሪንግ ምክንያት በረራዋን ስላቆመችና እኔም ሌላውን ስራዬን በአንድ ሳምንት ግዜ ውስጥ ስለጨረስኩና አበል እየበሉ መቀመጡን ስላልወደድኩት የአምስት ቀን ፍቃድ ወስጄ ቤተሰቦቼን ደብረዘይት አደራጅቼ ኮሎኔል ጌታሁንን በአደንዳንድ ስራዎች (አዲስ አበባ) ረድቼ ወደ ደሴ ተመለስኩ ደሴም ውስጥ ያለኝን ገንዘብ ጨርሼ በጠቅላላው ሀያ ሁለት ቀን ስቀመጥ የሰባት ቀን አበል ብቻ ወሰድኩ። የሚቀረው ገንዘብ የበጀት ዓመቱን ልያስጨርሰን አይችልም ነበር።

ጳጉሜ 3ቀን 67 ዓ.ም ለሳይንት ሬድዮ፣ ነዳጅና ዘይት በመጫን በፈንጣጣዋ ሄሊኮፐተር መካነ ሰላም ገባሁ። ደሴ ሆኜ ስለፀጥታው ጉዳይ ብዙ ጥሬ ስላልተሳካልኝ ከአብዮቱ በዓል በኋላ ሀይል እንልካለን አሉኝ።

ለአብዮቱ ብዙ ዝግጅት ስናደርግ ሰነበትንና የገበሬዎች ማሕበር ለማቋቋም የረዱንን ተማሪዎች በጠቅላላው ብር 780.00 አስፈቅጄ ያመጣሁትን ልሰጣቸው ስል አነሰብን ብለው በማኩረፋቸውና አንወስድም በማለታቸው ገረመኝ። ሳልህ ነው ያሳነሰብን ብለው ሊደበድቡት መዘጋጀታቸውን ሰምቼ መከርኩት። በመጨረሻም ገንዘቡን እንወስዳለን ብለው ከወሰዱ በኋላ መስከረም ሁለት ቀን ደምሴ በየነ አሊ ይማምን ለመግደል ተኩሶ ሳተው። በዚህ የተነሳ ተኳሹ ታሰረ። የምስክሮቹን ሁኔታ ቃል ሲሰጡ ከሰማሁ በኋላ ሌሎች አስራአንዱን ተማሪዎች ሌላ ዓመጽ እንዳይፈጽሙ በማሰብና የተፈጸመው ወንጀል በሴራ መልክ ሆኖ እንደሆነ ለማጣራት እንዲታሰሩ አዝዤ ታሰሩ። ተጣርቶም በምክር ተለቀቁ።

ሽብር እየበረከተ ሄደ። መምህራንና ተማሪዎች ከእኔ ጋር በመመካከር የሚታሙትን ሰዎች ባልታወቀ ዘዴ የሚያሸብር ወረቀት እየጣሉባቸው ጥሩ ስራ ጀመሩ። በሌላም ልዩ ልዩ ዘዴዎች በመጠቀም ክረምቱን በሰላም ልናልፍ በቃን።

ወስላቶቹ ቅዱስ ዮሐንስን አሳልፈው ሊወሩን መዘጋጀታቸውን ለበላይ አመልክተን ሀይል እንዲመጣልን ሞክረን አልሆነም አሁንም መስከረም 3 ቀን ሊወሩን ማቀዳቸውን ስለሰማን ሀይል እንዲላክልን በብርቱ ጣርኩ። አሁንም በሄሊኮፐተር እጦት ምክንያት ቀሩ። መስከረም 3 ቀን በአህዮ ም/ወረዳ በኩል አድርገው እነ ከተማ ግዛው ወደ አጅባር ለመዝመት ሞክረው በጀግናው ሚች ካሳ ሽፈራው ብርታት ሕዝቡን በማስተባበር ወግተው አባረሯቸው። መስከረም 8 ቀን ሀያ ሁለት የፈጥኖ ደራሽ ወታደሮች መካነ ሰላም ገቡ። ቀደም ብዬ ወታደሮቹ ሲመጡ መካነ ሰላም ካሉት ፖሊሶች አስሩን ወደ ሳይንት ወረዳ ለመላክ ከኮ/ ተስፋዬ አበበ ጋር ተስማምቼ የአስር ቀን አበል ገንዘብ ይዤ መጥቼ ነበር። የተኩስ ልምምድ እንድያደርጉ ለእያንዳንዱ አምስት አምስት ጥይት

አስፈቅጄ፣ ግዜ በማጣቴ ሳይለማመዱ ቀሩ። ሄሊኮፕተር በመታጣቱም ወደ አጅባር አልሄዱም።

መስከረም 10 ቀን የሳይንት ወረዳ ፀጥታ በመደፍረሱ ዕርዳታ ጠይቀው እነዚህን ፖሊሶች ከበቂ ጥይት ጋር ለመላክ ሄሊኮፕተር እንዲልኩልን ጠይቄ መስከረም 11 ቀን ሄሊኮፕተር በመላኩ ሀሳቤን ለውጬ ፈጥኖ ደራሾቹ እንዲሄዱ ፈቃድ ብጠይቅ ተከለከሉ። ፓይለቱንም ሁለት ግዜ እንዲያመላልስልኝ ብጠይቀው በነዳጅ ምክንያት ስላልቻለ አስሩን ፖሊሶች አዘጋጅተን በክብደት ምክንያት ስምንቱን ከበቂ ጥይትና ከአንድ ቸኮዝ መትረየስ ጋር ላክናቸው። ለሲ/ቴክ ሀይሉ ይላላም ከነበረኝ ጥይት 600 የዲሞትፈር ጥይት ለታማኝ ሰዎች እንዲያድል ላኩለት። አሁንም የወስላቶቹ ሀይል እየበረከተ በመሄዱ ዕርዳታ ጠየቁ። እኔም በአስቸኳይ ሀይል በሄሊኮፕተር እንዲልኩላቸው አመለከትኩ። በተጨማሪም እኔ ለዕርዳታ ብሄድ መንገዱ ከአስር ሰዓት በላይ ስለሚፈጅብኝ በአስቸኳይ ዕርዳታ እንዲላክላቸው ብጠይቅም ምንም አይነት መልስ በማጣቴና ነገሩ እየከረረ በመሄዱ መስከረም 12 ቀን 1968 ዓ.ም ልክ በ18፡30 ሰዓት ሳይንት ሄጄ ለመርዳት ወሰንኩ። ፈጥኖ ደራሾቹን እንዲዘጋጁ በማዘዝ የጭነት በቅሎ ፍለጋ ጀመርኩ። ሁሉም አልቆ የአባላቶቻችንን ሕይወት ለማዳን አጅባር መሄዴን የሚገልጽ ጧት በአንድ ሰዓት የሚተላለፍ ቴሌግራም አዘጋጅቼ ለመንቀሳቀስ ስዘጋጅ ሻለቃ አበራ አደባይ አዲሱ የአውራጃው ፖሊስ አዛዥ እኔም አልቀርም አብሬ እሄዳለሁ በማለታቸው ልክ በ00፡30 ሰዓት (እኩለ ለሊት ላይ) ጉዞ ጀመርን።

በ12/1/68 እቢሮዬ ተሰብስበን እንወያይበት የነበረው ጉዳይ መስከረም 5 ቀን እነ ፍላቴ የአያሌው ዘገየን ልጅ ስለገደሉበት ፍላቴን ገጥሞ ጉንጩን መትቶ ስላቆሰለው ሸሽቶ መሄዱን ሰምቼ እኔም መስከረም 7 ቀን ላበረታታው አስር ፖሊሶችና አምስት ነጭ ለባሾች ይዤ ልም መስክ ሄጄ በማሞገስ የጋሻውንና የተገኘን ቤት (ድኩላባር) እንዲቃጠል፣ የቦረና ሕዝብ መዝሙቴን ሰምቶ ተከትሎኝ ስለነበርና ቆተትም እንቀጥል በማለቱ ሀሳባቸው ጥሩ መሆኑን ገልጬ በማመስገን ለሌላ ግዜ እናደርገዋለን አልኳቸው። ቆተቶች ምሕረት ይጠይቁናል ብዬ ስለነበር በዚሁ ቀን በ12/1/68 ምሕረት ለመጠየቅ የመጡት እስከ 18፡00 ሰዓት ድረስ አነጋግሬ ነበር። ጉዞአችንን በመቀጠል ልም መስክ ልክ ከጧቱ በ07፡00 ሰዓት (በ13/1/68) ደረስን። ያዘጋጀሁትን አገልግል ቁርስ አደረግን በቅሎዎቹ በመድከማቸው ቢያዘገዩንም በመዳዝ ላይ እንዳለን ስለ አጅባር ሁኔታ መንገደኞችን ስንጠይቅ ከበው ይዘዋቸዋል። ያሉትም በቢሮው በኩል ነው ትደርሱላቸዋላችሁ አሉን። ለመድረስ እየጸለይን ስንጓዝ ቤጃ እንደደረስን እልቂቱ ተነገረን። እጅግ በጣም አድርገን አዘንን። በትካዜ ላይ እንዳለሁም ፈጥኖዎቹ ጉዞአችንን ቀጥለን የቀብር ስነ ስርዓት መፈጸም አለብን ስላሉ በሀሳባቸው ተስማምቼ ጉዞ ቀጠልን።

አጅባር ለመድረስ የ30 ደቂቃ ጉዞ ሲቀረን የሄሊኮፕተር ድምጽ ሰምቼ የአየር ሀይል ጃኬቴን በማውለቅ የውስጡን ገልብጬ ምልክት ብሰጥ አላይ አሉኝ፤ ከተማው አካባቢ ለማረፍ ዝቅ በማለትዋ እንደርሳለን ብለን ሩጫ ጀመርን ግን ወድያውኑ በመነሳቷ ሳንደርስ ቀረን። ምልክትም ባሳይ ስላላዩን እርቀው ሄዱ በዚህን ግዜ ወታደሮቹን ሰብስቤ ከተማው ውስጥ ወስላቶቹ ስለሚኖሩ ተዘጋጅተንና ነቅተን እንድንጓዝ አዝዤ መሳርያችንን በወድር መልክ ይዘን ግራና ቀኝ መንገዱን እያሰስን ሄድን። ከተማው መሀል እንደገባን መንደር ውስጥ እተሰራው ፖሊስ ጣቢያ ውስጥ የአስተዳዳሪውና የሶስት

ፖሊሶች ሬሳ ተጋድሞ አገኘን። ከመጠን በላይ አዝነን በሩን ዘግተን ወደ መስሪያ ቤት አካባቢ አመራን። አዳራችንንም እዚሁ አደረግን (የደረስንበትም ሰዓት 16፡00 ሰዓት ነው)። ከተማው ውስጥ ዝር የሚል ሰው አልነበረም። የከተማው ቤቶች በራፋቸው ተበረጋግዷል። የቢሮው ወረቀቶች ተበታትነዋል። በእኛ ላይ ከባድ ችግር አጋጠመን። ይኸውም ረሀብ ነበር። ምሳ አልተበላም። ቁርስም ቢሆን እኔ ይዤው የነበረውን አገልግል ለ24 ሰው ነው የተቧጨቅነው። እራት ምን እንደምንበላ ቸገረንና ወደ ባላገር ሄደን ጎተራ ከፍተን ጥራጥሬ ቆልተን ለመብላት ስናቅድ አቶ በየነ ግዛው የተባሉ የከተማው ነዋሪ ነጋዴ ውስጥ ውስጡን የወስላቶቹ ደጋፊ የሆኑት መጡና ጥሬ ይዤ እመጣለሁ ብለው ሄደው አመጡልን። እንዳጋጣሚም በግ ተገኝቶ አንድ ሙክት ተገዛ። ወታደሩ ምግብ ሲያዘጋጅ እኔ የጠላትን ሁኔታ ማጥናት ጀመርኩ። የወረዳው ፀሐፊ አቶ ተገኝ ተድላም መጥቶ ስለማንኛውም ሁኔታ አስረዳኝ። ወስላቶቹ ጓሜዳ መሄዳቸውን ተረዳሁ። ስለሄሊኮፕተሯ ማረፍና ምን አድርጋ እንደሄደች አቶ ተገኝን ጠየኩ። እርሱም የክ/ሀገሩ ፖሊስ አዛዥ ኮ/ተስፋዬ አበበ ከስድስት ወታደሮች ጋር ሆነው ዓረፉ ኮለኔሉን፣ አስተዳዳሪውና ፖሊሶች አልቀዋል። በከተማው ሰው የለም ብዬ እንደነገርኳቸው ተጣድፈው ሄሊኮፕተር ላይ ተሳፍረው ሄዱ አለኝ። አስከሬን ለመውሰድ ነገ ይመጣሉ ወይ ስለው ይህንን አልነገሩኝም አለኝ። በጣም የሚገርመኝና የሚያሳዝነኝ ነገር ቢኖር በ12/1/68 ዕርዳታ ለማድረግና ሕይወታቸውን ለማዳን መሄዴን ለክ/ሀገሩ አስተዳዳሪ ለክ/ሀገሩ ፖሊስ አዛዥ በቴ/ም ከመግለጼም ሌላ የጠየቁት ጥይት በሄሊኮፕተር ይድረስልን ብዬ እንደጠየኩ እየታወቀ እኔንና ፈጥኖዎቹን በአየር እየተዘዋወሩ ሊፈልጉን ሲገባ ያንን ሁሉ ምልክት እንኳን እያሳየን ለእኛ ባለማሰባቸው ነው።

ለወታደሩ ምግብ ባለመኖሩና እኛም ባለን ሀይል ያለመገናኛ አጅባር መቀመጡ ለጠላት ምቹ መሆኑን ስለተረዳሁ በማግስቱ መመለሳችንን ሳልገልጽ የመቃብሩ ቁፈራ በጧት እንዲጠናቀቅና ሄሊኮፕተር እስከ 4፡00 ሰዓት ድረስ ከመጣች ሬሳ ይዛ ልትሄድ ካልመጣች ደግሞ የቀብሩን ስነ ስርዓት ፈጽመን ለመጓዝ እንዲያመቸን የጉድጓድ መቆፈርያ እንዲፈልግ ዋና ፀሐፊውን አዝዤ ሌሊት በድንገት ጠላት ቢመጣብን ለመከላከል እንድያመቸን ዓረፍንበት አጠገብ የድንጋይ ምሽግ እንዲዘጋጅ አድርጌ ሌሊቱን በሙሉ ሲጠበቅ ታደረ።

እንዳይነጋ የለም ነጋ። መቃብሩ እንዲፋጠን መሄድ ስላለብኝ ወታደሩን ሰብስቤ የእኛ መቆየት አደጋ ሊያመጣ ስለሚችል ፕላኔን ገልጬ አንዱ ጓድ ግቢውን እንዲጠብቅና ልክ በ4፡00 ሰዓት ላይ መጫን እንዲጀምር፣ አንደኛው ግን ከእኔ ጋር ሄዶ መቃብሩን እንዲያጣድፍ አደረኩ። በሌላ በኩል ደግሞ አንዳንድ የተገኙትን የከተማውን ኗሪ ሬሳውን እንዲያዘጋጁ ሆነ። በሁሉም በኩል ተጣደፈና ሬሳውን መላው ጦር አጅቦ መቅበር ስላለበት ጠብቁን ብለን ጭነቱን ጭነን ሬሳዎቹን በማጀብ ወደ ቤ/ክርስትያን አመራን። አንድ ጓድ ጭነቱን ሲጠብቅ አንደኛው የመቃብሩን ስነ ስርዓት እንዲፈጽም ሆኖ በተጨማሪም ጠላት አደጋ እንዳይጥል ዙርያውን እንዲጠብቅና ከቀበርተኛው መሀል የግድያ ተንኮል እንዳይፈጸም ሙሉ ቁጥጥር ተደረገ። የቀብሩ ስነ ስርዓት እንዲጣደፍ ብንፈልግም ጠላት እንዲመጣና እልቂት እንዲፈጥር በማሰብ ስራውን በሆነ ባልሆነ የሚያዘገዩ ሰዎች መኖራቸውን ስለተረዳን እንደካቦ እያጣደፍን ሰዎቹን በመገሰጽ እንዲደርስ ሆነ። ፍትሀቱም አልቆ ልክ በ6፡00 ሰዓት የቀብር ስነ ስርዓቱ ተፈጸመ። በስነ ስርዓቱም ላይ አጭር የአስተዳዳሪው የሕይወት ታሪክ ተገልጾ በመንግስት በኩል

አጸፋው እርምጃ ስለሚወሰድ ነገር ጠምጣሚዎችና እልቂት እንዲፈጸም የገፋፉትን አውጥታችሁ እንድትቆዩ ብዬ የብረት ሰላምታ ተሰጥቶ ጉዞ ጀመርን።

በመካከሉ ቁስለኛ የሆነውን ወ/ር በቀለ ግዛውን በቃሬዛ ይዘውት ስለመጡ አጽናንቼ ሄሊኮፕተር እንዲላክለት የማደርግ መሆኔን ገልጬ ሄሊኮፕተሯ የምታርፍበትን በሚስጢር አመልክቼው ተለያየን። በቃሬዛ ተሸክመነው እንድንሄድ ፈልገ ነበር። ግን በመንገድ ላይ የሚገጥመን ችግር ስለማይታወቅ በሽተኛ ይዞ መጓዙ አደጋ ያመጣል። ለጠላት ምቹ ይሆናል በማለት ገልጬለት መካነ ሰላም እንደደረስን ሄሊኮፕተር እንደምልክለት ቃል ገብቼ ወደሚያርፍበት ቦታ እንዲሄድ አደረኩ።

በተቻለ መጠን በቶሎ እንዲሄድ ስለፈለኩ በጣም አቻኮልኩና ጉዞ ቀጠልን። ጥቂት እንደሄድን የአውራጃው ፖሊስ አዛዥ የሻለቃ አበራ አደባይ ወደ ኋላ ስለቀረብን በጣም ተናደድኩና አስጠራሁት። ምክንያቱም አንዱ ሊገድለወ ዕድል ስለሚኖር በመፍራት ነው። እንደመጣም ለምን ከእኛ ትለያለህ ጠላት ሊመጣብን ይችላል። ዳግመኛ ከእኛ አትለይ አልኩት እርሱም ቁስለኛው ሆድ ስለባሰው አሳዝኖኝ ላጽናናው ነው ይቅርታ አለኝ።

የቀብሩን ስነ ስርዓት እንዳካሄድን አንዳንድ ሰዎች በሳማዬ በኩል አይለፉ እዝያ ይጠብቋችኋል ስላሉኝ እሺ እግዜር ይስጥልኝ ብያቸው ነገሩ ከነከነኝና በየት በኩል መሄድ እንዳለብኝ ግራ ገባኝ። በአንድ በኩል፣ በሌላ አቅጣጫ ደፈጣ ስለተደረገ ሳማዬ አደገኛ ነው ብለው ወጥመድ ላይ ሊጥሉን አስበው ይሆን? ስል በሌላ በኩል ደግሞ ለእኛ አስበው ሊሆን ይችላል አልኩ። ይሁንና በዚህ አስተሳሰብ ግራ እንደተጋባሁ ቤጃ እተባለው ቦታ ስንደርስ ደምሴ ዳርጌ ደፈጣ አድርጎ አደጋ ሊጥልብን እንዳቀደ ተገለጸልኝ። ወታደሩ በአሰራር ሄዶ ጥንቃቄ ማድረጋችንን ስላዩ ደምሴ ሸሽቶ ሄደ። ቀደም ብዬ ያልገለጽኩት ቀድሞ ሽፍታ የነበረና በአሁኑ ግዜ በለውጡ የተጠመቀ አያሌው ዘገየ የአባላቱን ሕይወት ለማዳን ለመድረስ ሞክሮ ስላልደረሰ ተመልሶ ሲመጣ አገኘሁት። ከእኔ ጋር አጅባር እንዲሄድ አድርጌ ስለነበር አብሮኝ በመሆኑ ያሉት ከ70 በላይ ወታደሮች የደምሴ ዳርጌን ዕቅድ ለማክሸፍ ገስግሰው ሄዱ። የደምሴ ሀሳብ ተደብቆ እኔን ለመግደል ነበር። ግን ሳይሳካለት ቀረ። ሸሽቶ እንደሄደም ዳገቱን ወጥተን ስለምናድርበት ቦታ ተወያየን። አንድ ጉብታ ቦታ መርጠን ሰፈርን አንዱ ጓድ መትረየሱን ደግኖ ኮረብታ በመያዝ የተወሰነ አካባቢ በቁጥጥሩ ስር ሲያደርግ አንዱ ጓድ የካብ መከላከያ አለበት ቦታ ሰፈረ። እኔም እዚሁ ነበርኩ። እዚሁ ቦታ ላይ ለመስፈር መወሰናችንን ያወቀው ሰፈርተኛ እንድንሄድለት ሰፈሩን አንቋሸሼ ወደፊት ጥቂት ጉዞ ብንቀጥል የተሻለ ቦታ እንደሚኖር እያስረዳ ለመገፋፋት ሞክሮ አልተሳካለትም። ይህ ሙከራው ምግብ አቅርብ እንዳይባል ፈርቶ ይሆናል። ግን በእኔ አስተያየት ተኩስ ቢከፈት ለእነርሱ እንዳይተርፍ በመፍራት ነው። ምክንያቱም ማታ ከብቶቻቸውን ሲያሸሹ አምሽተዋል። ለምግባችን በጎች ገዝተን ጠብሰን በላን። አያሌው ዘገየም በግ ተሰጥቶት መንደሩ ውስጥ ሰፈረ። እነ ደምሴ ዳርጌ ልቀቅልን ካንተ ጋር ደም መቃባት አንፈልግም። እነርሱን እንፈጀለን የሚሉ ሽማግሎች ላኩበት። ምን አጠፉ ምን በደሉ ጥያቸው አልሄድም። አብሬአቸው እሞታለሁ። ከፈለጋችሁ ኑ ግጠሙን በማለት ጠብመንጃውን ሲያቀባብልባቸው ተደብቄ አዳምጥ ነበር። በጣም አስደሰተኝ። ዕምነትም በይበልጥ ጣልኩበት። ሽማግሎቹ እንደሄዱም አስጠራሁትና እንዴት ነው የሕዝቡ

አስተሳሰብ አልኩት? ይህ ፈስ ልብ ሁሉ! ቢያስብስ ምን ያደርጋል? አለኝ። እኔም ያባበሉትን በመጥቀስና እርሱም ተስፋ አስቆርጦ መመለሱን በመግለጽ አመሰገንኩት። እርሱም እንዴት ዓወቁ? እኔ እኮ እንዳትሸበሩ ብዬ ነው ዝም ያልኩት አለኝ። ሌሊት ብዙ መብራቶችና እሪታዎች ከሰፈርንበት ባሻገር በሳማዬ በኩል አየን ሰማንም፤ አጅባር ሆኜ በሳማዬ በኩል አትለፉ ያሉኝን አመንኩ። ይህ ቦታ ከአሁን ቀደም ወስላቶች እያደፈጡ የሚዘርፉበትና አደጋ የሚጥሉበት ለማጥቃት ምቹ የሆነ ጫካማ ቦታ ነው።

ሌሊት ሙሉ ሕዝቡ (አብዛኛው የቆተት ነው) ተሰብስቦ እኛ ስናልፍ ሊፈጀን ዝግጁ ሆኖ መቀመጡን ስላወቅን በዚሁ በኩል ማለፍ ከፍ ያለ እልቂት ከማስከተሉም በላይ የያዝነውን 5 በቅሎ ጭነት ጥይት ሳንስት ሰው ላይ ብናሳርፈው እንኳን ሕዝቡን ልንጨርሰው ስለማንችልና ያን ያህል ሕዝብም መጨረሱ ጥቅም ስለሌለው ወደ መካነ ሰላም የሚያስኬድ ሌላ መንገድ እንዳለ አያሌው ዘገየን ጠይኩ። ሀሳቤን በመደገፍ አማራጭ መንገድ መኖሩን ስላረጋገጠልኝ ከጧቱ 06፡00 ሰዓት ጭነን ጉዞ ጀመርን። በሳማዬ በኩል ብንሄድ መካነ ሰላም ለመድረስ ከ5 ሰዓት በላይ የማይወስደው መንገድ በዚህኛው በኩል 12 ሰዓት ፈጅቶብን መካነ ሰላም ገባን። እንደደረስንም የደርግ አባሎችን የ፻አለቃ አሊ ሙሳን፣ ሻ/ባሻ ሀይሉንና ም/፶አለቃ አክሊሉን አገኘናቸውና ተሳሳምን። ከፍ ያለ የመንፈስ ጭንቀት እንዳደረባቸው ፊታቸው ይናገራል። የከተማውም ሕዝብ እጅግ በጣም ተጨንቆ ስለነበር በእልልታ ተቀበለን በ12/1/68 00፡30 ሰዓት ሄደን በ15/1/68 18፡00 ሰዓት ተመልሰን ገባን። ወታደሩ ምግብ ተዘጋጅቶለት መመገብ ሲጀምር እኔና አያሌው ዘገየ ለደርግ አባሎቹ ስለ እልቂቱ ሁኔታና በእኛ ላይ ሊደርስ ስለነበረው አደጋ በሰፊው ገለጽንላቸው። ስለ አያሌው ጀብዱ አስረዳኋቸውና ወስላቶቹም በአንድ ሳምንት ግዜ ውስጥ መካነ ሰላምን ለማጥቃት ዕቅድ ስላላቸው በሶስት ቀን ግዜ ውስጥ ወታደር ካልመጣ ሁላችንም ተደምስሰን ለወሬ ነጋሪ እንኳን የሚተርፍ ሰው እንደማይኖር ገልጬ በአስቸኳይ ወታደር እንዲመጣ እንዲያደርጉ በጥብቅ አሳሰብኩ። እነርሱም በአስተያየቴ ስላመኑ የአውሮፕላን ሜዳው በሕዝብ

❖ *መለስ ብዬ ሳየው*

ሕብረት በአንድ ቀን ውስጥ ስለተስተካከለ ወታደር እንዲመጣ ተደርጎ በ18/1/68 በአየር ሀይል አውሮፕላን 27 ወታደር መጣልን፤ ሜዳው በደንብ ባለመድረቁ ጎማው እየሰመጠ ለመነሳት ችግር ስለፈጠረበት በሰው ሀይል ከማጥ ስለወጣ ዳግመኛ እንደማይመለስ ፓይለቱ ገልጾልን በመከራ ተነሳ። የመጡትን ወታደሮች ቦረና ት/ቤት እንዲያርፉ ሲደረግ ፈጥኖዎቹም እዚያው እንዲሰፍሩ ተደረገ። የከተማውም ሕዝብ ራት አቀረበላቸው። በማግስቱም ጠላት በጓሳው በኩልና በወግሎ በኩል እንደሚመጣ ወሬ ደረሰን። ወታደሩን በየት በኩል እንደምናሰማራ ግራ ገባን። ይሁንና የተረጋገጠ ወሬ እስከምናገኝ ድረስ ወታደሩ እሰፈረበት አካባቢ ጥበቃውን እንዲያጠናክር ቦታ መርጠን መደብን።

ወስላቶቹ በወግሎ በኩል እንደሚመጡ ወሬው እየበረከተ ሄደ። ቀደም ብዬም ለአቶ አሰፋ ተገኝ ቸኮዝ ጠብመንጃ ሰጥቻቸው ነበር። በዝያው በወግሎ በኩል እንደመጡና ቢሌ እተባለው ቀበሌ እንዳደሩ ላኩብን። የገበሬ ማሕበራትም እየመጡ አመለከቱ፣ ብዛታቸውንና የመሳርያቸውንም ብዛት በግምት ገለጹልን በአሁኑ ሰዓት በወግሎ በኩል ብቻ እንደሚመጡ አረጋገጥኩ። ከደርግ አባሎች ጋር ሰፊ ውይይት አደረግንና እከተማው ውስጥ ሆነን ከመተላለቅ ወጥተን እተገናኘንበት ቦታ ብንጋጠም ይሻላል ባልኩት መሰረት ተስማማን።

በ18/1/68 በ17፡00 ሰዓት ላይ የአውራጃውን የፀጥታ ሁኔታ ወታደሩ ማወቅ ስላለበት ቀደም ብዬ ለፈጥኖዎች እንደገለጽኩት ሁሉ ለጦር ሰራዊቱ ወታደሮች ሰብስቤ ከመጀመርያው እስከመጨረሻው በሰፊው አስረድቼ ጠላት በዛሬው ወይም በነገው ቀን በወግሎ አቅጣጫ እንደሚመጣብን፣ ነቅተው እንዲጠብቁና በማግስቱም ወደ ጠላት አቅጣጫ እንደምንጓዝ ገልጬላቸው ሄድኩ። ወታደሩ በሁኔታው ሊያምን እንዳልቻለ ስለተገነዘብኩ ነገ ታዩታላችሁ አልኳቸው። እኛም የጭነት አጋስስ የምናገኝበትን መንገድ ፈልገን በመምሸቱ የከተማው ሕዝብ ከተማዋን ነቅቶ እንዲጠብቅ አድርገን ራታችንን በልተን ለማረፍ ወደ መኝታችን ሄድን። ጠላት ሌሊቱን ይመጣ ይሆናል የሚል ጥርጣሬ ስላደረብኝ ከነልብሴ ተኝቼ ነበር። እኩለ ለሊት ገደማ ላይ ጠላት መምጣቱን የሚገልጽ እሪታ እየበረከተ በመሄዱ ከዕንቅልፌ ተነስቼ ሻለቃ አበራን በመያዝ የደርግ አባሎች ወደ አረፉበት ቦታ ብንሄድ አጣናቸው። ስለዚህ ሕዝቡ ጥበቃውን እንዲያጠናክር በየጥበቃው ቦታ እየተዘዋወርን አበረታታን። የፀጥታ ኮሚቴዎችንም ስላገኘናቸው የእሪታውን አቅጣጫና ትክክለኛነት ገለፁልኝ። ወታደሩ ወደ ሰፈረበት ቦታ ሄድንና የደርግ አባሎች ቦታ ሲያሲዝዋቸው አገኘን። ትንሽ እዝያው ቆይተን በጧት ወደ ወግሎ ጉዞ እንደምንቀጥል ቁርጥ ሀሳብ አደረግን። የቀረችውን ሰዓት ለማረፍ በየቤታችን ሄድን አያሌው ዘገየን ወደ ደርግ አባሎች በ18/1/68 አቅርቤ ላደረገው ታማኝነት ሊደርስ የነበረውን እልቂት መንገድ በመምራት እንዳይፈጸም በማድረጉ የነጭ ለባሽ ሻለቅነት ማዕረግ እንዲሰጠው ጠይቄ ተፈቀደለት። የሺ እልቅና ማዕረጉን አገኘ። በመጨረሻም የወስላታን ጠባይ አውቃለሁ። ሌሊት አይመጣም። የሚመጣው ቀን ነው። ዝም ብላችሁ ተኙ፤ ብሎ የተናገረው ትክክል ሆነ።

መስከረም 19 ቀን 1968 ዓ.ም በጧት ተነስቼ በቅሎ እንዲፈልጉ ሰዎች መደብኩ። እንዳጋጣሚም ከገራዶ ዕቃ ጭነው የመጡና ወደ ወጊዲ ለመሄድ የተዘጋጁ 18 በቅሎ የያዙ ነጋዴዎች መኖራቸው ስለተገለጸልኝ እንዲመጡ አዝዤ አነጋገርኳቸው። እነርሱም ለማንገራገር ሲሞክሩ ለአንድ በቅሎ በቀን 3.00 ብር ሂሳብ እንደሚከፈላቸው፣ ጉዳዩም

የሀገር ጉዳይ መሆኑን፣ እምቢ ቢሉም የሚገደዱ መሆናቸውን አስረዳኋቸው። በቅሎዎቹን እንዲያዘጋጁ አደረኩ። 15 በቅሎዎች ወታደሩ ወደ ሰፈረበት እንዲሄዱ ሲደረግ ሶስቱ ደግሞ ፖሊስ ጣቢያው አካባቢ የሚገኙትን ለሕዝብ የሚታደለውን ጥይት እንዲጭኑ አደላደልኩ። እኛ ስንዘምት ከኋላ ጠላት ከተማችንን እንዳይደፍር በነበሩት ነጭ ለባሾች፣ ፖሊሶችና የከተማው ሕዝብ እንዲጠብቅ ተደርጎ ለአቶ ጥላሁን ዳንጉል የአውራጃው ዋና ፀሐፊ 900 የዲሞትፈር ጥይት መጠባበቅያ እንዲሆናቸው ሰጠሁ። በዳሳው በኩል ጠላት እንዳይመጣ ለዳሳው አካባቢ ሕዝብ ሙሉ ሀላፊነት ተሰጠና ለመነቃነቅ እንደተዘጋጀን የደርግ አባሎች ሀሳባቸውን በመለወጥ ወታደሩ አለበት ቦታ ሆኖ እንዲከላከልና የከተማው ሕዝብ ደግሞ ከከተማው ወጣ ብሎ እንዲመሽግ አዘዙኝ። ሁኔታው እንደማያዋጣ ብገልጽም ስላልተቀበሉኝ ሕዝቡን ለገማራ ወንዝ አካባቢ እሚገኘው ደልዳላ ቦታ ላይ ወስጄ ባሰልፈው ሜዳው ሰፍቶ ሕዝቡ ሊሸፍን ባለመቻሉ፣ ለሕዝቡ የሚታደለውን አንድ ሳጥን ጥይት በአደራ አስቀምጬ የደርግ አባሎች የፊቱን ዕቅድ እንዲከተሉ በጥብቅ ለማሳሰብ በበቅሎ ገሰገስኩ። ወታደሩ እሰፈረበት ቦታ እንደደረስኩም ዳዙ ተጭኖ ንቅናቄ ለማድረግ ሲዘጋጅ ደረስኩ። ሁኔታውን ገልጬ ሳልጨርስ ከከተማው ውጭ ሄደን በመግጠሙ ወስነናል አሉኝ። ወድያው ጉዞ ጀመርን። የሻለቃ አበራ አደባይን ስለከተማው ነገር አደራ ብዬ ሄድን። እታች ተሰልፎ የነበረውን ሕዝብ ወደ ከተማው ተመልሰው የከተማቸውን ጥበቃ እንድያደርጉ ጥብቅ አደራ ሰጠሁ። ጥይቱን አስጭኜ ተጉዘን ሶየን አለፍ እንዳልን ፊት ፊታችን ሄደው የነበሩት ልጆች ወስላቶቹ እዚህ ናቸው። በዚህ በኩል ብለው የምንሄድበትን አቅጣጫ እንድናጣ አደረጉን። ከከተማው በግምት በሰባት ኪሎ ሜትር እርቀት ላይ ወንዙን እንደተሻገርን ነበር። ይሁንና የደርግ አባሎቹ ወታደሩን በግራ በኩልና መካከሉን እንዲሄድ ሲያደርጉ እኔም የሻለቃ አያሌው ዘገየን በስከቀኝ በኩል ኮረብታውን ወጥቶ እንዲያጠቃ አዘዝኩት። በሁለት አቅጣጫ ተኩስ ተከፍቶብን ከባድ ውግያ ቀጠለ። እኔም የመሀከሉን አቅጣጫ በመያዝ ስሄድ መጋቢ አክሊሉን አግኝቼ አንድ ላይ ሆነን ስንተኩስ ቆየንና በዚህ አቅጣጫ የነበሩት ጥቂት የከተማው ኗሪዎች አንዳንድ ጥይት እንደተኮሱ ጥይት አለቀብን ጥይት ይስጡን እያሉ መቆሚያ መቀመጫ አሳጡኝ። ሰው ልኬ አንዱን ሳጥን እንድያመጣ ባደርግ ያለሻለቃው ትዕዛዝ ለማንም አንሰጥም በማለታቸው እኔ ወደ ግራው ክንፍ አመራሁ። ተኩሱ የከረረ በመሆኑ ጥይት በላዬ ላይ እያፏጨ ሄድኩ። ባለጭነቶቹ ከብቶቻቸውን ከጥይት ለማዳን ከለላ ፍለጋ ወድያ ወዲህ እያሉ ልደርስባቸው ስላልቻልኩ አንድ ከለላ ፈልጌ እንደተጠጋሁ ተኩሱ ጋብ አለ። የግራ ክንፍ ወስላቶች ሸሹ። የመሀሉ ቀደም ብለው ማፈግፈግ ጀምረው ነበር። ሻለቃ አያሌው የገጠማቸው ወስላቶች እንዳጋጣሚ በከተማ ግዛው የሚመሩ ነበሩ። ሻለቃ አያሌው አራወጣቸው። ወድያው ከባድ ዝናም ስለዘነበ ሁሉም ጠላት ሸሽቱን ለቀቀው። ዝናሙን ለማሳለፍ አካባቢያችን ውስጥ ወደ ነበረው መንደር ለመጠለል ጎራ እንዳልኩ የደርግ አባሎች የሬድዮ ግንኙነት ለማድረግ ወደዚሁ መንደር መጡ። ግንኙነት ሳናደርግ አንድ ጀግና ቄስና አንድ ወታደር ስለቆሰሉብን በቃሬዛ ወደ ከተማ ላክናቸውና ዝናሙ ስላባራ ጉዞ ቀጠልን። ጥይቶችን አራግፌ ስለነበር እዝያ አካባቢ ላሉት አደልኩና በሰው አሸከሜ ሄድኩ። በየመንገዱም በተኩሱ ለተሳተፉት ጥይት አደልኩ። በዚህን ግዜ የድሉን አዝማሚያ የተመለከቱና ልባቸው ሲዋዥቅ የነበሩት በብዛት ተቀላቀሉን። እኔም በሆዴ ታዝቤ ይኸ ነው ጀግና ማለት በርቱ እያልኩ እንዳላዋቂ ሆንኩ። ተኩስ ላይ ከ100 የማይበልጡ የነበሩት ጦርነቱ እንደለየለት 3 እና 4ሺ ሆኑ። የግራውን ጠላት የሚመራው በጌታቸው አሊ ነበር። ጦርነቱ በ5፡00 ሰዓት

አካባቢ ተጀምሮ በ፲፡00 ሰዓት ግዜ ገደማ ሁለት ጀቶች መጡ። ደርበው እንዳይመቱን ወታደሩን አንድ ላይ ሰብስበን መለዮ በማሳየት ምልክት ሰጠናቸው። ዞረው ተመልሰው በመምጣት ክንፋቸውን በማወዛወዝ ሰላምታ ሰጥተው ሄዱ። በውግያው ግዜ አንድ ጠላት ተማርኮ በጥይት አልመታ በማለቱ በጩቤ ተወግቶ በጥይት ከተመታ በኋላ ሰውነቱ ሲፈተሽ ስፈር ቁጥር የሌለው አሸን ክታብ ተገኝቶበታል። ሁላችንም በየአቅጣጫው ሄደን በ፲፩፡00 ሰዓት ገደማ አንድ ጉብታ ላይ እንደምንገናኝ ስለገመትን የሻለቃ አያሌው ዘገየ በሩቅ ብዙ ሰው ይዞ የእኛን መድረስ ሲጠባበቅ አገኘነው። የማረካቸውን ከ፲0 በላይ ወስላቶች አሳየን። ሁሉም ሰው እንደተሰበሰበ በተለይ ሲቪሉ እስከ 20,000 ስለተጠጋ በምርኮኞቹ ላይ የሞት ቅጣት ተፈርዶባቸው ተረሸኑ። ሲቪሉም ሕዝብ ጭካኔውን አይቶ በጣም ተጠነቀቀ። ግዜው ስለመሸ ጠላት ሰርጎ እንዳይገባ 4ቱን ምክትል የጥበቃ ቦታ በመደልደል አስተባባሪ ሹሞችን አስመርጬ ያለንን ጥይት በእነርሱ በኩል በመላክ ወታደሩ ማደርያውን ዮሐንስ ይመር ቤት አደረገ። የምግብ ጉዳይ ችግር ስለፈጠረና እኔ የመስከረምን ደሞዜን ወስጄ ስለነበር ለሻለቃ አያሌውና ለጦሩ በግ አስገዛሁ። የደርግ አባሎችም አስገዙና ራት በላን። የሬድዮ ምልክትም አስተላለፍንና እንደተኛን ባሻገራችን ብዙ ችቦ መብራት ስለጀመረ ከፍ ያለ ጥንቃቄ አደረግን። እንደነጋም ወደፊት ለመገስገስ ስንዘጋጅ ከመካነ ሰላም ከተማ ምግብ በበቅሎ ተጭኖ በወ/ሮ በቀሉ መሪነት ደረሰልን። ስላስተሳሰባቸው አመስግነን የመጣውን ምግብ ለሕዝቡ እንዲታደል አድርገን እኛም ቁርስ በላን። ተኩስ ከተደረገበት ቦታ ጀምሮ እስካረፍንበት ቦታ ድረስ መዓት ሬሳ ነበር። ከእኛ በኩል አንድ ፈጥኖ ብቻ ስለሞተብን በቃሬዛ ወደ መካነ ሰላም ልከነዋል።

ጉዞአችንን ወደ ቆተት ቀጠልን። የቆተት ድንበር ከመድረሳችን በፊትና የደንቆሮን ጫካ ከማቋረጣችን በፊት ሕዝቡን በሙሉ ሰብስቤ ጠላት በየዛፉ ላይ ተንጠልጥሎ ሊቆይ ስለሚችል እንዲጠነቀቅ አድርጌ ሜታ በመስካቤ በኩል፣ ደንቢ በስከ መሀል በኩል፣ ወግሎ በስከ ለይ በኩል፣ እያሰሰ ሄደ። ት/ቤቱ ላይ እንድንገናኝ ቀጠሮ ሰጥቼ ሁሉም በያቅጣጫው ሆ! እያለ ሄዶ እኛም ከወታደሩ ጋር በመሀል በኩል ጉዞ ጀመርንና ት/ቤቱ ከመድረሳችን በፊት የተገኘውን ቤት እሳት ለኮሱበት። ቤቱ ሁሉ ጋየ። እንዳጋጣሚ አንዳንድ ቤት ያማኑ ነበር። ይሁንና እስከዚህም አያሳዝነንም። ሌላውም እንዳይቃጠል አዘዝኩ። ቀደም ብለው የሄዱት እነ አቶ መኮንን ግዛው ታሰሩ። ጠብመንጃቸውንም ነጠቁ። እኛ የመንግስት ደጋፊዎች ነን ቢሉም የሚሰማቸው አጡ። ወድያው እንደደረስኩ የመንግስት ደጋፊዎች መሆናቸውን ገልጬ ተለቀቁ። የጥቂቶችም መሳርያ ብቻ ተመልሶ ት/ቤቱ ውስጥ ሰፈርንና የሌሎቹን መምጣት መጠባበቅ ጀመርን። በላይ በኩል ደንቆሮ ጫካን እያሰሱ ያለፉት የአቶ መኮንን ግዛውን ንብረት ዘርፈው በመምጣት ት/ቤት

ደረሱ። በምስካቤ በኩል እንድያውም ተኩስ ከፍተው ነበር። በላይ በኩል የዘለቁት ከፍ ያለ ተንኮል ሰሩ። ይኸውም ከተማ ግዛው ቤት ገብተው የተጻጻፈበትን ዶሴ አወደሙና ባለጠብመንጃ ጀሌ የተመዘገበበትን የቆተት ሰው ስም ዝርዝር ብቻ ይዘው መጡ። ሌላውን ያወደሙት በቦረና የሚገኙትን ስም ዝርዝር የተጻጻፈበትን ምስጢር ለመሰወር መሆኑ ግልጽ ነው። ባለማስታወስ ነው እንጂ አስቀድሜ ወታደር መላክ ነበረብኝ። ይሁንና ምስጢሩን አልወቅ እንጂ የተጻጻፉትን በጥርጣሬ አውቀዋለሁ።

ሁሉም ት/ቤት እንደተገኘ በአንድ ግዜ ከ50 በላይ ከብቶች ተዘርፈው ታረዱ። በጎችና ፍየሎችም ስፍር ቁጥር የለውም። እኔ እንዲህ አይነት ዘረፋ ከአሁን በፊት አይቼ ስለማላውቅ ለማስተው ብሞክር ሰሚ አጣሁ። ወታደሮችም ይበሉት ጉዳቱን ይወቀው አሉ። በጣም ያሳዘነኝ ነገር ቢኖር ያረዱትን ገሚሶቹ ታፋውን ገሚሶቹ ጉበቱን ዘነጣጥለው በሙሉ ሳይበሉት መባከኑ ነው። አቶ መኮንን ግዛው ቤቴ፣ ንብረቴ፣ ከብቶቼ ተዘረፉብኝ ከመንግስት ጎን መሰለፌ ጥፋት ሆኖ ነው ወይ? በማለት ተማረው አመለከቱ። እኔም ሕዝቡን ሰብስቤ ከአቶ መኮንን የተዘረፈውን እንዲመልሱ ካግባባሁ በኋላ የደርግ አባሎች የተዘረፈ አይመለስም ብለው ከለከሉ። የተዘረፈውም መሳርያ ቀረ።

እዚህ ቆተት እንዳለን ወደ ቆላው እንድንወርድ ብጠይቅ ተቃውሞ ገጠመኝ። በዚሁ ጉዳይ ክርክር ላይ እንዳለን የአህዮ ም/ወረዳ ሰዎች እኛን ለማጥቃት ማሰባቸው ተገለጸልኝ። እኔም ታማኝ ለሆኑት የአህዮ ሕዝብ በርትተው እንዲከላከሉና አድህርያንን እንዲቋቋማቸው መልእክት ጽፌ ላክሁላቸው። የዘመቻ አቅጣጫችን ወደ አጅባር እንዲሆን የደርግ አባሎች ወሰኑ። እዚህ ት/ቤት አካባቢ እንዳለን በቦረናና በቆተት ሕዝብ መካከል መተማመን ጠፋ። አደጋ ቢወድቅብን ለመከላከያ የማይመች ቦታ በመሆኑ ዳገቱ ላይ ለመውጣት ወሰንንና ጉዞ ጀመርን። ከመጓዛችን በፊት የጥይት እደላ እንደተደረገ በብዙ ሺህ የሚቆጠሩ ሰዎች እየተደበቁ ወደ ቦረና ተመለሱ። ቢጠሩ ጆሮ ዳባ ልበስ አሉ። የዚህ ሁኔታ እንደማይገታ ስለታመነበትና ሰው ቢበዛም መመገቡ ችግር ስለሚፈጥር ከ4 ምክትል ወረዳዎች ባለመሳርያ የሆኑ 1500 ጀሌ 100 ሰዎች ተመርጠው ከእኛ ጋር እንዲዘምቱ ተወሰነ። ለእያንዳንዱ ምክትል ብቁ የሆኑ 4፣ 4 መሪዎች በሕዝቡ እንዲመረጡ ተደረገና ስራቸው ለሁሉም ተገለጸ። የትዕዛዝ ሰንሰለት እንዲጠበቅና ማንኛውም ዓይነት ጥያቄ እያንዳንዱ ሰው እኔን በመጠየቅ ፋንታ በምርጦች አማካኝነት እንዲቀርብ በማድረጌ ትንሽ ዕረፍትን ለማግኘት በቃሁ። ተጉዘን ኮረብታው ላይ እንደደረስን የደርግ አባሎች ባዙቃና 60 ሚ/ሜ ሞርታር ከተኳሾቹ ጋር በሄሊኮፕተር እንዲላክ አዘው ስለነበር በሄሊኮፕተር መጣልን። ለሕዝብ የሚታደልም ጥይት መጣልንና ተረከብን። አቶ መኮንን ግዛው ቤት ዕረፍት አድረግን። ሌሊቱን እዚያው አሳለፍን። ለሕዝቡ ምግብ ስላጣን እኔም የደርግ አባሎችም ከ10,000 ለሚበልጠው ሕዝብና ለወታደሩ ጥራጥሬና በግ ገዝተን ሰጠን። እኔ የተቀበልኳት የመስከረም ወር ደሞዜ እየመነመነች ሄደች። በማግስቱ በምርጦቹ በኩል የጥይት እደላ ተደርጎ ከሰዓት በኋላ በአጉል ሰዓት ወደ አጅባር ጉዞ ጀመርን። መንገድ ላይ ስለመሸብን አንድ መንደር ውስጥ አደርን። ከዚያም በጧት ተነስተን ጉዞ ጀመርን። እመንገድ ላይ አቶ ጥላሁን አዱኛ የመህል ሳይንት ምስለኔ ጥቂት ሰዎች ጋር ሆነው ተገናኙን። አንዳንድ ሁኔታዎችን አስረዱኝና ጉዞ ጀመርን። ጦሩ ስለተራበ ሻለቃ አያሌው ዘገየ የመንደሩ ሕዝብ እንጀራ አዋጥቶ እንዲቆየን ቅደም አልኩትና የተከማቸውን የገብስና የልዩ ልዩ እህል እንጀራ

ያለወጥ በላን። የመሀል ሳይንትም ምስለኔ ምሳ እንዲዘጋጅ አዝዣቸው ቀድመው ሄዱ። ምሳውንም በልተን ጉዞ እንደቀጠልን የወሰላታው የደምሴ ዳርጌ ልጅ ተልኮ እኔ ዘንድ ቀረበ። መልዕክቱን ላለማዳመጥ ወስኜ ነበር። የደርግ አባሎቹ ግድ የለም ስማው ብለው ስላግባቡኝ ሳዳምጠው እዚሁ ሆኜ ልጠብቅዎት ወይስ ወደ እርስዎ ልምጣ የሚል የአድርባይና የማታለያ መልዕክት ሆኖ አገኘሁት። ውስጥ አንጀቴ እያረረ እዝያው እንዲቆየን ንገረው አልኩ። አስት ገበያ ላይ እንደደረስን ሕዝቡና ቀሳውስቱ መስቀል ይዞ ጠበቀን። ተሳለምንና ጦሩ በድካም ላይ ስላለ ወደምናርፍበት ቦታ ሄዶ ከሰፈር በኋላ በማግስቱ እንደምናነጋግራቸው ገልጸን ሄድን። በዚህም ግዜ ደምሴ ዳርጌ አብሮ ነበር። ከቦረና ዘማቾች ውስጥ መርጠን ብንወስንም ከ18,000 ሕዝብ የሚበልጥ ጥለነዎት አንመለስም በማለት ተከትሎን ነበር። የምግብ ጉዳይ ስለቸገረን የወረዳው ፀሐፊ አቶ ተገኘን መጥን እንድያዝ ባደርግም ለዕለቱ ሊደርስ ባለመቻሉ ጥራጥሬ ቆርጥሞ አደረ። ሕዝቡም በሰፈሩ ዙርያ እንዲጠብቅ ስለተመደበ እሳት ሲሞቅ አደረ በማግስቱ መጥኑ ስለመጣልን ሕዝቡም ወታደሩም ደረቅ እንጀራ ተመገበ። የደርግ አባሎች ሳያማክሩ የምሕረት አዋጅ በማወጃቸው ቅር አለኝ። የዚህ ሀገር ሕዝብ ክንድን ሳያሳዩት ምሕረት መስጠት መልሰህ አምጽ እንደማለት ያስቆጥራልና ባይሆን የሞቱት አባሎችና የአስተዳዳሪው ደም ፈሶ በከንቱ እንዳይቀር ቀንደኞቹን እየያዛችሁ አቅርቡ ይባሉ ብዬ ስነግራቸው ተስማምተው ይኸው ተገለጸ። አቶ ተገኝ ተድላም እዝግዮ! የስንቱ ንፁሕ ደም በከንቱ ፈሶ እንዴት ምሕረት ይሰጣል ብሎ እዬዬውን አቀለጠው። አጽናናሁትና ከመለስ ሳንቃ ጥቂቶች መጥተው በደርግ አባሎች ገለጻ ተደርጎላቸው ምሕረታቸውን አግኝተው ሄዱ። ብዙ የሳይንት ሕዝብ እየተጠራ ገለጻ ተደረገለት። የክ/ሀገሩ ዋና አስተዳዳሪ እንደሚመጡ ስለተነገረው ብዙ ሕዝብ እንዲሰበሰብ አዘዝን። በመካከልም ጠላት መጣ መጣ ተባለና በሕዝቡ ላይ ሽብር ተፈጠረ። አንድ ጥይት ቢተኮስ ኖሮ እርስ በርስ እንጫረስ ነበር። ምክንያቱም ምድብ ቦታቸው ላይ እንደመሆን በመደራረባቸውና ወታደሩን በመጋረዳቸው ነው። እንደምንም አልንና ቦታ ቦታ አስይዘን በግቢው ዙርያ በደንብ እንዲመሽጉ አደረግን። የአጅባር ኗሪዎች በር በሩን ካልጠበቅን እንወረራለን ስላሉን 200 ያህሎቹ ወደ ተባለው ቦታ ሄደው ሲጠበቅ ታድሮ ምንም ችግር አልተፈጠረም።

እንዳይነጋ የለም ነጋና ዋና አስተዳዳሪው መጥተው ገለጻ ተደረገ። በዚህን ግዜ አብሮን የመጣው የቦረና ሕዝብ በማጉረምረም ከባለደማችን ጋር መክረም አንችልም ሲሉ ስለሰማሁ እነርሱን ለማሰናበት ከደርግ አባሎች ጋር ተወያይቼ ክቡር ኮ/ጌታሁን እጅጉን ከሕዝብ ጋር በማስተዋወቅ የቦረና ሕዝብ የፈጸመውን ጀብዱና ታማኝነት ገልጬ ንግግር እንድያደርጉላቸው ጋበዝኩ። ንግግር በማድረግ አሞገስዋቸውም አመሰገንዋቸውም። ከደርግ አባሎች ጋር በተመካከርኩት መሰረት ቀጠል አድርጌ የቦረና ሕዝብ ከፀጥታ አስከባሪዎች ጎን ተሰልፎ ጠላትን በማንበርከክ አጅባር ድረስ መጥቷል። ከአሁን ወድያ ይህንን ሀላፊነቱን የሳይንት ወረዳ ሕዝብ ተረክባችሁ የእነርሱን ዓይነት ክብር ተጎናጸፉ! የጠላትን ቅስም ስበሩ! በማለት አረካክቤ የቦረናን ሕዝብ አሰናበትኩ። የሳይንት ሕዝብ ግቢውን ተከፋፍለው ጥበቃውን እንዲቀጥሉ አደርኩ። የደርግ አባሎች መሄድ ስለነበረባቸው እኔንም ወደ አውራጃው ርእሰ ከተማ መሄድ እንዳለብኝ ገለጹልኝ። ጦሩን ጥዬ መሄድ ቅር ስላለኝ ጉዳዩን አስረድሁና የወሎ ፀጥታ ሁኔታ በየአቅጣጫው እየደፈረሰ በመሄዱና የደሴም ከተማ እንዳይወረር ለመሄድ ከተስማማሁ በኋላ የጦር ሰራዊቶች መሪ መኮንን ያለ እርሳቸው ስራው አይሳካም። ሕዝቡም አይተባበርልንም

ብለው ስላመለከቱና እኔም ስለተስማማሁ ቀረሁ። እነርሱ ሌላውን ፀጥታ ለመቆጣጠር ወደ ደሴ ሄዱ።

እኔ መቅረትን የመረጥኩበት ዋና ምክንያት ከተማ ውስጥ ተቀምጠው ጓሜዶችን ኑ ውረሩ እያሉ ይገፋፉ የነበሩትን አወናባጆች ለመያዝ ነበር። ከዚህም ሌላ ሕዝቡ የመንግስትን ክንድ ሳያይ ምሕረት ስላገኘ፣ መንግስት ሀይል ስላጣ ነው የማረን በማለት ሌላ የአመጽ ተግባር እንዳይፈጽም፣ ሕዝቡን ገለጻ አድርጌ ለማሳመን፣ ካላመነ ደግሞ ቁርጡ እስኪለይለት ድረስ ለመቆየት ነበር።

የደርግ አባሎች በሄዱ በማግስቱ 57 የመለስ ሳንቃ ሰዎች ምሕረት ሊጠይቁ የተለመደውን መስቀል አስይዘው መጡ፤ እኔም ስለለውጡ፣ ስለ መንግስቱ አቋምና ሀይል እንዲሁም ስለ ልዩ ልዩ መግለጫዎች ሰጥቼ ምሕረት አደርኩላቸው በሬድዮም ተነገረ። ጓሜዶች እዝያው መለስ ሳንቃ እንዳሉ ምሕረት ጠይቀው እንዲገቡ እንዲነገራቸው ባደርግ ተቀባይነት አጣሁ እንድያውም አለሁ አለሁ ባዩ ከእኔና ከወስላታው በመላላክ እኔን አንድ ነገር ሲል እነርሱን ሌላ ነገር ሲል ቆየና ሕዝቡ ቀንደኛ የተባሉትም ጭምር ምሕረት ካልተሰጣቸው አንገባም አሉ አለኝ። እኔም አንተ በሕዝቡ ስም ታወራለህ እንጂ ግንኙነትህ ከቀንደኛ ወስላቶች ጋር እንጂ ከሕዝብ ጋር አይደለም። አሁንም ሰፊውን ሕዝብ ሰብስበህ መልዕክቱን ንገርና በምሕረቱ ተጠቅሞ እንዲገባ አድርግ አለበልዝያ ሁሉንም ተወው አልኩት። እርሱም ሄዶ ቀሳውስትን ይዞ ተመለሰና ውዳሴውን ቀጠለ። ቀደም ብዬ ከቃፊሮች እንዳገኘሁት የተጻፈ ወረቀት መኖሩን ስላወኩ ወረቀቷን እንዲሰጡኝ በማድረግ ተቀብዬ ሳነባት እርስዎ ወደ አውራጃዎ ይሂዱና እኛ ከሕዝቡ ጋር እርቅ እናደርጋለን ስለ መንግስቱም የእርቅ ጉዳይ ሌላ ግዜ እናሳውቆታለን የምትል የንቀት ደብዳቤ ነበረች። ይህችን ደብዳቤ ላለመስጠት ሞክረው ነበር። በመጨረሻም የሞኝነታቸውን ብዛት በማስረዳት እኔም ከአጅባር እንደማልነቃነቅ ገልጬ ሕዝቡ ምሕረት የማይፈልግ ከሆነ ግለጹልኝ አልኩ።

ይህ ሁሉ ሲሆን የሽብሩ ወሬ መቼም አይጣል ነው። ዛሬ ሊወሯችሁ ነው፤ ነገ ሊመጡባችሁ ነው እየተባለ ምንም ግዜም ቢሆን ከመጠንቀቅ አላረፍንም ነበር።

ሽማግሌ ነን ባዮች ወድያ ወዲህ ተመላለሱ። በመጨረሻም ጓሜዶችን ምን እንዳሏቸው አላውቅም ወደ ሀገራቸው ተመለሱ ተባለና በምሕረት የሚገባ ሰው ጠፋ። ለምን እንደተመለሱ ብጠይቅ ምሕረት ከተሰጠን እንሄዳለን ብለው ነው አሉኝ ሽማግሌዎቹ። ያም ሆነ ይህ ነቅቶ መጠበቅና የሕዝቡን ሀሳብ በየግዜው መከታተል ጀመርኩ።

ባላ/በያለው አራጋው የጓሜዳውን ፀሀፊ ወደ እኔ አቅርበው አገናኙት። የእኔ ዘመድ ነው ስለጓሜዳ በሙሉ ያስረዳዎታል አሉኝ። በለውጡ የተጠመቀ መሆኑንም ገለጹልኝና ስለጓሜዳ እንዲገልጽልኝ ጠየቅሁት። እርሱም እኔ እንደምንም ተሽሎክልኬ ነው ልመጣ የቻልኩት እኔን ሊገሉኝ ሞክረዋል አሁን ልጆቼን ጥዬ ነው የመጣሁትና እግዜር ያውጣቸው አለ እኔ ግን ካነጋገሩ እንደተረዳሁት ውሸታምና ቀጣፊ አድር ባይ መስሎ ነው የታየኝ ይሁንና እግዜር ይስጥልኝ ብዬ አሰናበትኩትና በዓይነ ቁራኛ መጠበቅ ጀመርኩ። በኋላም ማለት ከጥቅምቱ ውግያ በኋላ ፀረ አብዮትና የአሊ ፋሪስ ደጋፊ መሆኑን ስላወኩ በባላ/በያለው አዘንኩ።

ቦረኖች ሳይንቶችን አስረክበው ከሄዱበት ግዜ ጀምሮ ለመጀመርያው ምሽት ግቢውን በብዛት ሲጠብቁ በማግስቱ ያ ሁሉ ሕዝብ ሄዶ 300 ያህል ሰዎች ቀሩ። ብዛታቸው በየቀኑ እየቀነሰ በመሄዱ በአራተኛው ቀን ላይ 74 ሰዎች ብቻ ቀሩ፤ ከነዚህም ሰዎች ውስጥ ሙሉጌታ ጀምበሬና ደምሴ ዳርጌ ስለሚገኙበት በሁለቱም ሰዎች ላይ ሙሉ አይኔን ጣልሁባቸው። የመውረሩ ወሬ እየተባባሰ በመሄዱ ጓሜዳን ሄደን ማጥቃት እንዳለብን የጦርና የፈጥኖዎችን መኮንኖች አማከርኳቸውና ተስማማን (የፈጥኖዎች አዋጊ መኮንን አጅባር እንደደረሰን ነው የመጡት)። የከተማውን ሰዎች በቅሎ እንዲፈልጉ ትዕዛዝ ብሰጥ ምንም በቅሎ የለም ሁሉም ተሰደው ገጠር ገብተዋል አሉኝ። ሁኔታቸው ሁሉ አጠራጠረኝ ቀደም ብዬ ጥበቃውን ለማጠናከር የሚረዱና ሕዝቡን በምሕረት እንዲገባ የሚያደርጉ ኮሚቴዎች አቋቁሜ ስለነበር ኮሚቴውንም እንዲፈልግ ባደርግ አጣሁ። በጣም ደነቀኝ። የአሊ ፋሪስ ጉዳይ ደግሞ በዋር፣ በእዋና በአምባፈሪት በኩል አድርጎ አውራጃችንን ሊወር አቅዶ ስለነበር በየግዜው ለሶስቱ ም/ወረዳ ሕዝብ የሙገሳና የማበረታቻ ደብዳቤ እየጻፍኩ የአሊ ፋሪስን ቅስም እንዲሰብሩ አድርጌ ነበር። ምናልባትም ከአቅማቸው በላይ ከሆነም 10 ኢጋሰሶችን በመላክ እርዳታ እንዲጠይቁኝ አድርጌ ነበር። የአሊ ፋሪስ ሁኔታ አስጊ መሆኑንና እርምጃ ቢወሰድበት የሚሻል መሆኑን አቶ አሰፋ የተባሉት ደብዳቤ ላኩልኝ። አጠቃላይ የወስላቶቹ ሀሳብ ጓሜዶች በስከ ምዕራብ በእነ ሙንዬ ብሩ አስተባባሪነት፣ አህዮች በከተማ ግዛው አስተባባሪነት በስከ ሰሜን፣ አሊ ፋሪስ ደግሞ በአምባፈሪት በኩል መጥተው በሶስት አቅጣጫ ከበው ለጥቅምት 5 ቀን 68 ዓ.ም ሊያጠቁን ማሰባቸውን ስለደረስኩበት ይህንን ሁሉ መረጃ ለበላይ በማስተላለፍ ተጨማሪ ሀይል እንዲልኩልን ጠየኩ።

የተሰጠኝም መልስ ሀይል ይላክላችኋል እና እስከዚያው ድረስ በርትታችሁ ተከላከሉ የሚል ነበር። ሁኔታውን ሳመዛዝነው በየግዜው ሀይል እየጠየቅን ስላልመጣልን አሁንም ሊደርስልን ስለማይችል በሶስት አቅጣጫ የሚመጣውን ጠላት መከላከሉ ያውም እነ ደምሴና ሙሉጌታ ጀምበሬ እመካከላችን ሆነው የማያዋጣ መሆኑን ተረዳሁ። አሁንም ሕዝቡን በማስተባበር አሊ ፋሪስ ከባድ ጦር ስላለው አምባፈሪት ሄደን መግጠሙን ስለመረጥኩ ሁለቱን መኮንኖች አማከሬ ለወታደሮቹ ገለጻ በማድረግ ለመሄድ ወሰንን። ይህ በዚህ እንዳለ ሙሉጌታና ደምሴ ሕዝቡን በማስከዳት ላይ እንዳሉና የራሳቸውን ጦር ማከማቸት እንደጀመሩ ተረዳሁ። ስለዚህ የሻለቃ ኢያሌውን ጦር በየሜዳው የሚግጡትን ኢጋሰሶች ይዘው እንዲያመጡ አዘዝኩና ጥቅምት 3 ቀን 68 ዓ.ም ጧት ለኢጋሰሶች መጫኛና ኮር እንድያመጡ የከተማውን ነጋዴዎች አዝዤ ሳይወዱ በግድ አመጡ። የከተማው ሕዝብ ወደ ቤቱ እንዲመለስ ለፈፋ ተደርጎ ስለነበር በመጠኑ ገብተዋል። ኮሚቴዎቹን ልክ በ7፡00 ሰዓት ላይ ሰብስቤ እኛ ዘመቻ ልንሄድ ነውና እናንተ ከተማዋን ጠብቁ እንዳያወናብዷችሁም ሙሉጌታንና ደምሴን ከነ ልጆቹ ይዘናቸው እንሄዳለን የምንዘምተው ጓሜዶችን ለማጥቃት ሳይሆን አሊ ፋሪስን ለመግጠም ነው። በቀደም በቅሎ የከለከላችሁን ጓሜዶችን እንዳንወጋ ስለፈለጋችሁ መሆኑን ተገንዝቤያለሁ እንዳልኳቸው እያቀረቀሩ ፈገግ አሉ። ሙሉጌታንና ደምሴን ጠርቼ ከእኛ ጋር ትሄዳላችሁ እንዳልኳቸው ሙሉጌታ ጀምበሬ በቅሎ ላምጣ ይፍቀዱልኝ አለኝ። እኔም በቅሎ አያስፈልግም አልኩት። እርሱም ለእርሶም ይረዳልና እዚህ ቅርብ ነው ያለው ላምጣ አለኝ። እኔም በቅሎ አልፈልግም ሁላችንም በእግር ነው የምንሄደው አልኩት።

ሬድዮ ኦፐሬተሩን በሶስት አቅጣጫ ተከበን ከምናልቅና የመንግስትን ክብር ከምናስደፍር ሕዝቡን በማስተባበር የአሊ ፋሪስን ጦር ለመግጠም ወደ አምባፈሪት ሄደናል። በ18፡00 ሰዓት ገደማ ዕረፍት አደረግንበት ቦታ የሬድዮ መልዕክት እናስተላልፋለን የሚለውን መልዕክት ብቻ አሳልፈህ ሬድዮውን ዝጋው። ምንም ዓይነት መልዕክት አትቀበል በማለት ጥብቅ ትዕዛዝ ሰጠሁት ይህን ያደረኩበት ምክንያት ሳትነቃነቁ አጅባር ሆናችሁ ተከላከሉ የሚል ትዕዛዝ ስለሚሰጡንና ከፍ ያለ ዕልቂት ሊፈጸም እንደሚችል ስለተገነዘብኩ ትዕዛዝ እንዳይደርሰኝ በመፈለግ ነበር። ጉዞአችንን በ15፡00 ሰዓት ገደማ ገሚሱን ጓዝ በበቅሎ ገሚሱን ደግሞ በሸክም አስይዘን ቀጠልንና ፈረስ ባር አደርን። ማታውኑ ደምሴ ዳርጌ በቅሎ እንዲፈልግ ታዘዘና ጧት ሁለት አህዮች ብቻ አቀረበ። በሌላ አቅጣጫ 3 ኢጋስስ አገኘንና እንደምንም ጭነን ተነቃነቅን ሬድዮ መልዕክት ለማስተላለፍ አልቻልንም። ሙሉጌታ ጀምበሬ እዝያው አጅባር ጠፍቶ ቀረ ደምሴም ሁለቱን አህዮች አቅርቦ ሁለቱን ልጆቹንና መላኩ ዘገየን ይዞ ጠፋ እኛም ግድ የለም ብለን ጉዞአችንን ቀጠልንና ጓሳው አካባቢ በለጨማ ደረስን ከሕዝቡ የቀረበልንን እህል ቀምስንና የማደርያ ቦታዎችን መድበን፣ ወድያውኑም የሬድዮ መልዕክት አስተላለፍኩ መልዕክቱም በዛሬው ቀን በለጨማ እተባለው የለጋምቦ ድንበር አርፈናል የአሊ ፋሪስን ሁኔታ የሚከታተሉ ቃፊሮች ስለላኩ ለውግያ ዝግጁ ነንና ሬድዮውን 24 ሰዓት ሙሉ ክፍት አድርጋችሁ ጠብቁን የሚል ነበር። እንደተለመደው መልዕክቱ እንደተላለፈ ሬድዮው እንዲዘጋ አዘዝኩ። ወታደሩ እሰፈረበት ቦታ 4 በግ ታረደለት እኔ አለሁበት የሰፈረው ጦር ጾሙን አደረና ጋደም እንዳልን እራታ ተሰማ እራታውም ወስላቶቹ አጅባርን ከበዋል ፈረስ ባርም በእሳት ተያያዘች የሚል ነበር። በጣም ደነቀኝ። የነበርንበት ቦታ ለመከላከል አመቺ ነበርና ሌላ ቦታ ሰፍሮ የነበረው ጦር ሌሊቱን ወደ እኛ መጣ። የአካባቢው ብርድ ነገር አይነሳ ኑሮ ያስጠላል ሕዝቡ እንዴት ችሎት እንደሚቀመጥ በጣም ደነቀኝ።

ሌሊቱ እንደምንም ነጋና የንቅናቄ ትዕዛዝ ከመስጠቴ በፊት የቃፊሮቹን መልስ ማግኘት ስለነበረብኝ ለወታደሩ ቁርስ የሚሆን ሙክት በግ ገዛሁና ዝግጅት እንደጀመሩ ቃፊሮች መጡ። በጣም የሚያስደስት ዜና አቀረቡልኝ። ይኸውም ሕዝቡ (የለጋምቦ፣ የአምባፈሪት፣ የእዋ) በመተባበር ተኩስ ከፍቶ 2 አሽከሮችን ገድሎና ማርኮ አባረረው ይህንንም ለመግለጽ ወደዚህ በመምጣት ላይ ነው አሉኝ። ደስታውን አልቻልኩትም ለወታደሩ እንዲገለጽ ተደረገና ደስ አላቸው የማታውን ሁኔታ በሬድዮ መልዕክቱን ጧት አስተላልፌ ነበር። አሁን ይህንኑ ከማስተላለፌ በፊት ወታደሩን ሰብስቤ ሀሳባቸውን ማወቅ ስለነበረብኝ ጉዳዩን አስረዳሁና ምን ታስባላችሁ አልኳቸው። እኛ ወደ መካነ ሰላም ልንመለስ ነው የምንፈልገው አሉኝ። ለምን ብላቸው ምግብ አልቆብናል። በኑሮም ተጎድተናል። የተወረረች ከተማን መጠበቁ ጥቅም ስለሌለው መካነሰላምን ሄደን እንጠብቃለን አሉኝ። እኔም የእኔን አስተያየት መካነሰላም የሚደርስ አደጋ የለም። አጅባር ሄደን በመግጠም ካሸነፍን (እንደምናሸንፍ ደግሞ አውቃለሁ) ሕዝቡን አደራጅተን እራሱ በራሱ ሊከላከል መቻሉን አረጋግጠን ነው መካነሰላም የምንመለሰው። ደግሞም አሁን በዚሁ ወደ መካነሰላም ብንመለስ ወታደሩ ሸሽቶ አስፈጀን በማለት ሀሜቱንና ወቀሳውን አንችለውምና አጅባር ነው የምንዘምተው አልኩ። ወታደሩም በምንም ዓይነት መልክ አጅባር አንሄድም ሲል ጥቂቶቹ ደገፉኝ። እኔም ሀሳባቸውን ለማወቅና አስተያየት ለማግኘት ብዬ ነው እንጂ ሐላፊውና ትዕዛዝ የምሰጠው እኔው ነኝና ዛሬውኑ ወደ አጅባር እንንቀሳቀሳለን የሚል ትዕዛዝ ሰጠሁ። ከ100

በላይ የሚሆኑ አጋሰሶች ወደ ደሴ ለመጓዝ የተሰማሩ አገኘንና የሚበቃንን አጋሰስ ውሰዱና ከባድ ማሳርያ ሁሉ ጫኑ ብዬ አዘዝኩ። አሊ ፋሪስን የወጉ ሰዎች ስለሚመጡ እነርሱን አነጋግሬ አሞግሼ እንደጨረስኩ ንቅናቄ እናደርጋለን አልኳቸው። ለእኔ የተዘጋጀውን ቁርስ ከመኮንኖቹና ከአፐሬተሮቹ ጋር በመሆን ለመብላት ማዕድ ሲቀርብ ብዙ ቂጣ ከስጋው ጋር አብሮ ስለቀረበ ም/፲ አለቃ በየነ ረዳን ምግብ የምናጣበት ቀውጢ ቀን ስለማይጠፋ ይህንን ቂጣ አስቀምጥ ብዬው አስቀመጠ። የተረፈውን በላን መኮንኖቹም ምን ይሰራል ቂጣ የተሸከሙት ሲሉኝ ግድ የለም ኋላ ታዩታላችሁ አልኳቸው።

የለጋምቦ የአምባፈሪትና የእዋ ሕዝብ ጥሩንባውን እየነፉ ብቅ አለ። በአንድነት እንደተሰበሰቡ ላደረጉት የጀብዱ ስራና የአሊ ፋሪስን ቅስም እንዲሰበር በማድረጋቸው እጅግ በጣም አመስግኜ ይህንን አድራጎታቸውን ለመንግስት እንደማሳውቅላቸውና በሬድዮም እንዲነገር የማደርግ መሆኔን ገለጽኩ። ስለ ኢትዮጵያ ትቅደም ፍልስፍና፣ ስለ ሕብረታሰባዊነት አመራርና ስለ ልዩ ልዩ ጉዳዮች፣ እንዲሁም ወስላቶች ይህንን አመጽ እንዲፈጠር ያደረጉት የግል ጥቅማቸው የተነካባቸው ለመሆኑ በዝርዝር አስረድቼ ተሰነባበትኳቸው። ይህንኑም በሬድዮ መልዕክት አስተላለፍኩ።

ወታደሮቹ ባለአጋሰሶቹ ወለም ዘለም ስላሉባቸው በብስጭት መልክ ወደ ሰማይ በመተኮስ ሕዝቡን ስላስፈራሩት የሻለቃ አያሌው ወታደሮች አኮረፉ። ማስታረቁም ግዜ ፈጀብኝ በመጨረሻም ወደ አጅባር በዛሬው ቀን ጉዞ መጀመራችንንና እምናርፍበት ቦታ እንደደረስን መልዕክት የምናስተላልፍ መሆናችንን በቴሌግራም በመግለጽ ጭነቱ ተጭኖ ልክ በ11:30 ሰዓት ተነሳንና ፈረሰ ባር ስንደርስ ፈረሰ ባር ምንም አለመሆኑን ተረዳን። ለሊቱን ልከነው የነበረው ቃፊር በትክክል ሳይሰራ ቀረ። ፈረሰ ባርን አልፈን ሳሌዳ እተባለው ቦታ መስፈር ስለነበረብን አቶ ጥላሁን አዱኛ ቀድመው በሜድ ለጦሩ የሚሸጥ ሙክት እንዲፈልጉ አድርጌ ስለነበር ሁሉም ተዘጋጅቶ ቆየን። የሬድዮ መልዕክትም ስለሁኔታው የሚገልጽና ለጧት በ6/02/68 ወደ አጅባር የምናመራ መሆናችንን አስተላለፍኩ። የተራበውና የተጠማው ወታደር ጥቂት ሆዱ መለስ አለለት። እኔም ደህና ምግብ በላሁና በሰላም አደርን።

በማግስቱ ጧት ጦሩን በመሰብሰብ ስለ ሀገሬው ማወናበድ ገልጬ ማንንም ሰው እንዳታስጠጉ፤ ወሬም እንዳትሰሙ። እኔ የቃፊሮች ጓድ ስላዘጋጀሁ ከ500 ሜትር እርቀት በማያንስ ፊት ፊታችንን እየሄደ ሁለትና ሶስት ሰዎች ወደፊት እያስቀደመ በመቃኘት ወሬ የሚያስተላልፍልን አደረኩ። ይህንን መልዕክት ይዞ የሚመጣው ወሬውን ለእኔ ብቻ ስለሚነግር እኔም ይህንኑ ሁኔታ ለእናንተ አስተላልፋለሁ። ስለዚህ ሁላችንም ነቅተን በአሰራር መጓዝ አለብን። ጦርነት እንደምንገጥም አልጠራጠርም። ተዘጋጁ የሚል ትዕዛዝ ስሰጥ ከመቅጽበት መዘጋጀት አለባችሁ ብዬ በሰፊው አስረድቼ ጓዙን እንዲጭኑ አደረኩ። ይህንን ዕቅድ ያወጣሁት የሽብር ወሬ በየአቅጣጫው በመጉረፉና ወታደሩ ስለተሸበረ ነበር። ለበላይም በአሁኑ ሰዓት ወደ አጅባር ጉዞ ጀምረናል። አጅባር ከተማ ልክ በ11:00 ሰዓት እንደርሳለን። ሰላም ከሆነ በዚሁ ሰዓት ቴሌግራም እናስተላልፋለን። ነገር ግን ቴሌግራም ካላክን በውጊያ ላይ መሆናችንን እንድታውቁት ብዬ አስተላለፍኩ።

ቃፊሮች ጥሩና ትክክለኛ ወሬ እየላኩልን አስት ገበያ ደረስን። እዝያም እንደደረስን ወስላቶች መኖክሴ አሳብድ እተባለው ከመ/ቤቶች 2 ኪሎ ሜትር ርቀው በመከማቸት ላይ መሆናቸውን ገለጹልኝና ጦሩ በሙሉ ይህንን እንዲያውቅ አደረግሁት። የአስት ሰው ያቀረበውን ጠላ ጦሩ ጠጥቶ ጉዞ ጀመርን አስት ገበያ ከዋናው ከተማ የግማሽ ሰዓት መንገድ ዕርቀት ላይ የምትገኝ መንደራማ ገበያ ነች።

ዓሜዶችን የሚያስተባብረው ያ ተደብቆ ያመለጠው ሙሉጌታ ጀንበሬ ሲሆን አህዮችን ደግሞ ደምሴ ዳርጌ መሆኑን ተገለጸልኝ። ቀደም ብሎ ይደርሰኝ የነበረው የቃፊሮች ወሬ ትክክለኛነቱን አረጋገጥኩ። መ/ቤት አካባቢ ለመድረስ የ10 ደቂቃ መንገድ ሲቀረን አቶ ተገኝ ተድላ የወረዳው ዋና ፀሐፊ በብጫቂ የሲሚንቶ ወረቀት ላይ ጽፎ መልዕክት ላከልኝ መልዕክቱም ወስላቶቹን እባካችሁ ተመለሱ እያልን ሽማግሌ እየላክንባቸው ነው። አሁኑኑ ሊወሩን ዝግጁ ስለሆኑ ቶሎ ድረሱልኝ የሚል ነው። ይህንኑም ለጦሩ እንደገለጽኩ አንድ ጥይት ተተኮሰ። እርምጃችንን ፈጠን ፈጠን አድርገን ገስግሰን መ/ቤቱ አካባቢ እንደደረስን ከባድ መሳሪያ እንድያራግፉ አዘዝኩ። ፊት ይመሩ የነበሩት ቀድመው ስለሄዱ ተኩስ ከፈቱባቸው። የመቶ አለቃ መንግስቱ የጦር ሰራዊቶች መሪ 60 ሚ/ሜትርና መትረየስ አስይዞ በስከቀኝ በኩል ገስግሶ ተኩስ ጀመረ። ኋላ ያለውም ጦር ተከትሎት ሄዶ ሻለቃ አያሌውም ፉከራና ሽለላውን ነካው። በጣምም አስደሰተኝ። እሱንም በስከግራ በኩል ሄዶ እንዲያጠቃ አዘዝኩት። ውግያው ተፋፋመ። እኔም ዳዝ ያጀበውን አንድ ዳድ ይገቬ ቦታ በመፈለግ የሬድዮ ግንኙነት እንዲያደርግ አዘዝኩ። የቀኝ ጦር ባዙቃውንም በመጠቀም ሀይለኛ ተኩስ ቀጠለና ባዙቃው አምስት ስድስቱን እጭድጭድ ሲያደርግ ተመለስ! ሽሽ! የማንመከተው ጦር ነው እያሉ ሽሽት ጀመሩ። ወታደሩ ሲያባርር ጠላት ሲሸሽ ላየው በጣም የሚያስደንቅ ነበር። እኔም በሆኪ ቶኪ መገናኛ ሻለቃ አያሌው በስከግራ በኩል ስለተሰማራ ወደ እርሱ አቅጣጫ እንዳትተኩሱ ጥይትም እንዳያልቅባችሁ ተጠንቀቁ የሚል መልዕክት አስተላለፍኩ። ወድያውም ጥይት አለቀብን ቶሎ ይድረሱልን አሉ። ሬድዮም እንደገና እንዲጫን አድርጌ ጉዞ ጀመርን። ወታደር ታደሰ እግሩን ስለተመታ ትተነዋልና ይዛችሁት ኑ አሉን። በቃሬዛ ይዘን ስንሄድ ልንደርስባቸው ስላልቻልን በጥይት እጦት ድል እንዳንመታ መልሶ መቋቋም እንድያደርጉ ትዕዛዝ ሰጠሁ። ለመቋቋም ሞከሩና አላስችል ብሏቸው ቀጠሉ። እኔም እያሻገርኩ በመነፅር እቃኝ ስለነበር በስከግራችሁ በኩል ጠላት አድፍጦ አየሁ። ተጠንቀቁ ብዬ ጉዞ ቀጠልኩ። እኔ እስካሁን ድረስ ከመጀመርያው በስተቀር አልተኮስኩም። ቁስለኛው ስለከበደን የሬሳ ኪስ የሚበረብሩትን እንዲሸከሙ ባዝ ችላ ስላሉ አቀባብዬ ወደ ሰማይ ስተኩስ እሺ ጌቶች ብለው መጡና ረዱን። የተጋደመው ሬሳ ስፍር ቁጥር የለውም ነበር። ተኩሱም አላቋረጠም። ከጠላት ወገን ሰላማዊ በመምሰል ወደ እኛ የሚደባለቁትን መሳሪያ ስንወድርባቸው ኧረ የኛ ነው። አማኝ ነው እያሉ ብዙ ሰው ቀላቀሉብን። ይህ ሁኔታ እያሰጋኝ ሄደ። ምክንያቱም ጠላትን ከወዳጅ ለይተን ለማወቅ ስላልቻልን ጦሩ እየባረረ ዓሜዶች የሚተማመኑበት፣ ያለ አውሮፕላን ማንም ሰው (ሀይል) አያስለቅቃትም የሚሉት መለስ ሳንቃ ላይ መሽገው መከላከል ጀመሩ። ያ ሁሉ አጃቢ ሕዝብ በርቀት ምሽግ ይዞ መመልከት ጀመረ። ወታደሩ ብቻ ሲተኩስ ከቆዬ በኋላ ካሳ ሽፈራው የተባለው የአህዮ ጀግና እየፎከረ ዘሎ ሲገባ ተመቶ ሞተ። ወንድሞቹም ፎክረው ሲገቡ ወታደሩም ዘሎ በመግባት በ18፡45 ሰዓት ተስፋ በማስቆረጥ መለስ ሳንቅን አስለቀቁ። እኔም ወደ 17፡30 ሰዓት ገደማ ጠቅላይ መምርያን ጊዮርጊስ ቤተክርስትያን አደረኩና ሬድዮ ግንኙነት እንዲጀምር አዘዝኩ። በጣም የደነቀኝ

ነገር ቢኖር የቴሌግራም መልዕክት ካላስተላለፍን ውግያ ላይ መሆናችንን እወቁልን ብዬ አሳውቄ ሳበቃ ሄሊኮፕተር እንኳን ሳይላክልን በመቅረቱ ነው።

በ17፡45 ላይ ከ11፡00 እስከ 17፡45 የከረረ ውግያ ላይ መሆናችንን በመግለጽ አሁንም ውግያው እንደቀጠለ መሆኑን አስረዳሁ። ሄሊኮፕተር ተልኮ ቁስለኛውን እንዲወስድና ተጨማሪ ሀይል እንዲላክልን በማለት አስተላለፍኩ። ጦሩ የመለስ ሳንቃን በር እንዳስለቀቀ 2 ወታደሮች ቆሰሉብን። በጠቅላላው ሶስቱን ቁስለኞች አንድ ቤት ውስጥ አስገብተን እሳት ማስሞቅ ጀመርኩ። በአሁኑ ሰዓት ተኩሱ ጋብ አለ። የመብራት ጥይት በ21፡00 ሰዓት ላይ ጠላት ወደአለበት አካባቢ ሲተኮስ ምን መጣብን ብለው ብርሀኑ ላይ ሀይለኛ ተኩስ ከፈቱበት።

ጧት እንደነጋም የቁስለኛው ብዛት ሶስት መሆኑን በመግለጽ በአስቸኳይ ለሕክምና በሄሊኮፕተር እንዲወስዱልን ጠየኩ። ወታደሩም በረሀብ አለንጋ ስለተገረፈ ምግብ እንዲልኩልንም ቴሌግራም አስተላለፍኩ። ተኩሱ ቀጥሎ ወደ እኛ አቅጣጫ በረከተ እኛም ተኮስንና ሸሹ። ያ ሁሉ ሲያጅበን የነበረው የት እንደደረሰ አላወቅንም ቢሆንም ባሉን ሰዎች በር በሩን እንዲጠበቅ አደረግን። የቤት ቃጠሎ በመለስ ሳንቃ ላይ በዛ ሕዝቡም ሸሸልን። ቁስለኞቹ ስለተበሳጩብኝ አሁንም ቴሌግራም አስተላለፍኩ። በተለይም አንዱ ቁስለኛ በጠና ስለታመመ ከመሞቱ በፊት ቶሎ ሄሊኮፕተር እንዲላክ ቴሌግራም አስተላለፍኩ። ግዜው በመዋጋት መሸ። ረሀብ እየበረታ ስለሄደ ያች ትቀመጥ ያልኳት ቂጣ ትዝ አለችኝና ቆርሼ ለቁስለኞች አበላሁ የእኔን መንሳቀል ያዩ የሬድዮ ሰራተኞች ከዚያች ቂጣ ሰጡኝና ለቁስለኞች ስሰጣቸው በረሀብ እንዳልንሳቀል ስላሰቡ ለቁስለኞቹ አሁን ስለሰጠናቸው እርስዎ ይብሉ አሉኝ። እኔም እነርሱን ለማስደሰት እሺ ብዬ ትንሽ እፊታቸው ጎረስኩና ለሌላ ጉዳይ የምሄድ መስዬ ለቁስለኞቹ ሰጠኋቸው። እኔን ያስቸገረኝ የጠላት ሁኔታ እያሰጋ በመሄዱ አንድ ላይ መለስ ሳንቃ በር እንዳንደባለቅ ለቁስለኞቹ መጠለያ ባለመኖሩ ነበር። ይሁንና መኮንኖቹን ስለሁኔታው አስረድቼ እንዲማከሩ አደርኩ። እነርሱም ጠላት ወደ እኛ ማመዘኑን ስለተረዱ ለሊት አንድ ጓድ ወታደር ሰው ሳያየው መጣ። ሁኔታውን ገልጸውልኝ ተስማማሁ። እንደነጋም የአጠቃቅ ምክር እንድንመካከር ቀጠሮ አደረግን።

እንደነጋም በጥላኑ መሰረት ተሰብስበን ተወያየን። በየአቅጣጫው ዘምተን ቤት በማቃጠሉ ተስማማን። ሰውን ሁሉ አሰማራን። ስለቁስለኞቹም ምርር ያለ ቴሌግራም አስተላለፍኩ። ሄሊኮፕተር በሶስተኛው ቀን በ15፡00 ሰዓት ላይ ዳቦና ሰርዲን ይዛልን መጣች። ሊ/ኤክማን ታደሰ ልመነው ያገሩን ሕዝብ ለማስተባበር ዕረፍት ወስዶ እንደመጣ በጠላት እንደተከበበ በዘመዶቹ ብርታት ጥቅምት 2 ቀን አጅባር መጥቶ አብሮኝ ስለዘመተ ከቁስለኞቹ ጋር እንዲሄድ አደረኩ። ለፓይለቶቹም ማንኛውንም ሁኔታ አብራርቼ በመግለጽ የጠላት ሀይል እየበረታ መሄዱን እንዲያስረዱልን ነገርኩ። ጧት አየር መጥቶ ካልረዳን መደምሰሳችንን በመግለጽ ቀጥታ ለሻለቃ መንግስቱ ሀይለማርያም 1ኛ፡ ም/ሊቀመንበር ቴ/ም ስላስተላለፍኩ ተስፋ ከቆረጥኩ በኋላ በ16፡00 ሰዓት ላይ 2 ጀቶች መጥተው ቦምብ በመጣላቸው አውሮፕላን ቦምብ እንዳይጥል በአለም መንግስታት ማሕበር የተከለከለ ነው። ቢጥልም ዙርያውን ምስማር የተቸነከረበት ግንድ ነውና የሚጥለው አትፍሩ ይሏቸው ስለነበር ቦምቡ ሲፈነዳ ምድረ ባላገር ፊሱን እየረጨ ሸሸ። በጣም የሚያሳዝነኝ እኛን ለማስጨረስ ከእኛ ጎን ነን ባዮቹ

ሕዝቡን ሊያስከዱ ማሰባቸው ነው። ግን እግዜር ስለረዳን አውሮፕላኖቹ ቅስሙን ሰበሩልን። ወታደሩም እየተከታተለ ቤት አቃጥሎ ጓሜዳ ደረሰ። ከመምሸቱ በፊት ስለተመለሰ ሕዝቡ ጓሜዳ ሄዶ እንዲያድር ብንገፋፋው ፈርቶ ቀረ ወታደሩ ግን ብቻውን ተሻግሮ አደረ በዚሁ ዕለት ፍየሎችና ከብቶች እተደበቁበት ቦታ ተይዘው ሕዝቡ እያረደ ፈነጠዘባቸው። ጦሩ ረሀቡንም ተወጣው።

በማግስቱም ሁላችንም ጓሜዳ መሻገር እንዳለብን ስላመንን ጉዞ ጀመርን። ግማሹ ጦር ቆላ ቆላውን ወርዶ ቤት መለብለብ ጀመረ። ወንዝ እግር የተባለችው ቀበሌ ምንም አልቀራትም። ት/ቤት አካባቢ እንደደረስን እዚህ ያሉት ቤቶች ለእኛ ማረፍያ ስለሚሆኑ እንዳይቃጠሉ ትዕዛዝ ሰጠሁ። ቀድመው የሄዱትንም ወታደሮች እንዲመለሱ በሬድዮ አዘዝኩና ተመልሰው መጡ።

አንዳንድ ሽማግሎች አረፍንበት መንደር ስላገኘሁ ከአሁን ወድያ እያሳደዱ መግደሉ የማይገባ ከመሆኑም ሌላ ቀንደኛ የሆኑት ወስላቶች ቤጌምድር ጎጃም ስለተሻገሩ ሕዝቡን የምሕረት አዋጅ ብናውጅለት ይሻላል ብዬ አመንኩ ያገኘናቸውንም ሽማግሌዎች በጨረቃ ለሊቱን ሙሉ ሄዳችሁ ሕዝቡ ምሕረት ስለተደረገለት እየመጣ ምሕረት እንዲጠይቅ ንገሩት ብዬ ላኳቸው። በዚህን ግዜ የሕዝቡ ተግባር ያበሳጨው ወታደር እንዴት ምሕረት ይደረጋል አለና ጠየቀኝ። እኔም ፩ኛ/ ሕዝቡ ቢያልቅ የምናገኘው ጥቅም የለንም። ቀንደኞቹ ሸሽተዋል። 2ኛ/ ሕዝቡን ብናሳድደው አንድ ቦታ ላይ ይከማችና ሲጨንቀው ዝም ብዬ ከማልቅ ዓይኔን ጨፍኜ ልቋቋም ይልና ከወታደሩም ከሕዝቡም ብዙ ሰው ያልቃል። እኛም ጥይታችን አልቆ ልንጠፋ እንችላለን። 3ኛ/ ጎጃምና ቤጌምድር ጓሜዳን ፈጅተው ወደ እኛ ይመጡብናል ብለው በመፍራት ይመጡና ከባድ ዕልቂት ሊደርስ ይችላል። ስለዚህ ድልን ስለተጎናጸፍን፣ ክንዳችንን ስላሳየን፣ ክብራችንንና የመንግስቱን ክብር ጠብቀን የምሕረት አዋጅ ማወጅ እንደሚሻል ስለተረዳሁ ነው ያወጅኩት ብዬ አስረዳኋቸው። በሀሳቤ ተስማምተው ወደ መኝታቸው ሄዱ።

በማግስቱም በ፲፩:30 ሰዓት ገደማ ግራ/አምሀ ደስታ የተድባበማርያምን ቀሳውስት መስቀል አስይዘው ተገናኙኝና አዋጁን ሰምተው ደስ አላቸው። በ፲3:00 ሰዓት ላይ ወደ 300 የሚሆኑ ሰዎች በአዋጁ እየተጠራሩ መጡ። ትንሽ ተጠራቀሙና መግለጫ፣ ማብራርያና ምክር እንሰጣችኋለን አልናቸው። ጥቂት ብንቆይም ሰዎቹን እንዲጠራጡሩ ከማድረግ በስተቀር ሌላ ተጨማሪ ሰው ስላልመጣ ወታደሮች አጅበውኝ ወደ እነርሱ ስሄድ በጣም ፈሩ ሊረሽኑን ነው ብለው። እኔም አይዞአችሁ አትፍሩ። ምሕረት ይደረግላችኋል። ግን ከምሕረቱ በፊት መተማመኛ እንድትሰጡን ስለምንፈልግ እናንተን የሚወክሉና በሀላፊነት ሆነ ትዕዛዝ ለማስተላለፍ የሚረዱ ሰዎች ምረጡና መተማመኛው በእነርሱ በኩል ለመንግስት ይድረሰው። ከመንግስት በኩል ግራ/አምሀ የተድባበማርያምን መስቀል ይዘው ስምምነቱን ይፈጽማሉ ብዬ ዋና ዋናውን ነገር (የመተማመኛውን) ነግሬ ሄድኩ። በ፲6:30 ሰዓት ገደማ ስለጨረሱ መተማመኛው ተነበበ። ፍሬ ነገሩም ፩ኛ/ ይህንን ዕልቂት እንዲፈጠር ያደረጉትን ቀንደኞች ይዘው ለመንግስት ሊያስረክቡ፣ 2ኛ/ የተዘረፈውን የመንግስት ንብረትና መሳርያ ሊያስረክቡ 3ኛ/ ከመንግስት ጎን ተሰልፈው የተዋጉትን ሰላማዊ ሰዎች ንብረትና መሳሪያ ሊመልሱ የሚል ነው። በመተማመኛው ተስማማሁና ስለተደረገው ዕልቂት ስላለፈው መንግስት

ግፍና ጭቆና፣ ስላዲሱ መንግስት አመራር፣ ስለ ሕብረተአባዊነት ፍልስፍና ስለ ልዩ ልዩ ጉዳዮች ሰፊ መግለጫ ሰጠሁ። ከዛሬ ጀምራችሁ ከሕብረተሰቡ ጋር ተቀላቀሉ ሙሉ ምሕረት ተደርጎላችኋል ብዬ እንደተናገርኩ እልልታው ቀለጠ። ደስታው ልባቸውን ሰነጠቀ። ሌሎችንም ነገ እናመጣለን በስህተት በአወናባጆች ተገፋፍተን ነው። ጥፋት ላይ የወደቅነው መንግስትን ያቁምልን በማለት መርቀው ሄዱ።

በማግስቱም መዓት ሰው መጥቶ ተማሳሳይ መተማመኛ መግለጫና ምሕረት ተደረገላቸውና ጥቅምት 12 ቀን 68 ዓ.ም ወደ አጅባር ተመለስን።

አጅባር ላይ ሆነን ተመሳሳይ ምሕረት አደረግን አስት ገበያም ሄደን ሕዝብ ወደ ቤቱ እንዲመለስ ታወጀና ቀስ በቀስ መስፈር ጀመሩ። ምንም እንኳን ምሕረት ቢሰጥም ሕዝቡ ሊታመን ስለማይችል ቃፊሮችን በየቀበሌው እየላኩ ማሰለል ጀመርኩ። ገንዘብ ስላለቀብኝ የውሎ አበል ወስጄ ለዚሁ ተግባርና ወታደሩም ስንቅ ሲያልቅበት መግዣ አደረኩት። ቃፊሮቹ ሕዝቡ ከመፍራትና ከመሸበር በስተቀር ምንም ተንኮል አለማሰቡን ገለጹልኝ።

እስቲ፡ በስመ፡ አብ ብዬ ልጀምር፡ ድርሰት
የጀመርነው፡ ሁሉ፡ ይሁን እንድናት
እግዚአብሔር ይመስገን የለምንኸ ክብሩ ይስፋ
ከአምታ አቀርባለሁ ለሻለቃ እስኪ
በፊትም፡ ነበሩ ብዙ ፈተናዎች፡
አሁን፡ ለመርሣት እምነት ለሰጠች፡
በእማዬ፡ ሣይገች ውስጥ፡ አለሠሩም ሐሳቦች፡
እንግዲህ ለእማዬ እንተ እሠብለች፡
ከሟቹ፡ አግብተህ ለሷን አስጠራት
እሷም፡ ልጅ፡ ሁናለች፡ እንተ አገች ሁናት
እንዴ፡ እንዴ፡ ወለዲዎች፡ እየገቡይት፡
ሌላ፡ እኪም፡ የሳትም፡ እንተው ለበዓት
እንዴ፡ ቀን በሽተች፡ ሬሣ፡ ግጭት
የሻለቃ እስኪ ሎሕተቶን በሚሪም፡ አገባው፡ ለእምነት
ሁሉም፡ አፀናለች፡ የቃሉ፡ ተምህርት
ወንበሯን፡ ዘርግቶ፡ አጅገር ሊያስተምር፡
ሕዝቡ፡ ተሰብስቦ፡ ለሙሉ አፀናለች እንዴ እንጂ ሣይቀር
ሕዝቡም ተጸለተ፡ ሣይ ጠላ ጠር፡
መስ ከረም፡ ጊዜ እጅገር፡ ብቶጣገ፡
ሕዝቡ፡ ከሄደበት፡ ጌዜን ይዞ ግባ፡
ከጀመርነው፡ አይቀር፡ ሕዝቡን አይናናው
ምክትልም፡ ከሰሁ፡ ሻለቃ እያለው፡
ይቻ፡ ቀሪ ከአሁኑ፡ ሥስቶን አማለጅ
እንዲኖር ጁሠሐ፡ እንዲኖር መንግሥትን ለስተኛው
እያለው የሁሉ፡ ወዲጅ፡
ይችን፡ ለሳምታየን፡ ጽሑ፡ ሣቀርባት
እንዲታስታጥቀኝ፡ እንዴ፡ ዘር፡ ፕይት
መስየትም፡ የሌኝ፡ እኔ ካንተ፡ ፊት
መቅረት፡ አይወሎም፡ እያለው ሲሞት፡
ተቻግሮ፡ ኬንሮ፡ ጠመንጂ ተኝቶ፡
ቀለብ፡ የሚሰጠው የሚጥርሰው፡ ከፐቶ፡
እንተን ከመጣለት፡ ዕድሉ ተቃንቶ፡
ሁሉም፡ እከፈለች ቃለ ባንዴ ላይ
ቆሮ እከምናለሁ ይሰሙኝ ከቡርዮይ
እንዲ ማቶ ሣላ እደሚሆም ይርዝም፡
ጠንክሮ፡ በመሥራት ኢትዮጵያ ትቅደም፡

~~[illegible]~~ 68 ዲሬሩው ሰርካለም ፈሠሐ ጸሐፊ፡ ነኝ፡

የመለሰ ሳንቃ ሕዝብ ለምሕረት ሲመጣ ሙልጭ አድርጌ ሰደብኩት። አዋረድኩትም። ምክንያቱም ባለፈው ምሕረት ጠይቆ በመካዱ አሁንም ዳግመኛ ለመካድ ነው የመጣችሁት ብዬ ስጮህባቸው ተሸማቀቁ። ማሉ። ተገዘቱ። እንድያውም፣ የዛሬን አሉ። ጠበቅ ያለ መተማመኛ አስፈርሜ መግለጫና ማብራርያ ሰጠሁ። በቅድሚያ የመንግስት መሳርያ እንዲያስገቡ ተመራጮችን ወጥሬ ስለያዝኩ ከሁሉ ሰው ቀድመው መሳርያዎችንና የሕዝብ ንብረት መለሱ። እጅግ በጣም አስደሰቱኝ። አበረታታኋቸውና የቄታ ሕዝብ ኑ ብሎ እናንተን አጋለጣችሁ። ቄታ ጥጋበኞች እያለ ስለሚሰድባችሁ የውስጥ አወናባጆችን ስም ብትሰጡኝ ጥሩ ነው ብዬ ሰበኩ። የቄታንም ሕዝብ በሌላ ቀን ሰብስቤ ጉድ ፈላብህ ምስጢርህ ወጣ። ከሌላ ሰው የውስጥ አወናባጆችህን ስም አግኝቻለሁ። አንተ እራስህ አወናባጆችንና ጓሜዶችን ኑ እያለ ይህ እልቂት እንዲፈጸም ያደረገውን ካላወጣህና ካላጋለጥክ መንግስት ዕምነት አይጥልብህም። እኔም ከባድ እርምጃ እወስድብሀለሁ ብዬ ጭንቀት ፈጠርኩበት። አጣሪ ኮሚቴ መረጠና የማላውቃቸውንና ከባድ ግፍ የፈጸሙትን ስም ዝርዝር ሰጠኝ። የከተማውም ሕዝብ ብዙ ምስጢር አወጣ። እኔም የሕዝቡን ልብ አወኩ። ገመትኩ። ታዘብኩም። አለንልህ እያሉ የሲ/ቴክ ሀይሉን ሕይወት አጠፉ። አንጀቴን የበላኝ የሀይሉ ሞት ነው። እርግጥ ደሙን መልሼለታለሁ። ግን ዋነኞቹን በጦርነት ግዜ ባለማግኘቴ ያንገበግበኛል።

ጓሜዶችም ቤጌምድር ድረስ ሄደው ተኩስ በመክፈት መሳሪያ ነጥቀው አመጡ። ሁሉም በየፊናው አስገባ። ከሁለት መሳሪያ በስተቀር ሁሉም ተመለሰ። አብዛኛውም ጓዝ ተመለሰ። አብዛኛውም ም/ወረዳ ሕዝብ እየመጣ ምሕረት ሲጠይቅ አህዮና ዲናምባ እንዲሁም በከፊል ሳማዬ ሳይመጣ ቀረ። እስከዚህ ቀን ድረስ መጥተህ ምሕረት ባትጠይቅ ጭኜ እዘምትብሀለሁ የሚል ማስጠንቀቅያ አሰራጨሁ። ብዙ ሰው መጣ። ግን ዕምነት ስላጣሁ የአሰሳ ተግባር በመፈጸሙ ዓመንኩና ሁኔታውን ለበላይ ገልጬ ወታደሩንና የሻለቃ አያሌውን ጦር በመያዝ በፅጌሬዳ በኩል አድርገን በመጓዝ አውሻሽ አደርን። ከየሸብ 10 የሚሆኑ ሽማግሌዎች በመምጣታቸው ከእኛ ጋር ወሰድናቸው በአሁኑ ግዜ ወታደሩ መራብ ስለሌለበትና ይህን አድርግ ሲሉት መውደዱን ስለተገነዘብኩ የምናድርበትን ሰፈር ይህን ያህል በግ አርደህ እንድትጠብቀን የሚል ትዕዛዝ በቅድሚያ አስተላለፍኩ። እኛም ከችግርና ከረሀብ ዳንን። በማግስቱም ዲናምባ ደረስን የዲናምባ ሕዝብ ቀድሞውንም ንፉግ መሆኑ ስለተገለጸልኝ ምሳ እንዳናጣ ተጠራጠርኩ። ዕውነትም ምሳ ቀርቶ ራትም አጣን። ይህ ሁሉ አድራጎት ንቀትና ለምን ተሸነፍን የሚል መሆኑን ተረዳሁ። ከብቶቻቸውን አሸሽተው ንብረታቸውን ጉድጓድ ውስጥ መቅበራቸውንም ተገነዘብኩ። እንድያውም የአንዱ መሪያቸው ሰፈር በመሆኑ በጣም ተናደድኩ። መግለጫ ለመስጠት ሕዝቡ እንዲሰበሰብ ባደርግም ጥቂት ሰው ብቻ መጣ። እንዲህ ያለውን ሕዝብ ሳይቀጡ መሄድ መልሶ እንዲሸፍት ማድረግ መሆኑን ተገነዘብኩ። ጧት ወደ ሌላ አቅጣጫ ልሄድ ያሰብኩትን በመሰረዝ ሁለቱን መኮንኖች አማከርኳቸውና በሌሊት ከብቶቻቸውን ወታደሩ ነድቶ እንዲያመጣ አዘዝኩ። ልክ በ1፡00 ሰዓት ላይ በጉና ፍየሉ ከብቱ ተነድቶ መጣ። ወታደሩ መርጦ እንዲያርድ አደርኩና ረሀቡን ተወጣ። ያን ግዜ የተደበቀው ሕዝብ ከያለበት ወጣ። ጠራሁና ሌላውንም ሕዝብ ፈልጋችሁ ካላቀረባችሁ ከብቶቻችሁ ሁሉ ያልቃሉ። ይታረዳሉ ብዬ አስፈራራኋቸው። ከ2000 ሕዝብ በላይ ተሰበሰበ። ምክርም ስድብም ሰነዘርኩባቸው። ከባድ መተማመኛም አስፈረምኩና ወታደሩ ከብቶቹን እንዲለቅ አደረኩ። አንድ አዛውንት

መጡና ጌቶች እኛ ከከፋት በስተቀር ሌላ አናውቅም። የታዘዝነውን 5 ሙከት ብናቀርብ ኖሮ እንዲህ አንሆንም ነበር። በተለይ የእኔን ከፋት እግዜአብሄር አይቶብኝ 10 ሙከት ነው የታረዱብኝ። ደግ! ይበለኝ! ጥፋቴ ነው አሉኝ። በ15፡00 ሰዓት ላይ የመርያቸውን የአወናባጁን ቤት እንዲያቃጥሉ አዘዝኩና ተቃጠለ። ንፋስ እሳቱን ወስዶ ሶስት ሌላ ቤት በማቃጠሉ ቤት የተቃጠለባቸው ሰዎች ባንተ ጦስ ባንተ ከፋትና ተንኮል እኛም ተደረብን እግዜር ይይልህ! አሉና ረገሙት። ተከትለውን የመጡትን የየሸብ ሰዎች ሰብስቤ ከብቶቻቸው የታረዱት የተጠየቁትን ባለመፈጸማቸው ነው እንጂ በሌላ አይደለም። እናንተም የተጠየቃችሁትን ፈጽሙ። እቃችሁን አታሸሹ። ማንም አይዘርፋችሁምና ለነገ ተዘጋጅታችሁ ቆዩን ብለን አሰናበትናቸው። በ16፡30 ሰዓት ገደማ ወደ መጥርያ ተጉዘን ልክ በ18፡00 ሰዓት ደረስን። እዚህ ቦታ ሁሉም ተዘጋጅቶ ጠበቀን። ጠላም ከያለበት በቀርበታ ተጭኖ መጣ። ራታችንን ከሙብላታችን በፊት የአባይን ወንዝና ሶስቱም ክፍላተ ሀገራት (ወሎ፣ ጎጃም፣ ቤጌምድር) የሚዶልቱበትን በመነጽር አይተን የመንደሩን ሁኔታ አጣራንና ራት በልተን ተኛን። የአህዮ ሕዝብ ለጧት እንዲመጣ ተልኮበት ስለነበረ በማግስቱ ቁርስ በልተን ገሚሱን ጦር የሸብ እንዲሄድ አደረኩ። ገሚሱ ደግሞ የአህዮንና የመጥርያን ሕዝብ አነጋግሬ መተማመኛ እስኪይዝ ድረስ ከእኔ ጋር ቀረ ልክ በ15፡00 ሰዓት የመጥርያን ሕዝብ እንደተለመደው መግለጫና ማብራርያ ሰጥቼ መተማመኛ በመቀበል በ16፡00 ሰዓት ላይ ወደ የሸብ ጉዞ እንደቀጠልን ጥቂት የአህዮ ሰዎች መጥተው ነበር። ብዙ ሕዝብ መጥቶ ነበር ግን ተሻገሩ ብሎ ሰው ስለነገረን አብዛኛው ተመለሰ እኛም ወደ የሸብ ተሻግረን ይህንን ሁኔታ ለማስረዳት ጉዞ እንደቀጠልን ከቡርነትዎ አለመሄድዎን ሰው ስለነገረን ተመልሰን መጣን አሉኝና እዛው አጅባር እንዲመጡ አድርጌ ጉዞ ቀጠልኩ። በ18፡00 ሰዓት ላይ የሸብ ደረስን። የተዘጋጀው ፍሪዳና ሙከት በጣም ያስጎመዣል። ሰው እንዲሰበሰብ በቅድሚያ ተነግሮ ስለነበር የተሰበሰበውን ሕዝብ ሰፊ መግለጫና ማብራርያ በደንብ ሰጥቼ የሙንዬ ብሩን ቤት እራሳቸው እንዲያቃጥሉ አዝዤ ልክ 19፡30 ሰዓት ላይ ወደ ተዘጋጀልኝ ማረፍያ ቦታ አመራሁ። መቸም የዚህ የአሰሳ ጉዳይ ከባድ ድካም ያድርስብን እንጂ መንግስት መኖሩን ሕዝቡ እንዲያምን ከማድረጉም ሌላ የተደረገለት ትምህርታዊ መግለጫ ከመወናበድ መልሶታል። በማግስቱም ጧት መሀል ጓሜዳ ከአሁን ቀደም ዓርፈንበት እነበረው ት/ቤት ሄድንና የተዘጋጀልንን ቀምሰን የተለመደውን መግለጫና ማብራርያ ሰጥቼ በማግስቱ የደከመው ወታደር ቀጥታ በመለስ ሳንቃ በኩል አድርጎ እንዲሄድ አደረኩ። 10 የጦርና የፈጥኖ ወታደሮችና 65 የሻለቃ አያሌው ዘገየ ወታደሮችን ይዤ የሕዳር ልደታ ማርያምን ለማክበርና ሕዝቡንም መግለጫና ማብራርያ ለማሰማት ወደ ተድባበማርያም አመራን። ገና እሜዳው ላይ እንደደረስን እርጎው፣ ጠላው ማንንም ሳናዝ ቀረበልን ትንሽ ዓረፍ ብለን የዒላማ ተኩስ ተኩሰን ወደ ቤተክርስትያኑ ጉዞ አመራን። መቸም አካባቢው ገነት ነው የሚመስለው። ኗሪው ሕዝብ ሰንፎ ነው እንጂ ጥሩ የቱሪስት መናህሪያ ለመሆን ይችል ነበር። ይህንንም አስተያየቴን ለሕዝቡ ገልጫለሁ። ግማሽ መንገድ እንደሄድን ወ/ሮ አስካለ አንዳርጌ የደምሴ ዳርጌ ዘመድና ከጓሜዶች ጋር ግንኙነት አላቸው የሚባሉት ሴት የእኛን በዚህ በኩል መምጣት ዓውቀው ቁርስና ጠላ ለጦሩ አዘጋጅተው ጠበቁን። ቅር እያለኝ በላሁ። እዚህ እንዳለን ባላ/አያሌው ተሰማና ሌሎች ሁለት ሰዎች ሊቀበሉን ፈረስ እየጋለቡ መጡና ተያይዘን ሄድን። ቤተክርስትያኑ አካባቢ እንደደረስን ያልጠበኩትና ያልገመትኩት አቀባበል ተደረገልኝ። ድንኳን ተተክሎ ምንጣፍ ተነጥፎ ቄሱ በሸብሸባ ወንዱ በሆታ ሴቱም በእልልታ በደመቀ አኳኋን ተቀበሉኝ። ግራ/አምሀ ደስታ ንግግር አደረጉ እኔም መልስ ሰጥቼ ቀኑ የቀሳውስት ጾም

በመሆኑ ቅዳሴ ከመግባታቸው በፊት የውስጡን ጉብኝት አድርገን እውስጥም ሽብሸባ ተደርጎ የበዓሉ ፍጻሜ ሆነ። ቄሶች ቅዳሴ ሲጀምሩ እኛ ወደ መስተንግዶ ቤታችን ሄድን። የቤተክርስትያኑ ዙርያ በሙሉ ስዕል ነው። በጣም ያስደንቃል።

መስተንግዶው ግራ/አምሀ ቤት ሆነና ስንሄድ 2 ሰንጋ ሲታረድ አየሁ። ይህም ከጠበኩት በላይ ሆነብኝ። ምሳችንን በላንና ብርዙ፣ እርጎው፣ ጠላው ወታደሩን አስደሰተው ከዝያም የተሰበሰበውን ሕዝብ ሰፋ ያለ መግለጫና ማብራርያ ሰጠሁ። ተወናብዶ የነበረውንም እንዲመለስ አደረኩ። ሌብነት ጀምሯል የሚል ጥቆማ ስለደረሰኝ ስለዚህም ጉዳይ ከፍ ያለ ምክር ሰጠሁ። ቀሳውስቱ ከቅዳሴ እንደተመለሱ ስለ ተሰረቁት ቄስ ንብረት እርምጃ እንዲወሰድ ተደረገ። ተከታትለው ዕቃውንና ብዙ ጠገራ ብሮችን ወደ አጅባር ፖሊስ ጣቢያ አምጥተው ከነሰዎቹ አስረከቡ።

የጉዞአችንን ሪፖርት በቴሌግራም አስተላለፍኩና በሕዝቡ ላይ እምነት ብናሳድርም ጦሩን ይዞ ወደ መካነ ሰላም መሄዱ አማኙን ሕዝብ ማጋለጥ ስለሆነ ቀደም ብዬ የመሬት ይዞታ ወኪል እንዲመጣልኝ ጠይቄ ስለነበር በሕዳር ወር አጋማሽ ላይ ስለመጣልኝ ፕሮግራም በማውጣት እያንዳንዱ ሳይንቴ አጅባር ድረስ እየመጣ የገበሬ ማሕበር ለማቋቋም ያልተመዘገበ መሬቱ ይነጠቃል ብዬ አሳወጅኩ። በቀን ከ5 - 10,000 ሕዝብ እየመጣ ተመዘገበ። ለመጣው ሕዝብ በሙሉ እኔ እስከ ሁለት ሰዓት የፈጀ መግለጫ ሰጠሁ። የመሬት ይዞታውም የበኩሉን መግለጫ አደረገ። የገበሬ ማሕበር እንዴት እንደሚቋቋም ትምህርት ተሰጥቶት ወታደሩ ከመሬት ይዞታው ጎን ተሰለፈ። ሕዝቡን በመመዝገብ በ15 ቀን ውስጥ ጨረስን። ታህሳስ 5 ቀን ማሕበሩን በወረዳ ደረጃ ለማቋቋም ቀጠርን። ከ50,000 ሕዝብ በላይ ተገኘ። እንድ እውነቱ ከሆነ ለወደፊት መወናበድ ቀርቶ ሕዝቡ እራሱ በራሱ ተንኮለኛውን እያደነ እንደሚይዝ ተስፋ ጥዬበታለሁ። አጅባር በቆየንበት ወቅት የመ/ቤቱን ዙርያ ካብ በማስካብ በሁለት ሜትር እንጨት ችምችም ብሎ በሕዝብ እንዲታጠር ሲደረግ አሁንም በአስሩ ም/ወረዳዎች ተባባሪነት ሲ/ቴክ ሀይሉ ይላላ ጀምሮት የነበረውን የዘማቾች መጠለያ፤ የአስተዳዳሪው ቤት ላይ ማድቤት፣ ሽንት ቤት፣ የዕቃ ቤትና የሰራተኛ ቤት ሲሰራ የደምሴ መራዊን ቤት ዙርያ በማሳጠር የስጋ ደዌ መታከሚያ፣ ድሮ ፖሊስ ጣቢያ የነበረውን በማሳጠርና በማደስ ክሊኒክ፣ የፖሊስ ጣቢያው ጋር ሽንት ቤት፣ የሴት እስር ቤትና የዘብ ቤት አሰርተናል። ይህ በጣም የሚደነቅ መሻሻል ነው። የአጅባርም ከተማ በተቻለ መጠን ዘመናዊ መንገድ ተቀይሶላታል።

ሕዝቡን በከፍተኛ ደረጃ መርምረን ከአሰርን በኋላ እዋ ውስልትና ስለተጀመረ ሻለቃ አያሌውን ከ፲ ፖሊሶች ጋር አዝምተን ፀጥታውን አስከብረው ተመልሰዋል።

ነጋዴዎችንና ሰላማዊውን ሰው እየጠበቁ የሚዘርፉትን ሰዎች ሕዝብ ፊት ተገርፈው የሰረቁትን እንዲመልሱ በመደረጉ ፀጥታው አስተማማኝ ሆነ። በተለይ የገበሬ ማሕበር በመቋቋሙ ሕዝቡ እራሱን በእራሱ እንዲጠብቅ ስላደረገውና ወታደሩም እንዲነሳ ቀደም ብሎ የታቀደ በመሆኑ ታህሳስ 9 ቀን 1968 ዓ.ም ጦሩ ከአጅባር ተነስቶ መንገድ አደረ። ከዝያም ልክ በ14፡00 ሰዓት መካነ ሰላም እንደደረስን የከተማው ሕዝብ አዝማሪና ዘፋኝ አዘጋጅቶ በደመቀ አኳኋን ተቀበለን። የተዘጋጀልንንም ምሳ በላንና አዝማሪ ጨዋታውን ቀጠለ።

አጅባር ሆነን የነበረብንን ችግር ስላልገለጥኩ ልግለጸው፣ ጎጃም አባይን ተሻግሮ ጦርነት ሊገጥም ብዙ ጥረት አድርጎ ስለነበር እኔም ቃፊሮችን በመጠቀም ሕዝቡን አስቀድመን ስላዘጋጀነው ሊደፍር አልቻለም ነበር። የገበሬውን ማሕበር መቋቋም የገፋፋሁትም ሕዝቡ ተወናብዶ ዳግመኛ ጥፋት ላይ እንዳይወድቅ ለማድረግ ነበር። ወደ መካነ ሰላም አዝማሪ ልመለስና ወሬ ጎጃም ድረስ እንደሚሻገር ስለማውቅ አዝማሪውን እንዲህ በል አልኩት።

የጎጃም ወስላታ ይሻላል ተመለስ
በኢትዮጵያ ትቅደም ሰይፍ ሰው እንዳታስጨርስ

ይህች ግጥም ጎጃም ደርሳ ወስላቶቹ ብዙ ዱለታ አደረጉ ቀጥታ መጥተው እንዳይገጥሙን፣ ያ የቦረና ደርግ ግምባር ያለው ነውና ያዋርደናል። ስለዚህ በቅድሚያ የቢቸናን ጦር ደምስሰን የአባይን ድልድይ ካፈረስን በኋላ ነው የምንገጥመው ብለው ወሰኑ። ይህ ሁሉ ሳይሳካላቸው የቢቸናው ጦር ወግቶ እንዲሸሹ አደረጋቸው። በጣም የሚደንቀኝ ነገር ቢኖር ለጥር 5 ቀን ጎጃሞች በጎጃም አቅጣጫ፣ እነ ደመቀ መርዕድ በጫቀታ፣ እነ መከተ ዓምዴ በለጋምቦ ሆነው ሊፈጁን ማሰባቸው ነው። ሁኔታው አስጊ በመሆኑ የሻለቃ አያሌውን ጦር በሚስጢር ለጋምቦ አዝምቼ ሁለቱን የመከተን ወንድሞችና ሌሎች 5 የመሬት ከበርቴዎች ስለተገደሉና ሕዝቡ እጁን ስለሰጠ ሰላም ሊሰፍን በቃ ዓላማቸውም ከሸፈ። እነ ደመቀ መርዕድም በርግገው ሸሹ ተንኮለኞቹ የቦረና ሕዝብ በሚስጢር ይላላኩ የነበሩትን አድራጎታቸውን ይገልጥብኛል ብለው በመፍራት ሻለቃው እንደደሮው አይደለም። ደም ለምዷል እያሉ ሕዝቡን ማሸበር ጀመሩ። እኔም ሰብስቤ ነገር ያለበት ይፍራ። እናንተ ግን ምንም ዓይነት ፍርሀት ሊያድርባችሁ አይገባም ብዬ መከርኳቸው።

ቀደም ብዬ ባቀድኩት መሰረት የስልክ ቤትና ት/ቤት እንደሚሰራ ስለተፈቀደ እንጨት በመሸከም ገንዘብ በማዋጣት የስልክ ቤቱ በዘመናዊ ሁኔታ ተጠናቀቀ። የሁለተኛ ደረጃውም ያለ መንገድ ዕቃው ሊጓጓዝ አይችልም ስለተባለ 100 ኪሎ ሜትር መንገድ እንዲሰራ ሕዝቡ በገበያም በየገበሬ ማሕበርም በጽሑፍ ታዘዘ። በ3 ቀን ውስጥ መንገዱን ጠርጎ ስላስተካከለ የት/ቤቱ ዕቃ ሊጓጓዝ ችሏል።

ሰላም በማስከበር ለሀገር የሰራሁትን እነ መከተ ዓመዴ በግል ባለደምነት በመፈለግ ሰው ገዝተው ሊያስገድሉኝ ማሰባቸውን ስለደረስኩበት በጣም እየተጠነቀቅኩ መስራት ጀመርኩ። በተለይ ውጭ እየወጣሁ ማስተባበሩን አቆምኩ። የገበሬ ማሕበርን ለማጠናከርና የ1968 ዓ.ም አዋጅ በሰሚናር መልክ ለመካፈል ደሴ ስለተጠራሁ እግረ

መንገዴን ችግሬን ለክ/ሀገሩ ዋና አስተዳዳሪ ለክቡር ኮ/ጌታሁን እጅጉ አስረዳሁ። ስለመዘዋወር ጉዳይ አውስቼላቸው ሁላችንም እንድንዘዋወር ጠይቅያለሁ አሉኝ። የአውራጃ አስተዳዳሪዎች ባለንበት ስለዚህ ጉዳይም ተነስቶ ከተወያየንበት በኋላ በእኔ በኩል ማመልከቻ እንደምጽፍ ገልጬ ማመልከቻዬን አቀረብኩ።

ኮለኔሉም ቅር አላቸው። የጽሑፌ ነገር፣ የእነ መከተ ዓመዴን በመጥቀስ ሻለቃ አያሌው ጥይት የማያስመታ መድህኒት አለው ስለሚሉ በጩቤ ሊወጉት አቅደው ስላልተሳካላቸው ሊያዙ ሲሉ ማምለጣቸውን ገልጬ እኔን መድህኒት ስለሌለኝ እንደልማዴ መግለጫ ለመስጠት ከከተማው ስወጣ በጥይት ሊመቱኝ መዘጋጀታቸውን በመጥቀስ ከዛሬ ጀምሮ እቢሮ ተወስኜ ሕዝቡን ማገልገል ስለማልችል እንደልብ እየተዘዋወርኩ ወደምሰራበት ልዛወር የሚል ነው። ከአሁን ቀደም የሻምበል ታፈሰ ጥበቡን ጉዳይ ያመለከትኩት ፍጻሜ አለማግኘቱንና በእኔ ላይ ሻጥር እንደሚሰራብኝ ገልጬ እስከምዛወር ድረስ የሶስት ሳምንት እረፍት ይሰጠኝ የሚል ነበር።

የጎጃሙ ቀጠሮ ጥር 5 በመሆኑ ለዚሁ ስል ቦረና ሄድኩና ሁለት ወር ያህል ተቀመጥኩ። ምንም መልስም አልመጣም። አንድ ቀን ምሽት በ3:00 ሰዓት ገደማ እኔ በሻማ ቢሮ ውስጥ እየሰራሁ አውቶማቲክ መሳርያ ተተኮሰና ሻለቃ አበራ መሳርያ ይዞ ተነስ እቤታችን ላይ ተተኮሰብን ብሎ ቶምሰኔን ሰጠኝ። ቢሮ ዘግቼ ፖሊስ ጣቢያ ደረስኩና ምንድነው አልኩ። እንጃ ተተኮሰ አሉ ኑ ተከተሉኝ ብዬ በጓሮ በኩል ሄድኩ። ፈትሽን ቀለህ እንኳን አጣን። ወደ ቤት እንደተመለስኩ የማስ እና የኤም-1 ተኩስ ሰማሁ። ለማወቅ ስሄድ ጥቂት ፈጥኖዎች እኔ ቤት አጠገብ የሚያድሩት ጌታዬ ጠግበው ሳይተላለቁ አልቀሩምና ባይሄዱ ይሻላል አሉኝ። እንዲህ ስንባባል ዋይታው ወይኔ ውንድሜ ማለቱ ቀጠለ የ፻አለቃ መንግስቱም መጣና አንድ መፍትሔ ይፈልጉ ተጫርሰዋል ወይኔ! አለኝ። ተያይዘን ሄድን። እዝያ ስንደርስ አንድ ሰው እንዳይጠጋን ዘወር በሉ አሉ ወታደሮቹ። ጠብመንጃውን በማንቀጫቀጫቸው ተመለስኩ። እንደገና ፻ አለቃው መጣና ነገሩን እንደምንም ብዬ ወደማብረድ ደረስኩ። ሁኔታው የፈጥኖው ዘብ አንድ ጦር ሰራዊት ሲገድል አንድ አቁስሏል። በጣም የሚያሳዝን ነው። እኔ በጣም ታምሜ በማግስቱ አዲስ አበባ ልሄድ አስቤ ነበር። በዚሁ ምክንያት ቀረሁ። ጉዳዩ ስላላማረኝ ጎበዝ መርማሪ እንዲላክ ጠየኩና ኮ/ፍቃደስላሴ መጥቶ ምርመራ ቀጠለ። ሬሳውና ቁስለኛው በሴስና አውሮፕላን ወደ አዲስ አበባ ሄዱ። እርስ በርስ ለመጋደል ብዙ ታስቦ ስለነበር ጦሩ እንዲነሳ ጠየኩ እኔ ሕመሜ እየባሰብኝ ስለሄደ በሄሊኮፐተር ፍቼ ድረስ ኮ/ፍቃደስላሴን በመያዝ ሄድኩ። እዚሁ አዲስ አበባ እንዳለሁ ፍቃድ ሙላ ተባልኩና ዝውውር ተፈቀደልኝ። ምርመራዬን ጨርሼ የርክክብ ዝግጅት ማድረግ ጀመርኩ።

የአውራጃውን ባለስልጣኖች፣ የገበሬ ማሕበር መሪዎችንና የከተማውን ታዋቂ ሰዎች ሰብስቤ የዝውውሬን ጉዳይ በመግለጽ በመነሻ ቀኔ እሰናበታለሁ በማለት ጉዳዩን በሚስጢር ይዤ እያለሁ፣ ሕዝቡ መዛወሬን አስቀድሞ ሰምቶ ኖሮ፣ ከከተማው ኗሪ እና ከገበሬው የተውጣጡ ሽማግሌዎች መርጦ እንዳይዛወሩብን የሚል ደብዳቤ ይዘው ወደ ደሴ ሊሄዱ እንዳሰቡና ውሳኔውን ይዘው እስኪመለሱ ድረስ እኔ እንዳልሄድ የሚያደርጉ ሰዎች እንደመደቡ ሰማሁ። ሽማግሌዎቹ ወደ ደሴ ከመሄዳቸው በፊት የሚመለከታቸውን ሁሉ በመሰብሰብ የዝውውር ሁኔታውን አስረድቼ መሰናበት

እንደሚሻል በማሰብ የመሄጃዬን ቀን ቀደም በማድረግ የፈንጣጣዋ ሄሊኮፕተር እንድትመጣልኝ በቴሌግራም ጠየኩ። ለተሰበሰበው ሕዝብ ጧት በ3፡00 ሰዓት የአውራጃው አስተዳዳሪ ሆኜ ከተመደብኩበት ቀን ጀምሬ ለስራዬ መሳካት ለተደረገልኝ የሕዝብ ትብብር በሰፊው በመግለጽ አመስግኜ የነበረብኝ የውስጥ ሕመም እየባሰብኝ በመሄዱ ሆስፒታል ባለበት አካባቢ መስራት እንዳለብኝ በሀኪም ምክር እንደተሰጠኝና ጤና ከሌለ ደግም መስራት ስለማይቻል ወደ ሌላ አውራጃ ተዛውሬ እንደምሄድ አስረድቼ ተሰናበትኳቸው።

ከተሰብሳቢው መካከል የተወሰኑ ሽማግሌዎች ተራ በተራ እየተነሱ የየራሳቸውን አመለካከት በመሰንዘር፣ በተለይ አንዱ ሽማግሌ የእኔ መዛወር በመሰማቱ ሶስት ሽማግሌዎች ተመርጠው እንዳልነሳባቸው የሚጠይቅ የሕዝብ ደብዳቤ ይዘው ወደ ደሴ ሊሄዱ ተዘጋጅተው እንደነበር አስረድተው እንግዲህ የጤና ችግር ከሆነ ምን እናደርጋለን በሄዱበት እግዜአብሔር ይከተለዎት። ይጠብቆት! ብለው በመመረቃቸው ተሰብሳቢውም ይህንኑ አስተጋብቶ አሰናበቱኝ። እንደዕውነቱ ከሆነ ንግግራቸውና ሕዝቡ ከእኔ ጋር የነበረውን ቁርኝት በዝያች በአጭር ግዜ በማሰላሰሌ ጥያቸው ስሄድ የተሰማኝ ስሜት አንጀቴን አላወሰው። የወደፊቱ ስራዬን እንደቀድሞው ያለችግር መስራት የሚያስችል ሁኔታ ቢፈጠርና የጤና ችግር ባይገጥመኝ ኖሮ ሀሳቤን ለውጫለሁ ብዬ ብቀር ደስ ባለኝ ነበር። ግን ባለመሆኑ አዘንኩ።

ለጊዜው የሚመደብ አስተዳዳሪ ስላልተገኜ ስራዬን ለዋና ጸሐፊው ለአቶ ጥላሁን እንዳስረክብ ቀደም ሲል በተሰጠኝ መመርያ መሰረት አስረክቤ ነበር። ሻንጣዬንና ታጣፊ አልጋዬን ይዤ ሄሊኮፕተሯ ወደምታርፍበት ጤና ጣቢያ ሄድኩ። ሄሊኮፕተሯም በሰዓቷ ስለመጣች ሾፒዎቼን በእጅ ሰላምታ ተሰናብቼ አዲስ አበባ ለመሄድ አውቶቡስ ወደማገኝበት ወደ ፍቼ በመጓዝ የቦረና ተልእኮዬን ደመደምኩ።

ምዕራፍ ፫ የዳያሪው ተቀጥያ

በዚህ መጽሐፍ መግቢያ ላይ የጻፍኩትን ዳያሪ ሳልጨምርና ሳልቀንስ እንዳለ የማቅረቡን ምክንያት ገልጫለሁ። ይህንን ዳያሪ በየዕለቱ ስጽፍ ከጊዜ መጣበብና በስራው ብዛት የተነሳ የመዳከም ችግር ስለነበረብኝ አንኳር አንኳሩን ብቻ ስመዘግብ ብዙ ውጣ ውረድ የነበረበትን ሁሉ በዝርዝር ለማስቀመጥ አልቻልኩም ነበር። ይህንን ዝርዝር በዚህ ምዕራፍ ውስጥ ማካተቱ ተመክሮየን ለማስተላለፍ ስለሚረዳ ከዚህ እንደሚከተለው አቅርቤዋለሁ።

የደለበ ፋይል

በአፄ ሀይለስላሴ ዘመነ መንግስት በተለይ አየር ሀይል ከገባሁ በኋላ ለመዝናናት አዲስ አበባ በሄድኩ ቁጥር ግርማ ሞገስ ያላቸው ግን በነገር የተጐሳቆሉ አዛውንቶች ስንቅ ያለቀብኝ መንገደኛ እያሉ ሲለምኑ አይ ነበር። አዝንላቸው ስለነበር የችግራቸውን ምክንያት ለማወቅ በመፈለጌ አንድ ቀን ምን ችግር ገጠመዎት ብዬ አንዱን አዛውንት ጠየኳቸው። በአጋጣሚ የወሎ ሰው ነበሩ። ርስቴን ባለስልጣኖች ነጥቀውኝ በይግባኝ ለሙግት መጥቼ ነው ለመለመን የበቃሁት አሉኝ። በወሎ ክፍለ ሀገር የሚኖረውን ሕዝብ ከለውጡ በፊት የነበሩት የስርዓቱ ባለስልጣኖች አልጋወራሹ ዘንድ እየቀረቡ እጅ በመንሳት "ልዑል ጌታየ፣ እኔ አገልጋይዎ የሌለኝን ለም መሬት አንድ ድሀ ባላገር ስለሚያርሰው መሬቱ ለእኔ ይሰጠኝ" እያሉ በማመልከታቸው ግብር ፈራሽ ሆኖ ይሰጠው በሚል ውሳኔ ገበሬው ከአያት ከቅድመዓያቱ ሲወራረስ ከያዘው ርስትና ጉልቱ ይፈናቀል ነበር። ትክክለኛ ፍትህ ያለ እየመሰለው ፍርድ ቤት ክሱን መስርቶ በመሟገት በወቅቱ በነበረው ስርዓት ከብቱንና ንብረቱን እየሸጠ ጉቦ በመስጠት ቤተሰቡን በትኖ ለልመና መዳረጉን ተረድቼ ነበር። መካነ ሰላም ገብቼ ገና ስራ ሳልጀምር እቢሮዬ ጠረጴዛ ላይ 64 የደለቡ ፋይሎች በሁለት ረድፍ ተደርድረው ጠበቁኝ። ምንነታቸውን ለማወቅ ዋና ጸሓፊውን ስጠይቅ የክቡርነትዎን ውሳኔ የሚሹ ናቸው ተባልኩ። ብቃቴን የሚገመግም ፈተና መሆኑን ብረዳም የእንያ አዛውንት ንግግርና የተነገረኝ የርስት መነጠቅ ጉዳይ ትዝ ስለአለኝ ማሕደሮቹን ተጠንቅቄ ማንበብ ነበረብኝ። በመጀመርያ ስረ መሰረት የሌላቸውንና ወድያውኑ ሊወሰኑ የሚችሉትንና የማይችሉትን ፋይሎች አንድ በአንድ በማየት ለየሁ። ቀለል ያሉትን እያነበብኩ ውሳኔየን በጹሑፍ አሰፈርኩባቸው። ስረ መሰረታቸው መታየት ያለባቸውን ፋይሎች ደግሞ በጣም ያልደለቡትን እቢሮዬ ሆኜ የደለቡና የሰቡትን ደግሞ እቤቴ ወስጄ ሌሊትና ዕሑድን ጭምር በመስራት በሶስት ቀናት ውስጥ አጠናቀቅሁ። እንደተጠራጠርኩትና እንደገመትኩትም አንዳንዶቹ ፋይሎች በጉባኤ ተወስኖ ያለቀላቸውና በግብታዊነትም ሆነ በየዋህነት በተቃራኒው እንድወስንባቸው የቀረቡ፣ አንዳንዶቹ በባለስልጣኖች ወገናዊነት አላግባብ የተወሰኑ፣ ጥቂቶቹ ደግሞ የወቅቱን ችግሮች ያካተቱና ውሳኔ የሚጠይቁ ነበሩ። 64ቱን ፋይሎች አጠናቅቄ ሰኞ ጧት እቢሮዬ ገባሁ። የተካኋቸው ፊታውራሪ አሊ ፋሪስ ባሉበት ዋና ጸሓፊውን በማስጠራት፣ ፋይሎቹን በሙሉ ተመልክቼ ውሳኔ ሰጠሁባቸው። ፈተናውን አለፍኩ በማለት ስሜቴን ገልፌ፣ ከዛሬ ጀምሮ ረሀብን፣ በሽታን፣ የማንኛውም ዓይነት አደጋን፣ ጸጥታን፣ ልማትን፣ ወረዳ አስተዳዳሪዎች የሚጽፉትን የሚመለከትና ከአቅምዎ በላይ የሆኑትን ጉዳዮች ካልሆነ በስተቀር አንድም ፋይል እኔ ዘንድ እንዳይቀርብ፣ ተራ የሆኑትንና እርስዎ ሊወስኑባቸው የሚችሉትን ሁሉ ያለምንም ተጽዕኖ ይወስኑ። የሚጠራጠሩበትንና ከእኔ ምክር የሚሹት ቢኖር ያማክሩኝ በማለት ጠበቅ ያለ መመርያ ሰጥቼ ፋይሎቹን እንዲወስዷቸው አደረግሁ።

ፈታውራሪ አሊ ፋሪስ ቅዳሜ ጧት አብረውኝ እቢሮዬ ስለነበሩ ይህንን የቀረበውን ፋይል ቶሎ ለመጨረስ እንድንችል ተጋግዘን እንድንሰራ ጠይቅያቸው ስልጣኑ የእርስዎ ነው እኔን አይመለከትም ሲሉኝ በቀና መንፈስ ተቀብዬው ነበር። ነገር ግን ስራ ከሚፈቱ ብዬ የወሎን ክፍለ ሀገር የሞዴል ክፍለ ሀገር አድርጎ ለማልማት እንዲቻል ታቅዶ በዕርዳታ ማስተባበርያና ማቋቋሚያ ኮሚሽን ስር እንዲተዳደር ያደረገውን ዓዋጅ ቁጥር 335/66 ነጋሪት ጋዜጣ እንድያነቡት ስሰጣቸው ዘቅዝቀው ይመለከቱት ነበር። ተዘቅዝቋል ብዬ አስተካክየላቸው ለ5 ደቂቃ ያህል ገጾቹን ገልበጥ ገልበጥ አደረጉና በጣም ጥሩ ዓዋጅ ነው ብለው መለሱልኝ። ሕጻን ልጅ የቦጫጨረው የሚመስለውን ፊርማቸውንም በማየቴ ማንበብ እንደማይችሉ ተጠራጠርኩ። በሌላ ቀን ጸሓፊውን ስለሁኔታው ጠየኳቸው። ማንበብም ሆነ መጻፍ እንደማይችሉና መዝገብ ቤት ሀላፊውን በየወሩ ከኪሳቸው 40 ብር እየከፈሉ ትክክል ባልሆነ ውሳኔ ላይ እንዳያስፈርሚቸው ጠብቀኝ ብለውት እየጠበቃቸው ነው ሲሰሩ የኖሩት ብለው አጫወቱኝ። የቀድሞው መንግስት ስርዓት ሕዝቡን ምን ያህል ይበድል እንደነበረ ለመረዳት አስችሎኛል።

የመስሪያ ቤቶች ጉብኝት

ከአንድ የአውራጃ አስተዳዳሪ ተግባርና ሀላፊነት መካከል የየምንስቴር ቅርንጫፍ መስሪያ ቤቶችን እያስተባበረ የልማት ስራዎችን ማከናወን እንደመሆኑ መጠን፣ አሰራራቸውን ለመገንዘብ ይረዳኝ ዘንድ በየቢሮዎቹ እየተዘዋወርኩ መግለጫ መስማት ነበረብኝ። ሁሉም ሀላፊዎች ከእኔ ጋር ሆነው ጉብኝት እንደማደርግ ተገልጾ የአንድ ቀን ፕሮግራም ተዘጋጅቶ በጽሑፍ እንዲደርሳቸው ዋና ጸሓፊውን አዝዣቸው ነበር። በፕሮግራሙ መሰረት በየመስሪያ ቤቱ ተዘዋውሬ ችግራቸውን በመመዝገብ እንደ ችግሩ ሁኔታ ውሳኔም አስተያየትም እየሰጠሁ በስከመጨረሻ የአውራጃውን ወህኒ ቤት ለመጐብኘት አጥሩ ክልል ውስጥ እንደገባሁ ቀጠንና ረዘም ያሉ አዛውንት ጋቢያቸውን አደግድገው አ...ቤ...ት ጌታዬ አ...ቤ...ት ዓለሜ ይህችን ማመልከቻዬን ብቻ ይቀበሉኝ እያሉ ሲማጸኑ ሰማሁ። እኔው እራሴ ሄጄ ተቀበልኳቸው። በቃኝ! እፍ...ፎይ! ሌላ ነገር አልፈልግም። እንኳን ማመልከቻየን ተቀበሉኝ እያሉ ለጥ ብለው ሰገዱ። እኔም አይዞዎት እንደተጨባጩ ሁኔታ በነገው ዕለት ውሳኔዬ ይደርስዎታል ብዬ ቃል በመግባት ጉብኝቱን ጨርሼ ወደ ቢሮ በመሄድ ላይ እያለን፣ የአውራጃው ፍርድ ቤት ፕሬዚደንት ወደ እኔ ጠጋ በማላት ጌቶች! ይህንን ሰው በድለነዋል ይሉኛል። የቱን ሰው ስላቸው ደብዳቤ የሰጠዎትን ሰው አሉኝ። ታድያ በደሉን ለምን አይፈቱለትም መፈታት ካለበት ይፍቱት አልኳቸውና ዛሬ ከሰዓት በኋላ እንዲፈታ አደርጋለሁ አሉኝ። ምሳየን እየበላሁ ማመልከቻውን አነበብኩና መብታቸው ተገፎ ለለአግባብ እንደታሰሩ ብረዳም በተነጋገርነው መሰረት ይፈጸምላቸው የሚል አስተያየት ብቻ በማስቀመጥ ለአውራጃው ፍርድ ቤት ፕሬዚደንት ላክሁላቸው። በመሰረቱ ስለተፈጸመው ድርጊት እርምጃ መውሰድ ነበረብኝ። ነገር ግን ፍየል ከመድረሷ ቅጠል መበጠሷ እንደሚባለው ሁሉ፣ አካባቢየን ሳላውቅ ገና ከመግባቴ እርምጃ ብወስድ ሁኔታዎች ወደ አልሆነ አቅጣጫ አምርተው ለአወናባጆች በር የሚከፍት ይሆናል ብዬ የተውኩት።

በማግስቱ የየመስሪያ ቤቱን ሀላፊዎች እቢሮዬ እንዲገኙ አድርጌ የጉብኝቱን ይዘት በተመለከተ ያለባቸውን ችግር እንዲገልጽልኝ በእኔ ደረጃ የሚፈቱትን እንደምፈታ፣ ከደረጃዬ በላይ የሆኑትን ደግሞ ወደ በላይ እካል እንደማቀርብ፤ የእኔን የስራ ሀላፊነት

አስመልክቶም ወሎ ሞዴል ክፍለ ሀገር ሆና እንድትለማ በወጣው አዋጅ መሰረት በዕርዳታ ማስተባበርያና ማቋቋሚያ ኮሚሽን ስር የሙተዳደሯንና ይህንኑ መሰረት በማድረግ እንደምሰራ፣ ስለለውጡ አመጣጥና ስለአለፈው ስርዓት አስከፊነት አስረዳሁ። በቀና መንፈስ ተባብረን መስራት እንዳለብን በመግለጽ ላይ እያለሁ ቢሮዬ ፊት ለፊት ባለው ልቅ አዳራሽ ውስጥ ጭቅጭቅ ተፈጥሮ ረበሸኝ። ዘበኛውን ጠርቼ ጸጥታ እንድያስከብር ስነግረው " ጌቶች አንድ አዛውንት በግድ ካልገባሁ ብለው ስለጨቀጨቁኝ ብመከራቸውም ብገፋቸውም ፈጽመው ሊሰሙኝ ባለመቻላቸው ነው ችግሩ የተፈጠረው አለኝ። አሳሳቢ ነገር እንዳላቸው ብዬ በስብሰባው መሀል ጣልቃ በማስገባት እንድያነጋግሩኝ አደረግሁ። አዛውንቱ ከወሀኒ ቤት የተፈቱት ሲሆኑ ጋቢያቸውን በማመቻቸት አደግድገው ለጥ ብለው እጅ ከነሱ በኋላ፣ ዓለሜ ላደረጉልኝ የማይረሳ ውለታ ላመሰግነዎ ብዬ ነው ያስቸገርኩት፣ ለአንድ ግዜ ብቻዎትን እንዳነጋግረዎት ይፍቀዱልኝ አሉኝ። ሁኔታው አሳሳቢ ሊሆን ይችላል በማለት ይቅርታ አነጋግርያቸው እመለሳለሁ ብዬ ስነሳ፣ የለም እኛ ነን መውጣት ያለብን ብለው ሳልፈቅድላቸው ሁሉም ወጡ። አዛውንቱ የሚናገሩትን በጉጉት ስጠብቅ ቀኝ እጃቸው ያደገደጉትን ጋቢ እየፈለፈለ ወደ ደረታቸው ለማሾለክ ሲመቻች ምን ልያደርጉ ነው ብዬ በመገረም እመለከታቸው ነበር። በስከ መጨረሻ እጥፋቱ አበጥ ያለ ብር ከኪሳቸው አውጥተው ጉንበስ ብለውና አንገታቸውን ወደ መሬት አቀርቅረው ሁለት እጃቸውን በመዘርጋት አቀረቡልኝ። አንገቴን እየነቀነቅሁ ዝም ብዬ ተመለከትኳቸው። አንገታቸውን ቀና በማድረግ ይቀበሉኝ ብለው አቀረቀሩ። ለምን ብላቸው ውለታ ስለዋሉልኝ አሉ። ይህ ስራዬ ስለሆነ እንጂ ውለታ ልውልለዎት ብዬ አይደለም። ለእርስዎ ያድርጉት አልኳቸው፤ አሁንም የለም ይቀበሉኝ ብለው አቀረቀሩ። አባቴ! እኔ በቂ ደሞዝ አለኝ። ከማንም ሰው ገንዘብ አልፈልግም። ለውጡም የመጣው እንደዚህ ያለውን ድርጊት አስወግዶ የሕዝቡን መብት ለማስጠበቅና የኑሮ መሻሻል ለማምጣት ነውና አልቀበለዎትም፣ የለም ካልተቀበሉኝ አይሆንም። ግድየለም ለልጆችዎ ልብስ ይግዙበት ብላቸውም ፈጽሞ ሊበገሩልኝ ስለአልቻሉ መሳርያየን አንቀጫቅጨ። ይውጡ ስላቸው ደንግጠው ከመቅጽበት ቀና በማለት ሁኔታየን ተመለከቱና ወደ ኋላ ዞረው እየተራመዱ አንገታቸውን ወደ እኔ ዘወር አድርገው "ቀረበዎት! ያለዚህ እዚች ሀገር አይኖሯት"! ብለውኝ ወጡ። አዎን በአዛውንቱ አልፈረድም። ጉቦ መስጠት የስርዓቱ መጥፎ ባሕል ነበር። እኛ እንውጣ ያሉትም ተሰብሳቢዎች አዛውንቱ ለብቻዎ ላነጋግረዎት ሲሉኝ ለጉቦ መሆኑ ገብቷቸዋል። ምናልባትም አንዳንዶቹ እንድቀበልላቸው ሳይመኙ እንዳልቀሩ እገምታለሁ። ምክንያቱም እኔ ብቀበል ኖሮ ጉቦ መቀበሉን በተዘዋዋሪ መንገድ እንዲቀጥሉበት የመፍቀድ ያህል ስለሚቆጠር። ከአዛውንቱ ድርጊት እኔን በጣም ያስገረመኝ ነገር ቢኖር እጃቸውን ዘርግተው አንገታቸውን መሬት ማቀርቀራቸው ነበር። ይህንን ሁኔታ ለማወቅ አንዳንዶቹን በሌላ ግዜ ጠይቄ፡ አንድ ሰው በአጋጣሚ በጉቦ ቅሌት ተከሶ ፍርድ ቤት ቢቀርብ፣ ሲቀበል በዓይንህ አይተኸዋል ወይ ተብሎ ስለሚጠየቅ ምስክር ላለመሆን ሲባል ነው ብለው ሲገልጹልኝ በጣም ደነቀኝ።

የት ይጐዝጐዝ

የሕዝቡን አኗኗርና ያለበትን ችግር ለመረዳት እየተዘዋወርኩ ማየት ስለነበረብኝ የደብረሲናን ወረዳ ለመጐብኘት ፕሮግራም እንዲዘጋጅ አደረግሁ። አብረውኝ የሚሄዱትን ስለጉብኝቱ ዓላማ አስረድቼ እንዳበቃሁ የፕሮግራሙ አስተባባሪ፣ ጌቶች! የት ይጐዝጐዝ ብሎ ይጠይቀኛል። ቃሉ ለእኔ እንግዳ በመሆኑ መጐዝጐዝ ማለት

ምንድነው ብዬ ጠየቅሁት። ማደርያ ቦታ ማለት ነው ስለአለኝ፣ ምርጫ የለኝም እፈለገው ቦታ ይሁን አልኩት። ጉብኝቱን ከሰዓት በኋላ ጀምረን ማታ እተዘጋጀው የአንድ ሰው ቤት ገባን። ባለቤቱ አደግድገውና ተሽቆጥቁጠው በክብር ተቀበሉን። ያረፍንበት ቤት ሰፋ ያለ ሆኖ በስከጥግ ማዕዘን ላይ ባለው መደብ ቤቱ ያፈራው ምንጣፍ ተነጥፎበት እንዳርፍ ተጋበዝኩ። አጃቢዎቸም እዝያው ቤት ውስጥ ዙርያውን ተቀመጡ። እሳቱ መሀል ላይ ይቀጣጠል ነበር። አንድ 6 በጐች እየተግተለተሉ እንዲገቡ ተደረገና እኔ ፊት ቀረቡ። ለምንድነው እኔ ፊት እንዲቀርቡ የተደረጉት ብዬ ስጠይቅ፣ ክቡርነትዎ የሚታረደውን በግ እንዲመርጡ ነው አሉኝ። ጉዳዩ ገባኝና እኔም ገንዘብ ይዤ ስለነበር ከተጋደምኩበት ብድግ ብዬ ትልቁን ሙክት በእጄ ጨበጥ፣ ጨበጥ አደረግሁና ይኸ ዋጋው ስንት ነው ስላቸው የለም! ነውር ነው! አይሆንም! አሉ። እኔ ጉብኝቱን እንዲዘጋጅ ያደረግሁት የሰውን ሀብትና ንብረት ለመዝረፍ አይደለም። የአጋጣሚ ግብዣ ቢሆን ምንም አልነበረም። ይህ ግን ማረፍያችን እዚህ ቤት ይሁን ተብሎ በእኛ የተመረጠ ስለሆነና እንደዚህ ያለውን ስርዓት ስለማልቀበለው በጉ ገበያ ቢወጣ ስንት ሊሸጥ እንደሚችል ገምታችሁ ንገሩኝ። እከፍላለሁ ብዬ ጫን አልኳቸው። ሽማግሎች ወጣ ብለው በመመካከር 40 ብር ያወጣል አሉኝ። ገንዘቡን ከፍዬ ታረደ። በተጨማሪም እርጐ በጣም ስለምወድ ገንቦ ሙሉ እርጐ ግዙ ብዬ አስላክሁና ስጋው ተጠብሶ ከመጠናቀቁ በፊት እርጐውን ተካፍለን ጠጣን። ምግቡ እንደተዘጋጀም በላን።

ከመተኛታችን በፊት ባለፈው ስርዓት የነበረውን "የጐዝጉዙን" ታሪክ እስኪ አስረዱኝ ቢያቸው ሲያጫውቱኝ፣ በቀድሞው ስርዓትማ አውራጃ ገዥው የሚያደርጉት ጉብኝት የሆነ ያልሆነ ምክንያት ፈጥረው ሕዝቡን ለመበዝበዝ ነበር። ሀብታም የተባለ ማነው ተብሎ ከተጣራ በኋላ እገሌ ቤት ይጐዝጐዝ ይባልና ሙክቱ በአውራጃው ገዥ ተመርጦ ይታረዳል። ሁለትና ሶስት ቀናት እዚሁ ቤት ተቀምጠው እየበሉና እየጠጡ ሙክትም በየቀኑ እየታረደ ሲበዘብዙት ባለቤቱ ከምስለኔው ጋር ይመካከርና ከሕዝቡ ጠገራ ብር ተሰብስቦ በከረጢት ለገዥው ይሰጣል። ብሩም "ይነሱልኝ" ተብሎ ይጠራል። ገዥው ብሩን ተቀብለው ይመለከቱና ካነሳቸው እኔ በዚህ ነው የምደፈረው! በማለት ከረጢቱን ይወርውሩና ሙኩት አምጣ! እያሉ ያሳርዱበታል። አንዳንድ ገዥዎች ደግሞ የሰውየው ሚስት ቆንጆ ከሆነች እንዲታሰር አዝዘው ሚስቱን የሚደፍሩም ነበሩ። ከዚህ ችግርና ብዝበዛ ለመገላገል የቤቱ ባለቤት ሕዝቡን አስገድደው ተጨማሪ ብር ይሰበስብና ይሰጣቸዋል። በገንዘቡ ከረኩ ተሳድበውና ዝተው ነበር የሚሄዱት። የእርስዎ ሁኔታ ለእኛ አዲስ ስለሆነብን ግራ ተጋብተን ነበር። ሁሉም ቦታ ገዥዎቹ እንደእርስዎ ከሆኑ ጥሩ ነው በማለት ገለጹልኝ።

በዚህ መልኩ ፕሮግራም እያዘጋጀሁ መላውን አውራጃ ለመጐብኘት ብፈልግ ሌላውን ስራ የሚበድል ሆነ። ባሻገር ከባድና አስቸጋሪ በመሆኑ በተለያዩ አጋጣሚ ወይም ደግሞ ችግር በሚከሰትበት አካባቢ ብቻ መጐብኘት እንደሚኖርብኝ አሰብኩ። ሆኖም እያንዳንዱን መንደር ወይም ቀበሌ ለመጐብኘት የሚያስችል ሁኔታ ተፈጠረልኝ። ይኸውም የፈንጣጣ በሽታን ከምድረ ገጽ ለማጥፋት በተባበሩት መንግስታት ድርጅት በወጣው ፕሮግራም መሰረት በሄሊኮፕተር እየታገዘ የሚንቀሳቀስ ቡድን መካነ ሰላም መጣ። የቡድኑ ሀላፊ ሚስተር ኩቦኒ እቢሮዬ ድረስ መጥተው ስለቡድኑ ተልዕኮ በማስረዳት እንድተባበራቸው ጠየቁኝ። ይህንን የተቀደሰ ዓላማ በመተባበር ብቻ ሳይሆን ከጐናቸው ተሰልፈን መስራት ግዴታችንም መሆኑን በመግለጽ ሰራተኞቻቸውን

በየሚመድቡበት አካባቢ ከመላካቸው በፊት እኔ በቦታው ተገኝቼ ለሕዝቡ መግለጫ ለመስጠት ወሰንኩ። ይህንኑ ሳስረዳቸው እጅግ በጣም በመደሰት ሀሳቤን ደገፉት። በአውራጃው የሚገኙትን ቀበሌዎች የመጐብኘት ዕድል ስለአጋጠመኝ ቡድኑ ድንኳኑን ዘርግቶ ዓረፈበት ጤና ጣቢያው ግቢ ውስጥ ሄጄ የትውውቅና የእንኳን ደህና መጣችሁ ንግግር አደረኩ። እቤቴ ተገኝተው ራት እንዲጋበዙልኝ በመጠየቅ ትስስር ፈጠርኩ።

የቮልኬኖ ሪፓርት

አንድ ቀን በከለላ ወረዳ ቮልኬኖ ፈንድቶ የአካባቢውን የእርሻ ማሳ እንደሸፈነና ችግር እንዳስከተለ የሚገልጽ ደብዳቤ ከወረዳው አስተዳዳሪ ይደርሰኛል። ይህንኑ ችግር አስመልክቶ የቀድሞው አውራጃ አስተዳዳሪዎች ከክፍለ ሀገሩ ጋር የተጻጻፉበትን የደለበ ፋይል አገላብጬ ከተገነዘብኩ በኋላ ነበር የቢሮ ሰራተኞቼንና አንዳንድ ሽማግሌዎችን ጠይቄ ሁኔታው ትክክል እንደሆነና እንድያውም በሚነሳበት ግዜ የሚቦለው ጭስ እዚህ መካነ ሰላም ሆኖ እንደሚታይ ስለገለጹልኝ በወረዳው የተጻፈውንና የማሕደሩን ይዘት አገላብጬ ለክፍለ ሀገሩ ከማስተጋባት፣ ዝርዝር ሁኔታውን እቦታው በግንባር ተገኝቼ በማየት ሪፓርት ባቀርብ እንደሚሻል በማመን የምሄድበትን ቀን ወስኜ የወረዳው አስተዳዳሪ በቦታው እንዲገኝ መልዕክት አስተላለፍኩ። የፈንጣጣ ማጥፍያ ቡድን ትብብር እንድያደርግልኝ በመጠየቅ አካባቢውን የሚያውቅ ሰው ይዤ ሄድኩ።

በጉዞ ላይ እንዳለሁ ይህ የተባለው ቮልኬኖ ምን ያህል ጥፋት አድርሶ ይሆን ማሕደሩን እንዳየሁት ስለሞተ ሰውም ሆነ እንስሳ ወይም ስለተሰደደ ሰው አይገልጽም። ምናልባት በአካባቢው የሚኖር ሕዝብ ባለመኖሩ ይሆን እያልኩ ሳወጣና ሳወርድ ይዠው የሄድኩት ሰው መድረሳችንን ስለገለጸልኝ ሄሊኮፕተሯ አንድ ዙር እንድትዞር አድርጌ ቦታውን ተመለከትኩና ወርደን ዓረፍን። ከወረዳው አስተዳዳሪና ከነበሩት ጥቂት የአካባቢው ሕዝብ ጋር ሰላምታ ተለዋውጠን ቦታውን አየን። ቮልኬኖ የምትሉት ይህ ነው ወይ ብዬ ጠየቅሁ። አዎን አሉኝ። ቮልኬኖ መሆኑን በምን ዓወቃችሁ ስላቸው ሲነሳበት የሚቦለው አቧራ አገር ምድሩን ነው የሚሸፍነው አሉኝ። የእርሻ ማሳውን ሸፍኖታል የተባለውንም ተመለከትኩ። እስከዚህ ድረስ ተጋኖ የሚጻፍለት አልነበረም። ለነበረው የአካባቢው ሕዝብ ስለሁኔታው መግለጽ ስለነበረብኝ የቮልኬኖን ምንነትና ባሕርያት አስረድቸ፣ የመሬቱ አቀማመጥ ገደላማ ቦታ በመሆኑ በበጋ ጊዜ መሬቱ ከላይ እየተደረመሰ ቁልቁል በመውረዱ አቧራ መነሳቱ ግድ እንደሆነ፣ ይህንንም ሁኔታ ለመግታት የአካባቢው ሕዝብ ተባብሮ ችግኝ በማፍላት ዛፍና ቁልቋል በመትከል መከላከል እንደሚቻል ገለጽኩ። ከዚያም ቮልኬኖ ሳይሆን የመሬት መደርመስ መሆኑን፣ ይህም ቢሆን በእኛ ደረጃ ሊገታ መቻሉን ለክፍለ ሀገሩ አስተዳደር በመጻፍ፣ ያንን የደለበ ፋይል ዘጋሁ። እዚህ ላይ "ሳያጣሩ ወሬ ሳይገድሉ ጐፈሬ" የሚለው አንድ የአባቶቻችን ምሳሌ ትዝ አለኝ። ማንኛውም ዓይነት ጽሑፍ ከመጻፉ በፊት ጭብጥ መያዝ አለበት፣ አለበለዝያ ሁኔታው ወደ አልሆነ አቅጣጫ ይዳዝና ያልታሰበ ችግር ሊፈጥር ይችላል።

ወንበራቸው ላይ እንዴት ሊቀመጡ ነው

በመላ ሀገሪቱ የሚገኙት ተማሪዎች በሕብረተሰቡ መሀል ገብተው እንድያስተምሩ "የዕድገት በሕብረት የዕውቀትና የስራ ዘመቻ" በመታቀዱና እኛ አስተዳዳሪዎች ከአዲስ አበባ ስንነሳ ተማሪዎቹ ጃን ሜዳ ተሰብስበው ስልጠና ሲወስዱ ተመለከትን። መንቀሳቀሻ

ጊዝያቸው በጣም የተቃረበ መሆኑን በመረዳታችን መካነ ሰላም እንደገባሁ በመጀመርያ የጠየቅሁት ነገር ቢኖር ማረፍያ ቦታ ተዘጋጅቶላቸዋል ወይ የሚል ነበር። ምንም የተዘጋጀ ነገር እንደሌለ ስለተገነዘብኩ ቅድሚያ የሚሰጠው በመሆኑና የእኔ የቅርብ ክትትልና ተሳትፎ ወሳኝነት ስለነበረው ቅየሳ ተቀይሶ የመሰረት ጉድጓድ ለማስቆፈር የከተማውን ሕዝብ ተራ በተራ በስራው ላይ እንዲሳተፍ አደርግ ነበር። ለምርጊት የሚሆን አፈር ተቆፍሮ የሚያላቁጥ ሰው እንዲሰማራ አድርጌ አመለካከታቸው ደስ ስለአላለኝ ሱሪየን ሰቅስቄ ከነጫማዬ ዘልዬ በመግባት ገለባውን ከጭቃው ጋር ሳዋህድ ዙርያውን ከቦ የነበረው ሁሉ እንዴ! እኛ እያለን! እያለ ዘሎ በመግባት ጭቃውን አላቁጦ በአጭር ጊዜ ውስጥ አጠናቀቀ። አናጢውም ቤቱን በማዋቀር ሁሉም በየፊናው እየሰራ እያለ ከአንዳንድ ግለሰቦች የተለገሰውና የተሰበሰበው የባሕር ዛፍ እንጨት እንደማይበቃ በባለሙያዎቹ ተነገረኝ። በግለሰብ ተለግሶ ያልተቆረጠ ዛፍ ስለነበር የመንግስት ሰራተኛ የተባለ ሁሉ በማግስቱ ተሰማርቶ እንጨት እንድያመጣ ተደረገ። አንድ ሰው የሚችለው በአንድ ሰው" ሁለት ሰው የሚችለውም ሁለት ሰዎች እንዲይዙት በማድረግ እየተሸከምን ስንመጣ ይመለከቱን የነበሩት ባለጉዳዮች በተለይ የፍርድ ቤት ዳኞች እንጨት ተሸክመው ሲያይዋቸው፣ "ጉድ ነው! ይህንን ተሸክመው በኋላ ወንበራቸው ላይ እንዴት ሊቀመጡ ነው" በማለት ገሚሱ ጉንጩን አንዳንዱ ደግሞ አፉን በመያዝ ተገረሙ። መቸም ዘማቾቹ ሲመጡ ሕዝቡን ከእንደዚህ ከመሳሰለው ኋላ ቀር አመለካከት ጭምር እንደሚያላቅቁት ዕምነቴ የጸና በመሆኑ ነበር የቤቱን መጠናቀቅ ለማጣደፍ ያተኮርኩት። ይሁንና ኋላ ላይ ሊመጡ እንደማይችሉ በተገለጸልኝ ግዜ አጋር በማጣቴ አዘንኩ። ይህም በመሆኑ ነበር የመካነ ሰላም ተማሪዎችን ትብብር የጠየቅሁት። ቤቱም ቢሆን የተባባሪ ሚሊሻዎችና ጦርነቱ በሕዝቡና በወታደሩ የተቀናጀ ተሳትፎ የተነሳ በአሸናፊነት ከተጠናቀቀ በኋላ የወታደሮች ማረፍያ ሆኖ በማገልገሉ ድካማችን በከንቱ አልቀረም።

ከደንቆሮ ንጉስ ይመረጣል

ደንቆሮ የሚባለው ጫካ በሳይንትና በደብረሲና ወረዳዎች መካከል በቆተት አካባቢ ከልም መስከ እስከ አባይ ሸለቆ ድረስ የሚገኝ ጥቅጥቅ ያለ ደን ነው። እውስጡ ሆኖ አንጋጦ ለሚመለከት ሰው ሰማዩን ፈጽሞ ማየት አይችልም። ይህ አውራጃ፣ በፍትሕ ጉድለትም ይሁን በደመኛነት የተነሳ ሽፍቶች የበዙበት በመሆኑ፣ በልም መስከ አቋርጦ የሚሄድ መንገደኛ የሚዘረፍበት አካባቢ ነው።

በቀድሞው መንግስት ጊዜ የወረዳ ገዥ ነበሩ የሚባልላቸው ከተማ ግዛው የሚባሉት ሰው በጡረታ ተገልለው ደንቆሮ ጫካ ውስጥ በሚገኘው ደብር ጸሎት እየጸለዩ ይኖሩ ነበር። በደርግ ላይ አመጽ ለማኪያሄድ በሚፈልጉ ግለሰቦች ያላሰለሰ ቅስቀሳና ጉትጎታ የተነሳ፣ "ፉካሬ እየሱስ ከደንቆሮ ንጉስ ይመረጣል የሚለው አንተን የሚመለከት ስለሆነ ትነግሳለህና መሳርያህን አንስተህ አምጽ! ከጐንህ እንቆማለን" ስለአሏቸው ደንቆሮ ጫካ ገብተው ሰውን ማደራጀት ያዙ። እንቅስቃስያቸውን በተለያዩ መንገድ እከታተለው ስለነበር 15 ባለብረት ተከታዮች እንደአላቸውና ቁጥሩ እየጨመረ እንደሚሄድ ስለተረዳሁ ይህንን እንቅስቃስያቸውን ለመቅጨት በሽምግልና፣ ሽብር በመንዛትና በተለያዩ ዘዴዎች ሀይላቸውን በየግዜው አዳከምባቸው ነበር።

እጅ ነካሾች

ም/ወረዳዎች በመታጠፋቸው የተነሳ ምስለኔዎች በየወረዳውና በአውራጃው ጽሕፈት ቤቶች ተመድበው ይሰሩ ነበር። አቶ መከተ ዓመዴ ቤተሰቤ ወረሒመኑ አውራጃ ለጋምቦ ነው የሚኖሩት፣ ከቤተሰቦቼ ተለይቼ በዚህ አውራጃ ሳገለግል ብዙ ዓመታት ስለአሳለፍኩ በየጊዜው ዝውውር ጠይቄ ሊፈቀድልኝ አልቻለም። ክቡርነትዎ ችግሬን ተገንዝበው ከቤተሰቤ ጋር እንዲቀላቅሉኝ ልመናየን አቀርባለሁ ብሎ ስለተማጸነኝ ቤተሰቡ በሚገኙበት አካባቢ ቢመደብ የበለጠ አገልግሎት ሊያበረክት ይችላል ብዬ በማመንና ቢዛወርም በስራው ላይ የሚያመጣው ችግር እንደሌለ በመገንዘቤ ጥያቄውን በጽሑፍ እንድያቀርብ አድርጌ አዛወርኩት። ግን ከአሊ ፋሪስ ጐን ተሰልፎ ወጋኝ።

ሻምበል ጌታቸው የተባለው ደግሞ የአካባቢውን የጸጥታ ሁኔታ ተመልክቶ ልቡ መሸፈቱንና ቁምጣ ሱሪ እየታጠቀ የእንቅስቃሴ ልምምድ ማድረጉን በቃፊሮቸና በተለያዩ ተቆርቋሪ አዛውንቶች ይነገረኝ ስለነበር የተጨበጠ መረጃ ይዤ ሕጋዊ እርምጃ ከመውሰድ ይልቅ አስጠርቼ እቅጩን ብነግረውና ብመክረው ከተመለሰ እሰየው ካልተመለሰ ደግሞ ይለይለት በማለት አንድ ቀን ጧት እቢሮዬ አስጠርቼ የሚያደርገውን ዝግጅትና ያለውን ከንቱ ምኞት የማይበጀው መሆኑን አስረድቼ ለአንድ ሰዓት ያህል የማረሚያ ምክር ለግሽለት ነበር። ነገር ግን ዓላማውን እግብ ለማድረስ ስለመረጠ ወድያውኑ ከአካባቢው ተሰውሮ መስከረም 19 ቀን 1968 ዓ.ም መካነ ሰላምን ሊወር ከተሰማራው አማጺ ጋር ተቀላቅሎ ሊወጋን እንደመጣ አረጋግጫለሁ። ይህንን ድርጊቴን የሰሙ አንድ አዛውንት፣ ምነው ጌቶች ጠላተዎን ማሰር ሲገባዎት ሸፍት ይሉታል እንዴ አሉኝ። ከማሰር ወይም በዓይነ ቁራኛ እየተጠበቀ ወሬ ከሚያቀብልብን እንዲለይለት ብዬ ነውና አቋሙን ስለአረጋገጥኩ ደስ ብሎኛል ብያቸው ኋላ ላይ ሀሳቤን ደግፈዋል።

የሀይል ጥያቄ

ስለሽፍቶቹ መጠናከር ትክክለኛ መረጃም በመያዜ ሀይል እንዲላክልኝ ጠይቄ ባለመሳካቱ ዋና አስተዳዳሪውን ክቡር ኮ/ጌታሁን እጅጉን አስፈቅጄ አዲስ አበባ ሄድኩ። ከዚያም ደርግ ጽሕፈት ቤት ያለኝን መረጃ በማቅረብ ሀይል እንዲላክልኝ ስጠይቅ፣ ይህንን ሁኔታ አናውቅም ነበር እንድናውቀው አድርገኸናል። ነገር ግን ጣልቃ አትግቡብን ስለተባልን ሀገር አስተዳደር ሚኒስትሩንና የፓሊስ አዛዡን አስረድተህ ጠይቅ ስለተባልኩ ሁለቱም ቦታ አመልክቸ፣ በየቦታው የጸጥታ ችግር ስለበዛ ያለን ሀይል ሁሉ ተሰማርቷል። ምንም ልናደርግልህ አንችልም በማለት በተለይ የፓሊስ አዛዡ እቅጩን ስለነገሩኝ ተስፋ ቆረጥኩ። ተሳክቶልኝ ቢሆን ኖሮ በችግርና በናፍቆት የሚጉላሉትን ቤተሰቦቸን ከድሬዳዋ ይዤ ለመሄድ ነበር። ሽፍቶቹ ከረምቱ ገብቶ በቆሎው ይብቀልና የምናደርገውን እናውቃለን እያሉ ይፎክሩ ስለነበር ወረራው ረዳት በማይገኝበት በክረምት ውስጥ እንዳይሆን አንድ ነገር ማድረግ አለብኝ ብዬ ወሰንኩ። ቀደም ሲል ለሽፍቶቹ ሲባል አውሮፕላን እንዲደበድብ ባደርግ ሰላማዊው ሕዝብ ይጐዳል ብዬ በመስጋት መሆኑን ገልጬ ሸማግሎች ሽፍቶቹን ምሕረት ጠይቀው እንዲገቡ እንድያደርጉ እወተውት ነበር። ሆኖም ያ ባለመሳካቱ፣ አየር ሀይል ሄጄ ኤፍ 5 አውሮፕላን ለስልጠና በሚሰማራበት ጊዜ በቦረና በኩል ዝቅ ብሎ እንዲበርልኝና ሳውንድ ቡም እንድያደርግልኝ ጠይቄ የሚበርበትን አቅጣጫ ሁሉ በመጠቆሜ በረራው ተከናውኖ ጸጥታው ለአንድ ወር ያህል እርጭ እንዲል አስችሏል።

ከአዲስ አበባ ተመልሼ የአንድ ወር አንጻራዊ ሰላም ላገኝ እንጂ በአንድ በኩል የአውራጃው ፖሊስ አዛዥ የነበረው ሻምበል ታፈሰ ከሽፍቶቹ ጋር እየተገናኘ በእኛ ላይ ጥቃት እንዲደርስ መጣሩን እሰማ ስለነበር እረፍት አልነበረኝም። እሱንም፣ በታላቅ ጥርጣሬ ዓይን እመለከተው ነበር። ፖሊሶቹን በማሳመን ከጐኔ በማሰለፌ ጥቃቱን በፖሊሶቹ እንደማያስፈጽም እርግጠኛ ነበርኩ። አንድ ቀን በቃፊሮቼ አማካኝነት አንድ መረጃ ደረሰኝ። ሻምበሉ ለሽፍቶቹ ጥይት እንደአደለና ከምሽቱ አንድ ሰዓት ላይ የምልክት ጥይት ተተኩሶ ወህኒ ቤቱ ተጠቅቶ መሳርያና ጥይት ለመውሰድና ሻምበሉ እራሱ እኔን ገድሎ አውራጃውን በቁጥጥር ስር ለማዋል እንዳሰበ የሚገልጽ ነበር። ይህንን ጉዳይ ለማንም ሳልነግር ፖሊቹን ሰብስቤ አብራራሁላቸው። ምሳ በየተራ እየሄዱ እንዲበሉ፣ ትጥቅ ተዘጋጅቶ ቅርብ ቦታ እንዲሆን፣ ራት በጊዜ ተበልቶ ሁሉም ታጥቀው ቦታ ቦታቸውን እንዲይዙ፣ ሻምበሉ ሲመጣ ሁለት ፖሊሶች አጃቢ መስለው ከኔ እንዳይለዩና እንቅስቃሴውን በጥብቅ እንዲከታተሉ፣ መትረየስም እንዲወጣ፣ መመርያ ሰጠሁ። የወህኒ ቤቱን ሀላፊ አስጠርቼ ደግሞ ቢሮዬ ድምጽ ስለሚያሰማ ወደ ውጭ ወስጄ፣ ወህኒ ቤቱ በዛሬው ዕለት ከምሽቱ በአንድ ሰዓት አካባቢ በሽፍቶች እንደሚጠቃ፣ የጥቃት ጀምሩ ምልክት ማታ ልክ በአንድ ሰዓት እንደሚተኮስ፣ ሀይል ስለሌለንና እኛም የጥቃቱ ሰለባ ስለምንሆን ምንም ዓይነት ዕርዳታ ልናደርግልህ ስለማንችል ወታደሮችህ በሙሉ እንዲገቡ አድርገህ ምሽግ አዘጋጅታችሁ ተከላከሉ ብዬ መመርያ ሰጠሁ። በእኛ በኩል ከሰዓት ጀምሮ ፖሊስ ጽሕፈት ቤት ፊት ለፊት ምሽጋችንን አዘጋጅተን ሁኔታውን መከታተል ያዝን።

ልክ በተባለው በአንድ ሰዓት ማታ የምልክት ተኩስ ተሰማና በወህኒ ቤቱ የማጥቃትና የመከላከል ተኩስ ተጧጡፎ ከ15 ደቂቃ በኋላ እረጭ አለ። እኛም የመጠቃት ተራችንን ስንጠባበቅ ሻምበሉ ከምሽቱ በአንድ ሰዓት ከሩብ አካባቢ መጣ። ያለ እኔ ትዕዛዝ ማነው መትረየስ እንዲወጣ ያዘዘው ብሎ ጨፈረ። አምባረቀ። ተገቢው ምላሽ ተሰጥቶት ሁለቱ አጃቢዎች ሳይለዩት ሌሊቱ ነጋ። ወህኒ ቤቱ እንዴት እንደሆነ ለማወቅ ብጓጓም ማወቅ አልቻልኩም። በማግስቱ የወህኒው አዛዥ እኔ ዘንድ በመምጣት ሽፍቶቹ በተባለው ሰዓት ተኩስ እንደከፈቱበትና የመከላከል ተኩስ ተደርጐ ምንም ዓይነት ጉዳት ሳይደርስ እንደተጠናቀቀ ገለጸልኝ።

ይህንን ሁኔታና የሻምበሉን ድርጊትና አደገኛነት ለክፍለ ሀገሩ ዋና አስተዳዳሪ በቴሌግራም በመግለጽ ለመከላከያ የምንገለገልበትን ጥይትና የእጅ ቦምብ ጠይቄ፣ የክፍለ ሀገሩን ፖሊስ አዛዥ ይዘው እንዲመጡልን አመለከትኩ። በጥቂት ሰዓታት ውስጥ በሄሊኮፕተር ስለመጡ ዝርዝር ሁኔታውን በማስረዳት ላይ እንዳለሁ የከተማው ሕዝብ ግልብጥ ብሎ የጽሕፈት ቤቱን ግቢ ሞላው። ከቢሮ ወጥተን በረንዳው ላይ እንደቆምን ሕዝቡ የተለያዩ ጥያቄዎች አቅርቦ በተለይ የሻምበሉን የወንጀል ድርጊት በማጉላት እርምጃ እንዲወሰድበት ስለጠየቀ መግለጫ ሰጥተው ሻምበሉን ይዘውት ሄዱ።

እንግዶቼን እንደሸኘሁ ፖሊሶቹ እናነጋግረዎት ብለው ስለጠየቁኝ አነጋገርኳቸው። ሊያነጋግሩኝ የፈለጉት የመጣውን ጥይትና ቦምብ እንደ ሽፋን በመጠቀም በከተማው ዙርያ አለፍ አለፍ እያልን ቆርቆሮ በመቅበር ከተማዋ በፈንጂ ታጥራለች። ጠላት ሲመጣ እየፈነዳ ይፈጀዋል ብለን እናስወራና ትንሽ ዕረፍት እናገኝ የሚል ሀሳብ ነበር። በበኩሌ

ሀሳቡን ሳላወላውል ነው የተቀበልኩት። ምክንያቱም የከተማውን ሕዝብ ተራ በተራ እያስወጣን ሌሊቱን ሙሉ ቁልፍ ቦታዎችን እናስጠብቅ ስለነበርና እኔም በማስተባበርና በመቆጣጠር ለብዙ ሳምንታት በመስራቴ ስለተዳከምኩና የዕንቅልፍ እጦት እራሴን ስላዞረኝ ለማረፍ ዕድል እንዳገኘ ብዬ ነው።

ፓሊሶቹ ወድያውኑ የከተማውን ዙርያ እየቆፈሩ ቆርቆሮ ቀበሩበት፣ ወሬውንም ነዙት። እንደዓቀዱትም ተሳካና ለአንድ ሳምንት ያህል ድካማችንን ተወጣን። ይህ ቢሆንም ሌላ ችግር ተከሰተ። ይኸውም ወደ ከተማ የሚመጣ ሰው በመጥፋቱ ስለ ሽፍቶቹ እንቅስቃሴና ተጨባጭ ሁኔታ ማወቅ አለመቻላችን ነበር። ጉዳዩ በጣም አሳሳቢ በመሆኑ ፓሊሶቹን ሰብስቤ ስለሁኔታው በማስረዳት የቀበሩትን እንድያወጡና ፈንጂ የመነሳቱንም ወሬ እንዲነዙ ነግሬ በመፈጸሙ ከሕዝቡ ጋር ተቋርጦ የነበረው ግንኙነት ቀጠለ።

የስለላ መረብ መዘርጋት

አንድ አስተዳዳሪ በተሰጠው ስልጣንና ሀላፊነት መሰረት ለመስራትና የሕዝቡን ሰላማዊ ኑሮ በማረጋገጥ የልማት ስራዎችን ማከናወን የሚችለው ሰላምና ፀጥታ ሲሰፍን ነው። በተለይ በዚህ በለውጥ ጊዜ ጥቅሙ የተነካበት ለውጡን አሜን ብሎ መቀበል ስለማይችል አመጽ በማስነሳት ወደ ጦርነት ማምራቱ የማይቀር ስለሆነ የስለላ መረብ መዘርጋት ወሳኝነት ነበረው።

ይህ ጉዳይ በመንግስት በኩል መከናወን እንዳለበት ባምንም የተያዘ በጀት ባለመኖሩ አስቸጋሪ ሆኖ ስለአገኘሁት መረጃ የሚያቀርቡልኝን ሰዎች መፈለግ ነበረብኝ። በመሆኑም እነማንን ልምረጥ፣ የምመርጣቸውንስ ሰዎች ደሞዝ ልከፍላቸው እንኳን ባልችል ለስለላ በማሳማራቸው ጊዜ ለውሀ የሚሆናቸውን ገንዘብ መስጠት ስለሚኖርብኝ ገንዘብ ከየት አገኛለሁ የሚለው በእጅጉ አሳሰበኝ። በይበልጥ ደግሞ የገንዘቡ ነገር ራስ ምታት ሆነብኝ። ከደሞዜ እከፍላለሁ እንዳልል በአንድ በኩል ለቤተሰቦቼ በሌላ በኩል ደግሞ ያላለቀና የተበላ ዕቁብ ይከፈላል። ከዚህ የሚተርፈው ደግሞ አበል መከፈል ቀርቶ ለምግቤ እንኳን ስለማይበቃኝ ችግሩ በቀላሉ የሚታይ አልሆነም። ያለመረጃ ልቀመጥ ብል ደግሞ የተጣለብኝን ሀላፊነት መወጣት ቀርቶ ለእራሴም ሕይወት ቢሆን አደገኛ ስለሚሆን ፈጽሞ የማይታሰብ ነው። ይህንን ጉዳይ በየቀኑ አወጣና አወርድ ስለነበር ሁለት ነገር ታየኝ።

አንደኛው የቤት መኪናየን መሸጥና ዕቁቡ ከዚሁ እየተከፈለ ቤተሰቤም ከምልከላቸው አነስተኛ ገንዘብ ላይ ከመኪናው ሽያጭ በየወሩ እየተደጐሙ ኑሮአቸውን እንዲመሩ በማድረግ መፍታት የሚል ሲሆን፣ ሁለተኛው ደግሞ ለውጡን የተቀበሉትን በመጠቀምና የመረጃ አጠናቃሪዎችን እንቅስቃሴ በመቀነስ የምከፍለውን አበል መቀነስ የሚለው ነው። ባወጣ ባወርድ ከዚህ የተለዬ መፍትሔ ማግኘት አለመቻሌን ስለተረዳሁ መኪናዮ እንድትሸጥ ሳደርግ ለውጡን ደጋፊ የሆኑትን መምህራንን፣ ሰራተኞችንና ገበሬዎችን መገምገምና መለየት ጀመርኩ። ጓደኛዬ አቶ ፋሪስ ዳምጠው እንድተዋወቃቸው የነገረኝንም በማከል መጠቀሙን ቀጠልኩ። ከእነዚህ ወገኖች የማገኘውን መረጃ ለማጣራትና ትክክለኛነቱን ለማረጋገጥ ደግሞ በወቅቱ የመለመልኳቸውንና በኋላም ላይ ያመንኩባቸውን በጠቅላላው 5 ሰላዮች እንደ መረጃው

ውስብስብነት በየተራ እያስማራሁ ቀጠልኩበት። የመሬት ለአራሹ ዓዋጅ ከታወጀም በኋላ የገበሬ ማሕበር በመቋቋሙ ተጨማሪ የመረጃ ምንጮች ሆኑኝ።

በቆተት አካባቢ የጀመረውን ጸረ አብዮት እንቅስቃሴ፣ የአውራጃውን የውስጥ ሁኔታ፣ ከአባይ ማዶ የብቸናንና የሞጣን፣ በሸዋ በኩል የእነመስፍን ብሩን፣ በስከ ጀርባዬ የወረሂመኑንና የወረኢሉን፣ በጓሜዳ ማዶ የጎንደርንና የዋድላ ደላንታን ሁኔታና የጸረ አብዮት እንቅስቃሴ መከታተል ያዝኩ። ቃፊሮቼ እርስ በርስ እንዳይተዋወቁ ማድረጉ ለማገኘው መረጃ አስተማማኝ መሆን ወሳኝነት ስለአለው ከእያንዳንዳቸው ጋር የማደርገው ግንኙነት ጥንቃቄ የተሞላበት ነበር። ስለመረጃ አሰባሰቡ በተመለከተ መግለጫ እየሰጠሁ ትኩረት የሚሰጡበትን አንኳር ነጥቦችን አስጨብጣቸው ነበር። በተለይ ደግሞ የጸረ ዓብዮቱ እንቅስቃሴ በሁሉም አቅጣጫ እየጨመረ በሄደበት ወቅት፣ ጠላት ያለውን የሀይል ብዛት፣ የታጠቀው የመሳርያ ዓይነትና ብዛት ከነጥይቱ፣ የሚንቀሳቀስበትን አካባቢ፣ በህዝብ ዘንድ ያለውን ተቀባይነት፣ ለጥቃት የሚያተኩርበትን ቦታ፣ ማወቅ እንዳለባቻው አበክሬ እነግር ነበር። የሀይሉን ወይም በሚሰበሰብበት ግዜ የሰውን ብዛት ለመገመት ያስችላቸው ዘንድ እኔ ለቅስቀሳ ሕዝቡን በምሰበስብበት ግዜ እየቆጠርኩ የተሰበሰበውን ብዛት ባረጋገጥኩበት ዘይቤ አንድ የተወሰነ ስፋት ያለውን ቦታ በምሳሌነት በመጠቀም ጠላት የተሰበሰበበትን ቦታ ከዚህ ካሳየኋቸው ቦታ ጋር በማነጻጸር 2 ግዜ፣ 3 ግዜ፣ 4 ግዜ ወዘተ. ይበልጣል በማለት እንዲገምቱ፤ የተሰብሳቢውን ሁኔታ በተመለከተ ደግሞ ይህንኑ ያሳየኋቸውን ቦታ መሰረት በማድረግ ዘርዘር ብለው ወይም ጥቅጥቅ ብለው የተቀመጡ ወይም የቆሙ እያሉ እንዲገልጹልኝ በማድረግ አስተማማኝ የሆነ መረጃ አገኝ ነበር።

ከየአቅጣጫው የማገኘው መረጃ አሳሳቢና መጣራት ያለበት ሆኖ ሳገኘው በሶስት ሰላዮች እንዲጣራ ስለማደርግ፣ እዚህ ቦታ እንደዚህ እየተባለ ይወራል በሚል ግልጽ ያልሆነ አነጋገር ነግሬ ያጣሩ ዘንድ የመጀመርያውን ሰላይ ወደሚፈለገው ቦታ በቀጥታ ሄዶ የሚባለውንና ተጨባጭነቱን ዕለቱኑ አረጋግጦ እንዲመለስ፣ ሁለተኛውን ሰላይ ወደ ሌላ አቅጣጫ ሌላ ሁኔታ እንዲከታተልና እዝያው አድሮ በማግስቱ ወደሚፈለገው ቦታ እንዲሄድ፣ ሶስተኛውን ደግሞ በሌላ አቅጣጭ ሌሎች ጉዳዮችን እያደራ ካጣራ በኋላ በሶስተኛው ቀን ወደሚፈለገው ቦታ እንዲሄድ በማድረግ፣ ከተባለው ቀን በፊት ቢደርስ መረጃውን ሊያገኝ እንደማይችል በመግለጽ እያስማራሁ የያንዳንዱን መረጃ በተለያዩ ቀናት እየተቀበልኩ በመመዝገብ የመረጃዎቹን አንድነትና ልዩነት በመገምገም፣ የሚያጠራጥር ሁኔታ ከተከሰተ ቀሪዎቹን ሰላዮች በዚሁ መልክ በማስማራት ተጨባጭና አስተማማኝ መረጃ ነበር የማገኘው። ከዚህ በመነሳት ደግሞ ሸብር በመንዛትም ይሁን በሀገር ሽማግሎች በማስመከር ወይም በሌላ ዘዴ አስፈላጊ እርምጃ እወስድ ነበር።

የቃፊሮችን የመረጃ አሰባሰባቸውን ትክክለኛነት እጅግ በጣም አድርጌ ነው የማደንቀው። የእያንዳንዱን ቀንደኛ ጠላት ጥይት ይዞታ እንኳን ሲያጣሩ ጠብመንጃው ላንቃ ውስጥ ያለውን ሁሉ ነበር ቆጥረው የሚመጡት። አንድ ጊዜ በመስከረም ወር 1968 ዓ.ም ሳይንት ወረዳ ያሉት አባሎቻችን፣ የሚረዳ ጦር እንዲላክላቸው የረድዮ መልዕክት ደሴ አስተላልፈው ሰሚ ጆሮ በማጣታቸውና አደገኛ ሁኔታ ላይ መሆናቸውን ለመጨረሻ ጊዜ ሲያስተላልፉ አላስችል ብሎኝ፣ ፈጥኖ ደራሾችን ይዤ ልደርስላቸው ሄጄ ባይሳካልኝም በመመለስ ላይ እያለሁ የሻለቃ አያሌው ዘገየ ወታደሮችን ለስለላ አሰማርቼ ጠላት

መስከረም 18 ቀን 1968 ዓ.ም መካነ ሰላምን እንደሚወር ያመጡልኝን መረጃ ይበልጥ ለማረጋገጥ ሰላዮችን አሰማርቼ ቀኑ ትክክል መሆኑን፣ ለመውረር የሚመጡበትን አቅጣጫ፣ አብረዋቸው የተሰለፉትንና የመሪዎቹን ስም ሳይቀር ካጣሩ በኋላ ከአካባቢያችን ቀበሌ በተለይ ከሜታ እነ እገሌ ተባባሪዎቻቸው ናቸው። ያየናዎችን ለማግባባት ሞክረው አልበገር እንዳሏቸውና አንድም መሳርያ የያዘ ሰው ላለማሳለፍ ጥብቅ ጥበቃ እያደረጉ መሆናቸውን በተጨባጭ አቅርበዋል። የሜታ የሽፍቶች ተባባሪዎችን የገበሬ ማሕበር አመራሮች ተከታትለው ግንኙነቱን እንዲበጥሱ በማድረግ በተባለው ቀን ተግተልትሎ የመጣውን ወራሪ ሀይል መክተን ከተማዋን ከእልቂትና ከዝርፍያ ልናድናት ችለናል።

እነዚህ 5 ቃፊሮች አብዮቱን ከልብ የሚደግፉ በመሆናቸው ለውሀችሁ ብዬ ገንዘብ ስሰጣቸው አንዳንድ ጊዜ አንቀበልም እያሉ ሲሄዱ፣ አንዳንድ ጊዜ ደግሞ እጅ ያጥረኝና ፍራንክ ስለሌለኝ እንደምንም ተቸገሩ ብዬ የምሸኝበት ጊዜ በመኖሩ ወጭ አወጣሁ ማለት አልችልም።

የምሕረት ዓዋጅ

በሰላማዊ መንገድ ሰላም ለማስፈን፣ የሀይል ሚዛን ለመጠበቅና የጠላትን ሀይል ለማዳከም ከተጠቀምኩባቸው ዘዴዎች ውስጥ አንዱ የምሕረት ዓዋጅ ማወጅ ነበር።

በደንቆሮ ጫካ /ቆተት/ ጸረ አብዮተኞች እየተበራከቱ በመሄዳቸው በሽምግልናም ይሁን በሌላ ዘዴ ሰላም ላሰፍን እንደማልችል በሰከነ መልኩ ስለተረዳሁ በአውሮፕላን እንዳይደበደቡ በማስፈራራት፣ የፍየል ወጠጤ በቦረና አማጽያን ላይ እንዳይዘፈንበት እንዲጠነቀቁ፣ ሁኔታዎችን ባስተጋባም ከመባባስ በስተቀር መቀነስ አልቻለም። በእርግጥ በሰኔ ወር ላይ አውሮፕላኖቹ ባሳዩት እንቅስቃሴና ሳውንድ ቡም ለአንድ ወር ያህል መደናገጥን ፈጥሮባቸው ነበር። በኋላ ግን እንቅስቃሰያቸውን በማጠናከር ከንፋቸውን ሜታ ላይ በመዘርጋት ዝርፍያና ግድያ፣ የጭድ ክምር ማቃጠልና ሽብር መንዛቱ ተስፋፋ። በዚህ ላይ ክረምቱ በመግባቱ ለቅስቀሳም ሆነ ለሌላ ጉዳይ መንቀሳቀስ አልተቻለም።

በደልና ግፍ፣ ዝርፍያና ግድያ የደረሰባቸው አቤቱታ ያቀርባሉ። ፓሊሶች እንዳላሰማራ የሀገር ተወላጆች በመሆናቸው ደም መቃባት ከማስከተሉም ባሻገር በቂ ወታደር ባለመኖሩ ለጥቃት የሚያጋልጣቸው ሆነ። ማድረግ የምችለው ነገር ቢኖር አቤቱታውን በመረጃ የተደገፈ እንዲሆን ብቻ ነበር። ውጥረቱ እየተጠናከረ በሄደ ቁጥር የዝናቡ ማየል፣ የሙብረቁና የነጐድጓዱ መበራከት አንድ ከአሁን በፊት ያየሁትን የጭንቅ ፊልም አስታወሰኝ። ወይ ጉድ! ምን ባደርግ ይሻለኛል? እያልኩ አሰብኩ። ወረራው ቢጀምር የሚደርሰው እልቂት ታየኝ። ያ በሙብረቅና በነጐድጓድ የታጀበው ያየሁት የጭንቀት ፊልም በእኔ ላይ መድረሱን አስተዋልኩ። ጭንቅ ያለ መከራ የለ! እንደሚባለው ከዚህ ጭንቅና መከራ ይህንን ህዝብ ማዳን አለብኝ። መንግስትን አምኖ በደሉን እያቀረበ ምላሽ አለመስጠቱ፣ ተስፋ በመቁረጥ የጠላትን ጐራ ያጐለብትና ከፍተኛ የደም መፋሰስ ያስከትላል። ስለዚህ የምሕረት ዓዋጅ ባውጅ እንደሰንሰለት የተያያዘውን የጠላት ሀይል በመበጠስ ዓላማቸውን ማጨናገፍ እንደሚቻል አምኜ ይህንን ጉዳይ ከመፈጸሜ በፊት የስራ ባልደረቦቼ ጋር በመመካከር ለማንኛውም ነገር ይበጃል ብዬ የየመስሪያ ቤቱ

ሀላፊዎችንና የከተማዋን ፀጥታ ኮሚቴ ሰብስቤ በማስረዳት ሀሳቤ ተደገፈ። በሜታ አካባቢ አመጽ የፈጸሙት ሁሉ ሰው ከገደለ በስተቀር እስከ ሐምሌ 27 ቀን 1967 ዓ.ም ድረስ አውራጃው ጽሕፈት ቤት እየመጣ ምሕረት እንዲጠይቅ የ8 ቀናት ዕድል እንደተሰጠው የሚገልጽ ዓዋጅ ተጽፎ በየገበሬው ማሕበር አመራር አካላት በኩል እንዲሰራጭ አደረኩ። ከዚያም ባሻገር የአመራር አካላቱን በመሰብሰብ አመጸኞቹ በዚህ ዓዋጅ መሰረት ተጠቅመው ካልገቡ የሚከተለው መዘዝ አደገኛና አሰቃቂ እንደሚሆን ገልጬ፣ አሳምነው ይዘዋቸው እንዲመጡና በሚቋቋመው ኮሚቴ ፊት ቀርበው የፈጸሙትን ሁሉ ሳይደብቁ ገልጸው ምሕረት እንዲጠይቁ አድርጉ ብዬ ነበር። ዕውነቱን ከተናገሩ ለተበዳዩ ካሳ ከፍለው ምሕረት ይሰጣቸዋል። ከካዱ ግን ፓሊስ ጣቢያ ታስረው ባለን መረጃ መሰረት በወንጀል ተከሰው ፍርድ ቤት በመቅረብ ይወሰንባቸዋል። ስለዚህ ይህንኑ በግልጽ እያስረዳችሁ አምጧቸው በማለት ገለጽኩላቸው።

በተባለው ቀን ሁሉም ስለቀረቡ ኮሚቴው ተሰብስቦ ትክክለኛ መረጃ ያተያዘባቸውን ሰዎች ተራ በተራ በቅድሚያ እንዲገቡ በማድረግ የፈጸሙትን በደል እንዲገልጹ በሰፊው አስረድተናቸው እያለን ለመደበቅ እየሞከሩ ሲያስቸግሩን፣ በእኛ በኩል የምናውቀውን የፈጸሙትን ወንጀል እናነሳባቸው ነበር። በዚህ ቀን፣ በዚህ ሰዓት፣ እገሌ ቤት ከእነ እገሌ ጋር በመሆን እንደዚህ ካደረግህ በኋላ ይህንን፣ ይህንንና ይህንን መዝረፍህን እናውቃለን፤ ለምን ይልቅ ዕውነቱን አትናገርም። እኛ እኮ የፈጸምከውን ወንጀል ተናግረህ ምሕረት እንድትጠይቅ ብለን ነው እንጂ ታስረህ ፍርድ ቤት እንድትቀርብ ማድረግ አላቃተንም በማለት እናስረዳቸው ነበር። ከመሀከላቸው ጥላሁን ዘለቀ የተባለው ለመደበቅ ሞክሮ የፈጸመውን ወንጀል በዝርዝር ስንነግረው፣ እንዴ! ማን ነገሮዎት? ልክ ነው ፈጽሚያለሁ ብሎ በማመኑ የአነጋገሩ ሁኔታና የዋህነቱ ሁላችንንም አስገረመን። ሁሉንም በዚህ መልኩ እያሳመንን የተዘረፈው ንብረት እንዲመለስ፣ ካሳ እንዲከሠ በቦምብ ፍንጣሪ የተጐዱትን እንድያሳክሙ በማድረግ ተበዳዮችንና በዳዮችን ፊት ለፊት በማገናኘት እንዲታረቁ እያደረግን ተቀጣጥሎ የነበረውን አመጽ በማጥፋትና ከነ ከተማ ግዛው ጋር የነበረውን ሰንሰለት በመበጣጠስ ሜታ ሰላም እንዲሰፍንባት አደረግን።

የልማት እንቅስቃሴ

በአንድ ሀገር ውስጥ ዓብዮት ሲቀጣጠል ደጋፊም ተቃዋሚም እንደሚኖር ሳይታለም የተፈታ ነው። የቦረና አውራጃ አስተዳዳሪ ሆኜ መመደቤን ከዓወቅሁበት ቀን ጀምሮ ስራየን እንዴት መስራት እንዳለብኝ አሰላስልና መረጃ አሰባስብ ነበር። ቦረና፣ በአልጋ ወራሹ የከፉ ቀን መጠለያችን ትሆናለች በሚል ሰበብ አስባብ እንዳልለማች፣ የልማት መዋጮ ተብሎ ገንዘብ እየተሰበሰበ ይበላ እንደነበር፣ የመንገድ ስራ እየተጀመረ በመቋረጡ ቦረና በእህል በከብትና በማር የታወቀች አውራጃ ሆና እያለች ከደሴ ጋር የሚያገናኝ መንገድ አለመኖር፤ ስልክ፣ 2ኛ ደረጃ ትምህርት ቤት፣ ባንክ የመሳሰሉ ለኤኮኖሚዋ ዕድገትና ለልማት ወሳኝ የሆኑ ድርጅቶች የሌላት በአንጻሩ ግን በተለያዩ ምክንያት የተነሳ ሽፍታ የሚበዛባትና ሰላም ያጣች አውራጃ በመሆኗ በአንድ እጄ ፀጥታውን ለማስከበር ስጥር በሌላው እጄ ልማትን ማልማት እንዳለብኝ አምን ነበር። በተለይ ደግሞ ወሎ የተመደብነው የአውራጃና የወረዳ አስተዳዳሪዎች ሰሚናር ጨርሰን ወደየምድባችን ከመሄዳችን በፊት በዋናው አስተዳዳሪ መኖርያ ቤት ተጋብዘን ስንስነባብት በቅርብ ከሚያውቁኝ መካከል አሰፋ ይሞታል። በሰላም አይመለስም እያሉ

በሀዘን መልክ የተነጋገሩበት በጆሮዬ ሽው ስለአለ ይህ አባባላቸው ከፍተኛና የተለዬ እንቅስቃሴ እንዳደርግ ሞተር ሆኖኝ ነበር። መካነ ሰላም ከገባሁ በኋላ በአደረግሁት ጥናት መሰረት 3 ወሳኝ የሆኑ መሰረተ ልማቶችን መፈጸም እንዳለብኝ አቀድኩ። እነርሱም፣ 1ኛ/ ለማንኛውም የልማት እንቅስቃሴ ወሳኝ የሆነውን መንገድ የማሰራት፣ 2ኛ/ በመካነ ሰላም ከተማ ከ1ኛ ደረጃ ትምህርት ቤት ጋር ተዳብሎ ለተከፈተው 9ኛ ክፍል፣ የ2ኛ ደረጃ ትምህርት ቤት ሕንፃ ማሰራት፣ እና 3ኛ/ የስልክ መገናኛ ማቋቋም ነበሩ።

መንገድ የማሰራቱን ጉዳይ በተመለከተ በመንግስት በኩል እንዲሰራ ለመጠየቅ በዚህ በዓበዮቱ ማግስት የማይታሰብ ነበር። አማራጩ ሕዝቡን አስተባብሮ አቅም የፈቀደውን ያህል ማሰራት ነበር። ስለዚህም የመንገድ ስራ አስተባባሪ ኮሚቴ ማቋቋም ነበረብኝ። ይህንን ኮሚቴ በማቋቋም እየተወያየን ምን ማድረግ እንዳለብን በመወሰን ጥናት አካሄድን። ብዙ ወንዞች በመኖራቸው ብዙ ድልድዮች መሰራት ቢኖርባቸውም ለጊዜው ለመኪና አመች በሆኑት ወንዙን ረግጠው እንድያልፉ በሚያስችሉት በኩል መንገዱ እየተቀየሰ መሰራት እንዳለበት ታመነበት። በተለይ ወደ መካነ ሰላም መቃረቢያው ላይ ያለውን ወንዝ በክረምትም በበጋም ለመሻገር የሚያስችል የእግዜር ድልድይ አለ። መንገዱ በዝያ በኩል ቢቀየስ እንደሚሻል ሀሳብ ስለቀረበ ይህንኑ የእግዜር ድልድይ ያካተተ የእይታ ቅየሳ ለማድረግ የፈንጣጣዋን ሄሊኮፕተር ትብብር በመጠየቅ ተፈቅዶልን ከአንድ ሰው ጋር በመሆን እስከ ለጋምቦ ድረስ የመሬቱን አቀማመጥ በማየት መንገዱ ሊያልፍበት የሚገባውን አካባቢ ቃኘን። የእግዜር ድልድይ የተባለው ገደላማና ሰበርባራ ቦታ የበዛበት በመሆኑ ተሰረዘና የቅኝታችንን ውጤት ለኮሚቴው በመግለጽ ውይይቱ ቀጥሎ መንገዱ የሚያልፍበትን አቅጣጫ ከመካነ ሰላም እስከ አቀስታ ድረስ የሚገኙትን የአካባቢውን መጠርያና ርቀታቸውን በግምት በማስቀመጡ ተስማማን።

ከአቀስታ እስከ ደሴ ድረስ ክረምት ከበጋ ሊያስኬድ የሚችል መንገድ ስለአለ የእኛ ትግል ከመካነ ሰላም እስከ አቀስታ ያለውን በግምት የ100 ኪሎ ሜትር መንገድ ማሰራት ነበር። የደብረሲናና የከላላ ወረዳ ሕዝብ ተባብሮ ቢሰራውና ከዝያ በኋላ ደግሞ ከሳይንት ወረዳ ጋር የሚያገናኘውን መንገድ ለመስራት እንደሚቀጥል ሆኖ የተቀረውን ሕዝብ ለዝያኛው የመንገድ ስራ ማስተባበር ስለሚኖርብን በሁለቱ ወረዳ ሕዝቦች መንገዱን ለማሰራት የመንገዱን ስራ እስንት ቦታ ከፍለን ስንት ጭቃ ሹሞች በየትኛው አካባቢ በቡድን በቡድን ብናሰማራ እንደሚሻል ለመወሰን የየጭቃውን ሕዝብ ብዛት ማወቅ ነበረብን። ለዚህም በየጭቃው ሹምና የሚያጠራጥረንንም ሰዎች እየመደብን በማጣራት ለየን። የየትኛው ጭቃ ሕዝብ በየትኛው አካባቢና ከየት እስከየት ድረስ እንደሚሰራ፣ ከኮሚቴው አባላት ደግሞ እነማን በየትኛው አካባቢ በኋላፊነት ተመድበው የቅስቀሳውንና የመንገድ ስራውን እንደሚያስፈጽሙ መደብንና ቅስቀሳው እንዲጧጧፍ ተደረገ።

በመካከሉ ቀደም ሲል ከወሎ ክፍለ ሀገር የትምህርት ቤቶች ጽሕፈት ቤት ባለስልጣናት ጋር ተነጋግሬ አንዳንድ ሀሳቦችን ለግሰውልኝ ስለነበር የትምህርት ቤቱንና የስልኩን ጉዳይ ለመጀመር ይቻል ዘንድ ከትምህርት ሚኒስቴርና ከቴሌኮሙኒኬሽን ባለስልጣን ጋር መነጋገር ነበረብኝ። ለዚህም አዲስ አበባ ሄጄ በቴሌኮሙኒኬሽን በኩል ይህን ያህል ደንበኛ ካለና ይህን ያህል በይህን ያህል የሆነ ቤት መስራት ከቻላችሁ የቪ.ኤች.ኤፍ

ሬድዮ ቴሌፎን ልናስገባላችሁ እንችላለን በማለት የቤቱን ዲዛይን ሰጡኝ። በትምህርት ሚኒስቴር በኩል በወቅቱ ም/ሚኒስትር የነበሩትን አቶ አማረንና ሌሎች ባለስልጣኖችን፣ እንዲሁም በማሕበራዊ ጉዳይ ሚኒስቴር የሚመለከታቸውን በተናጠልና በስብሰባ ላይ በማነጋገር፣ የቦረና ወጣት ለመማር የሚጓጓና ጥሩ ውጤት የሚያስመዘግብ፣ ደሴ ድረስ በመሄድ ስንቁን ሰንቆ ይማር የነበረ ጠንካራ ወጣት እንደሆነ መመስከር የምችል፣ በአሁኑ ሰዓት ተፈቅዶለት 9ኛ ክፍል በመካነ ሰላም ከተማ ተከፍቶ በደባልነት እየተቸገር መማሩን፣ 2ኛ ደረጃ ትምህርት ቤት ቢሰራለት መካነ ሰላም አማካኝ ቦታ በመሆኑ የአካባቢው ወረዳዎችና ከቢቸና እና ከመርጦ ለማርያም የጎጃም ወረዳዎች መጥተው ሊማሩበት እንደሚችሉና ሌላም ሌላም አሳማኝ ምክንያቶችን በማቅረብ የ2ኛ ደረጃ ትምህርት ቤት እንዲሰራለት ጠይኩ። 2ኛ ደረጃ ትምህርት ቤት መካነሰላም ከተማ እንዲሰራ በትምህርት ሚኒስቴር ዕቅድ ተይዞለት ነበር። ነገር ግን መንገድ ስለሌለው በአማራጭነት በተያዘው ዕቅድ መሰረት ወረኢሉ ወረዳ ካቤ ላይ እንዲሰራ ተወስኗል በማለት አቶ አማረ ገለጹልኝ። በእኔ በኩል የመንገዱን ስራ በሕዝብ ትብብር በአጭር ጊዜ ውስጥ ማሰራት እችላለሁ! የ3 ወር ጊዜ ብቻ ከሰጡኝ አልኳቸው። ወኔየንና ስሜቴን አይተው ጥሩ! እስማማለሁ። አሰርተው እንደጨረሱ ያሳውቁኝና የመንገዱን ሁኔታ የሚያዩ ባለሙያዎች መድቤ ጥሩ መንገድ ነው ካሉ ትምህርት ቤቱ እንዲሰራ እፈቅዳለሁ አሉኝ። የተቋቋመውን የመንገድ ስራ ኮሚቴ፣ የደረሰበትን ደረጃ አስረድቸም በአሁኑ ሰዓት ሕዝቡን በመቀስቀስ ላይ እንደሚገኝ በመግለጽ ይህንኑ ቅስቀሳ የሚያጠናክር ቻይናዎች ተራራ እየደረመሱ የሰሩትን ልማት የሚያሳይ ፊልም እዚህ ካለ ከባለሙያው ጋር እንዲፈቅዱልኝ ጠየኳቸው። መኖሩንና በፈለግሁበት ቀን ሊልኩልኝ እንደሚችሉ ቃል ገብተውልኝ፣ ባለሙያው የፊልም ማሳያውን ይዞ የሚላክበትን ቀን ወስነውልኝ ተለያየን።

መካነ ሰላም ተመልሼ የፈጸምኩትንና ቃል የተገባልኝን ሁሉ ዘርዝሬ ለኮሚቴው በማስረዳቴ ሌት ከቀን በርትተን መስራት እንዳለብን ቃል ገባን። የፊልም ባለሙያው በተባለው ቀን ጀነሬተር፣ ፕሮጀክተርና ስክሪኑን ይዞ ከተፍ አለ። እየተዘዋወረ ፊልም የሚያሳይበትን ፕሮግራም ገለጽኩለትና የመካነ ሰላም ከተማ ሕዝብ ፊልሙን እንድያይ ማታ ከምሽቱ አንድ ሰዓት አስተዳደሩ ጽሕፈት ቤት እንዲገኝ ተደርጐ ፊልሙ ታዬ። ፊልሙን እንደተመለከታችሁት ሰው ከተባበረ ተራራ መደርመስ እንደማያቅተው እንደታዘባችሁ እርግጠኛ ነኝ በማለት ሰፋ አድርጌ በማስረዳት እነዚህ ደቃቃ ሕዝቦች የሰሩትን እኛ መስራት እንደማያቅተንና ይህንን ለመስራት ያቀድነውን የመንገድ ስራ በአጭር ቀናት ጊዜ ውስጥ እንደምናጠናቅቅ ቅንጣት ያህል እንደማልጠራጠር ገለጽኩላቸው። በፊልም የተደገፈው ቅስቀሳ በየቦታው ተኪያሂዶ እንደተጠናቀቀ የፀጥታው ሁኔታ ደፍርሶ ሕዝቡን በማስተባበር ፀጥታውን ለማስከበር ጦርነት ላይ ተሰማራሁ። በዚሁ ምክንያት ዕቅዱ ቢጓተትም፣ ፀጥታውን አስከብሬ እንደተመለስኩ ስብሰባችንን ቀጥለን ሁኔታውን በማመቻቸት ላይ እንዳለን አንድ ለረዥም ወራት የተለየሁት እንግዳ የሆነ የመኪና ድምጽ ሰምቼ ከቢሮዬ ስወጣ አንድ ላንድ ሮቨር መኪና አየሁ። ከውስጡ ሰዎች ወረዱና ከትምህርት ሚኒስቴር ተልከው እኔን ለማነጋገር እንደመጡ ገለጹልኝ። ይዣቸው ወደ ቢሮዬ ገባሁና ለመሆኑ እንዴት ልትመጡ ቻላችሁ? ስንት ቀንስ ፈጀባችሁ? ብዬ ስጠይቃቸው መካነ ሰላም ለመድረስ 3 ቀን ነው የፈጀብን፣ የግድ እርስዎን ማግኘት ስለነበረብን ችግሩን ተቋቁመን በየማሳውና

በየጫካው ነው የመጣነው። ስለዚህ በመንገዱ ምክንያት ትምህርት ቤቱ ሊሰራ ስለማይችል ይህንኑ ልናሳውቀዎት እንሻለን አሉኝ።

አንድ ትብብር ልጠይቃችሁ? አልኳቸውና አንድ ሳምንት ያህል እዚሁ ልትቆዩ ከቻላችሁ መንገዱን በ3ቀን ጊዜ ውስጥ አሰርቼ ስትመለሱ ትሄዱበትና ውሳንያችሁን መወሰን ትችላላችሁ ስላቸው፣ የመጠራጠር ሁኔታ እየታየባቸው ይህንን ማድረግ ከቻሉ መቆየት እንችላለን አሉኝ። እንግድያውስ መንገዱ እስኪሰራ ድረስ ሕንፃው የሚያርፍበትን ቦታ እንድትወስኑ ከእኔ ጋር እየተዘዋወርን ትመርጣላችሁ ብዬ ቀጠርኳቸው። ኮሚቴው በአስቸኳይ እንዲሰበሰብ አድርጌ የመንገዱ ስራ ማክሰኞ ጧት ስለሚጀመር በየምድብ ቦታችሁ ሄዳችሁ ሕዝቡ በየቤቱ ያለውን የልማት መሳርያ ይዞ፣ የ3ቀን ስንቁን ሰንቆ፣ መንገዱን እንዲሰራ አውጃችሁ አሰሩ። በ4ኛው ቀን እዚህ እኔ ቢሮ ተገናኝተን የስራ ውጤታችንን ሪፓርት አድምጠን እንወስናለን ብዬ አሰናበትኳቸው። የእኔ ምድብ አጠቃላዩን ስራ ለማስተባበር ያመቸኝ ዘንድ ከመካነ ሰላም ከተማ እስከ ወንዙ ድረስ የሚጠረገውንና የሚስተካከለውን ማስጠረግና ማስተካከል ሲሆን በመጀመርያው ቀን እንዲጠናቀቅ አድርግያለሁ። ዋናውና ወሳኙ ጉዳይ ግን ሰኞ ዕለት ሶዬ ገበያ ለተሰበሰበው ሕዝብ ዓዋጁን ማስነገር ነበር። ከአሁን በፊት አድህርያን እኔን ለማስጠላት ብለው ያልሆነ ወሬ ይነዙ በነበረበት ጊዜ ወድያውኑ ማስተባበያ እየሰጠሁ አከሽፍባቸው ነበር። የቦረና ሕዝብ የመንገድ መከፈት ጉጉት ስለአለው ለመንገድ ስራ በነቂስ እንደሚወጣ ሙሉ ዕምነት ቢኖረኝም በሳይንት ወረዳ ጦርነቱ አብቅቶ ሰላም ከሰፈነ በኋላ መካነ ሰላም እንደተመለስኩ፣ "አሁንማ ገዥው ደም ሸቷቸዋል! ይፈጁናል"! እያሉ የነዙትን ወሬ የመንገዱን ስራ በተመለከተ ዓዋጅ ሲታወጅ ሕዝቡ ከመቅጽበት ነቅሎ እንዲወጣ ተጽእኖ ያሳድርበታል ብዬ አሰብኩ። ጉዳዩንም ሳላስተባብል ትቸው ነበርና ዓዋጁን የሚነግሩ ሰዎች መድቤ በቀድሞው ባሕል መሰረት "ዓዋጅ! ዓዋጅ! ዓዋጅ! የደበሎ ቅዳጅ! ያልሰማህ ስማ! የሰማህ ላልሰማ አሰማ! ከነገ ጧት ጀምሮ የመንገዱ ስራ ስለሚጀመር፣ ዶማ ያለህ ዶማህን፣ መራጃ ያለህ መራጃህን፣ ድጅኖ ያለህ ድጅኖህን፣ አካፋ ያለህ አካፋህን፣ ይዘህና! የ3 ቀን ስንቅህን ሰንቀህ በየተመደብክበት እንድትገኝ ተ...ብ...ለ...ሀ...ል!" በማለት አሳወጅኩ።

እነዚህን የቦረና ሕዝብ እንግዶች ብዙ አማራጭ ቦታዎችን እየተዘዋወሩ እንዲመለከቱ አድርጌ ቦታውን መርጠው የሚፈልጉትን መረጃ ሲወስዱ በ3ኛው ቀን ወደ ማታ ላይ በመካነ ሰላም ከተማ አቅራቢያ የተሰማሩት ሕዝቦች ሆ! እያሉና እየጨፈሩ ስሜታቸውን ገልጸው ሄዱ። በ4ኛው ቀን ጧት የመንገድ ስራ አስተባባሪዎችን ሰብስቤ የእያንዳንዱን ሪፓርት በማድመጥ ሕዝቡ ገደሉን ደርምሶ ተዓምራዊ ስራ እንደሰራ ገመገምንና ደስታችንን በመጨባበጥ በሳቅና በውካታ ገለጽን። የትምህርት ሚኒስቴር ተወካዮቹን ስለአደረጉልን ትብብር በራሴና በቦረና ሕዝብ ስም አመስግኜ የተሰራውን መንገድ እየተመለከቱ መሄድ እንደሚችሉ ገልጬ፡ ውጤቱን በቴሌግራም እንድያሳውቁኝ በመጠየቅ አሰናበትኳቸው። በማግስቱ የቴሌግራም መልዕክት ደረሰኝ። ይዘቱም "ፈጽሞ ማመን የማይቻል ተዓምራዊ ስራ ነው የተሰራው። ደሴ ለመግባት በጠቅላላው 8 ሰዓት ብቻ ነው የፈጀብን። ትምህርት ቤቱ መካነ ሰላም እንዲሰራ ስለተወሰነ እንኳን ደስ ያለዎት!" የሚል ነበር። ውጤቱን በጉጉት ይጠባበቅ የነበረውን ኮሚቴ ሰብስቤ ስገልጽለት ጮቤ ረገጠ። እርስ በርስ እየተቃቀፈም ስሜቱን ገለጸ። ይህን ውጤት ሕዝቡ ያውቀው ዘንድ እንዲነግሩ አሳስቤም ተነገረ።

የመንገዱና የትምህርት ቤቱ ስራ በዚህ መልኩ ሲፈጸም የስልክ ቤቱን በተመለከተ የከተማዋን ሕዝብ ሰብስቤ በከተማችን ስልክ እንዲገባ ለማድረግ ቢያንስ የተወሰኑ ደንበኞች መኖር ስለአለባቸው በየቤታችሁ ስልክ ማስገባት የምትችሉ በአስተባባሪ ኮሚቴው በኩል በአስቸኳይ ተመዝገቡ። የስልክ ቤቱን በተሰጠን ፕላን መሰረት በጉልበት፣ በማቴርያልና በገንዘብ መዋጮ እናሰራለን አልኩ። ስልክ ለማስገባት የሚፈልጉ ደንበኞች ብዛት ከተጠበቀው በላይ በመሆኑ የስልክ ቤቱን ስራ እንዲጀመር አስደረኩ። የስልክ ደንበኞችን ብዛትና የስም ዝርዝር በማካተት የቤቱ ስራ እንደተጀመረ የሚገልጽ ደብዳቤ ለቴሌኮሙኒኬሽን ባለስልጣን ጻፍኩ። ቤቱ አስቀድሞ ቢጠናቀቅም የፀጥታው ችግር በመከሰቱ መዘግየቱ ግድ ሆነ። ያም ሆነ ይህ ትምህርት ቤቱና ስልኩ እኔ ከተዛወርኩ በኋላ ስራ ቢጀምርም 3ቱ ዕቅዶቼ ግባቸውን ስለመቱ ረክቻለሁ።

ፀጥታ የማስከበርና ሰላም የማስፈኑ ስራ

ይህን ወሳኝና ጠቃሚ የሆነ ጉዳይ ተግባራዊ ለማድረግ የሚያስችል ኢትዮጵያ ትቅደም የሚለው የዓብዮቱ ፍልስፍናና የለውጡ ቅስቀሳ፣ ጦርነት ከመጀመሩ በፊትና ከተጀመረ በኋላ፣ የተደረገውን ጥረት በዳያሪዬ ላይ በሰፊው ገልጨዋለሁ። በዚህ ርእስ ላይ ማብራርያ የሚሹትንና ያልተገለጹትን ለማካተት እሞክራለሁ። የመከላከል ሀይሌን ማጠናከር ስለአለብኝና የነበረው የፓሊስ ሀይል ተቀንሶ ለሌላ ግዳጅ በመነሳቱ ቦረና ሽፍቶች የበዙባት እንደመሆኗ መጠን ከተቻለ ሁሉንም አሳምኜ ፍጹም ወደ ሆነ ሰላማዊ ኑሮ መመለስ ካልተቻለ ደግሞ ከጐኔ ተሰልፎ አጋር የሚሆነኝን መምረጥ ነበረብኝ። የእነ ፍላቴን፣ አያሌው ዘገየን፣ ጋሻውንና የሌሎቹን ማንነትና ምንነት በዝርዝር ማጥናትና ከሽፍትነት ተግባራቸው ሙሉ ለሙሉ ተላቀው ሰላማዊ ሰዎች እንዲሆኑ የማድረጉን ጉዳይ እንደ አመችነቱ ቀጥየበት ነበር። ሆኖም ይመለሳሉ የሚል ዕምነት በማጣቴ በአስተማማኝ ሁኔታ ከጐኔ ሊሰለፍ ወደ ሚችለው በማዘንበል ከሌሎቹ የተሻለ ቅንና ታማኝ፣ በቀድሞው መንግስት በምሕረት የገባና 500 ባለ ብረት ሀይል ያለውን አያሌው ዘገየን መረጥኩ። እቢሮዬ በማስጠራት ስለዓብዮቱ አመጣጥ፣ ስለኢትዮጵያ ትቅደም ፍልስፍና፣ ስለእኔ ተልዕኮ ለብዙ ቀናት በተከታታይ መግለጫ ሰጠሁ። "ቦረና ብዙ ሽፍቶች አሉ። ሽፍታ የሕብረተሰቡን ሰላምና ፀጥታ የሚያደፈርስና የልማት እንቅፋት በመሆኑ ከተቻለ በሰላም ካልተቻለ ደግሞ በሕዝቡ ተሳትፎ ማስወገድ የሚል ዕምነት አለኝ። ኢትዮጵያን ወደ ፊት ለማራመድ የሁሉንም ርብርቦሽ የሚጠይቅ እንደ መሆኑ መጠን አንተም ልታበረክተው የምትችለውን ድርሻ ማበርከት ይኖርብሀል" አልኩት። ብዙ ውይይት ካኪያሄድን በኋላ በ3ኛው ቀን አመለካከቱን ገምግሜ አንድ ጥያቄ አቀረብኩለት። ይኸውም፣ ሲያመችህና እኔ በየወረዳው በምንቀሳቀስበት ጊዜ ከጐኔ በመሰለፍ ልታጅበኝ ትችላለህ ወይ? የሚል ነበር። እርሱም አብዛኛው የቦረና ሽፍታ እኮ ሊሸፍት የተገደደው በገዥዎች በሚደርስበት በደል የተነሳ ነው። ለውጡ ደግሞ ያንን ጨቋኝ መንግስት አስወግዶ ሕዝቡን የሚያገለግል ገዥ ልኮልናል፤ ከዚህ ሌላ የምንፈልገው ነገር የለም። ስለዚህ እኔ ላጅብዎት ፈቃደኛ ነኝ በማለቱ ስለቅን አስተሳሰቡ አመስግኜ እንደአስፈላጊነቱ መልዕክት እየላክሁበት እንድያጅበኝ እንደማደርግ ነግሬው የሞቀ ሰላምታ ሰጥቼ አሰናበትኩት።

ከዚህ ጊዜ ጀምሮ በፈለግሁት ቁጥር ስልክበት 20 እና 30 ባለብረት ወታደሮቹን ይዞ እያጀበኝ በመሄድ ለሕዝቡ የምሰጣቸውን መግለጫዎች በየጊዜው እያዳመጠ ዓንደበቱ

ውስጥ ስለሰረጸ፣ እባክዎን ሻለቃ! እስኪ እኔ በሚገባው ቋንቋ ለሕዝቡ እንድገልጽ ይፍቀዱልኝ ብሎኝ ፈቅጀለት በሚገርም ሁኔት እየገለጸ በማሳመኑ በሄድኩበት ቦታ ሁሉ ሰላምታ በማስቀደም እራሴን አስተዋውቄ አያሌው እንዲገልጽ አደርግ ነበር።

የፀጥታው መደፍረስ እየተባበሰ በሄደ ቁጥር "ቆይ ክረምቱ ገብቶ የተዘራው በቆሎ ይደግ" እያሉ የሚፎክሩት ሁሉ በቃፊሮቼ አማካኝነት ይደርሰኝ ስለነበርና ሀይል እንዲላክልኝ ጠይቄ ተቀባይነት ስለአጣሁ አውሮፕላን እንዲበርልኝና ከአወጅኩት የምሕረት ዓዋጅ ባሻገር አንድ ሀይል ማግኘት ነበረብኝ። ክረምቱ እስኪያልፍ ድረስ አበላቸውን እጥፍ በማድረግ ለመካነ ሰላም 100፣ ለአጅባር 50 ባለ መሳርያ ነጭ ለባሽ ወታደሮች ማስመጣቱ አማራጭ አልነበረውም። ይህንኑም በጉባኤ አስወስኜ ክፍለ ሀገሩን ለማስፈቀድ የፈንጣጣዋን ሄሊኮፕተር ትብብር ጠይኩ። ሄሊኮፕተሯም ስለመጣችልኝ በአጅባር በኩል አድርጌ ጁ/ቴክ ሀይሉ ይላላን በማግኘት፣ አበላቸውን እጥፍ በመክፈል 50 ባለብረት ነጭ ለባሾች እንድያስገባ ነግሬ ስለ ፀጥታው አሳሳቢነት ተወያየሁ። "ምናልባት ጥቃቱን ከአንተ የጀመሩ እንደሆነ የባላቤትህ እዚህ መሆን ችግር ሊፈጥርብህ ይችላል። የሀይል ሚዛኑ ወደ ጠላት የሚያጋድል ከሆነ ዝም ብሎ እዚሁ ከማለቅ ማፈግፈግ ስለሚኖርብህ እንደልብህ ለመንቀሳቀስ ትችል ዘንድ ባለቤትህን ዘመዶቿ ወደአሉበት ወደ ደሴ ልውሰድልህ" ብዬው በመስማማቱ ወሰድኩለት። የጉባኤውን ውሳኔም ዋናው አስተዳዳሪ ስለደገፉልንና የአበሉንም ጉዳይ ለግምጃ ቤቱ ስለተጻፈ ውሳኔውን ይዤ ተመለስኩ።

በሌላ በኩል ደግሞ ቀደም ሲል ጀምሮ በሕዝቡ ዘንድ ያለኝን ተቀባይነት ለማረጋገጥ፣ ካሰማራኋቸው ቃፊሮች ሌላ የፀጥታውንም ሆነ የማንኛውንም እንቅስቃሴ ለማወቅ የቀድሞዎቹ ገዥዎች /ነገስታት/ የሚጠቀሙበትን ዘይቤ "እረኛው ምን አለ?" የሚለውን በየጊዜው እከታተል ነበር። የእኔን ስም በመጥቀስ፣ የዓብዮቱን ሁኔታ፣ የመሬት ለአራሹን ዓዋጅ፣ የፀጥታውን ሁኔታ፣ በጦርነቱም ጊዜ የነበረውን ሁሉ እረኞቹ በያሉበት በዘፈን ይገልጹት ነበር። የእረኛው መልዕክት የሕዝቡን ትክክለኛ የልብ ትርታ እየሰማሁ እንደ ሁኔታውና እንደ አስፈላጊነቱ በማመቻቸት ለመስራት ስለአስቻለኝ በጣም ጠቅሞኝ ነበር። ግጥሞቹን እየጻፉ ያመጡልኝን ጽሑፎች ዳያሪዬ ላይ በስቴፕል አያይዤ አስቀምጫቸው በድንገት በወያኔው በመባረሬ ባለቤቴ ዳያሪየን ስታመጣልኝ ተገንጥለው በመጥፋታቸውና በዚህ መጽሐፍ ላካትታቸው ባለመቻሌ የውስጥ እግር እሳት ያህል ያንገበግበኛል።

ሰላም ለማስፈን ከተጠቀምኩባቸው ዘዴዎች መካከል አየር ሀይል ውስጥ የሚገኙትን የሳይንት ልጆች ስለፀጥታው ሁኔታ አስረድቼ ዕረፍት ወስደው በመምጣት ሕዝቡን እንድያሳምኑ ማድረጉ ጠቀሜታ ነበረው። ሊ/ኤክማን ታደሰ ልመንህ በክረምቱ ዕረፍት ወስዶ መግለጫ ሲሰጥ ሰንብቶ አጅባር ከተማ ከተወረረች በኋላ እርሱን ለመግደል በመዶለቱ ዘመዶቹ ደብቀውት በመቆየት የጦሩን አጅባር መግባት በመስማታቸው እየተታኮሱ ሕይወቱን አድነው ከእኔ ጋር እንዲቀላቀል አደረጉ። ታደሰ ጋር ተሳስመን ዘመዶቹ ስለአደረጉት ትብብር አመስግኘና ጥይት ሸልሜ አሰናበትኳቸው። ታደሰንም ሄሊኮፕተር አግኝቶ እስኪሄድ ድረስ ጠብመንጃ ሰጥቼ ከእኔ ጋር አቆየሁት። በጥቅምት ወር 1968 ዓ.ም በነበረው ጦርነት ተሳትፎ፣ ቁስለኛ የምታነሳ ሄሊኮፕተር እንደመጣች

❖ *መለስ ብዬ ሳየው*

ስለ ሁኔታዬ የምትጨነቀውን ባለቤቴን የምታረጋጋ ትንሽ ማስታወሻ እንዲሰጥልኝ አደራ ብዬ ሸኙሁት።

እኔ በአለሁበት አውራጃ የነበረው የፀጥታ መደፍረስ የጠበቅሁት በመሆኑ እንግዳ ባይሆንብኝም በጣም የገረመኝና ያንገበገበኝ ጉዳይ ትክክል ያልሆነና ባለቤቴን የሚያስጨንቅ ወሬ ደብረዘይት በመናፈሱ ነበር። አሰፋ በጦርነቱ ተገድሏል ተብሎ በመወራቱ ባለቤቴን ሊያረዷት ሄደው፣ መንግስት እንደወሰደው መንግስት ነው የሚያረዳኝ። አልቀበላችሁም ብላ እንዲሄዱ አደረገች። ጥቂት ሰንበትበት በማለት ደግሞ አሰፋ አልሞተም። ግን እግሩን ተመትቶ ቆስሏል ሲባል የሰነበተውን ሊ/ኤክማን ታደሰ በአካል ተገኝቶ ስለእኔ ደህንነት ከገለጸላትና በእጄ የጻፍኳትን ማስታወሻ ከሰጣት በኋላ መረጋጋት መቻሏ መልዕክት ደረሰኝ። ሸክም የቀለለልኝን ያህል ተነፈስኩ። ስራየንም በአንድ ልብ ለመስራት በቃሁ።

ጦርነቱ አብቅቶ የሸፈተውና የሸሸው ሕዝብ በምሕረት ዓዋጅ እንዲገባ፣ ሰላም ሰፍኖ፣ ወደ ልማቱ እንዲያተኩርና ወታደሩንም ለማሰናበት እንዲቻል፣ በአንድ በኩል የስርቆትና የውንብድና ተግባር የሚፈጽሙትን እንቀጣ ነበር። በተለይ እኔ አውራጃ አስተዳዳሪ ከመሆኔ በፊት 7 አህዮች ከተጫኑት ምስር ጋር ከነጋዴ ላይ የዘረፉትን ሰዎች በአውራጃው ጉባኤ ውሳኔ እንዲመልሱ ታዘው አሻፈረኝ ብለው ያልመለሱትን፣ የዝያው አካባቢ ሕዝብ ይዞ አጅባር ድረስ እንድያቀርባቸው በማድረግ ቀጣን። የተዘረፈውን ለባለቤቱ አስረከብን። በሌላ በኩል ደግሞ የገበሬ ማሕበር ማቋቋሙ ወሳኝነት ስለነበረው እያንዳንዱ ቀበሌ በወጣለት ፕሮግራም መሰረት፣ አንካሳው በምርኩዝ እውሩ በመሪ አጅባር ከተማ ድረስ መጥቶ የገበሬ ማሕበር ካላቋቋመ መሬቱን ይነጠቃል የሚል ዓዋጅ አስተላልፈን በመስራት ላይ እያለን አጅባር ያለው ወታደር በአስቸኳይ እንዲነሳ የሚል የቴሌግራም መልዕክት ደረሰኝ። ስለአካባቢው ፀጥታ ሁኔታ በግንባር ቀርቤ ለማስረዳት እንድችል ሄሊኮፕተር ይላክልኝ ብዬ ሙቶ አለቃ አሊ ሙሳን በመጠየቄ ተፈቀደልኝ። ሶስት ወር ሙሉ ሌትና ቀን ከላዬ ላይ ሳይወልቅ፣ ጃኬቴ ቅቤ የተቀባ የመሰለውን ዩኒፎርሜን ለብሼ ጐተናየንና ጂሜን አንዝርግጌ በተላከችልኝ ሄሊኮፕተር፣ መርሆ ግቢ ለማረፍ በምትመቻችበት ጊዜ ግቢው በሕዝብ ተሞልቶ አየሁት። ዓርፋ ከሄሊኮፕተሯ እንደወረድኩ ጭብጨባውና ጩኸቱ አስተጋባ። ጀግናው አሰፋ እየተባለም ከወድያም ከወዲህም ሲነገር ሰማሁ። የእኔ የውግያ እንቅስቃሴ በማስተላልፈው ቴሌግራም የፓሊስ ሰራዊት ባለበት ሁሉ በመላው ሀገሪቱ ያስተጋባ ነበር። በተለይም ኋላ ላይ እገልጸዋለሁ ለደርጉ ም/ሊቀመንበር ለኮሎኔል መንግስቱ ሀይለማርያም ያስተላለፍኳቸው ቴሌግራሞች የፓሊስ ሰራዊቱን አንጀት ያራሱ ነበሩ። በዚህም ስሜ በደሴ ከተማ ስለናኘ እኔን ለማየትና ለማድነቅ የመጣ ለመሆኑ በአንዳንድ ሰዎች ስለተነገረኝ የመንፈስ ኩራት ተሰማኝ። አንዳንድ ፓሊሶችም ሆነ ብለው ፈልገው በማግኘት "ብዙ አባሎቻችን በጠላት በተከበቡበት ወቅት ዕርዳታ ይላክልን እያሉ ምላሽ ሳያገኙ በመደምሰሳቸው" ሌሎቹ አባላት የእኛም ዕጣ አንድ ቀን እንደዚህ ይሆናል ብለን ትካዜ ላይ እያለን፣ የትዕዛዝ ሰንሰለት ጥሰው ለጓድ ም/ሊቀመንበሩ ባስተላለፉት ቴሌግራም ምክንያት በደርግ ዘመቻ መኮንኑ የተላለፈለዎትን የዘለፋ ውርጅብኝ የመለሱት መልስ አስፈንድቆናል። ቴሌግራም ያለው የፓሊስ ጣቢያ ሁሉ ሰምቶት አድንቆዎታል ብለው ገልጸውልኛል።

ከሙቶ አለቃ አሊ ሙሳና ከዋናው አስተዳዳሪ ጋር ተገናኝቼ ጦሩ ያለአንዳች ቅድመ ዝግጅት ቢነሳ ፀጥታው እንደገና ደፍርሶ የሕዝብ እልቂት ስለሚደርስ በአቀድኩት መሰረት የገበሬ ማሕበር በወረዳ ደረጃ ተቋቁሞ የፀጥታውን ማስከበር ሁኔታ ለማሕበሩ ማስተላለፍ እንዳለብኝና ይህንንም ለመተግበር ከአንድ ወር ያልበለጠ ጊዘ እንደሚያስፈልገኝ በሰፊው አብራርቼ በማሳመን ተቀባይነትን አገኘሁ። በሄሊኮፕተር አለመገኘት ምክንያት ለ4 ቀን ያህል እንደምቆይ ስለተነገረኝ ባለቤቴ ልጆቻችንን ይዛ ለማግስቱ ደሴ እንድትመጣ ደውየላት ስትመጣ ዋናው አስተዳዳሪ ቤት አድሬ ገላየን ታጥቤ ልብስ ብቀይርም ባለቤቴ ጺጉሬንና ጺሜን እንድታይ ስለፈለግሁ እንዳለ ትቸው ነበር። ከአውቶቡሱ ወርዳ አጠገቧ ደርሼ ፈገግ እስክል ድረስ እርሷም ሆነች ልጆቻችን አላወቁኝም ነበር።

ተቃቅፈን ተሳስመን በሰላም በመገናኘታችን ለፈጣርያችን ምስጋና አቅርበን በ4ኛው ቀን ጧት አሰናብቻቸው እኔም አጅባር ሄጄ የማደራጀቱን ስራ ቀጠልኩ። የገበሬ ማሕበሩ በቀበሌ ብቻ ሳይወሰን በወረዳ ደረጃም ተቋቋመ። በርከት ያሉ ፓሊሶችም በመመደባቸው መግለጫ ሰጥቼ በመሰናበት ታህሳስ 9 ቀን 1968 ዓ.ም ተነስተን መካነ ሰላም ገባን።

መካነ ሰላም ተመልሸም ፀጥታው ገና ያልለየለት በመሆኑ በ3 አቅጣጫ ተወርረን ከመጠቃታችን በፊት የበስከ ጀርባ ጠላታችንን ማጽዳት ነበረብኝ። ያ ከቤተሰቦቼ ጋር ቀላቅሉኝ ብሎ ለምኖ የፈቀድኩለት መከተ ዓምዴ በዋሮ በኩል አልፎ ሊያጠቃን ከሞከረውና በሕዝቡ ተመትቶ ከተመለሰው ከአሊ ፋሪስ ጐን መሰለፉ አልበቃ ብሎት ከጎጃም ሽፍቶች ጋር ተስማምቶ ለጥር 5 ቀን በስከ ጀርባችን ሊያጠቃን ተዘጋጀ። ስለዚህም የሱን ሀይል አስቀድሜ መደምሰስ ነበረብኝ። ምስጢሩን ለሻለቃ አያሌው ዘገየ ብቻ ገለጽኩ። መከተ ዓመዴና ወንድሞቹ እጃቸውን በሰላም ከሰጡ መልካም ካልሰጡና ከተኮሱብህ ተዋግተህ ደምስሳቸው አልኩት። ወታደሮቹን ሰብስቤ ደግሞ በአንድ እግረኛ ጦር አደረጃጀት መሰረት በጓድና በሙቶ በመመደብና መሪዎቹን በማሳወቅ አደራጀሁ። ነገ ጧት ወደ አንድ ቦታ ሄዳችሁ ጠላት ታጠቃላችሁ የቦታውና የጠላቶቹ ማንነት እቦታው ስትደርሱ ይገለጽላችኋል። ሻለቃ አያሌው በሚሰጣችሁ መመርያ መሰረት ግዳጃችሁን ትፈጽማላችሁ በማለት ጥይት እንዲታደሉ አድርጌ አሰናበትኳቸው።

በማግስቱ እንደታዘዙት እቦታው በመገኘት የእነ መከተን ቤት ከበው እጃቸውን በሰላም እንዲሰጡ ጠይቀው፣ እሺ እናስብበት በማለት አታለው ሰብረው ለማለፍ ተኩስ ከፍተው አንድ ሰው ገድለው አንድ ሌላ ሰው ስለአቆሰሉባቸው ውግያው ተፋፍሞ 2 የመከተ ወንድሞች ሲደመሰሱ ሌሎቹ አምልጠው ሄዱ። ረፋዱ ላይ ቁስለኛ የማነሳበት ቃሬዛ ላኩልኝ የሚል መልዕክተኛ ስለተላከብኝና በአጋጣሚ የፈንጣጣዋ ሄሊኮፕተር በመምጣቷ ቁስለኛ እንድያነሱልኝ ትብብራቸውን ጠይቄ እኔም እቦታው አብሬ ሄድኩ። ቁስለኛውን አንስተን መካነ ሰላም በማምጣት የተቦደሰው ሆዱ የመጀመርያ የሕክምና ዕርዳታ ተደርጐለት ለዋናው አስተዳዳሪ ለክቡር ኮሎኔል ጌታሁን እጅጉ ማስታወሻ በመጻፍ እንዲታከም ወደ ደሴ ላክሁት። የበስከጀርባችን ጠላት በዚህ መልኩ ሲከሽፍ የጐጃሙ ደግሞ ከአጅባር ስንመለስ አቀባበል በተደረገልን ጊዜ በአዝማሪው አማካኝነት ያስተላልፍኩት ግጥም ስለአሸበራቸው ስብሰባ አደረጉበት ቦታ ላይ ቃፊሮቸን ልኬ በአገኘሁት መረጃ መሰረት "የቦረናው ደርግ ግምባር ያለው ደርግ ስለሆነ ያዋርደናልና

የቢቸናን ጦር ደምስሰን ጠብመንጃና ጥይት ከማረክን በኋላ ለጥር 26 ቀን እንውጋው" በማለት የቀጠሮአቸውን ቀን ለወጡ። የቢቸናን ጦር ለማጥቃት ሲጓዙ ጦሩ እንደአጋጣሚ አሰሳ ለማድረግ በተንቀሳቀሰበት ጊዜ ጉብታ ቦታ ላይ ተገናኝተው ሲታኮሱ ከቆዩ በኋላ ውግያውን ሊቋቋሙት ባለመቻላቸው "የቦረናው ደርግ በውልብልቢት (ሄሊኮፕተር) መጥቶ ነው የወጋን" በማለት ሸሹ። የመካነ ሰላም መወረርም በዚሁ አከተመ።

ያ በየአውራጃዎቹ በተለይ ደግሞ በምዕራብ አውራጃዎች ይኪያሄድ የነበረው አመጽ የሚቋረጥ አልነበረም። ፊውዳሎቹ ተረባርበው ብዙዎቹን አውራጃዎች ደምስሰው የቦረናን አውራጃ መደምሰስ ባለመቻላቸው ፊታውራሪ አሊ ፋሪስ የወረሒመኑን ሕዝብ አስተባብሮ እኔን በመደምሰስ የቦረናንም ሕዝብ ግሸን ማርያም ድረስ ይዞ እንዲመጣና ደሴን አንድ ላይ ሆነው እንዲወሩ ታቅዶ ነበር። አሊ ፋሪስ በዋሮ በኩል ሞክሮ በለጋምቦ፣ በአምባፈሪትና በእዋ ሕዝብ ተመቶ ዓላማው ከሽፎበት ሳይሳካለት ቀረ። ደሴን ከወረራ ለማዳን ዋናው አስተዳዳሪ ሀይል እንዲላክላቸው ወትውተው በስንት መከራ ስለተላከላቸው ኩታ በር ላይ በተደረገው ርብርቦሽ በአብዮቱ አሸናፊነት ተጠናቀቀ። ጠላት የአሊ ፋሪስን ጦር ባይጠብቅና ቀድሞ ቢሄድ ኖሮ ደሴ ያበቃላት ነበር። ነገር ግን የቦረና ሕዝብ በጠላት አለመበገር ስለአዘገያቸው ደሴን ከወረራ ለማዳን አስተዋጽኦ እንዳደረገ አምንበታለሁ።

የተሌግራሙ መልዕክት ይዘት

የቦረናን የፀጥታ ችግር ሁኔታ ያልገለጽኩለት አካል አልነበረም። ክፍለ ሀገሩ ሀይል ለመስጠት ከአቅሙ በላይ በመሆኑ ደርግ ጽሕፈት ቤት ሄጄ እንዳመለክት ጠይቄ ስለተፈቀደልኝ ሻምበል ፍቅረስላሴንና ሻምበል ሲሳይ ሀብቴን አግኝቼ መረጃዎቼን በማቅረብ ሀይል እንዲሰጠኝ ጠይቄያቸው ነበር። የሀገር አስተዳደር ሚኒስትሩን ኮሎኔል ለገሰ ወልደማርያምን እንዳሳምናቸው ስለጠቆሙኝ አነጋግሪያቸው እርሳቸውም ወደ ፓሊስ ዋና አዛዥ እንድሄድ ገለጹልኝ። የፓሊሱን ዋና አዛዥ ጀኔራል ወርቁን አነጋግሬ የሰጡኝ መልስ "ያለንን ሀይል አሰማርተን ሌላ የምናሰማራው ሀይል ስለሌለን ምንም ልናደርግልህ አንችልምና ጊዜህን አታባክን" የሚል ነበር። በዚህ ተስፋ ቆርጬ፣ ክረምቱን እንኳን እንድያሳልፍልኝ የአየር ሀይል አውሮፕላን ለስልጠና ሲሰማራ ቦረና እንዲበርልኝ ጠይቄ ተመለስኩ።

ያን ሁሉ ድካም ደክሜ በስከመጨረሻ ጦርነቱ ስለተቀጣጠለ በጥቅምት ወር 1968 ዓ.ም ከዋሮ ተመልሼ አጅባር ላይ ውግያ ገጠምን። እስከ መለስ ሳንቃ ድረስ በመግፋት መቀመጫየን ቅዱስ ጊዮርጊስ ቤተክርስትያን ግቢ አደረኩ። ከዚያው ሳስተባብር፣ ውግያው አይሎ ቁስለኞችን ይዘን ወደ ፊት መንቀሳቀስ ባለመቻላችንና በረሀብ አለንጋ በመገረፋችን ምን ማድረግ እንዳለብኝ አሰላስል ነበር። ሀይላችንን አንድ ቦታ ላይ አሰባስበን ለመከላከል መለስ ሳንቃ ላይ እንዳንጠቃለል ለቁስለኞቼ ማረፍያ የሚሆን አንድም ቤት የለም። እኔ አለሁበት ቦታ እንዳንጠቃለል መለስ ሳንቃ ስትራተጅክ ቦታ በመሆኑ ልንለቀው አንችልም። ቀኑ እየገፋ በሄደ ቁጥር ጸረ አብዮቱ ሀይል እየተጠናቀረ በመሄዱ ተጨማሪ ሀይልና ምግብ እንዲላክልንና ቁስለኞቻችን እንድያነሱልን ክፍለ ሀገሩን በተደጋጋሚ ጠይቄ መልስ የሚሰጠኝ አጣሁ። ሀይል መላኩ ቀርቶ ቁስለኞቹን እንኳን ቢያነሱልን ከሸለቆው ብቅ እያሉ የሚተኩሱብንን አጥቅተን የተደበቁ ከብቶችን ወስደን

እንመገብ ነበር። ግን ሊሆን አልቻለም። በአንድ በኩል ውግያ፣ በሌላ በኩል ረሀብ እየተፈራረቀብን መቀጠል ስለማይቻል አንድ ወሳኝ የሆነ እርምጃ መውሰድ እንዳለብኝ አመንኩ። በአጋጣሚ ሄሊኮፕተር ስለመጣች ቁስለኞቹን ወሰደችልን። ዋና አስተዳዳሪውም ሰርዲንና አንድ ጆንያ ሙሉ ዳቦ በግል ገንዘባቸው ገዝተው ስለላኩልን አመሰገንኳቸው። በአካባቢያችን የተመለከቱት እንቅስቃሴ እንዳለ ፓይለቶቹን ጠይቄ፣ ከሀያ ሺ በማያንስ ሕዝብ ስለተከበባችሁ ሁኔታው አስጊ ነው የሚል መረጃ ሰጡኝ። ለዚህም አመስግኜ፣ መልዕክት እንድያደርሱልኝ ነግሬ አሰናበትኳቸው።

ጥቅምት 10 ቀን 1968 ዓ.ም ዙርያችን ጠላት እንደከበበን፣ ረሀብ ስለጸናብን ወደፊት መግፋት እንዳልቻልን፣ የውጭ ጠላት ገድሎ መሞት የሚችል የሰለጠነ ወታደር በውስጥ ትግል አለአግባብ ማለቁ ለሀገሪቱ ጉዳት መሆኑንና ሌላም አሳማኝና ተጨባጭ ሁኔታዎችን በመጥቀስ፣ ጠላት የተከማቸበትን አካባቢ በመጠቆም አውሮፕላን ከደበደበልን ሁኔታውን መቆጣጠር እንደሚቻል ገልጬ አውሮፕላን እንድያዙልኝ ለደርጉ ም/ሊቀመንበር ለሻለቃ መንግስቱ ሀይለማርያም ቴሌግራም አስተላለፍኩ። አይዞህ! በርታ! አውሮፕላን ይላክልሀል። ትክክለኛውን ቦታ ለማወቅ እንዲቻል በካርታ ላይ ያሉ ምልክቶችን ግለጽልኝ የሚል ምላሽ ወድያውኑ መጣልኝ። በእጄ ካርታ አለመኖሩን ገልጬ፣ ያለንበትን ቦታና ልዩ ምልክቶችን በመጠቆም አካባቢውን በደንብ የሚያውቁ ፓይለቶች ከላኩ እኛ አቅጣጫውን የሚያሳይ ምልክት ለመስጠት ዝግጁ መሆናችንን በመግለጽ መልስ ሰጠሁ። አውሮፕላኖቹ በመዘግየታቸው ተስፋ ቆርጬ አዋጊ መኮንኖቹን በማስጠራት ስለ ሁኔታው ተወያይተን ከገመገምን በኋላ ብናፈገፍግ የሚያስከትል ችግር እንዳለ ጠይቅያቸው ስለአልደገፉት ውሳኔየን እንደምገልጽላቸው ነግሬ ካሰናበትኳቸው በኋላ ምን ማድረግ እንዳለብኝ በሀሳብ ላይ እንዳለሁ ሁለት ጀቶች በላያችን ላይ ስለአንዣበቡ ያሉኝን ሰዎች ገላጣ ሜዳ ላይ በአንድ መስመር አሰልፌ ወደ ጠላት የሚያሳይ የቀስት ምልክት በመስራትና አብሪ ጥይት በመተኮስ ስለአመለከትናቸው ሸለቆውን አልፈው ሜዳው ላይ ቦምብ ጥለው ሄዱ። ይህ ሁኔታ ጠላት ያወናብድበት የነበረውን "አውሮፕላን ቢመጣ የአልጋወራሹ ስለሆነ አይደበድበንም፣ ከተኮሰም ቦምብ ሳይሆን ዙርያው ምስማር የተቸነከረበት ግንድ ስለሚጥል አይፈነዳም" የሚለውን ከማክሸፉም ሌላ የከበበንን ጠላት አራደው። አብዛኛው ሰው ሸሸቱን ተያያዘው። በእኛ በኩል ደግሞ ወደ ሸለቆው ገብቶ የሚያጠቃና የተደበቁትን ከብቶች የሚያመጣ ሀይል አሰማራሁ። በማግስቱም ጓሜዳ ተሻግረን መደረግ ያለበትን ሁሉ በመፈጸም ላይ እያለን የደርጉ የዘመቻ መምሪያ ሀላፊ ኮሎኔል ዳንኤል አሰፋው ለኮሎኔል ጌታሁን በአድራሻ፣ ለሌሎቹ የየክፍለ ሀገሩ ዋና አስተዳዳሪዎችና ለሚመለከታቸው ቅጅ በማድረግ ይዘቱ ዝቅ ብሎ በተጠቀሰው መልክ ቴሊግራም አስተላለፉ።

ለኮሎኔል ጌታሁን እጅጉ
የወሎ ክፍለ ሀገር ዋና አስተዳዳሪ
ደሴ

የቦረና አውራጃ አስተዳዳሪ ሻለቃ አሰፋ በርሄ ሰሞኑን ለደርጉ ም/ሊቀመንበር ለጓድ ሻለቃ መንግስቱ ሀይለማርያም ያስተላለፉት ቴሌግራም የእዝ ጠገግ ያልተከተለ አሳፋሪ ድርጊት በመሆኑ ለወደፊት እንዳይደገም ማስጠንቀቅያ እንዲተላለፍለት ሆኖ ሌሎቹም

ዋና አስተዳዳሪዎች በስራቸው የሚገኙትን አስተዳዳሪዎች የዕዝ ጠገግ ተከትለው እንዲሰሩ ይገለጽላቸው የሚል ሲሆን፣ ኮሎኔል ጌታሁን እጅጉም ይህንኑ አስተጋብተው ለወደፊት ከእንደዚህ ዓይነቱ ድርጊት እንዲቆጠቡ አስታውቃለሁ በማለት ያስተላለፉትን ቴሌግራም እንዳነበብኩ ደሜ ፈላ። የምይዘውንና የምጨብጠውን አሳጣኝ። ለዚህ መልዕክት መልስ እስክሰጥ ድረስ ሁኔታው እንቅልፍና ዕረፍት ነሳኝ፡፡ ሌሊቱን በሻማ ጽፌ ደጋግሜ በማንበብ አዘጋጀቼ፣ ያበጠው ይፈንዳ! ብዬ በማግሰቱ በቀጥታ በአድራሻ ለኮሎኔል ዳንኤል ስልክ በቅጂ ለዋናው አስተዳዳሪና ቅጅ ላደረጉላቸው ሁሉ እንዲሁም ኮለኔሉ በቅጂ ላላሳወቃቸው ለሻለቃ መንግስቱ ሀይለማርያም ጭምር በማድረግ አስተላለፍኩ፡፡ የቴሌግራሙ መልዕክት ይዘት እንዲህ የሚል ነበር፡፡

ለኮሎኔል ዳንኤል አሰፋው
የደርጉ ዘመቻ መምርያ ሀላፊ
<u>አዲስ አበባ</u>

በወሎ ክፍለ ሀገር ዋና አስተዳዳሪ በኩል ያስተላለፉት የማስንጠንቀቅያ መልዕክት ደረሰኝ ሳነበው እጅግ በጣም አሳዘኖኛል፡፡ የቦረና አውራጃ የፀጥታ ችግር አሳሳቢ በመሆኑ ሀይል እንዲላክልኝ የዕዝ ሰንሰለት ጠብቄ ከክፍለ ሀገሩ እስከ ደርግ ጽሕፈት ቤት ድረስ አመልክቼ ምንም ዓይነት ምላሽ አላገኘሁም፡፡ በጣም የሚያስተዛዝበውና የሚገርመው ደግሞ በመስከረም ወር 1968 ዓ.ም የመጀመርያው ሳምንት ላይ ሳይንት ወረዳ በጠላት ተከባ ድረሱልን! ዕርዳታ ላኩልን! እያሉ ሲጮሁና እኔም በበኩሌ ይህንኑ በማስተጋባት ሀይል እንዲላክላቸው የዕዝ ሰንሰለት ጠብቄ ስንተጉት፣ ሀይል መላኩ ቀርቶ ተስፋ ለመስጠትና ሞራላቸውን ለመገንባት አይዟችሁ በርቱ! ይላክላችኋል የሚል መልስ እንኳን ሳይላክልን የወረዳው አስተዳዳሪ፤ 3 ፖሊስ አባሎቻችንና የዓብዮቱ ደጋፊ የሆኑ ብዙ የከተማ ኗሪዎች ተደመሰሱ፡፡

አሁንም በውግያ ላይ እያለሁ የዕዝ ሰንሰለት ጠብቄ ሀይል እንዲላክልኝ ጠይቄ መልስ ማግኘት ባለመቻሌና ሁኔታው አደገኛ በመሆኑ "የውጭ ጠላት ገድሎና አርበድብዶ መሞት የሚችል የሰለጠነ ወታደር በውስጥ ግጭት ውግያ ከሚሞት የዕዝ ሰንሰለቱ ተበጣጥሶ ይውደቅ" ብዬ የፈጸምኩት ሲሆን ለወደፊቱም እንደዚሁ የመሰለ ሁኔታ ቢያጋጥመኝ የዕዝ ሰንሰለቱን ጥሼ የማመለከት መሆኔን እገልጻለሁ የሚል ነበር።

ይህንን ቴሌግራም እንደ አስተላለፍኩ ያ...ሁሉ ንዴቴ በረደልኝ፤ ተነፈስኩም። ከአሁን ወድያ የሚመጣውን የሆነ ምላሽ እንደአመጣጡ እዋጋዋለሁ ብዬ ቁርጥ ያለ አቋም ወሰድኩ፡፡ ነገር ግን ውጦ ጭጭ ሆነና ምንም ዓይነት መልስ ሳይመጣ ቀረ፡፡ በአንጻሩ ግን ቴሌግራም ያላቸው ብዙ የፖሊስ ጣቢያዎች በሰጠሁት መልስ በመርካታቸው ሻለቃ አሰፋ ጀግና ናቸው። "ደግ አደረጉልን! ቁጭታችንን ተወጡልን" እየተባባሉ የተላላኩትን ደሴ በሄድኩበት ግዜ ስለሰማሁ አንጀቴ ቅቤ ጠጥቷል፡፡

የቢሮክራሲው አደገኛነት

ሻምበል ታፈሰ በፈጸመው የጸረ አብዮት እንቅስቃሴ ከአውራጃው እንዲነሳ ተደርጓል። በሌላ ጊዜ ደግሞ የከላላ ወረዳ አስተዳዳሪ በዚሁ መልክ እጅግ በጣም ያስቸገራቸው አንድ የፖሊስ አባል እንዲነሳላቸው በደብዳቤ ስለጠየቁኝና ሁኔታውን ተከታትዬ

ስለአመንኩበት እንዲነሳ የሚጠይቅ ደብዳቤ ለወሎ ክፍለ ሀገር ፓሊስ መምርያ ጽፌ ነበር። ይህንኑ በሚመለከት በክፍለ ሀገሩ ፓሊስ አስተዳደር ሀላፊ በሻለቃ አሰፋ የተጻፈ ደብዳቤ ለአውራጃው ፓሊስ ይላካል።

ደብዳቤውን ያነበቡት ፓሊሶች ሁኔታው ይቆጠቁጣቸውና ተናደው በምስጢር ይዘውልኝ ይቀርቡና፣ አዩት ጌቶች! እኛ በእርስዎ ላይ እጃችንን እንድናነሳ የሚያደርግ ጽሑፍ እኮ ነው። "ይመልከቱት እማ! ብለውኝ ሳነበው እጅግ በጣም ገረመኝ። ሻለቃውንም ታዘብኩት። የደብዳቤው ይዘት፣ "የአውራጃው አስተዳዳሪ ከአሁን ቀደም የአውራጃውን ፓሊስ አዛዥ ይነሳልኝ ብለው አስነሱት። አሁን ደግሞ ወደ ወታደሮቹ ያተኮሩ ስለሆነ ስለወታደር ሐሰን ጉዳይ አጣርታችሁ ላኩልን" የሚል ነበር። በመሰረቱ ተጣርቶ እንዲመጣላቸው ከፈለጉ ወታደር ሐሰን ይነሳልን የሚል ጥያቄ ስለቀረበ አጣርታችሁ ላኩልን ማለት በበቃ ነበር። ነገር ግን ፓሊሶቹ እንደአሉት በእኔ ላይ እንዲነሳሱ ለማድረግ ነበር ሀሳባቸው። ግን አልተሳካላቸውም። ይህንን ደብዳቤ በካሜራዬ ፎቶግራፍ አንስቼ አሳጥቤ ይዤው ነበር። ግን ፎቶ ኮፒው ስለጠቆረ ሲታተም ላይነበብ ይችላል ብዬ በመጠራጠር ይዘቱን ብቻ ማስፈሬን አንባቢያን እንድትረዱልኝ እጠይቃለሁ። እንደዚህ ዓይነቶቹ ቢሮክራቶች መሰሪዎች በመሆናቸውና በማንኛውም ስርዓተ ማሕበር የዕድገት ማነቆዎች ስለሆኑ ጥንቃቄ ሊደረግበት ይገባል።

ለእልቂቱ ተጠያቂው ማነው

በአጅባር ከተማ በተፈጠረዉ ወረራ፣ የወረዳዉ አስተዳዳሪ፣ የፖሊስ አባላትና ከከተማ ኗዋሪውም የተወሰኑት ሞተዋል። የከተማ ሕዝብ ንብረቱ ተዘርፏል። ተሰዷልም። ይህ እልቂትና ዘረፋ በቀላሉ የማይታይ እንደመሆኑ መጠን ጦርነቱን በአሸናፊነት ከተወጣን በኋላ ጓሜዳ እያለን የምሕረት ዓዋጅ ዓውጀን በአንድ በኩል ምሕረት ለመጠየቅ ከመጣ ሕዝብ መካከል ከየቀበሌ የጎበዝ አለቃ አስመርጠን የተዘረፈ መሳርያና የሕዝብ ንብረት እንዲመለስ አጅባር የተሰደደ የከተማ ሕዝብ እንዲገባ ስናስደርግ በሌላ በኩል ደግሞ የገበሬ ማሕበር የማቋቋሙ ከባድ ስራ እየተከናወነ ነበር። የከተማውና የገጠሩ በተለይ ቆላማው ጥቃት ፈጻሚው ሕዝብ ለወደፊት በሰላምና በአስተማማኝ ሁኔታ ተፋቅሮ ለመኖር እንዲችል ያለፈውን የጦርነት ሁኔታ መርምሮና መንስኤውን ዓውቆ ነገር ጠንሳሾቹንና አስተባባሪዎቹን ለይቶ ትምህርት ሰጭ ሕጋዊ እርምጃ መውሰዱ ወሳኝ ነበር። የሳይንትን ቆላማ ቀበሌዎች የሕዝብ ተጠሪዎችንና መረጃ ይሰጣሉ የተባሉትን እንዲሁም የከተማዋንና የአካባቢውን መንደር ሕዝብ በማነጋገር ምርመራ ማኪያሄድ ይገቱ ነበር። በአጋጣሚ ይህንን ምርመራ በተመለከተ በወቅቱ የመዘገብኩበት ማስታወሻ በሰኔ ወር 1996 ዓም ከአዲስ አበባ በኬንያ በኩል ከተላኩልኝ ሰነዶች መካከል ስለአገኘሁት፣ በሁለት ደረጃ በመክፈል እንደሚከተለው አስፍረዋለሁ።

ሰና

ጥቅምት ፳/1989 ዓ.ም

ኢትዮጵያ እናት አገሬ ሸክሙ፡ የመንግሥትሽ፡ መከራ
ሸክፉ ክፉ በርሃ ነው ሲዘው
ከሊሊትም ዘመናትም ከፊት
ከተመዘገበው ያንኮሮ ዘራሽ ወደፊት
ሰ/ሮ ኃይሉ ይሆን ጉልበቷ ሁሉን ሆ...
ምንም እያሣሣሱ ሰዙ ያች እፀ ነፃሉ
ነፃሉህን ይመራሉ መከበ እየቀለሉ
ምንኛ ህግ ነው መሰጠ ኛንገዳው
ማቅሬገብሽ መቃ ያለ እያዳው
ማኔስ ሆኖ እዛና ዘሬ በዛህ ሰው
በጫቃት ቋጠሬ ከሆኖ እያከታው
እሣንቴ ሬገሬ ሰሰና በታው
ከናቱ ከሀቁ የመንግሥታው መከው
ኃይሉ ደንቱን ሰሩና ዘመዱ እያለማው
ጭዶ ቃሻን እበቃ በርሣቹን ኮዳከ
ሕዝቡን ከዲ ሄዶ ሰበ ማየቀከከ
በሰ ማንገበ መሬዳ እየበሪን እርሱው
የሆነው በቀሬሣኛ ኃይሉ የመግስ ሰው
ጭናባ ጉዳዩዲ ወቀከት ወያኬት
ኃይሉ የገነት ነው ጭዳቂም የከበት
ገን እገሩ ጌጣኛ ዘርም እያጠከት
በገንዘቡ ሊከሰሩ የኃይሉ ተገህሮት
ከዘር ከመገከ ይሆን ኑበሮ ጓህሮት
ጣን ቃቁው ወታደሮ በርሣውን እንገዳ
በቆቃ በዶገው ፋተጣከ እየሰማገው
የምክሮ በሊከት ያሸ ነው ከፋ
የሀን ይዳሬገሪን ከዛህ የበከጠ
ጭሰ ማንኛይበሰሰ ሕገም ተከመጠ
ጭቆም የሬከገ ገዙ ሰው ቀበጠ
ሥጋውን በጭከሙ ነፃሉንም የሸበገ
የነው በቆሬበት ከርቁ ማህሰ በቃጠ
እመሰገበከሁ መከከት በሰሬሮ ቀበጠ

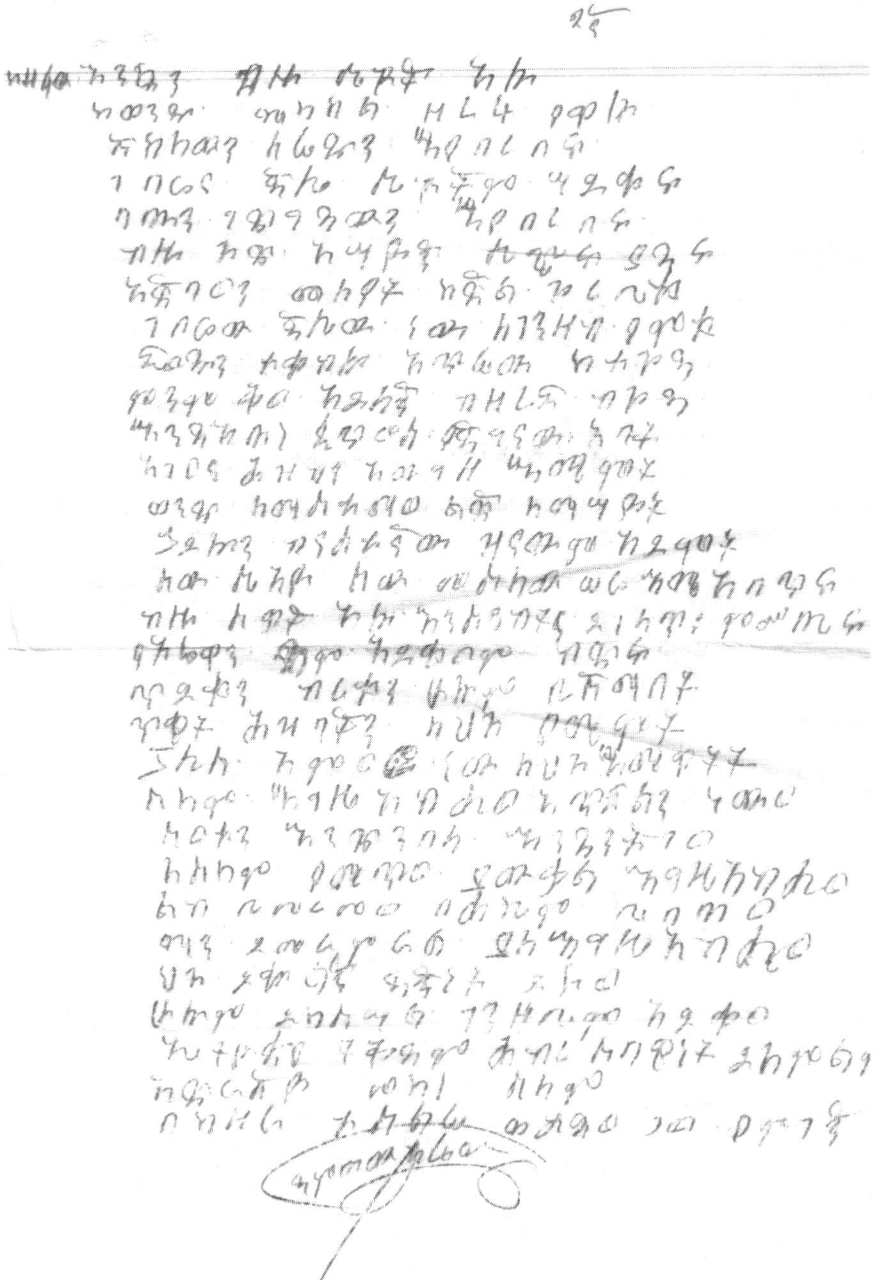

❖ *መለስ ብዬ ሳየው*

አንደኛው ክፍል ተጠያቂ ናቸው የተባሉትን ስም በማስቀመጥ ከሳይንት ቆላማ ቀበሌዎች የሕዝብ ተጠሪዎችና መረጃ የሰጡትን ቃል፣ የምስክሮቹን ስም ሳልጠቅስ የመዘገብኩት ነው። እነርሱም፣

1. <u>ጋታው መኮንን፣</u> የአንዱ የምስክርነት ቃል፣ ሀዋርያት የደነገጉት ሕግ ተፈረሰ ሀይማኖታችን ጠፋ። ቤተ ክርስትያናችን ተዘጋ። "ለአዲሱ መንግስት እናንተም ሆነ እኛ አንገዛም!" ብለው ጎጃምና ቤጌምድር የጻፉት ገበያ ላይ ስለተነበበ ጋታውም ሀዋርያት የደነገጉት ሕግ ተፈረሰ ሀይማኖታችን ጠፋ ቤተ ክርስትያን ተዘጋ ማለት ስለሆነ ለሀይማኖቱ ተዋግቶ የማይሞት ስለሌለ ልንሞትላትና ልንጸናባት ይገባል ብዬ ለሕዝብ ገለጻ አድርግያለሁ ብሎ እንደተናገረ፤ ማክሰኞ ገበያ ዓሜዳ ላይ ቤተ ክርስትያን እንዳይቀደስ እንዳትሰብኩ የሚያግድ ሀይማኖት ነክ ነገር መጥቷልና እንደ ጥንቶቹ አባቶቻችን እንሙትላት እያለ በለቅም ላይ ሲናገር ውሏል የሚለውን ሀገር በሙሉ ሲወራ መስማቱን፤ ከዚህም ሌላ በ12/1/68 ከቀኑ 6 ሰዓት ላይ አጅባር ከተማ መጥቶ ወንበዴዎቹ እንዲመጡ አድርጎ ከተማዋን በሙሉ እንዳስወረረና ሊስ ጣቢያውም ላይ አብሮ ሲተኩስ እንደዋለ፤ በ13/1/68 ከየት እንደመጣ የማያውቀው 8 የተዘረፈ ሳጥን፣ አልጋ፣ የስፌት መኪና እና ሌላም ዕቃ እቤቱ እንዳየ። በ14/1/68 የወረዳ አስተዳዳሪውንና የፖሊስ አባሎችን ቀብራችሁ ወደ መካነሰላም እንዳመራችሁ፣ ጋታው ዓሜዳዎቹን ይዞ እየመራ አጅባር ከተማ በመግባት እርስዎን ሊገድል መሞከሩን እንደሚያውቅ መሰከረ።

ሁለተኛው ምስክር በ16/1/68 ወስላቶቹ በጋታው መሪነት ከተማ መጥተው ዓላማችን መሰናከሉ አይደለም ወይ? እንግዲህ ወደ ታች ሄደን ሕዝቡን አስከትተን፣ የቄታ ሕዝብ እኛን ቢመስል ይምሰል ባይመስል ግን በሬውን አርደን ቤቱን እናቃጥል ብሎ መምከሩንና ጡሩንባ ነፍተን ቦረና እንዝመት ማለቱን ገለጸ።

ሶስተኛው ምስክር ደግሞ ጋታው የወንበዴዎች መሪና ተባባሪ በመሆን ሽጉጥና ጠብመንጃ ይዞ ላይ ታች ሲል እንደነበር፣ ወንበዴዎች ከአጅባር የዘረፉትን ዕቃ እየተቀበለ ማስቀመጡን፣ የዘረፉትን እህል እያስቆላ ማብላቱን፣ የበሉትም ተመልሰው ለዘረፋ ይሄዱ እንደነበረ፣ አስት ገበያ ላይ ቤተክርስትያን ሲዳፈን እያያችሁ ዝም ትላላችሁ ወይ ብሎ ለሕዝብ መናገሩን ዓውቃለሁ በማለት መሰከረ።

አራተኛው ምስክር፣ ጋታው ሰኔ ወር 1967 ዓ.ም ድረስ፣ ኑሮው አጅባር ነበር። በኋላ ግን ምነና መሄዴ ነው በማለት ዓሜዳ ሄዶ የአጅባርን ፖሊስና መስርያ ቤት እንደምስስ እያለ ከሻምበል ጌታቸውና ከከተማ ግዛው ጋር ይጻጻፍ እንደነበር በሰፊው መወራቱን እንደሚያውቅ፣ በነሀሴ ወር 1967 ዓ.ም አጅባር ወጥቶ ስለነበር አገር ቤት ምን ታደርጋለህ አትመጣም ወይ? ብሎ ሲጠይቀው እንግዲህ አጅባር ለመጣ 15 ቀን ቀርቶኛል ብሎ እንደመለሰለት፣ በ12/1/68 ጠጅ ገዝቶለት ምን ያደርግላችኋል? እኛንስ ብታስጠፉን? ብሎ ሲጠይቀው ቀጠሮው ለዛሬ አይደለም እንጂ ነገሩ አይቀርም፣ የሚለምንላችሁ ቄስ የት ባገኘህ ብሎ እንዳሾፈበት፤ በ13/1/68 ዕቃ ከቤቱ እያወጣ ለወንበዴዎቹ ሲያቀብል ማየቱን፤ በ14/1/68 ወንበዴዎቹን እየመራና እያስተባበረ አውራጃ አስተዳዳሪውን ለመግደል ሲሄድ

ማየቱን፤ አስት ገበያ ላይ አግኝቶት የት ሄደህ ነበር ብሎ ሲጠይቀው አውራጃ አስተዳዳሪውን ለመግደልና ለመውጋት እደርስባቸዋለሁ ብሎ እንደነበረና ቄች መስቀል ይዘው መመለሳቸውን እንደገለጸለት፤ ወንበዴዎቹን በማስተባበር ፊት ፊት እየመራ ወደ ዳሜዳ መመለሱን እንደሚያውቅ አስረድቷል።

2. ደምሴ መራዊ፤ አንዱ ምስክር፣ ጦርነቱ በበሬ ምክንያት አልተጀመረም። ቀደም ሲል ደምሴ ከሌሎች ግብረአበሮቹ ጋር በመሆን ሕዝቡን በመሰብሰብ ለአዲሱ መንግስት አንገዛም፤ አጅባርን እንውረር እያሉ ይደልሉ ስለነበር ደምሴ መራዊ መስከረም 11 ቀን 1968 ዓ.ም የዳሜዳ ሕዝብ እንደተሰበሰበ፤ የ10ሩ ም/ወረዳ ግዛት ሕዝብ ለመስከረም 12 ቀን አጅባር ድረስ ቀጠሮ እንዳለው፤ ቀጠሮውም ተሰብስበው ለአዲሱ መንግስት እንገዛለን አንገዛም ተባብለው ውል የሚያደርጉበት መሆኑን እንደተናገረ ገለጸ።

ሁለተኛው ምስክር፣ ደርግ የሚባለውን መንግስት ላለመቀበል ከእኛ ጋር ለምን አትስማሙም፣ ቤጌምድርና ጎጃም የደርግን መንግስት ንቆ እንዳባረረው፣ የቄታም ሕዝብ ለመንግስት እንዳይገዛ ከሙንያ ጋር ሆኖ ደብዳቤ መጻፉን እንደሚያውቅ አስረዳ።

ሶስተኛው ምስክር ደግሞ፣ የአውራጃው አስተዳዳሪ እኛን ሊወጋ አጅባር መጥቷልና ሄደን እንግጠመው ማለቱንና ብትቀሩ በሬያችሁ ይታረዳል ስለአላቸው መስከረም 14 ቀን 1968 ዓ.ም አጅባር አብሮት እንደሄደ፤ ወረዳ አስተዳዳሪውንና ፖሊሶቹን ቀብረው ሄዱ ስለአሏቸው ለመድረስ እንደገሰገሱ አስት ገበያ ላይ ቄሶች መስቀል ይዘው እንዳስቀሯቸው አስረድቷል።

ሌሎች ሶስት ምስክሮችም ጎጃም ክ/ሀገር ሞጣ አውራጃ፣ ንቻ ወረዳ ልዩ ቦታው የረዋኝ ላይ ከቀኛ/ትርፌ ረታ ጋር እንደሚገኝ ጠቁመዋል።

3. ኢያሌው ወርቅነህ፤ ሁለት ምስክሮች፣ እነ ኢያሌው ዳሜዳ መጥተው ከደምሴ መራዊ ጋር ተወያይተው እንደተዋወቋቸው ደርጉ እኛን የሚያጠፋ እንጂ የሚጠቅም እንዳልሆነ፤ ቤተ ክርስትያን የሚያጠፋ አዝርእታቸውን የሚቀማ፣ ለዚህ ማስረጃውም ባሕርዛፋቸውን እንደቆረጠባቸው፤ በመሬት ላይ ቀለድ በመጣል የሚወስድ እንደሆነና እግር ሳይሰድ መበርታት እንዳለብን፣ ደርጉ አስተዳዳሪው፣ ለእነርሱ ቅርባቸው ስለሆነ እጃችንን እንደሚይዙት፤ ለ12/1/68 የ10 ም/ወረዳ በሚገኙበት ስብሰባ ላይ ሰው ልከው እንድያደምጡ እንደነገሯቸው ገልጸዋል። ሌሎች ሁለት ምስክሮች ደግሞ በ12/1/68 ለተፈጸመው ወንጀል ወንበዴዎቹን በመደገፍ መምራቱን፤ በዘንግ እያሳዩ ዘረፋው እንዲፈጸምና ደም እንዲፈስ ማድረጉን አስረድተዋል።

4. ባላምባራስ ቧያለው፤ 8 ምስክሮች፣ አበባው ጸጋየና ደሳለው ወርቅነህ ባላምባራሱ አንድ ተራ ስንዴ ስንቃችሁን ችለዋችኋል የት ነው የምትሄዱት ወደ አጅባር እንገስግስ እንጅ ማለታቸውን እንደሰሙ፤ አንዱ ምስክር በተለይ የላክሁላችሁ ደረሳችሁ ወይ? አንድ ጎተራ ስንዴ ሰጥቻችኋለሁ። ወስዳችሁ

ተካፈሉ። እንደምጣድ ሞከድ የተዳፈነብኝን አላቃችሁኛል። በዚሁ በያዝነው ስራ እንጽና ማለታቸውንና ተመራርቀን ዓርብና ቅዳሜ ተነስተን ዕሁድ ቦረና ለመግባትና ለመደምሰስ እንገናኝ መባባላቸውን። ጋታው መኮንንም እንዳነበበላቸው ገለጸ።

ጳጉሜ 3 ቀን 1967 ዓ.ም ለወንድምህ ለፋንታሁን ታረቀኝ ስትለው፣ ከእናንተ አፍ አንወጣም። ጀምሩ የምትሉ ከሆነ እንጀምራለን። አይዟችሁ ጦርነቱንና ዘረፋውን በአንድነት ተባብረን የምንፈጽመው ስለሆነ ይህንኑ ለአንተ ሳንነግርህ ቀረን እንጂ እነ አያሌው ወርቅነህ ከዳሜዳ ሕዝብ ጋር ተነጋግረው ለመጨረስ ሄደዋል። በፈረስ ድረስባቸው እንዳሉት፤ የመለስ ሳንቃን ሕዝብ አዲሱ መንግስት መሬታችንን ይቀማል። ጎመን፣ ድንች፣ ባሕርዛፍ፣ እህል በሙሉ በእርሱ ቁጥጥር ስር ሆኗል። እናንተ ምንም አታገኙም ብሎ በየመንደሩ እየዞሩ ጎራ ላይ ሆነው እየተጣሩ ስንቃችሁን ይዛችሁ ተነሱ ተዋጉ ማለታቸውን፤ እኔ በዛው መሀላዬ ነኝ አልከዳሁም፣ የምሸሸው የዋሮ ባለጋራዎች ከእናንተ ጋር ስለተደባለቁ ይገድሉኛል ብዬ ነው ብለህ ንገራቸው በማለት ጠብመንጃውን እንደሙቱ እንደማሉ፤ የታረቀኝ ልጆች መስከረው እንደሚያስገድሏቸው ከመሸሻቸው በፊት እንደነገሯቸው። ከብቶታቻቸውን በጨረቃ ብርሀን ሲያሸሹ 8ቱ እንደተያዙባቸው፣ በመስከረም ወር 1968 ዓ.ም በተደረገው ጦርነት የዳሜዳ ሕዝብ አጅባርን ለመውጋት ሲመጣ የመንግስት ጦር ተከላካይ ቦታ ይዘው ሊወጓችሁ ነውና ታቹን ዞራችሁ ኑ በማለት አቶ ደሳለው ወርቅነህን ሲልኩ እንደሰሙ፤ የመንግስት ጦር የተፈታው በእርሳቸውና በደምሴ ዳርጌ በኩል ስለሆነ ለእልቂቱ በሀላፊነትና በተጠያቂነት ይመለከታቸዋል በማለት መስከረዋል።

<u>5. ደምሴ ዳርጌ</u>፣ ሶስት ምስክሮች እንደገለጹት፣ የሳይንትን ወረዳ ሊስ ካበቃን በኋላ ቦረናን ሄደን እንደመስሳለን በማለት ስብሰባ ላይ እንደተማከሩ፣ ግዝያዊ ወታደራዊ መንግስት መሬታችንን ቀማን። አጉሎ፣ ድንች፣ ባሕርዛፍ፣ እህል በሙሉ ተቆጣጥረውታል። እናንተ የምታገኙት ነገር የለም በማለት ቅስቀሳ ማኪያሔዱን፤ ስንቃችሁን ሰንቃችሁ ተነሱ፣ እንዋጋ ስለተባሉ ምስክሮቹም አብረው እንደተዋጉ፤ ጦርነቱ የተነሳው በበሬው ምክንያት ሳይሆን ሕዝቡን በመሰብሰብ ለአዲሱ መንግስት አንገዛም አጅባርን እንውረር እያለ በመደለሉ እንደነበር አስረድተዋል። ይህ ሰው የፈጸመው ወንጀል ዳያሪው ላይ ከመገለጹም ባሻገር በዚህ ጽሑፍ ርእስ ስር የተጠቀሱትን ተጠያቂዎች ድርጊት በተገለጸበት ሁሉ ስለተጠቀሰ ማንነቱን በጉልህ አስቀምጦታል።

<u>6. የኔነህ ደምሴ</u>፣ <u>ቆየሁ ደምሴ</u>፣ <u>መላኩ ዘገየና</u> <u>ሙሉጌታ ጀንበሬ</u> ሆነው፣ መስካሪውን ካሳ ሽፈራውን፣ አጋፋሪ ቧያለውንና ባላምባራስ መኮንን ዘለቀን እሳት ከሚሆንበት ቦታ ኑ ብለው እንደጠሯቸውና፣ ይህ ነገር ዙርያውን፣ ተዳሳ ፊታውራሪ አሊ ፋሪስ በአምባ ፈራት በኩል መጥተዋል። ዳሜዳና መለስ ሳንቃም ከጎጃምና ከቤጌምድር ጋር ተላልከው ተባባሪዎች በማስመጣት ሊከቡ ነው። ስለዚህ እኛ እዚህ አብረናቸው እያለን ሕዝቡ መከዳቱን ሲረዱ እስቀድመው እኛን ስለሚፈጁን እናምልጥ ብለው፣ ደምሴ ዳርጌ ጠብመንጃውን አጋድሞ እጃችሁን እዚህ ላይ እድርጉ ስለአለን ጠብመንጃውን ይዘን እንዳለን ነገሩን። ይህን ግዜ እኔ በመጀመርያው ጥፋታችን ምሕረት ተደርጎልን ገብተናል ከመለዮ ለባሹ ጎን ሳንለይ እንዋጋለን እንጂ አንሄድም።

አትፍሩ። ምንም አያደርጉንም ስል ካሳ ሽፈራው ደግሞ እኔ በዚህ ነገር አልገባበትም። እዚህ ውርጭ ከሚፈጀን ወደ ጦር ግንባር ቢወስዱን አለበለዝያም ቢያሰናብቱን ነው የምፈልገው አለ። ባላምባራስ ቧያለውና መኮንን ምንም አልተናገሩም። ከዚህ በኋላ ተለያየን። በማግስቱ የአውራጃው አስተዳዳሪ በቅሎ ፈልጉ እንዳሉን ሙሉጌታ ና አለኝና እኛ ሰው ሳናዘጋጅ ደምሴ ከዚህ ሰው እያስጠራ ይወስዳል። እርሱም ቢሆን ከተማ ውስጥ ነው። ወደ ግቢው አልተመለሰም። ስለዚህ ሳይነግሩን ሄዱ እንዳትሉን እኛ መሄዳችን ነው አለኝ። የኔነህም ከሙሉጌታ በኋላ መጥቶ ሙሉጌታ ባለበት ጠብመንጃ ያዝ ስለአለኝ ወጊዱ! ብዬ ስሰድበው እኛ ምንቸገረን በመጀመርያ እናንተን ነው የሚፈጁት ብለው ሄዱ በማለት አንድ ምስክር አስረዳ።

7. ጥላሁን አዱኛ፡ አራት ምስክሮች እንዳስረዱት፣ የሳይንት ወረዳ ፖሊስን ካበቃን በኋላ ቦረናን ሄደን እንደመስሳለን ብሎ ስብሰባ ላይ እንደተመካከረ፣ ጊዚያዊ ወታደራዊ መንግስት መሬታችንን ቀማን። አጉሎ፣ ድንች፣ ባሕርዛፍ እህል በሙሉ በቁጥጥሩ ስር ሆኗል። እናንተ ምንም አታገኙም እያለ በየመንደሩ እየዞረ ጎራ ላይ ሆኖ እየተጣራ እንደተናገረ፤ ስንቃችሁን ሰንቃችሁ እንዋጋ ስለአላቸው አብረው እንደተዋጉ፤ ከደምሴ መራዊ ጋር አስት ገበያ ላይ ግልግል ፈጽሞ አሸከሩን በመላክ ለአንድ ቀን የሚያዋጋ ጥይት መስጠቱንና እርሱ በዝያው በማላው ጸንቶ እንደሚገኝ እንደነገራቸው። በየነ ግዛውና ነገደ አገኘሁ ግብረ አበሮቹ መሆናቸውን ገለጹ። ይህ ሰው የደርግ አባሎች አጅባር ላይ ባስተላለፉት የምሕረት ዓዋጅ ተጠቅሞ የገባ ነው።

8. ደሳለው ወርቅነህ፡ ለወረራ የመጡት ጓሜዶች ተኩስ ሰምተው የምን ተኩስ ነው? ብለው ሲጠይቁት አይዟችሁ ደርሶልኝ ታረቀኝ ነው። የተሰጠውን ጥይት እየሞከረና ርችት ማሰማቱ ነው፣ አማኝ ነው እንዳላቸው፤ በቃዲውና በሚካኤል በኩል በሩ ክፍት መሆኑን፤ ባላምባራስ ቧያለው አንድ ጎተራ ስንዴ እንደሰጡ፤ አልፎ አልፎ የሚተኮሰው ርችት በመሆኑ ሽፍቶቹ ዝም ብለው ወደ ከተማ እንዲገቡ እንደነገራቸው አራት ምስክሮች አስረድተዋል።

9. አበባው ጸጋዬ፡ እነ ወንድ ይፍሬ መጣላታቸውን ተረድተን ወደ ቤታችን ስንሄድ ለምን ጦር ትሸራላችሁ ለቀለባችሁ እንደሆነ አጋፋሪ ቧያለው አንድ ጎተራ ስንዴ ሰጥተዋቸኋል። ጥላሁን አዱኛም አንድ ቀን የሚያዋጋ ጥይት እሰጣለሁ ስላለን በርትታችሁ ተዋጉ እንዳላቸው፤ መስከረም 14 ቀን የአውራጃውን አስተዳዳሪ ለመውጋት መጥተን ስለአላገኘናቸው ከሕዝቡ ጋር እንደተማማሉ ሁለት ምስክሮች ገለጹ። የተዘረፈው ንብረት እንዲመለስ በተወሰነበት ግዜ ጓሜዶች የዘረፈውን ጠብመንጃ እንዲመልስ በ19-3-68 ሰው ሲልኩበት ቤተክርስትያን ገብቶ ደወል በማስደወል ቄሱን ጓሜዶች አታለው ይዘው አጅባር ሊያስረክቡኝ ነው። እኔ ጠብመንጃ ከመውሰድ በስተቀር ሌላ የፈጸምኩት ወንጀል ስለሌለኝ አጅባር ወስደው ከመንግስት ጋር ያስታርቁኝ ስለአላቸው አምጥተውት ጠብመንጃውን በመረከብ ምክር ተሰጥቶት የተለቀቀ ነው።

10. ገበያው ከተማ፡ መስከረም 14 ቀን የተገደሉትን ቀብራችሁ እንደተመለሳችሁ ልንወጋችሁ ከጓሜዳ መጥተን ስለአጣናችሁ ከአካባቢው ሕዝብ ጋር ከተማማልን በኋላ ወደ ቦረና ለመዝመት የደምሴ ዳርጌ ወንድም አያሳልፈንም ብለን ገበያው

ከተማን ላክንበትና ሊተባበር ምሎና መስቀል መትቶ ጉሬዝ እተባለው ቦታ ይጠብቀናል እንዳለው፣ ወደ አስት ጉዞ ቀጥለን ሕዝቡ ትናንትና ተጋድለን ዛሬ በላያችን አትሄዱም። ከፈለጋችሁ ታቹን ሂዱ ስለአልዋቸው ተመልሰው እንደተለያዩ አንድ ምስክር አስረዳ።

11. ታረቀኝ አብተው፡ ዓሜዳ ላይ ሕዝብ እተሰበሰበበት ቈታን ወክሎ ይኸ የመጣው መንግስት ጌሾም ሆነ ድንች፣ ባሕርዛፍም ሁሉ ስለሚቀማ ለእኛም ሆነ ለእናንተ አይበጅም ብሎ መናገሩን፣ ደምሴ መራዊንም የእራት ግብዣ እንዳደረገለት አንድ ምስክር አስረድቷል።

12. አባት ይርጋው፣ የወረዳውን ጽሕፈት ቤት ለመደምሰስ እንሄዳለን ስንቃችሁን አዘጋጁ እያለ የመለስ ሳንቃን ሕዝብ ያስተባበረና ቦረናንም ለመደምሰስ እንደዚሁ ያስተባበረ መሆኑን አንድ ምስክር አስረድቷል።

13. ሙሉጌታ ጀንበሬ፡ በ5-2-68 ሙሉጌታ ጀንበሬ እራሱ የጻፈውን ደብዳቤ ለኢጋፋሪ ቢያለውና ለምሕረቴ ዋሴ አግኝተህ ስጣቸው ብሎ እንደላከው፣ ሄዶ ምሕረቴ ቤት ሁለቱንም ስለአገኛቸው ደብዳቤውን እንዳነበበላቸው፣ ይዘቱም ጎጃምና ቤጌምድር እኛን መሪ በማድረግ ቦረና ሊዘምት ስለሚመጣ ከጉድቢያ በታች ያላችሁት ሰዎች በዕርቃችሁ እንዳላችሁ ሕዝቡን ሰብሰባችሁ መነኩሴ አሳብድ ድረስ ነገ ጥቅምት 6 ቀን በ3 ሰዓት እንገናኝ የሚል መሆኑንና ፊርማው ላይ የዓሜዳ ሕዝብ እንደሚል አንድ ምስክር ገልጿል።

14. ምሕረቴ ዋሴ፡ እንድ ጥላሁን አዱኛ ተመሳሳይ ቅስቀሳ ከማድረጉም ሌላ ከሙሉጌታ የተጻፈው ደብዳቤ እንደተነበበለት ሕዝቡ እሺ ካለው እንደሚሰበስብ ግን ከታች ጦር ከመጣ እሪታ አሰሙ እንደአልዋቸውና ከለሊቱ 8 ሰዓት ላይ እሪታ እንደተሰማ አንድ ምስክር አስረድቷል።

15. በዛብህ ለገሰ፡ ወታደሩ መለስ ሳንቃ እንደደረሰ እሪ! ጦር መጣልህ! እያለ ዓሜዶችን የቀሰቀሰ ለመሆኑ በአንድ ምስክር ተገልጿል።

16. መርግያው መሸሻ፡ ዲናምባዎችን እሪ! ጦር መጣልህ! እያለ መቀስቀሱን አንድ ምስክር አስረድቷል።

17. ሙብራቴ ዋሴ፡ ለዓሜዶች ወሬ አቀባይ መሆኑን በአንድ ምስክር ተገልጿል።

18. ወ/ሮ አስካለ ከበደ፡ ሽፍቶችን የምታበላና የምታጠጣ ለመሆኗ በ4 ምስክሮች የተመሰከረባት ስትሆን በ12-1-68 አጅባር ከተማ ተኩስ እንደተከፈተ ጎረቤቷን ከነልጀቿ አብረን እንሙት ብላ ምድር ቤት አስገባቻቸው። በዚህን ግዜ ሽፍቶቹ ይህ ቤት የደርጉ ነው እያሉ ጥይት ሲተኩሱና በሰደፍ ሲመቱ ከሹምዬ ዳርጌ ጋር በመሆን ቤቱ የደርጉ ሳይሆን የፊታውራሪ አንዳርጌ ነው ስለአሏቸው ትተው እንደሄዱ፣ ማታ ደግሞ፣ አበቡ ሀይለየስ፣ አስማማው ጥሩነህ፣ ሙሉጌታ ጀንበሬና ሌሎች ማንነታቸውን የማያውቋቸው 7 ሰዎች ሆነው አንድ ነጭ ሳጥን

እንደተቆለፈና አንድ ባለ እግር መትረየስ ይዘው መግባታቸውንና ምግብ አምጭልን ብለዋት አንድ ሙሉ ዳቦና ጠላ አቅርባላቸው በልተው እንደሄዱ 4ቱ ምስክሮች አስረድተዋል።

19. ሙንዬ ብሩ፡ መስከረም ወር 1968 ዓ.ም ከደምሴ ዳርጌ ጋር በመሆን፣ ለምን ከእኛ ጋር አትስማሙም? ደርግ የሚባለውን መንግስት አትቀበሉ። ቤጌምድርና ጎጃም የደርግን መንግስት ንቆ አባሮታል። ለዚህ መንግስት አትገዙ በማለት ለቄታ ሕዝብ መጻፉን፤ አበባው፣ መንዶ ደምሴና ላቀው፣ እኛ እርስ በርስ በተጣላን፣ ኑልን ያልናቸው ይመስል ሙንየና ደምሴ ዳርጌ ቆስቁሰው ቆስቁሰው ወደ ጥፋት መሩን። ከሀገራችን ነቀሉን። ስለዚህ እነርሱን ይዘን እንገባለን። ካልያዝናቸውም ገለናቸው ጥይታችንን እንጠጣልን። የወረዳው ገዥ በመከረንና በመራን እኛ የግል ጠባችንን ብንጣላ ዘልቀው በአጭር አስቀሯቸው እያሉ መጻጸታቸውንና መፎከራቸውን ሁለት ምስክሮች ገልጸዋል። ሙንዬ ይህንን ጥፋት ከፈጸመና ጠላት ከተመታ በኋላ ሸሽቶ ቤጌምድር ስማዳ ወረዳ የኳስ ምክትል ወረዳ ልዩ ቦታው የጌላስ በሚባል ከዳሜዳ የ6 ሰዓት መንገድ ላይ ከትልቅ ልጁ ጋር ዋሻ ውስጥ እንዳለም አስረድተዋል።

20. ወርቁ አስፎ፣ አለባቸው ተገኝ እና አበባው ጸጋይ፡ ማጫሽ ደሳለው የተባለች ሴት ከቤጌምድር ቸርተከል ከሚባለው ቦታ ነው ስለራበኝ የመጣሁት፣ ባለቤቴ ዳሜዳ አበባው ጸጋይ ቤት በጥፊ እየመታ ከላይ የተጠቀሱት 3 ሰዎች ጋ በመሆን በ2ኛው ጦርነት ግዜ ዓርብ ማታ ነው አስገድዶ የወሰደኝ። ለምንድነው የምንሄደው? ስለው የመንግስት መሳርያና ዕቃ ስለዘረፍኩ ይይዙኛል። መትረየሱን ዘርፌ በምንሽር ለወጥኩት። የሕዳር ጊዮርጊስ ጥምቀት እለት አለ ብለው እንደሄዱ ተደብቄ መጣሁ። ሁልግዜ ሲያወሩ ከሚያዝያ ጀምሮ እንሽፍታለን ነበር የሚሉት። በአሁኑ ሰዓት ግን እንደዚህ ይሆናል ብለን ሳንጠረጥር ፈጣሪ አዞብን ከሀገራችን እንደወጣን ተነቅለን ቀረን። ብንሄድም ይገድሉናል እያሉ ይፈራሉ። አረፍንበትም አካባቢ ሕዝቡ ጦር መጥቶብናልና ወጊዱልን ስለአላቸው ምን ይሻለናል? ሀገራችን ብንሄድ ይገድሉናል። ባይሆን ጦሩ ሲመጣ አማኝ መስለን ከእናንተ ጋር እንደባለቃለንና እርዱን ቢሏቸውም ሕዝቡ ጠልሟቸዋል (ከድቷቸዋል) በማለት አስረዳች።

21. ቸሩ ለጋስ (አሰፋ ፋንቴ)፡ የከተማውን ሁኔታ ለሽፍቶች የሚያቀብል፤ ቀደም ሲል እነ ብላታ ምናሴ መንደር ይኖር እንደነበር አሁን ግን ገበያው ዳር መውረዱን፤ ስራው እርሻ መሆኑን፤ የከተማ ግዛውን ሚስትና ሁለት ልጆቹን እርሱ ቤት ማስቀመጡን፤ ሚስቱ ማኅሀሌ ረታ የከተማ ግዛው ወንድም ልጅ መሆኗን አንድ ምስክር ሲገልጽ ሁኔታውን ተከታትለን ትክክለኛነቱን አረጋግጠናል።

22. አራደ ሺበሺ፣ ዋዳ ማርያም ጡሩምባ እየነፋ ተነስ ዝመት እያለ ሰው ይቀሰቅስ እንደነበረ 6 ሰዎች መስክረዋል።

23. አያሌው አገኘሁ፣ የዳሜዳ ሕዝብ እንዲያስተባብር መርጦት፣ ያልዘመተ ከቅሬ ይታደዳል፤ በሬው ይታረድበታል እያለ ያስገድድ የነበረ የጦር መሪ መሆኑን 3 ምስክሮች ገልጸዋል።

24. ሻምበል ንጋቱ ወ/ማርያም፣ ልጆቹን መሳርያ አስታጥቆ ተንታ እንዲዘምቱ ማድረጉን 6 ሰዎች መስክረዋል።

25. አይቸው ተገኝ፡ አንድ ምስክር እንደገለጸው ከውግያው በፊት እቤቱ ስለመጣበት ከአሁን ቀደም ይጋብዘው ስለነበር እንደጋበዘው መንግስት መካዱን አለማወቁን፣ ደርግ በቀን 3 እንጀራ ሊሰጥ ነው ይላሉ ያንሰናልና እናስብበት፤ መሬትም ሊቀማ ነው፤ ሀብታምን የሚወርስ፣ ሀይማኖት የሚለውጥ ነውና ደርግ አይሆነንም። ከእኛ ጋ ሆናችሁ ደርግን እንውጋ። እኔ ይህን ያህል ሀብት ትቼ ልዋጋ ነው እንዳለው አስረድቷል።

26. አደፍርስ ተሰማ፡ ዓዳሙ የተባለው አሽከሩ ወረቀትም ጥይትም መካነሰላም እየተላላከ እንደሚያመጣለት፤ ሓና መሬት ሊለካ ነው። ልንነቀል ነው። ልንቀማ ነው። ስደት መጣ። ረሀብ ሊመጣብን ነው እያለ ለሕዝብ ይሰብክ እንደነበር 5 ምስክሮች አስረድተዋል።

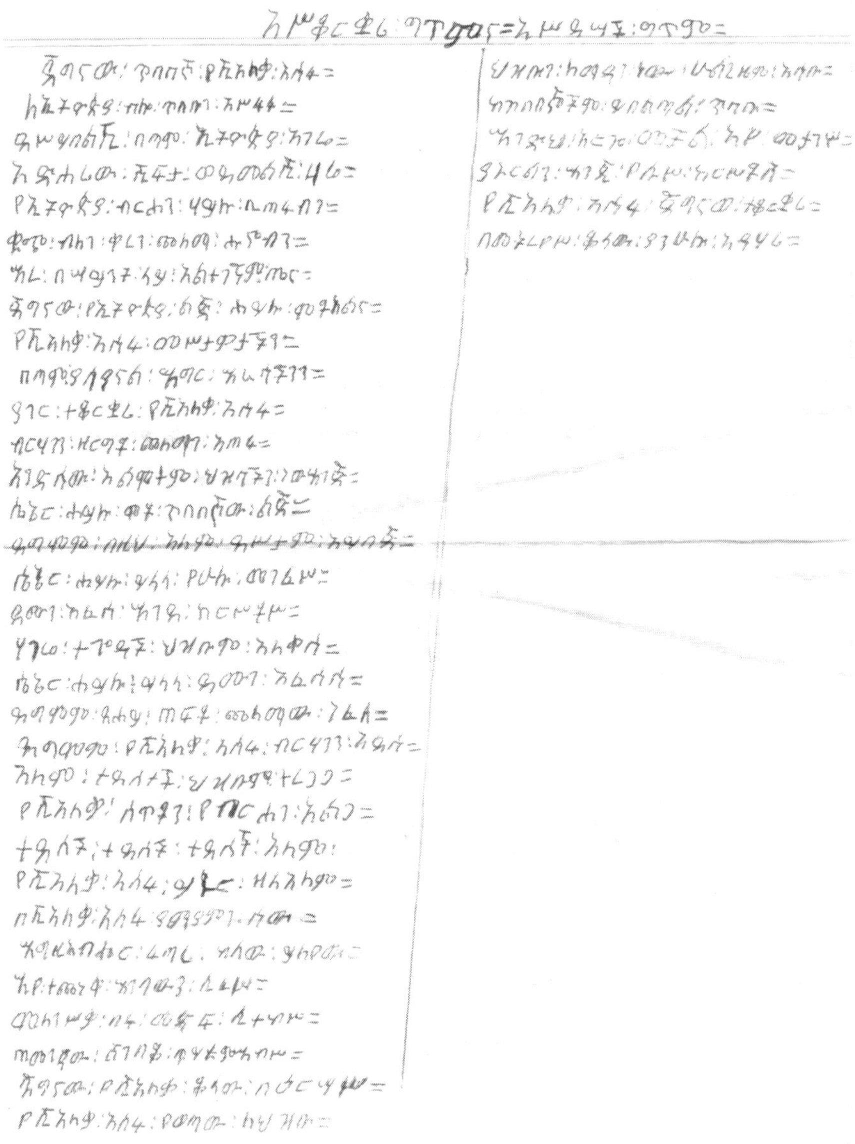

27. ከተማ ግዛው፣ የእርሱ ተባባሪዎች የሆኑትን ሁሉ ጠይቀን ባጣራነው መሰረት ቀንደኛ መሪ፣ ሺሚ ሻሪ ለመሆኑ ተገልጿል። እዳያሪውም ላይ በሰፊው ተጽፏል። አሁን ከጦርነቱ በኋላ አብረውት የነበሩ 6 ምስክሮች እንደገለጹት ደርግ፣ ሰው ወልዶ ክርስትና እንዳያስነሳ፤ ተስካር ፍትሀት ዓመታት እንዳይኖር እንደከለከለ፤ ታቦትና ቄስ እንዲጠፉ ማደርያውም እንዲነቀል መደረጉን እንደሚሰብክ፤ ከዳምጤ ብርሀኑ ጋር 1000 የሚገመት ሰው በመያዝ መርጦ ለማርያም እነብሴ እተባለው ቦታ

ለሊት ሮንድ እያስጠበቁ መቀመጣቸውን፤ ሰዴ እተባለው ቦታ ብቸና ላይ ለመገናኘት ለገብሬል ተቀጥሮ እንደነበር፤ የሚካኤል ዕለት በየምክትል ወረዳው በኩል አድርገው ቦረናን ለገብሬል ለመውረር አስበው ስለነበር እነዚህ ምስክሮች ጥለዋቸው እንደመጡ፤ ለጓሜዶችና ለአህዮዎች የትብብር መልዕክት ሲልክባቸው፣ ከአሁን በፊት ተታለን ጠፋን ጎጃምም አይረባንምና አትምጡብን። ባይሆን እህላችንን ካነሳን በኋላ እናስብበታለን ብለው ወረቀት ስለጻፉለት እኛ ብቻችንን ሄደን ከመዋጋት ጎጃምን አስተባብረን ለመዝመት ለገብሬል እንገናኝ በማለት በተላከበት የመልስ ደብዳቤ በመናደድ መፎከሩን፤ ቦረናን ለመውረር ጎጃም ቁርጠኛ መሆኑን አስረድተዋል።

28. አለባቸው አየለ፡ አንድ በምሕረት የገባ ምስክር፣ የጎጃም የቤጌምድር ደብዳቤ መጥቷል። ሀይማኖት የሚለውጥ፣ መሬት የሚቀማ መንግስት ስለሆነ እንዋጋ በማለት ስብሰባ ላይ ሁልጊዜ ይናገር እንደነበር፣ አንድ ቀን ሕዝቡ አዞት እጅቦት በሽሎ ድረስ ሄዶ ሳለ ከጎጃምና ከቤጌምድር ሕዝብ መጥቶ ስብሰባ እንደነበር፤ ለገሰ መኅቢያና ታዬ መኅቢያ የሚባሉ ወገኖች እንዳሉት፤ ደምሴ ዳርጌም እስብሰባው ላይ እንደነበር ሲገልጽ፣ ሌላ ምስክር ደግሞ፣ ጎጃሞች፣ ቤጌምድሮች፣ ጓሜዶች፣ ባቻታና አህዮዎች በተገኙበት ስበሰባ ላይ አጅቦት እንደሄደ፤ ደርግ ለእኛ አይጠቅመንም መሬት ይቀማል። ሀብት ይወርሳል። ለሌላ ያዛውራል። ጌሾ አትክልት ጎመን ሳይቀር የሚቀማ ስለሆነ አይጠቅመንምና ጓሜዳ አጅባርን እንደሰበረው እኛም ቦረናን (መካነሰላምን) እንውጋ። በያለንበት እንጽና ብሎ ስለሰበከ በመስከረም ወር ቦረና ዘመትን። በ2ኛውም ዘመቻ ከጓሜዳ ጋር ሁኜ ዘምቻለሁ። ሻምበል ጌታቸው አሊም ቦረና ዘመቻ ላይ ይዋጋ እንደነበረ አስረድቷል።

ሶስተኛው ምስክርም፣ የ3ቱ ክፍለ ሀገር ሕዝብ በሽሎ ተገናኝቶ፣ ደርግ ሀይማኖት ያፈርሳል። መሬት ይቀማል። ጌሾ አትክልት ጎመን ሳይቀር ይቀማል ሲባባሉ አለባቸውም ይህንኑ ገልጾ ደርግን ጥሉ። እኛ ጠልተነዋል እንዳለ፤ ሓና ማርያም በሰንበቴ ጠላ ለይ ይህንኑ ለህዝብ እንደገለጸ፤ እርሱን ያጠፋው ሀገር አስተዳድረን ብሎ ስለመረጠው እንደሆነ ገልጿል።

አራተኛው ምስክር፣ በሽሎ መገናኛ ላይ ዲናምባ፣ አህዮ፣ ባቻታ፣ ቤጌምድርና ጎጃም ተሰብስቦ ይኸ መንግስት ርስት ይቀማል። ገንዘብ ሰብል ሁሉንም ነገር ይወርሳል እንደተባባሉ፤ አለባቸውም ይህ መንግስት አይበጀንምና እናጥፋው እንዋጋ ይል እንደነበር፤ ሻምበል ጌታቸው አሊም ቦረና እንደዘመትን በርቱ! ተዋጉ! ይል እንደነበር አስረድቷል።

አምስተኛው ምስክር፣ በሽሎ፣ ባቻታ በሄደበት ቦታ ሁሉ በየለቅሶውና በየስብሰባው አብሮት ይሄድ እንደነበር፣ ደርጉ የተባለው ዳኛ ለኛ አይጠቅመነም፣ ሀይማኖት ይለውጣል፣ መሬት ይነጥቃል እያለ ይሰብክ እንደነበርና ሕዝቡም እንደሚቀበለው። ሻምበል ጌታቸው አሊ ረቡዕ ዕለት ጦሩ ሲፈታ ሲሸሽ እንዳየው ገልጿል።

ወግሎን በተመለከት ተባባሪ የሆኑት በ6 ምስክሮች እንደተገለጸው፣ ከምስከቤ ከመኮንን ካሳ በስተቀር ሀገሩ በሙሉ መስማማቱን ሲመሰክሩ፣

- ፶/አለቃ ግዛው ዘውዴ፣ ከተማ ግዛውን ከነአጃቢዎቹ ከብት አርዶ ማብላቱን፤
- አረጋው ጣባ፣ ከከተማ ግዛው ጋር ስምምነኝ ብሎ መጻፉንና እቤቱም ማዋሉን፤
- ነጭ ለባሽ ከበበው አበበ፣ ከከተማ ግዛው ፶ አልቅና የተቀበለ፣ እናንተ ለማጥቃት ከመጣችሁ ለውስጡ እኔ አለሁ ያለ፣ ማሕተሟም እኪሱ እንዳለች፤

መካነ ሰላምን በተመለከተም፣

- ደመቀ መርዕድ፣ ብንጠብቃችሁ ቀራችሁ። አልመጣ አላችሁ። ከእናንተ በኩል ጎደለ፣ በእንጉርጉሮ ገደላችሁን ብሎ እንደተናገረ፤
- ሽኩር፣ ጦሩ እስኪነሳ ድረስ በጀርባ ገብቼ መገናኛ እበጥሳለሁ ማለቱን፤

ሜታን በተመለከተ፣ ሜታ በሙሉ በየጎበዝ አለቃው ተማምሎ ከወራሪው ጋር መቀላቀሉን፤

- ያዘው አበጋዝ፣ የ፻ እልቅና መሾሙን፤ ከፋሲካ በኋላ ከተማ ግዛውን፣ አቢ አበራን፣ ጣሰውን፣ ንጉሴን፣ አቢ ታደሰንና ከደክሰ ሁለት ማንነታቸው ያልታወቁ እቤቱ ሲጋብዝ፣ ሕዝቡም ጠላም ድሮም ማምጣቱን፤ ሰዎች እያስቀረበ ማሾሙን ሲመሰክሩ፣ ልም መስክ እርቅ ለማውረድ በሚጣርበት ግዜ በዓዋጅ እንዳትገቡ እያለ ይከለክል እንደነበር፤ ከዚያ ቀን ወዲህ ግን እንዳልተቀላቀለ ገልጸዋል።

29. ሻምበል ጌታቸው አሊ፣ ምስለኔ የነበረ፣ በዳያሪው ላይ ድርጊቱ የተገለጸ ሲሆን፣ አንድ የሻለቃ አያሌው ወታደር እንደገለጸው ከከተማ ግዛው ከጋሻው ዓለሙና ከክብረት መሸሻ ጋር በመሆን ጉዲት እተባለው ቦታ ላይ ሆነው ሻለቃ አያሌውን በማስጠራት ምክር እናድርግ ደርግ መሬት የሚቀማ፤ ሀይማኖት የሚያፈርስ ስለሆነ እንውጋው ሲሉት እኔ ከመንግስት ጎን ሆኜ ነው የምዋጋው ብሎ እንዳልተቀበላቸው አስረዳ። አንድ ሌላ ምስክርም ሻምበሉ በዳምጤ ጦር ውስጥ ጎንቻ መኖሩንና በምሬት ላይ መሆኑን ከበረና አንድም ሰው እንዳልተከተለው ገልጿል።

30. አንድ የለውጡ ደጋፊ የሆነ ሰው የሚከተሉትን 3 ሰዎች ሁኔታ ሲገልጽ፣

- ፊታውራሪ አሊ ፋሪስ፣ አሊ ፋሪስ ጠበኛው በመሆኑ ፖለቲካውን እንዳያራባ በላይንና ደፈርን አስተባብሮ አሰቻ ላይ እንዲውጉት ማድረጉን፣ አሁን ቤጌምድር ሰዴ ወይራ መዝለቅያ፣ ወ/ሮ እርቂቱ እተባለችው የሚስቱ መሬት ላይ እንደሚገኝ፤

- ፊታውራሪ መላኩና ሀይሉ በሬንቶ፣ 200 ወታደር ያህልና 12 መትረየስ እንዳላቸው፣ ዳውንት በሽሎ ዳር ሀይሉ በሬንቶ ርስት ላይ እንደሚገኙ፤
- ወዳጄ ተገኝ፣ የአሊ ፋሪስ ተላላኪና ሰባኪ እንደነበር፣ አሁን በደብረዘይት ወረዳ ደብረሲና የደጃች ካሳ ይመር ጉልት ፍግ እተባለው ቦታ ፊታውራሪ ሀይለየስ የነበሩበት ዋሻ ውስጥ እንደሚገኝ አስረድቷል።

2ኛው ክፍል የከተማውንና የአካባቢውን መንደር ሕዝብ በመሰብሰብ መግለጫ እየሰጠን ያነጋገርናቸው፣ ከዱርካ 8፣ ከወፍ አንጭ 65፣ ከየጠቡት 20፣ ከንፋሳችና ሳንጓጓ 66፣ ከጋንጭና ጭግማ 45፣ ከአሽንጋና አሞራ ገደል 114፣ ከዲጥ 173፣ ከአምበሀች 25፣ ከአጅባር 34፣ ከዋሰልገኝ 77፣ ከየጎደ 68፣ ከሳሌዳና ማርያም ሀገር 132፣ ከፈረስ ባር 182፣ ከሸንን ደፈር 26፣ ከሰገራ 27፣ በድምሩ 1062 ሰዎች ነበሩ። እነዚህን ሰዎች እንዳመጣጣቸው ለየብቻቸው በመሰብሰብ ጦርነቱ እንዴት እንደተጀመረና የመከላከል አሰላለፉን ሁኔታ፣ ለመሸነፍ የበቁበትን ምክንያት፣ የአወናባጆችን ስም ሌላም አስፈላጊ ነው ብለው የሚያምኑበትን በግልጽ እንድያብራሩ ተጠይቀው፣ የአጀማመሩን ሁኔታና በተለይም የአወናባጆቹን ስም አንዳቸውም ሙሉ በሙሉ አልገለጹም። የአሰላለፉንና የመሸነፋቸውን ሁኔታ ግን አብዛኛዎቹ ስለገለጹ ለክፉም ለደጉም የቀበሌውን ስም በመጥቀስ ፈንታ ከ1-13 ቁጥር በመስጠትና ቅደም ተከተሉን በማሰባጠር እንደሚከተለው አስቀምጨዋለሁ።

ቀበሌ 1፣ ሕዝቡ ሙክትና እንጀራ ለወታደሩ ይዞ በመምጣት፣ መንታ ደፈር ላይ አስተዳዳሪውን ማ/ቴክ ሀይሉ ይላላን አጅቦ ማደሩን፤ እስከመጨረሻው ቀን ድረስ ከመንግስት ጎን መሰለፉን፤ ዓርብ ዕለት የዲናምባንና የአሀዮን ወንበዴዎች ገትሮ መያዙን፤ የአሰለፈው ጦር ብዛት አናሳ በመሆኑ ስለተናቀ ከማንም ወገን ምንም ዓይነት መልዕክት እንዳልደረሰው፤ አሰላለፉን በተመለከተ፣ ምሕረቴ ዋሴ፣ አጋፋሪ ቧያለውና ባላምባራስ መኮንን ፈለቀ በዲጥ (ሚካኤል) በኩል እነ ሙሉጌታ ጀንበሬና ከበደ ዘነበ፣ በጋንጭና በአይቶ ውሀ፤ እነ ጥላሁን አዱኛ፣ ምስጋናው ደሳለው፣ ዓድማሱ ከበደና ከበደ ረታ በብርጌዴሊ፤ ደምሴ ዳርጌ፣ ሙላቱ መርሶና መላኩ ዘገየ በቃዲው ካብ። ተመድበው ይከላከሉ እንደነበር፤ በ12-1-1968 ዓ.ም ደምሴ ዳርጌ ሙላቱን ጠርቶ መትረየስ እናምጣ ብሎ እኛ እንድንጠብቅ አድርጎ ሄደና ተመልሶ በመምጣት፣ መትረየስ አንሰጥም ስለአሉን እኔ መሄዴ ነው ብሎ 6 ሰዓት ላይ ጥሏቸው መሄዱን፣ ሙላቱም ተከትሎት እንደሄደ፣ የቀሩት ደግሞ ምስለኔ ጥሎ የሸሸውን ልያስጨርሱን ነው እንዴ በማለት ወደ ጣቢያው ወይም ወደ ሌላ ቦታ እንሂድ ብሎ የሚመደብበት ቦታ ስለአልተገኘ የመከላከያ ምድቡን ትቶ ወደ ሀገሩ መሄዱን። የደምሴ ዳርጌ መሸሽ እልቂቱን ሊፈጽመው መቻሉን አስረዱ።

ቀበሌ 2፣ ጓሜዶች እኛ ባለንበት ሲተኩሱብን ደምሴ ዳርጌ መትረየስ ላምጣ ብሎ መሄዱንና ቀጥሎም ወደ አስተዳዳሪው ሄዶ ትናንት ወንድሜን አስገደልኩ፤ ዛሬ ግን ልጆቸን ላስገድል ስለማልፈልግ እሄዳለሁ ብሎ ጥሎ እንደሸሸ፤ የሚካኤሎቹም (ዲ.ጥ) ቀደም ብለው እንደሸሹ፤ እኛ በመታኮስ ላይ እያለን ቀኛ/አስናቀ መሸሻ መጥተው ተከባችሁ ማለቃችሁ አይደለም ወይ ሲሉን ጥለን ሸሸን በማለት ገለጹ።

ቀበሌ 3፣ ጓሜዶች በቃዲው በኩል ተኩስ ሲከፍቱባቸው አጸፋውን በመመለሳቸው ወደ ሚካኤል ስለአመሩ፣ ጓሜዶች መጡላችሁ ብለው ቢያሳስቧቸውም ተኩስ እንዳልከፈቱባቸው አስረድተው በአንጻሩ ግን እነ አጋፋሪ ቧያለው ለቀው ሄደውላችኋል። ደምሴ ዳርጌም መትረየስ ላምጣ ብሎ ሄዷል ስለአልዋቸው እነርሱም ሸሽተው መሄዳቸውን አስረዱ።

ቀበሌ 4፣ ብርጌዴሊ ላይ ሆነው በመከላከል ላይ እንዳሉ የደምሴ ዳርጌ ጦር ቦታውን ለቆ መሄዱን፤ ጠላት ወደ አሉበት ሰፈር እንደመጣባቸው፤ ቀኛ/አስናቀ መሸሻ መጥተው ሰው ሁሉ ሸሽቶ ብቻችሁን እኮ ቀራችሁ ብለዋቸው ስለሸሹ እነርሱም መሸሻቸውን አስረዱ።

ቀበሌ 5፣ ተኩስ በቃዲው በኩል መጀመሩን፣ የብሔራዊ ጦር ባልደረባ (የእዋ) ቀኛ/አስናቀ መሸሻ አሉበት ብርጌዴሊ መጥተው፣ ቆለኛው ከታች በኩል ተከፍቶለት ካቡ (የመንግስት መስሪያቤቶች አጥር) ውስጥ ስለገባ የአቶ ተፈሪ ቤተሰብ እንዳያልቅ ይውጣ ብለው ስለ ተናገሩ ጥለው መሸሻቸውን አመኑ።

ቀበሌ 6፣ ጓሜዶች በሚካኤል በኩል ሰብረው እንደገቡ፣ ሙሉጌታ ጀምበሬ ለይምሰል ጥይት ያጮህ ነበር እንጂ መንግስትን የከዳው ቀደም ብሎ መሆኑን አስረዱ።

ቀበሌ 7፣ የመከላከሉ ተግባር በደምሴ ዳርጌ በኩል መለቀቁን፣ አጋፋሪ ቧያለውም መልቀቃቸውን ስለሰሙ መሸሻቸውን ገለጹ።

ቀበሌ 8፣ ብርጌዴሊ ላይ ሆነው በመከላከል ላይ እንዳሉ ቀኛ/አስናቀ መሸሻ መጥተው ጦሩ ተፈትቷል እናንተ ብቻችሁን ማለቃችሁ እኮ ነው ብለው ስለነገሯቸው መሸሻቸውን ተናገሩ።

ቀበሌ 9፣ የደምሴ ዳርጌ ጦር ሲሸሽ የዲጡ መከተሉን ገልጸው ብርጌዴሊ ላይ ሆነው ጠላት ስለበዛባቸውና ስለተከበቡ መሸሻቸውን ገለጹ።

ቀበሌ 10፣ ደምሴ ዳርጌ፣ መትረየስ ጠይቄ አንስጥም ስለአሉኝ ለቅቅያለሁና እናንተን እንዳያጠፏችሁ ብሎ እንደላከባቸው፣ የብርጌዴሊው ጦር

ጥሩ መከላከል ሲያደርግ ቆይቶ ተኩስ ስለአቆመ ሸሽቶ ይሆናል ብለው በመገመት እንደሸሹ አስረዱ።

ቀበሌ 11፣ ስለአልተነገራቸውም ምንም እንዳልሰሩ፣ ከመካከላቸው አንዱን አሰልፍ ብለው እንዳዘዙት፤ ቆለኛው ሰርጎ ገብቶ ማቅራራቱን ሲሰሙ እንደተበተኑ፤ ስለአሰላለፉ፣ ደምሴ ዳርጌ በቃዲው፣ አዱኛ ጥላሁን በብርጌዴሊ በኩል መኖራቸውን ብቻ እንደሚያውቁ ገለጹ።

ቀበሌ 12፣ ስለሁኔታው ምንም የሚያውቁት እንደሌለ፤ በጦርነቱ ግዜ በራቸውን ይዘው ማንም ጠላት እንዳላለፈባቸው ተናገሩ።

ቀበሌ 13፣ ስለሁኔታው ምንም እንደማያውቁና ውግያውም ላይ እንዳልተሳተፉ አስረዱ።

ክቡራን አንባቢያን፣ የጸረ አብዮት ሀይሎች በሌሎች የወሎ አውራጃዎች እየተበራከቱ በመሄዳቸው የተነሳ፣ እኔ ጋር የነበረው ጦር እንዲነሳ ስለተጠየቀ፣ የገበሬውን ማህበር በወረዳ ደረጃ በማደራጀትና በማጠናከር ለወረዳው ጸጥታ መጠበቅ ሐላፊነቱን በማሸከም ወደ መካነሰላም በመመለሴና ቀጥየም ወደ ሌላ አውራጃ ተዛውሬ በመሄዴ የአመጹን መሪዎች ከየሸሹበት አስመጥቼ አስፈላጊውን ሕጋዊ እርምጃ ወስጄ በወረዳው አስተማማኝ ሰላም እንዲሰፍን ለማድረግ ያቀድኩት ዓላማ አልተሳካም። ስለዚህ አንብባችሁ እንደተረዳችሁት ሁኔታውን ገምግማችሁ የራሳችሁን ፍርድ እንድትሰጡ በዚሁ ገትቸዋለሁ።

ዕድሜና ጤና ለግሶን በእኔ በኩል ክፍል 2 መጽሐፍ አዘጋጅቼ ለሕትመት እንዳበቃ፣ እናንተንም ለማንበብ እንዲያበቃችሁ ቸሩ ፈጣርያችን ይርዳን።

ቅሱም[1]

---

1 ይህ ቃል የተወሰደው በፕሮፌሰር ባህሩ ካሳሁን ከተደረሰው የሂሳብ ማስተማሪያ መጽሀፍ ላይ ነው። (2004። *ለፊዚክስ ሂሳባዊ ዝግጅት*። አዲስ አበባ፤ አዲስ አበባ ዩኒቨርሲቲ ፕረስ።)

ሰ

ረ

ሸ

ቀ

በ

ተ

ቸ

ነ

አ

ከ

ወ

ዘ

የ

ደ

ጀ

ገ

ጠ

ጬ

ፀ

ፈ

ፐ

110914-200-1-60W